मराठे आणि महाराष्ट्र

अ. रा. कुलकर्णी
सुप्रतिष्ठित प्रा. इतिहास विभाग प्रमुख
पुणे विद्यापीठ

डायमंड पब्लिकेशन्स

मराठे आणि महाराष्ट्र

अ. रा. कुलकर्णी

प्रथम आवृत्ती : जानेवारी २००७

ISBN - 81 - 89724-71-1

मुखपृष्ठ
शामकांत भालेकर

अक्षरजुळणी
प्रमोद ग्राफिक्स, पुणे

प्रकाशक
डायमंड पब्लिकेशन्स
२६४/३ शनिवार पेठ, ३०२ अनुग्रह अपार्टमेंट
ओंकारेश्वर मंदिराजवळ, पुणे-४११ ०३०
☎ ०२०-२४४५२३८७, २४४६६६४२
info@diamondbookspune.com

प्रमुख वितरक
डायमंड बुक डेपो
६६१ नारायण पेठ, अप्पा बळवंत चौक
पुणे-४११ ०३० ☎ ०२०-२४४८०६७७

अनुक्रमणिका

प्रकरण - १

भारतीय ग्राम : मध्यकालीन महाराष्ट्र

मध्यकालीन भारताच्या सामाजिक-आर्थिक जीवनाचा अभ्यास करणाऱ्या इतिहासकाराला, ग्रामीण अर्थव्यवस्था व समाजाचे काही पैलू यासंबंधीचे विचार व्यक्त केल्यावाचून राहवत नाही. भूतकाळात ग्राम किंवा गाव, एकाच वेळी सामाजिक व आर्थिक घटक होता भारतीय गावाचा अभ्यास हा चित्तवेधक विषय आहे. अनेक कारणांमुळे बरेचसे प्रशासक, न्यायशास्त्राचे विद्यार्थी, इतिहासकार, समाजशास्त्रज्ञ, मानवशास्त्रज्ञ, अर्थशास्त्रज्ञ आणि राजकारणी लोक या विषयाकडे आकर्षित होत राहिले. १९व्या शतकापासूनच भारतीय तसेच परदेशी विद्वानांना या विषयात रस होता आणि आजही तो तसाच आहे. म्हणूनच भारतात ब्रिटिश राज्याच्या प्रारंभिक आणि संक्रमण काळात भारतीय ग्रामव्यवस्थेबद्दलच्या ब्रिटिश दृष्टिकोनाच्या विशेष संदर्भात ग्रामसंबंधी झालेले लिखाण व परिसंवाद यांचे थोडक्यात सिंहावलोकन करणे मनोवेधक ठरेल.

ब्रिटिश दृष्टिकोन :

१९व्या शतकाच्या प्रारंभिक दशकांमध्ये ब्रिटिश राज्य संस्थापकांच्या पुढे दोन महत्त्वाच्या समस्या होत्या. अ) कायदा-व्यवस्था प्रस्थापित करणे, ब) प्रचलित व्यवस्थेमध्ये अधिक फेरफार न करता नव्याने ताब्यात घेतलेल्या प्रदेशात महसुलाची वाढ करणे. (B. S. Cohn) बर्नाड एस. कोहनने म्हटले आहे की, आपल्या शासनाच्या उद्देशपूर्तीसाठी, इंग्रजांना सीमाबद्ध (घटकांची) प्रदेशांची व नियमित करवसुलीसाठी कायदा-व्यवस्थेचा संरक्षणाची जबाबदारी सांभाळू शकणाऱ्या लोकांची आवश्यकता होती. कायदा-व्यवस्था सुरक्षित राखण्याच्या दृष्टीने त्यांना ग्राम हा सर्वात उपयुक्त घटक वाटला. गावातील जमीनदार अधिकारी वर्ग आणि राजे-रजवाडे इ. लोक, कायदा-व्यवस्थेचे संरक्षण तर करत होतेच, पण त्याचबरोबर जमिनीचा महसूल आणि इतर करांचीही वसुली, नियमित रूपाने करत होते.[१] अशा प्रकारे ग्राम हा त्यांच्या प्रशासनाचा मूलभूत घटक बनला आणि गावातील प्रमुख गावकरी कायदा-व्यवस्थेच्या संरक्षण कार्यात शासनाचे सहाय्यक बनले.

शासनाला खात्रीलायक महसूल-वसुलीची गरज दोन कारणांसाठी होती : अ) ताब्यात घेतलेल्या प्रदेशाचा, प्रशासनखर्च भागवणे, ब) ईस्ट इंडिया कंपनीच्या

भागधारकांना लाभांश देणे, या भागधारकांच्या वतीने (ब्रिटिश) नागरिक व सेनाअधिकारी या देशाचा कारभार चालवत होते. एका व्यापारी कंपनीने अशाप्रकारे सार्वभौम शक्ती बनणे ही गोष्ट ब्रिटिश राजकारणी अर्थतज्ज्ञांच्या दृष्टीने फारच विशेष बाब होती.[२] महसूल वाढविण्याच्या दृष्टीने ब्रिटिश प्रशासकांनी शेती-भातीच्या क्षेत्रात अनेक प्रयोग करण्याचे प्रयत्न केले. उदा. पिकांची फेररचना करणे, न्यू ऑर्लियन्स, बोर्बोन आणि इजिप्तसारख्या कापसाच्या नव्या जाती निर्माण करणे. प्रमाण व गुणवत्ता या दोन्ही दृष्टीने कापूस उत्पादन अधिक चांगले व्हावे म्हणून भारतीय शेतकऱ्यांना प्रशिक्षण देण्यासाठी अमेरिकेहून तज्ज्ञांना बोलावले गेले. कापसाचे उत्कृष्ट उत्पादन मिळावे यासाठी नवीन उपकरणे आणली गेली, पुरस्कारांच्या घोषण केल्या गेल्या; परंतु या सर्व प्रयत्नांचा विशेष असा फायदा झाला नाही.[३]

महसूलवसुली वाढावी यासाठी पाहणी व बंदोबस्ताचे नवे उपाय केले गेले. हे उपाय महसुलाच्या रिकार्डोचा खंड सिद्धांत आणि जेरेमी बेंथॅमच्या उपयोगिता-वादावर आधारित होते. जेम्स स्टुअर्ट मिलच्या शिफारशीवरून हे उपाय अमलात आणले गेले. जेम्स स्टुअर्ट मिल हे लंडनमध्ये, ईस्ट इंडिया कंपनीच्या कामाची तपासणी करत असत. लॉर्ड कॉर्नवॉलिसने रूढ केलेली 'कायम धारा पद्धती' (Permanent Settlement) असफल ठरली होती. कारण सुधारित शेतीच्या द्वारे बंगालचा महसूल वाढवण्यापेक्षा कंपनीसाठी तेथील जमीनदारांचा पाठिंबा मिळवण्यात कॉर्नवॉलिसला अधिक स्वारस्य होते. मुंबई इलाख्यात इ. स. १८२३ मध्ये इंदापूर परगण्याची पाहणी व बंदोबस्त करण्यासाठी आर. के. प्रिंगल याची नियुक्ती केली गेली. परंतु हा प्रयोग यशस्वी झाला नाही. इ. स. १८३५ मध्ये महसूल विभागातील गोल्डस्मिड आणि विंगेट यांनी पूर्वीच्या प्रयत्नांहून अधिक पुढे सरकण्याचा व महसूल वृद्धीमध्ये सरकारला मदत करण्याचा प्रयत्न केला. हाच उद्देश डोळ्यांसमोर ठेवून टॉमस मन्रो मद्रास इलाख्यात रयतवारी व्यवस्था अमलात आणीत होता.[४]

उत्तरेत चार्ल्स मेटकाफ, मद्रासमध्ये मन्रो आणि मुंबई इलाख्यात एलफिंस्टन या ईस्ट इंडिया कंपनीच्या प्रशासकांनी 'ग्रामा' (गाव) वर आपले लक्ष केंद्रित केले. त्यांच्या मते, त्यांच्या अधिकार क्षेत्रात त्यांच्या 'अप्रत्यक्ष शासना'च्या स्थापनेसाठी 'ग्राम' हा सर्वोत्तम घटक होता. चार्ल्स मेटकाफने लोकसत्ताक आणि स्वयंपूर्ण ग्रामरूपी 'लघुगणराज्या'वर आधारित प्राचीन राज्य व्यवस्थेची प्रशंसा केली. मन्रोने कॉर्नवॉलिसच्या 'कायम धारा पद्धती'च्या विरोधात रयतवारी व्यवस्था चालू ठेवली. एलफिंस्टनने कमीत कमी काही काळापर्यंत तरी ग्रामव्यवस्थेची प्रचलित रचना व कामकाजाची पद्धत यामध्ये

बदल न करण्याचे धोरण अवलंबिले. हे प्रारंभिक प्रशासक, ब्रिटिशसत्ता भारतात कायमची राहणार अशा भ्रमात नव्हते आणि शक्य तोपर्यंत प्रशासनाच्या प्रचलित व्यवस्थेत फारसा बदल करू नये त्यांना वाटत होते.[५]

कोहनच्या म्हणण्यानुसार इंग्रजांसमोर जो प्रश्न होता की, भारतात त्यांचे प्रशासन कशा प्रकारचे असावे? त्या प्रश्नाचे उत्तर त्यांना ग्रामीण समाज (Village Communities) संस्थेच्या रूपात मिळाले. हा समाज म्हणजे सुस्थापित भौगोलिक घटक होता आणि पारंपरिक भारताचे प्रतिनिधित्व करत होता. चार्ल्स मेटकाफ नेहमी म्हणत असे की, ''खरा भारत, गावामध्ये वसलेला आहे.'' त्याच्या या उद्‌गारांनी इंग्रजांचीही तशी खात्री पटली होती. प्रारंभिक काळात इंग्रजांच्या या दृष्टिकोनामुळे 'स्वस्त प्रशासन' हा हेतू साध्य होत होता आणि इंग्रज भारतीयांबरोबर न्यायपूर्ण व्यवहार करत असल्याचा आणि ते सहजस्वाभाविक रीतीने भारताचे प्रशासन चालवत असल्याचा आभास भारतीयांच्या मनात निर्माण करता येत होता.[६]

मन्रोच्या रयतवारी पद्धतीमध्ये सरकार मध्यस्थांना बाजूला ठेवून थेट शेतकऱ्यांशी संबंध ठेवत असे. जमिनीचा कस लक्षात घेऊन त्या आधारे तिचे वर्गीकरण व आकलन करणे, हे या व्यवस्थेचे मूळ तत्त्व होते. जाट लोकांच्या गावाचा आदर्श मानणाऱ्या मेटकाफला मन्रोची रयतवारी व्यवस्था मंजूर नव्हती. याचे कारण त्यांच्याच शब्दांत असे होते – ''ग्राम समुदायांची रचना मला स्तुत्य वाटते. एखाद्या गावातील जमीनदार किंवा शेतकरी यांच्याशी, महसूल-वसुलीसाठी, (प्रत्येकाशी) थेट संबंध ठेवल्याने ही रचना नष्ट होईल अशी मला शंका वाटते... हे ग्रामसमुदाय म्हणजे लघुगणराज्ये होत.''[७]

माउंट स्टुअर्ट एलफिन्स्टनला मन्रोच्या सिद्धांताविषयी सहानुभूती होती. परंतु तरीही रयतेबरोबर थेट संबंध त्यांना मान्य नव्हता. ते रूढीविरोधी नव्हते. (एखाद्या प्रदेशावर) विजय मिळवल्यानंतर तिथे त्यावेळी प्रचलित असलेली व्यवस्था आणि कायदे यांचा शक्य तेवढा जास्तीत जास्त उपयोग करण्याची त्यांची इच्छा व संकल्प त्यांच्या लिखाणावरून दिसून येतो.[८] वास्तविक १८२१ मध्ये त्यांच्या अधिकार कक्षेतील कलेक्टरांना त्यांनी जी प्रश्नावली वितरित केली होती, त्यात एक प्रश्न हाही होता : ''ब्रिटिश सरकारच्या स्थापनेनंतर कोणकोणत्या जुन्या संस्था अजूनही पूर्णपणे कार्यरत आहेत? आणि किती संस्था परिवर्तित झाल्या आहेत अथवा समाप्त झाल्या आहेत?''[९]

अशाप्रकारे ब्रिटिश प्रशासक भारतीय ग्रामव्यवस्थेची खूपच प्रशंसा करत होते आणि ती तशीच चालू ठेवणे हितकर आहे असे त्यांना वाटत होते. परंतु कार्लमार्क्स तिकडे भारतातील ब्रिटिशनीतीची सटीक छाननी करत होते. सन १८५३ मध्ये ईस्ट इंडिया

कंपनीच्या कराराच्या (चार्टर) नूतनीकरणाचा प्रश्न जेव्हा संसदेपुढे चर्चेला आला तेव्हा, मार्क्सचे लक्ष भारतीय समस्येकडे गेले भारत समजून असेल घ्यायचा तर भारतातील ग्रामव्यवस्था समजून घ्यायला हवी हा विचार त्यांनी मांडला.[१०]

सैनिकी व प्रशासकीय अधिकाऱ्यांचे काही अहवाल, लंडनमध्ये उपलब्ध झालेली माहिती आणि हाती आलेली प्रवासवर्णने व आठवणी या सर्वांवर कार्लमार्क्सचे भारतासंबंधीचे विचार आधारलेले होते. हे अहवाल व माहिती-विशेषत: ग्रामीणसमाजासंबंधीचे अहवाल व मजकूर - यांच्या विश्वसनीयतेला मर्यादा होती. कारण ते नंतर लिहिले गेले होते व म्हणूनच त्यांची विश्वासार्हता कमी होती. मार्क्सने ले. कर्नल मार्क विल्क्स (१७६०-१८३१) च्या लिखाणाचे पारायण केले. विल्क्स मद्रासमध्ये कंपनीचा कर्मचारी होता व म्हैसूरच्या १७८२-१८०१ पर्यंतच्या काळाचा इतिहासकार होता. भारतामध्ये उच्च पदांवर काम केलेल्या सर जॉर्ज कॅम्पबेल (१८२४-१८९२) यांची ही रचना त्यांनी पाहिली होती. आपल्या 'कॅपिटल' या ग्रंथात (खंड १, अध्याय १४, भाग ४).[११] भारतीय ग्राम या विषयी त्यांनी लिहिलेली सर्व माहिती मुख्यत: या लेखकांनी लिहिलेल्या माहितीवर आधारित होती.

भारतीय समाजाचा साधेपणा, परिवर्तनहिनता आणि निष्क्रियता या संबंधीचे विचार मार्क्सला प्रामुख्याने भारतीय परिस्थितीसंबंधीच्या ब्रिटिश कॉमन्स सभेच्या एका जुन्या अधिकृत अहवालावरून मिळाले होते. स्वत:ला भारतीय जनतेचे मुक्तिदाते समजणारे इंग्रज, अर्थातच भारतीय समाजाचे एक निराशाजनक चित्र प्रस्तुत करत होते, आणि त्या आधारे भारतावर त्यांनी सत्ता गाजवणे कसे उचित आहे हे दाखवत होते.[१२]

मार्क्स आणि त्याचे अनुयायी यांचा युक्तिवाद असा की, ''भारत देश जिंकून घेऊन ज्या विजेत्यांनी पूर्वी येथे राज्य केले त्यांनी भारताच्या आर्थिक व्यवस्थेला धक्का न पोहोचविता, आपली सत्ता प्रस्थापित व्यवस्थेतच वाढविली. इंग्रजांनी मात्र या प्राचीन व्यवस्थेला खिळखिळे करून, ते या देशात 'एक परकी' सत्ता म्हणून राहिले. या देशावर त्यांनी बाहेरून राज्य केले आणि त्याच्या मोबदल्यात या देशाच्या संपत्तीचे 'खंडणी'च्या स्वरूपात अपहरण केले.[१३]

परंतु, शेतीव्यवसाय आणि अन्य उत्पादनाची क्षेत्रे यांच्या अंतर्गत संबंधावर उभी असलेली प्राचीन ग्रामव्यवस्था कोसळली याबद्दल मार्क्स अश्रू ढाळत नाही, तसेच 'हातमाग आणि चरखा' या भारताच्या उत्पादनाचा कणा असलेल्या भारतीय ग्रामाच्या आधारांचा नि:पात झाल्याचे त्याला दु:ख वाटत नाही.[१४]

मात्र भारतीय जनतेच्या अपरिमित दु:खाला 'ब्रिटिश राजवट' सर्वस्वी जबाबदार

आहे असे मांडताना, मार्क्स त्याचबरोबर तो ग्रामीणव्यवस्था ही अत्यंत प्रतिगामी आहे अशी टीका करून आणि ही प्रचलित व्यवस्था नष्ट करणे अनिवार्य आहे असे तो सुचवितो.[१५]

भारतीय ग्राम व त्याची स्वयंपूर्णता, परिवर्तनहिनता इ. विषयीच्या मार्क्सच्या विचारांना, मार्क्सवादाचेच जोरदार समर्थक दामोदर धर्मानंद कोसंबी यांनी आव्हान दिलेले आहे. ते म्हणतात, ''मार्क्सने भारतासंबंधी जे काही म्हटले आहे ते सगळे जसेच्या तसे मान्य करता येणार नाही. 'कॅपिटल'मध्ये त्यांनी केलेली विधाने सटीक व ओजस्वी असली तरीही ती भ्रामक आहेत... बऱ्याचशा गावातून ना धातूचे उत्पादन होत होते ना मिठाचे. या अनिवार्य गरजा बहुतेक वेळा विनिमयाच्या साहाय्याने पुऱ्या कराव्या लागत.[१६] इरफान हबीब यांनी आधी गावाची स्वयंपूर्णता मान्य केली होती आणि त्याचबरोबर बाजारासाठीही उत्पादन होत असल्याचे त्यांचे मत होते. परंतु नंतर मात्र ते या विचारापाशी येऊन पोहोचले की, ग्रामसमाज हे मध्यकालीन शासकवर्गाच्या दृष्टीने शेतकऱ्यांच्या शोषणासाठी उपयुक्त साधन होते. (अशा अर्थाने की) याच व्यवस्थेमधून उपशोषकांचा (गावातील पुढारी मंडळींचा) एक वर्ग शेतकऱ्यांवर आपला अधिकार गाजवू शकत होता.[१७]

डॅनियल थॉर्नरच्या मते आशियाई उत्पादन पद्धती, भारतीय ग्राम यासंबंधी मार्क्सने दिलेल्या प्रत्यक्ष वा अप्रत्यक्ष संदर्भामधून भारतासंबंधीचे स्पष्ट आणि सुसंगत चित्र उभे राहत नाही. तसेच भारतीय इतिहासासंबंधी आपल्याला आज जी माहिती आहे तिच्या आधारे आशियाई निरंकुशतेबाबतच्या मार्क्सच्या सिद्धांताला फारशी पुष्टी मिळत नाही. भारतामध्ये मोठ्या प्रमाणावर जलाशय आणि सिंचनाचे नियंत्रण करू शकेल इतके मजबूत केंद्रीय सरकार भूतकाळात क्वचितच झाले असेल. सिंचनासाठी गावातील स्थानिक विहिरी व तलावांवर आधारित जुन्या पद्धतींचा उपयोग केला जात होता.[१८]

मॅक्स वेबरच्या मते, स्थिरता व परिवर्तन हीनतेचे कारण आर्थिक स्वयंपूर्णता नसून, जातिप्रथा व परंपरा हे आहे.[१९] प्रसिद्ध भारतीय विद्वान ए. एस. अळतेकर यांनी ग्रामीणसमाज निरंतर अपरिवर्तनीय होते, हा युरोपियन विद्वानांचा सिद्धांत पूर्णपणे चुकीचा असल्याचे सिद्ध केले आहे. ऐतिहासिक काळात ग्राम हे 'गणराज्य' होते या वक्तव्याचेही त्यांनी खंडन केले आहे. त्यांच्या मते ग्रामकारभार निश्चितच लोकशाहीने चालत नव्हता. त्यासाठी स्व-तंत्राने चालणारी मंडळे होती आणि अगदी अनौपचारिक रीतीने ती आपले कामकाज करीत होती.[२०]

जपानी विद्वान एन. काराशिमा, डच विद्वान जॅन ब्रेमेन, ब्रिटिश मानववंशशास्त्रज्ञ

स्कारलेट या लोकांनी त्यांच्या लेखांद्वारे 'परिवर्तनहीन भारत' या आरोपाचे जोरदारपणे खंडन केलेले आहे.[२१]

मार्क्सची ग्रामसमाजाकडे पाहण्याची क्षमता सदोष असली तरी एक गोष्ट मान्य करायला हवी की, त्यांनी जगाच्या व्यासपीठावर हा विषय मांडला आणि अनेक विचारवंत भारतीय ग्रामसमाजांचा सखोल अभ्यास करण्यासाठी प्रवृत्त झाले. भारत हा कृषिप्रधान देश होता. 'आशियाई अर्थव्यवस्थे'ची तुलना करण्याच्या प्रयत्नात त्यांनी अशी कल्पना करून घेतली की, 'निरागस भारतीय हे अर्थव्यवस्थेच्या पतनाला जबाबदार आहेत.' परंतु ऐतिहासिक घटनांवरून असे दिसून येते की, गावांचा देश असलेला भारत, इंग्रजांची इथे वसाहत होण्यापूर्वीच्या काळात एक समृद्ध देश होता आणि वसाहत झाल्यानंतर तो क्रमश: आर्थिक दृष्टीने मागे पडत गेला.

हेन्री मेन आणि बेडेन पॉवेल :

भारतीय ग्रामसमुदायांच्या इतिहासलेखनात मार्क्सनंतर प्रमुख लिखाण आहे ते हेन्री समर मेन (१८२२-८८) आणि बी. एच. बेडेन पॉवेल (१८४१-१९०१) यांचे. त्यांनी या विषयाला व्यापक रूप दिले. हेन्री मेनच्या मते भारतीय ग्रामीण समाज मृत नसून जिवंत संस्था आहे. हेन्री मेन हे मुळात कायदाव्यवस्थेचे, विशेषत: पारंपरिक कायद्याच्या इतिहासाचे अभ्यासक होते. भारतीय ग्रामसमुदायावर त्यांनी केलेले अध्ययन हे पौर्वात्य आणि पाश्चिमात्य संस्थांच्या अध्ययनाचे एक अंग होते. युरोपियन इतिहासात ट्यूटॉनिक काळात ज्या संस्था दूिसन येतात त्या पूर्वेकडे १९व्या शतकातही अपरिवर्तित रूपात विद्यमान होत्या, ह्या गोष्टीवर त्यांचा भर होता. पूर्वेकडच्या ग्रामांचे विवेचन करताना त्यांच्या समोर ग्रामसमाजाची अँग्लो-सॅक्सन प्रतिकृती (६००-१०६६) होती. भारतीय ग्रामसमाज व ट्यूटॉनिक गावे यामध्ये त्यांना साम्य दिसले.[२२] ते म्हणतात : भारतीय ग्रामसमाजामध्ये संघटित लोकांकडून जमिनीची प्राप्ती आणि नांगरणी-पेरणीची पद्धत व प्राचीन युरोपियन पद्धत या दोन्हीमध्ये मूलभूत गोष्टी समान आहेत. अशी समानता असणे यात असंभवनीय असे काही नाही, असे मला वाटते... विद्वानांनी ग्रामसमाज सोडून इतर कोणत्याही भारतीय वस्तुस्थितीचे सावधगिरीने परीक्षण केलेले नाही.[२३] प्रस्तुत संदर्भात कोहनने मांडलेला विचार योग्य आहे. त्याच्या मते सदस्य (person) या नात्याने एखादी व्यक्ती (individual), संस्था (corporation) असणे ही संकल्पना मांडण्याचे श्रेय सर हेन्री मेन यांचे आहे. व्यक्तीचा 'दर्जा' (status) हा संस्थेच्या सदस्यत्वावर आधारित असतो आणि यावरच सामाजिक संबंध आणि सामाजिक आकृतिबंध (structure) आधारित असतात, ते कोणत्याही अनुबंधावर आधारित नसतात तर सामाजिक दर्जावर

आधारित असतात.''[२४]

मार्क्स आणि मेन यांची तुलना करताना लुई ड्युमा लिहितात : खरे पाहता मार्क्स व मेन इतर बाबतीत दोन टोकाला उभे आहेत, पण मागे वळून पाहिले असता दिसून येते की, भारतीय ग्रामसमाजाला वैश्विक इतिहासाच्या परिघात ओढून नेणारे या दोन लेखकांचा सहभाग समान आहे.[२५]

बेडन पॉवेल हे पंजाबमध्ये १८६१ ते ६९ या काळात अधिकारी होते. 'दी इंडियन व्हिलेज कम्युनिटीज' हा त्यांचा या विषयावरचा प्रमुख ग्रंथ आहे.[२६] तो प्रथम इ.स. १८९२ मध्ये प्रकाशित झाला आणि त्यांच्या हयातीत इ. स. १८९६ व १८९९ मध्ये त्याची पुन्हा आवृत्ती निघाली. भारतीय ग्राम मूलतः आर्य नसून द्रविड आहे, असा त्यांचा तर्क आहे. भारतात 'ग्राम' नामक संस्था आर्यांच्या आगमनापूर्वीपासून असलेली आदिवासी किंवा द्रविड लोकांची संस्था आहे. आजही ती आदिवासी समाजात दिसून येते. लेखकाच्या म्हणण्यानुसार प्राचीन भारतात जातिप्रथेचा प्रारंभ व राज्य कल्पनेचा उदय झाल्यानंतरही लोकांच्या सामान्य गरजा बदलल्या नव्हत्या आणि म्हणूनच ग्रामसमाजामध्ये परिवर्तन झाले नाही. मुळात भारतीय ग्राम लोकशाही किंवा गणराज्य रूपात होता या कल्पनेशी ते सहमत नाहीत. त्यांच्या मताने, भारतीय ग्राम मूलतः स्वतंत्रपणे शेती करणारे जमीनदार आणि अन्य ग्रामीण अधिकारी यांचा समुदाय होता आणि तो लघुराजतंत्र (monarchy) किंवा अल्पतंत्र (digarchy) रूपात संघटित होता.[२७]

मेनच्या मते ग्राम एकाच प्रकारचे होते. पण बेडन पॉवेलच्या म्हणण्यानुसार ग्रामाचे दोन प्रकार होते –

अ) रयतवारी किंवा जमीनदारांशिवाय किंवा बहुलतापूर्ण : अशा प्रकारच्या गावामध्ये भूमी (संपदा) ही सभासदांमध्ये विभागलेली असे आणि प्रत्येक व्यक्ती, त्याने विकत घेतलेल्या, वारसहक्काने प्राप्त झालेल्या किंवा जंगल तोडून साफ केल्यामुळे मिळालेल्या शेताचा मालक असे. राज्याला, महसूल व अन्य कर देणे ही त्यांची सयुक्त जबाबदारी नव्हती.

ब) जमीनदारी किंवा संयुक्त ग्राम : अशा ग्रामपद्धतीमध्ये बहुधा एकाच मूळ पुरुषाच्या वंशजांची एक मजबूत संयुक्त सत्ता असे किंवा परिवार असे. ते स्वतःला उच्च जातीचे मानत असत आणि त्यांच्या जमिनीवर उदरनिर्वाहासाठी अवलंबून असणाऱ्या शेतकऱ्यांहून स्वतःला श्रेष्ठ समजत.[२८] रयतवारी प्रकाराच्या ग्रामकल्पनेकडे मेनने पूर्णतः दुर्लक्ष केले आहे.[२९]

बेडन पॉवेलच्या मते, मेन जरी ७ वर्षे भारतात राहिले असले तरी त्यांना ग्रामीण

भारताचा कुठलाही व्यक्तिगत अनुभव नव्हता. त्यांनी लिहिलेले पुस्तक ज्या निरीक्षणावर आधारित आहे, ती निरीक्षणे देशाच्या छोट्याशा भागामध्ये (मर्यादित परिघामध्ये) केलेली होती. तसेच त्यांनी केलेले विश्लेषण स्थानिक इतिहास व मानवजातीशास्त्राच्या आधारे केलेले नसून प्रशासकीय दृष्टिकोनातून केलेले होते.[३०] परंतु तरीही या संदर्भात बेडन पॉवेल आणि सर्वसाधारणपणे व्हिक्टोरियन युगातील विद्वान यांच्यावर कोहनने केलेली टिपणे लक्षणीय आहेत.[३१]

इरफान हबीब म्हणतात, ग्रामसमुदायांच्या आर्थिक हितसंबंधाची छाननी मार्क्स वगळता, मेन आणि बेडन पॉवेल यांनी केलेली नाही. मानववंशशास्त्रीय, सामाजिक आणि 'राजाचा खजिना' या दृष्टिकोनातनूच त्यांनी विचार केला.[३२]

ग्राम समुदायाच्या इतिहासाचे विवेचन करताना अळतेकर म्हणतात की, ग्रामसमुदायाचे मूळ आर्य लोकांमध्ये आहे. उत्तरेमधील ग्रामांच्या आर्य प्रतिकृतींवर ते आधारलेले होते. बेडन पॉवेल म्हणतात त्याप्रमाणे ते द्रविड प्रतिकृतीं वर आधारलेले नव्हते. ते असेही म्हणतात की, बेडन पॉवेल आणि मेन यांना 'स्मृती' व 'शिलालेख' यामध्ये उपलब्ध असलेले महत्त्वाचे पुरावे माहीत नव्हते.[३३]

आधुनिक संशोधन :

आजकाल इतिहासकारांच्या व्यतिरिक्त समाजशास्त्रज्ञ आणि मानवशास्त्रज्ञ देखील ग्रामसमुदायाच्या अभ्यासामध्ये विशेष रस घेताना दिसतात; परंतु समाजशास्त्रज्ञ आणि इतिहासकार यांच्या दृष्टिकोनात खूपच फरक आहे. ग्रामसमाज कल्पना अधिक चांगल्या रीतीने समजून घेण्यासाठी, त्याविषयीच्या दृष्टिकोनाचा विकास होणे आवश्यक आहे, हे तर खरे आहे. परंतु समाजशास्त्रज्ञ आणि इतिहासकार, दोघांची भाषा एक नसते. फ्रेंच इतिहासकार फर्नांड ब्राऊदेलच्या (Fernand Braudel) मते समाजशास्त्रज्ञांचा संवाद हा सामान्यपणे बहिऱ्यांचा संवाद असतो.[३४] ते इतिहासाचे महत्त्व कमी करतात आणि सामाजिक शास्त्रांमध्ये इतिहासाचा समावेश करण्याची त्यांची इच्छा नसते. परंतु अलीकडे स्थिती सुधारली आहे. कारण बर्नाड कोहनसारख्या सामाजिक मानवशास्त्रज्ञांनी ऐतिहासिक घटनांकडे (facts) अधिक लक्ष दिलेले आहे.

ग्रामसमुदायाचे अध्ययन करताना टॉमस् कोट्स, डब्ल्यू एच. वाइजर, एम. एन. श्रीनिवास, शामाचरण दुबे, इरावती कर्वे, रामकृष्ण मुखर्जी, जी. एस. धुर्ये, त्र्यं. ना. अत्रे आणि इतर अनेक मावनशास्त्रज्ञ आणि समाजशास्त्रज्ञांच्या पुरोगामी पुस्तकांकडे आपण दुर्लक्ष करू शकत नाही.

मध्यकालीन समाज आणि अर्थव्यवस्थेच्या इतिहासकारांचा 'कृषिसंबंध' हा विषय

विशेष लक्षवेधी झाला आहे. या संदर्भात डब्ल्यू. एच. मोरलँड, प्रा. एस. नुरुल हसन, सतीशचंद्र, इरफान हबीब, बी. आर. ग्रोव्हर, अ. रा. कुलकर्णी आणि इतर अन्य इतिहासकारांचा सहभाग विशेष लक्षात घेण्यासारखा आहे. नोमान अहमद सिद्दिकी, शिरीन मूसवी, इंदु बंगा, टॉम किसींजर (ही थोडीच नावे दिली आहेत) यासारख्या अनेक विद्वानांनी उत्तरेतील ग्रामसमुदाय या विषयात सार्थ सहभाग घेतलेला आहे, ही आनंदाची बाब आहे. या सर्व लोकांनी आतापर्यंत दुर्लक्षित राहिलेल्या, पूर्णपणे उपयोगात न आणलेल्या नव्या माहितीस्रोतांकडे, लोकांचे लक्ष वेधले आहे. राजस्थानच्या दस्तऐवजांवर आधारित अध्ययनाच्या बाबतीत तर या विधानाची प्रकर्षाने जाणीव होते. सतीशचंद्र, सत्यप्रकाश गुप्ता आणि दिलबागसिंह यांनी केलेल्या अध्ययनामुळे मध्यकालीन भारतातील समाज आणि अर्थव्यवस्था यासंबंधीच्या ज्ञानात नक्कीच भर पडली आहे.

ॲमस्टरडॅम येथील यॅन ब्रेमेन यांनी दक्षिण गुजराथच्या ग्रामीण अर्थव्यवस्थेचे सखोल अध्ययन केलेले आहे. ''दि शॅटर्ड इमेज : कंस्ट्रक्शन अँड डिकंस्ट्रक्शन ऑफ व्हिलेज इन कलोनियल एशिया'' या त्यांच्या विचारांना चालना देणाऱ्या ग्रंथाने सर्वांचे लक्ष वेधून घेतले आहे. त्यांचे म्हणणे असे आहे की, तथाकथित शतकांपूर्वीचे अपरिवर्तनीय आशियायी 'ग्राम' हळूहळू समाप्त झालेले आहे आणि सामुदायिक कृषक-समुदायाची मिथ्या-गाथा काळाच्या ओघात नाहीशी झालेली आहे. हा त्यांचा निष्कर्ष भारतीय ग्रामांना कितपत लागू होतो, यावर विचार करायला हवा.

पश्चिमभारतापुरता विचार करायचा झाला तर आपल्याला हॅरॉल्ड एच. मॅन यांच्या पुस्तकाचा विचार करावा लागेल. त्यांचा असा विश्वास होता की, ''भारताचा आत्मा ग्रामामध्ये वसलेला आहे.'' पुणे क्षेत्रातील कृषि-इतिहासाची अधिक माहिती प्राप्त व्हावी यासाठी पुणे येथील अभिलेखागारांचा (पेशवे दफ्तर) उपयोग करणारे बहुधा ते पहिलेच असावेत. पिंपळे-सौदागर आणि जातेगाव-बुद्रुक संबंधी त्यांनी केलेले अध्ययन म्हणजे इतिहासकार व समाजशास्त्रज्ञ या दोघांच्या पद्धतीचा सुखद समन्वय आहे. याच्या आधी पेशाने शल्यचिकित्सक असणाऱ्या टॉमस् कोट्सने पुण्याजवळच्या 'लोणी' गावचा सामाजिक व मानवशास्त्रीय दृष्टीने अभ्यास केला होता. मॅनने अशा अध्ययनाला ऐतिहासिक परिणाम दिले. पश्चिम भारताच्या ग्रामसमुदायावर अळतेकरांनी अध्ययन केलेले आहे. प्राचीन धर्मग्रंथामध्ये व्यक्त झालेल्या परंपरा आणि मध्यकालीन शिलालेखादी सामग्रीचा समन्वय करून, त्यांनी ग्रामसमुदायाचा आकृतिबंध व त्याची कार्यपद्धती याचे एक सुंदर चित्र उभे केले आहे. ग्रामपंचायतींच्या निर्णयांचे (महजर)

व्ही. टी. गुणे यांनी विश्लेषण केलेले आहे. त्यातून ग्रामसमुदायाशी निगडित वतन, बलुतेदारी इत्यादि विविध संस्थांबद्दल खूपच माहिती मिळते. मध्यकालीन संस्थांबद्दल जाणून घेण्यासाठी जपानी विद्वान हिरोशी फुकाजावा आणि एच. कोटानी यांनी केलेले प्रयत्न आणि टी. आर. डिसूझांनी केलेला अभ्यास 'मेडिव्हल गोवा' प्रशंसनीय आहेत.

२०व्या शतकाच्या प्रारंभिक दशकांमध्ये दक्षिण भारतीय समाज आणि अर्थव्यवस्था या संबंधीच्या अध्ययनाला गिलबर्ट स्टेलरने दिशा दिली. त्याच्यावर मुख्यत: हॅरॉल्ड मॅनचा प्रभाव होता. नंतरच्या दशकात अनेक विद्वानांनी त्याचे अनुकरण केले. यामध्ये भारतीय विद्वान जी. एस. दीक्षित, शारदा राजू, धर्माकुमार, नीलमणी मुखर्जी आणि परदेशी विद्वान फ्राईकेन बर्ग, बर्टनस्टाइन, काराशिमा आणि इतर काही विद्वान यांचा सहभाग प्रशंसनीय आहे. के. एस. शिवन्ना, के. एस. एस. शेषन आणि एम. ए. नईम यासारख्या काही तरुण विद्वानांनीसुद्धा ग्रामअध्ययन किंवा तत्संबंधी विषयांवर सुंदर प्रबंध लिहिले आहेत.[३५]

ग्रामअध्ययनातील विविध विद्वानांच्या सहभागाचे संक्षिप्त विवरण एवढ्यासाठीच दिले आहे की, त्यातून ग्रामसमुदायासंबंधी झालेल्या संशोधनाची दिशा स्पष्ट व्हावी आणि या विषयात भारतीय तथा अन्य विद्वानांनी केलेले प्रयत्न जाणून घेता यावे. प्रत्येक विषयाचे स्वरूप आणि उपलब्ध असलेल्या माहितीनुसार, प्रत्येक अभ्यासकाला आपली स्वत:ची अभ्यासपद्धती विकसित करावी लागते. परंतु तरीही आपले संशोधनाचे काम सुरू करण्यापूर्वी, त्याक्षेत्रात इतरांनी काय काम केलेले आहे, आणि त्या विषयात आणखी पुढे संशोधनाला किती वाव आहे, हे जाणून घेणे नेहमीच चांगले ठरते.

दक्षिणेत ग्रामांची वस्ती वसवणे

'शेती'बरोबरच संस्कृतीचा जन्म झाला, असे म्हटले जाते. शिकार करून राहणारा प्राणी ही अवस्था ओलांडून मानव सहकारी शिकाऱ्यांबरोबर एका जागी राहू लागला तेव्हा शेती उत्पादनाला प्रारंभ झाला. शेतीमुळे अन्न आणि निवास निश्चित झाले. मानव सोबत्यांबरोबर राहू लागला, शेत नांगरायला लागला. त्यामुळे त्याला पूर्वीप्रमाणे इकडेतिकडे भटकत राहाण्याची गरज उरली नाही. न भटकताही वर्षभर आपले व परिवाराचे पालनपोषण करता येईल एवढे उत्पन्न तो (शेतीमधून) मिळवू लागला. याबद्दल डॉ. कोसंबीचे मत बरोबरच आहे. ते म्हणतात, आधी भारतात, टोळीवाल्यांचे जीवन जगणारे लोक होते. पण त्याऐवजी इथे नांगराचा वापर करू शकणाऱ्या ग्रामीण अर्थव्यवस्थेचे आगमन झाले, ही फार मोठी ऐतिहासिक घटना होती.[३६] परंतु शेती पावसावर अवलंबून असल्याने तो एक जुगारच होता. आवश्यक तेवढ्या पावसाला अनुकूल

अशी मोसमी परिस्थिती जेव्हा असेल तेव्हाच शेतकऱ्याच्या जीवनाला स्थैर्य लाभत असे. शास्त्रज्ञांच्या मते मोसम ही एक विश्वव्यापक व्यवस्था आहे. इतर ठिकाणी परिवर्तन झाल्याशिवाय कुठल्याही एखाद्या भागात महत्त्वपूर्ण परिवर्तन होऊ शकत नाही.[३७]

याचा अर्थ असा की, भूतकाळात शेतकऱ्यांना एखाद्या ठिकाणी निवासाला अनुकूल अशी परिस्थिती, बऱ्याच काळापर्यंत उपलब्ध होऊ शकली नाही तर त्यांना आपल्या वस्तीचे ठिकाण बदलणे भाग पडे. किंवा शेतीच्या ऐवजी पुन्हा एकदा मानवी संस्कृतीच्या मागील अवस्थेकडे म्हणजे पशुपालनाकडे वळावे लागे. पुरातत्त्व विद्येच्या आधारे असे सांगितले जाते की, तापी, गोदावरी आणि भीमा या नद्यांच्यामधील क्षेत्रातील परिस्थिती शेतीसाठी उपयोगी होती. त्यामुळे इ.स. पूर्व दुसऱ्या सहस्रकातच या भागात प्रारंभिक कृषकसमुदायांचा कायमस्वरूपी निवास होता. हे समुदाय एक प्रकारे विलासी जीवनाचे उदाहरण होते. हे लोक फुरसतीचे व आळशीपणाचे आयुष्य जगत होते. त्यांना वर्षभर पुरेल इतके धान्य उपलब्ध होत असे. पुरातत्त्वविद्येच्या उपलब्ध पुराव्यांचे विश्लेषण करून प्रा. एम. के. ढवळीकरांनी अशी शक्यता व्यक्त केली आहे की इ.स. पूर्व दुसऱ्या सहस्रकातसुद्धा महाराष्ट्रात एक सामाजिक-राजकीय संघटना निर्माण झालेली होती.[३८]

महाराष्ट्रात (दख्खनमध्ये) केल्या गेलेल्या उत्खननात आणि विशेषत: डेक्कन कॉलेजद्वारा महाराष्ट्रातील पुणे जिल्ह्यात अलीकडेच 'इनामगाव' या गावाचे उत्खनन करण्यात आले आहे, त्यामधून इ. स. पूर्व २००० नंतरच्या दक्षिणी जनतेच्या निवासी जीवनाबाबत अधिक माहिती मिळते.[३९] परंतु प्रा. ढवळीकरांच्या मते, पावसाचे प्रमाण कमी झाल्याने पडलेल्या दुष्काळामुळे या प्रारंभिक कृषक समुदायांना या वस्तीचा त्याग करावा लागला. इनामगावच्या लोकांचे जीवन कष्टपूर्ण होते आणि इ. स. पूर्व १०००च्या सुमारास मेंढ्या किंवा बकऱ्या पाळत, या लोकांना काही प्रमाणात भटके जीवन स्वीकारावे लागले.[४०] त्यांनी असे म्हटले आहे की या भागात इ. स. पूर्व १०००च्या सुमारास जो दुष्काळ पडला त्यामुळे शेती, पशुपालन, पशूंची शिकार आणि मासेमारी यावर निर्वाह करणाऱ्या या लोकांना निर्वाहासाठी भटके जीवन स्वीकारणे भाग पडले. इ.स. पूर्व ५व्या शतकापर्यंत ही स्थिती अशीच चालू राहिली. हवामानाच्या विश्वव्यापक परिवर्तनामुळे भारतातील उष्णतेमध्ये वाढ झाली. इ. स. पूर्व ५व्या शतकापासून ते इ. स. ५व्या शतकापर्यंत ती तशीच होती. त्यामुळे शेतीसाठी पुरेसा पाऊस होऊ लागला आणि मग दख्खनमध्ये सातवाहन तर उत्तरेत मौर्य, कुशाण आणि गुप्त घराण्यांची राजसत्ता स्थापन व्हायला अनुकूल अशी परिस्थिती निर्माण झाली.[४१]

कालासंबंधी थोडेफार मतभेद असले तरी, भारतातील नागरीकरणासंबंधी पुरातत्त्ववेत्ते

आणि इतिहासकार यांनी तीन टप्पे स्पष्टपणे मांडले आहेत, ते असे : सिंधुसंस्कृती, गंगेच्या खोऱ्यातील संस्कृती आणि शेवटी उत्तर भारतातला प्रारंभिक मध्यकाल.[४२] नागरीकरणाच्या या तीन टप्प्यांमध्ये नागरी ऱ्हासाचेही दोन टप्पे येऊन गेले. पहिला टप्पा हडप्पा संस्कृतीच्या ऱ्हासापासून सुरू झाला. तर दुसरा इ.स. च्या चौथ्या शतकापासून नवव्या शतकापर्यंत चालू राहिला.

प्रा. रामशरण शर्मा यांनी त्यांच्या अलीकडच्या 'अर्बन डिके इन इंडिया' (इ.स. ३००-इ.स. १०००) या पुस्तकात संपूर्ण भारतातील ४० उत्खनन स्थळांचा विचार केलेला आहे. त्यांचा निष्कर्ष असा आहे की, नागरीककरणाच्या ऱ्हासाचा दुसरा टप्पा गुप्तवंशाच्या तथाकथित सुवर्णयुगात म्हणजेच तिसऱ्या शतकात झालेला आहे. काही लोक हा टप्पा गुप्तकाळानंतरचा म्हणजेच इ.स. च्या ५व्या शतकानंतरचा मानतात. शर्मांच्या मते इतर कारणांबरोबरच परदेशी व्यापार कमी होणे, हे नागरी ऱ्हासाचे मुख्य कारण आहे. परंतु काही लोकांच्या मते चौथ्या शतकापासून नवव्या शतकापर्यंत झालेले हवामानाचे विश्वव्यापी परिवर्तन हे कारण आहे. परंतु पुरातत्त्व विद्या, शिलालेख व साहित्यिक साधने यांच्या आधारे, शर्मांनी नागरी ऱ्हास आणि भारतीय इतिहासाच्या प्रारंभिक काळातील शेतीचा पुरेशा प्रमाणात झालेला प्रसार यांचा अन्योन्य संबंध जोडला आहे.[४३] नागरी ऱ्हासाच्या आधीच्या काळात कृषकसमुदाय समाप्त झाला होता असा अर्थ नाही. त्याला केवळ दुय्यम स्थान प्राप्त झाले होते कारण भारताच्या समृद्धीत शेतकऱ्यांऐवजी व्यापाऱ्यांची भूमिका प्रमुख बनली होती.

प्रा. शर्मांच्या मते, मध्ययुगाच्या प्रारंभीच्या काळात नागरीकरणाचा विशेष विस्तार झाला नसल्याने त्या काळात कृषिव्यवसायाचा विशेष विकास झाला. त्यांच्या मते साम्राज्यांच्या विघटनामुळे छोटी राज्ये निर्माण झाली. ही राज्ये शेतीच्या बळकट आधाराशिवाय टिकू शकली नसती. स्वत:च्या स्थैर्यासाठी ही राज्ये शेतकऱ्यांकडून नियमित रूपात कर वसूल करू शकत होते. जंगली, मागासलेल्या आणि अविकसित क्षेत्रात काही मंदिरांना विशेषत: ब्राह्मणांना मोठ्या प्रमाणात जमिनी दान म्हणून दिल्या होत्या. त्यामुळे पडीक जमिनीवर शेती होऊ लागली आणि अनेक वस्त्या किंवा गावे निर्माण होऊ लागली. भूमिदानपत्रांमध्ये जमीन महसुलाच्या कलमाबरोबरच या गावांच्या नावाचेही उल्लेख आहेत. शर्मांच्या मते प्रारंभिक मध्यकाळातील कृषिप्रसाराची मुख्य कारणे अशी आहेत – वर्षभरातील पावसाळा आणि पेरणी यांच्या हंगामाचे पूर्वअनुमान करू शकणाऱ्या 'पंचागा'चा प्रारंभ, कृषिसंबंधित सामग्रीशी ब्राह्मणांचा परिचय (याचा उल्लेख कौटिल्याच्या अर्थशास्त्रात आणि वराह मिहिराच्या बृहत्संहितेत झालेला आहे,)

ऱ्हास पावत चाललेल्या नागरीक्षेत्रातील बेरोजगार कारागिरांचे पलायन, कृषिकार्याशी संबंधित उद्योगजकतेचा विकास इ. कृषी उत्पादन कार्यात ब्राह्मणांनी महत्त्वाची भूमिका बजावली आहे असे दिसते. त्यासाठी त्यांनी वर्णव्यवस्थेमधील त्यांच्या श्रेष्ठत्वाचा फायदा घेतला आणि टोळीवाल्या शूद्र हिंदूंचा शेतकरी (खंडकरी) रूपात एक नवा वर्ग निर्माण केला.[४४] ७व्या शतकातील 'पाराशर स्मृती' या ग्रंथनुसार ब्राह्मणांनी कृषिकार्य व गावे बसवणे या कामात महत्त्वाची भूमिका बजावली असावी.

नागरीऱ्हासाच्या दुसऱ्या टप्प्यानंतर शेती प्रसारात असणारी ब्राह्मणांची भूमिका कोसंबी यांनीही मान्य केली आहे. श्रीमंत व गरीब दोन्ही लोक वेगवेगळ्या कारणांसाठी ब्राह्मणांना दान देत होते. त्यामुळे समाजात ब्राह्मणांचे वर्चस्व वाढले. ते लिहितात – या काळात ब्राह्मण हा वनक्षेत्रात जाणारा अग्रदूत होता आणि नागर व ग्राम संस्कृतीमध्ये घडलेल्या परिवर्तनाचा तो मुख्य प्रवर्तक होता.[४५]

उत्तरेत आणि दक्षिणेत या काळात जे संस्कृत ग्रंथ रचले गेले त्या ग्रंथामधून मध्यकाळातील ग्रामांची स्थापना, त्यांचे वर्गीकरण व वैशिष्ट्ये याबद्दल माहिती देणारे अनेक पुरावे उपलब्ध होतात. शेतीव्यवसाय, पशुपालन तंत्रे, पाटबंधारे इ. बाबींसंबंधीचे निर्देश अनेक ग्रंथात सापडतात. यामुळे भारतामध्ये मुसलमानी सत्तेच्या उदयापूर्वी प्रारंभिक मध्यकालीन कृषिव्यवसाय बराच विकसित झाला होता असे म्हणता येईल.[४६]

या संदर्भात परशुरामाच्या आख्यायिकेचा थोडा विचार करणे आवश्यक आहे. परशुरामाला कोकणचा निर्माता मानले जाते. दंतकथा अशी आहे की, पृथ्वी निःक्षत्रिय केल्यावर परशुरामाने ती ब्राह्मणांना देऊन टाकली व तो स्वत: पश्चिम घाटातील जंगलात तपस्येत मग्न झाला. तो ज्या प्रदेशात राहत होता त्याच्या दक्षिणेला गोकर्ण होते व पश्चिमेला विंध्य पर्वतराजी होती. सह्याद्रीपासून समुद्रापर्यंतचे हे क्षेत्र होते. त्यांनी ही भूमी साफ केली आणि या नव्याने वसवलेल्या क्षेत्रात अनेक पिके, तऱ्हेतऱ्हेचे प्राणीजात, वनस्पती, पशु-पक्षी आणि सर्प यांचा समावेश केला. याच प्रदेशाला कोकण देश किंवा भार्गव (परशराम) क्षेत्र असे म्हटले जाते. हा प्रदेश त्याने स्वत: निर्माण केलेला आणि प्रस्थापित केलेला प्रदेश होता. महाराष्ट्रात देशावर राहणाऱ्या शुद्धवाणीसाठी प्रसिद्ध असणाऱ्या आणि वैदिक कर्मकांडात पारंगत असणाऱ्या ब्राह्मणांना परिवारासह कोकणात येऊन वास्तव्य करण्यासाठी बोलावले. शेती व निवास यासाठी योग्य अशा जमिनी तयार करून दिल्या. तसेच थकलेल्या व पुढे कोकणापर्यंत जायची इच्छा नसलेल्या ब्राह्मणांसाठी वाटेमध्येच अनेक गावे वसवली गेली. त्यांची प्रमुख दैवते म्हणून शिव आणि गणपती, यांची मंदिरेही स्थापन केली.[४७]

एका मराठी दस्तऐवजाच्या आधारे विश्वनाथ नारायण मंडलिक यांनी कोकणातील 'मुरुड' गावाच्या स्थापनेचे वर्णन दिलेले आहे. वैशंपायन आडनाव असलेल्या एका ब्राह्मण कुटुंबाकडून त्यांना हा दस्तऐवज मिळाला होता. या दस्तऐवजात मुरुड गाव वसवताना ब्राह्मणांनी केलेल्या प्रयत्नांचे तपशील दिलेले आहेत. या विवरणानुसार मुरुड हे जंगल असून 'असुड' या शेजारील गावाची ती स्मशानभूमी होती. गंगाधर भट, पद्माकर भट आणि वैशंपायन हे तिघेजण असुड गावात आले आणि गावकऱ्यांच्या संमतीने त्यांनी एक योजना तयार केली. त्यांनी जंगल साफ केले. शेजारच्या राजाला (जमीनदार किंवा छोटा सरदार) विनंती करून, साफ केलेली भूमी दान म्हणून मिळवली.

या गावाचे वेगवेगळे भाग सुरुवातीला इथे येऊन राहणाऱ्या कुटुंबांच्या हवाली केले गेले. दस्तऐवजांमध्ये चित्पावन ब्राह्मणांच्या १३ कुळांना राजाने गावची जमीन व पदे दिली असा उल्लेख आहे. प्रामुख्याने सामाजिक-धार्मिक कृत्यांसाठी अनेक ग्रामअधिकाऱ्यांची कर्तव्ये निश्चित केली गेली. जमिनीमध्ये दगड रोवून सीमा ठरवल्या गेल्या. मंदिराचे क्षेत्र वेगळे केले. गावाच्या बाहेरच्या भागात मुसलमान लोकांना निवासासाठी जमीन दिलेली आहे अशी रंजक माहिती सापडते. यात मशिदीसाठी दिलेली जमीन ही सामील आहे. दस्तऐवजांत मशिदीसाठी 'शून्यालय' असा अत्यंत अर्थपूर्ण शब्द वापरलेला आहे. प्रारंभिक मध्यकाळातच मुसलमान लोकांनी पश्चिम किनाऱ्यांवर वस्ती केली होती. (त्यांना नवायत असेही म्हणत). त्यामुळे नवीन गाव वसवताना, मुसलमानांसाठी जागा देणे स्वाभाविकच होत. याशिवाय या दस्तऐवजात सोनार, कोळी, कुंभार, न्हावी, धोबी, साळी इ. अन्य जातींच्या १३ विशेष-अधिकार संपन्न व्यक्तींचाही उल्लेख आहे. हे वर्णन मध्यकाळातील बलुतेदारी व्यवस्थेशी मिळतेजुळते आहे. वर्षातील १२ महिन्यात गावातील विविध वर्गांनी करावयाच्या कर्तव्यांचाही यात उल्लेख आहे.[४८]

मध्यकाळात नवीन वस्ती वसवण्याची प्रक्रिया सतत चालू होती. जमिनीची कमतरता नव्हती. त्यामुळे प्राचीन काळाप्रमाणे केवळ ब्राह्मणांनाच नव्हे तर हिंस्रपशूंनी भरलेले जंगल तोडून तिथे गाव वसवू शकणाऱ्या उद्योगी लोकांनाही खूप जमीन दान दिली जात होती. मराठी दस्तऐवजामध्ये शेतीयोग्य जमिनीला 'काळी' आणि वस्ती वसवण्यायोग्य जमिनीला 'पांढरी' असा शब्दप्रयोग केलेला आहे.[४९]

पुणे ही शिवाजीराजांच्या पित्याची-शहाजी राजांची जहागीर होती. त्यावेळी हा भाग ओसाड होता. १६३०-३१ मध्ये पडलेला मोठा दुष्काळ आणि विजापूरच्या आदिलशाही फौजेचे बेकायदा अतिक्रमण यामुळे हा प्रदेश नष्ट झाला होता. मराठी मधील एका विवरणानुसार हा प्रदेश लांडगे, जंगली पशू व डाकू यांनी भरलेला होता.

जहागिरीचे व्यवस्थापक दादोजी कोंडदेव यांनी या भागातील लांडगे, जंगली पशू आणि डाकू यांचा फडशा पाडण्यासाठी डोंगराळ भागातील मावळ्यांना प्रेरणा दिली. कामाबद्दल त्यांना पुरस्कार देण्याचे वचन दिले. या लोकांनी जंगल तोडून साफ केलेल्या आपल्या भागात येऊन वस्ती करावी अशी त्यांना विनंती केली. त्यासाठी अशा लोकांना कायमच्या निवासासाठी आवश्यक ती कागदपत्रे करून दिली आणि आकर्षक सवलती दिल्या.[५०]

उत्तर भारतातही अशीच प्रथा होती. शहाजहानच्या फौजेबरोबर असणारे लाकूडतोडे व शेतकरी यांना जंगल तोडून त्या जमिनीवर शेती सुरू करण्याचे काम दिले जात असे. अल्पकाळासाठी त्यांना सनदा दिल्या गेल्या. जनतेला खूष राखण्यासाठी व नव्या वस्त्या वसवण्यासाठी अधिकारी नेमले गेले. जो कोणी जंगल तोडून त्या जमिनीवर शेतीची सुरुवात करेल, तर तो त्या जमिनीचा मालक होत असे.[५१]

ग्राम आणि ग्रामसमुदाय

मार्कंडेय पुराणात ग्राम शब्दाची व्याख्या अशी केलेली आहे की, ग्राम म्हणजे शेतीयोग्य जमिनींनी घेरलेले स्थान, इथे अनेक लोक राहतात आणि त्या जमिनीतून पीक काढणाऱ्या शेतकऱ्यांना ते मदत करतात.[५२]

ग्राम याचा अर्थ समुच्चय असा आहे. मराठीमध्ये 'ग्राम' किंवा 'गाव' आणि दक्षिणेतील स्थानिक बोली भाषेमध्ये 'उरु' या शब्दाचा अर्थ जमीनधारक कुटुंबांचा समुदाय असा आहे. अशाप्रकारे याचा अर्थ घरांचा एक समूह असा होतो. परंतु १९व्या शतकातील एक संस्कृत तज्ज्ञ मोनियर विल्यम्स या साध्यासरळ व्याख्येशी सहमत नाहीत. त्यांच्या म्हणण्याप्रमाणे ग्राम हा प्रदेशाचा एक भाग आहे, त्याचे क्षेत्रफळ बहुधा तीन ते चार चौरस मैल किंवा त्याहून अधिक असते आणि त्यात सर्वांच्या लाभासाठी स्थिर व्यवसायांचे सावधपणे वितरण केलेले असते. यामध्ये व्यक्तीचे कौटुंबिक व सामुदायिक हित एकमेकांत गुंतलेले व एकमेकांवर अवलंबून असते आणि राजकीय स्वातंत्र्य व स्वायत्ततेची पूर्ण व्यवस्था असते.[५३]

ग्राम समाजाची संघटना, जमिनीवरील पिढीजात हक्काच्या सिद्धांतावर आधारित होती. आणि या सिद्धांताचा आधार होता एकत्रित कौटुंबिक संपत्तीची प्राचीन भारतीय व्यवस्था. दख्खनमधील ग्रामसमुदायावर लिहिलेल्या (इ.स.१८५२) गुडिनेच्या अहवालात लिहिलेले आहे की, ग्राम ही एक स्वनिर्मित संघटना आहे. त्यासाठी काही विशेष प्रयत्नांची गरज नसून ते रहिवाशांच्या स्वेच्छेनेच निर्माण होते आणि गावातील अधिकारी लोकांच्या पिढीजात वारसाहक्काने ते मजबूत व स्थिर बनते. अशाप्रकारे ग्राम हे स्थैर्याचे एकमात्र केंद्र आणि नागरी अधिकारांचे आगर बनले. जनतेजवळ असलेली ही एकमात्र संस्था होती आणि

राष्ट्रीयतेशी जनतेचा संबंध जोडणारी एकमात्र संस्था होती.[५४]

मेटकाफ, मिल, एलफिंस्टन, मेन आणि बेडेन पॉवेल सारख्या ब्रिटिश प्रशासकांच्याशिवाय मार्क्स स्पेन्सर आणि मॅक्स वेबर सारख्या सामाजिक विचारवंतांनीसुद्धा आपापल्या परीने ग्रामकल्पनेचे परीक्षण केले आहे.[५५] सुप्रसिद्ध फ्रेंच समाजशास्त्रज्ञ लुई ड्युमाँ याने त्याच्या टीकात्मक लेखात (व्हिलेज कम्युनिटीज फ्रॉम मन्रो टू मेन) ग्रामसमुदाय शब्दाचे, क्रमश: ऐतिहासिक काळातले, तीन अर्थ सांगितलेले आहेत - १) मुख्यत: एक राजकीय समाज, २) जमिनीत भागीदार असणाऱ्यांचा समुदाय, ३) परंपरागत अर्थव्यवस्थेचे प्रतीक व भारतीय देशप्रेमाचा संकेत शब्द.[५६] 'ग्रामसमुदाय' यातील अभिप्रेत अर्थ, संपूर्णपणे समजून घेणे, ही गोष्ट परदेशी लोकांसाठी अवघडच आहे.[५७]

ग्रामीण वस्तीच्या स्वरूपाचा विचार केला तर परंपरेनुसार कुठल्याही ग्रामीण वस्तीचे तीन घटक असत. १) पांढरी (निवासी भूमी), २) काळी (शेतजमीन), ३) गावठाण (गायरान/कुरण).[५८] महाराष्ट्रातील सुप्रसिद्ध मानववंशशास्त्रज्ञ डॉ. इरावती कर्वे यांच्या 'दि इंडियन व्हिलेज' या लेखात ग्राम या घटकाच्या स्वरूपाचा विचार केला आहे. त्या म्हणतात कोणत्याही रचनेचे एक स्वरूप व्याख्येत बसवण्याजोगे आणि सरळसाधेही असू शकते/किंवा अंधुक व अस्पष्टही असू शकते. सर्वसामान्य निरीक्षकांच्या दृष्टीने बहुतेक उदाहरणांमध्ये ग्राम-नामक निवासी क्षेत्राचे एक स्थूल स्वरूप असते. हे स्वरूप कित्येक प्रकारांनी बिघडते, अस्पष्ट बनते पण ग्राम नामक संस्था, तिच्या वास्तविक सीमा आणि ग्रामवासी व शेजारी यांच्याबद्दलच्या आपल्या आत्मनिष्ठ भावनांसकट शिल्लक राहते. त्या प्रश्न करतात - "शेवटी एखाद्या क्षेत्राला ग्राम असे का म्हटले जाते ?" कोकणातील तीन वेगवेगळ्या प्रकारची गावे, आणि महाराष्ट्राच्या पश्चिमोत्तर सीमेवर असलेल्या सातपुड्याच्या रांगातील गावांचा अभ्यास करून त्यांनी या प्रश्नाचे उत्तर देण्याचा प्रयत्न केला आहे.[५९]

विद्वानांनी ग्रामाचे वर्गीकरण, संघटन व भूस्वामित्व (भागीदारी किंवा वैयक्तिक मालकी) याच्या आधारे केले आहे. मॅक्स वेबर यांना मुख्यत: जमिनीच्या मालकीच्या आधारे ग्रामसंघटनेची दोन वेगळी रूपे भारतात आढळून आली.[६०]

मध्यकाळात दक्षिणेकडील ही गावे बंदिस्त रूपात होती. भूमी ही ग्रामसमुदायाच्या निर्मितीचा आधार होती. यात पिढीजात ग्रामअधिकारी, कृषक जमीनदार (भूपती) आणि गावातील भृत्यवर्ग राहत असत. प्रत्येकाच्या स्थितीनुसार प्रत्येकाची निश्चित कर्तव्ये व अधिकार असत. गावातील या कायमच्या रहिवाशांच्या मदतीसाठी बाहेरच्या लोकांचाही

एक वर्ग असे. या वर्गाला, गावात निश्चित रूपाचा दर्जा (स्थिती) नसे, परंतु कालांतराने हा वर्ग ग्रामसमाजाचे अभिन्न अंग बनत असे. ते एकत्र राहत असत आणि संपूर्ण ग्रामसमुदायाच्या हितार्थ कामे करत असत, मग त्यांची जात किंवा धर्म कुठलाही असो. पुढच्या भागात देशी साधनांच्या आधाराने महाराष्ट्राच्या संदर्भात, मध्यकालीन दक्षिणेतील ग्रामसमुदायांच्या काही अंगांबाबत थोडक्यात विवेचन करावयाचे आहे.[६१]

अभ्यासाची साधने

गावाच्या जमाखर्चाशी संबंधित, स्थानिक भाषेत उपलब्ध होणारे जमीन महसूलाचे दस्तऐवज जमा व खर्च या दोन्ही स्तरांवरील ग्रामीण समाज व अर्थव्यवस्था यांच्या अभ्यासाची प्रमुख साधने आहेत. या दस्तऐवजांमुळे केवळ यथार्थ चित्र उभे राहते, एवढेच नसून, गरज पडली तर ग्रामसमुदाय किंवा ग्रामीण संस्थांच्या कामकाजाबद्दल सामान्य अभ्यास किंवा अहवाल यांच्या आधारे बनविलेल्या आपल्या धारणांमध्ये सुधारण करण्यातही या दस्तऐवजांची मदत होते. मध्यकालीन भारताचा किंवा विशेषत: १८व्या शतकाचा अभ्यास करणाऱ्या आर्थिक इतिहासकाराला त्यातून प्रामाणिक, निरंतर आणि प्रमाणित अशी माहिती मिळेल. पूर्वी सांगितल्याप्रमाणे हॅरॉल्ड एच. मॅनने म्हटलेले बरोबरच आहे. ''आपल्याला जर या देशाचा इतिहास समजून घ्यायचा असेल तर गावासंबंधीच्या अज्ञात हस्तलिखित दस्तऐवजांचा अधिक सखोल अभ्यास करायला हवा.''

राज्य आणि खाजगी संस्था, दोन्ही पातळ्यांवर ऐतिहासिक सामग्रीच्या संग्रहाच्या दृष्टीने महाराष्ट्र फारच समृद्ध आहे. माऊंट स्टुअर्ट एलफिंस्टनच्या सांगण्यावरून सुरुवातीच्या काळातील ब्रिटिश प्रशासकांनी इ.स. १८१८ पासूनचे पेशव्यांचे आणि मराठी सत्ताक्षेत्रातील जिल्ह्यांचे दस्तऐवज जमा करून ते सुरक्षित ठेवण्याचा खूप प्रयत्न केला. त्यामुळे इ.स. १९४७ पर्यंत ही सारी सामग्री सहजपणे संशोधनासाठी उपलब्ध होण्याची शक्यता जवळजवळ नव्हतीच. इंग्रजांच्या या धोरणामुळे मराठ्यांच्या इतिहासाचे अध्ययन करणाऱ्या इतिहासकारांनी ऐतिहासिक घराण्यांकडून दस्तऐवज जमा करण्याची मोहीम सुरू केली. त्यांनी भारत इतिहास संशोधक मंडळ (१९१०) किंवा राजवाडे संशोधक मंडळ, धुळे (१९३२) सारख्या ऐतिहासिक शोधसंस्थांच्या रूपात स्वतंत्र संशोधन केंद्रे निर्माण केली.

घराण्यांच्या दस्तऐवजांबद्दल अथवा खासगी संग्रहाबद्दल कोणताही पूर्वग्रह न ठेवता व त्यांचे महत्त्व कमी न लेखता, आपल्याला ग्राम समुदायांच्या आर्थिक बाजूचे अध्ययन करण्यासाठी, ग्रामीण दस्तऐवजांशी संबंधित सरकारी कागदपत्रांना प्राधान्य द्यायला

हवे.कारण ती अधिक बरोबर आणि सटीक आहेत. घराण्यांचे दस्तऐवज नेहमी अपुरे आणि पुनरावृत्ती करणारे असतात.

पुणे येथील कागदपत्रांच्या संग्रहात (यालाच पेशवे दप्तर असे म्हणतात). निरनिराळ्या गावांच्या आय-व्ययासंबंधित दस्तऐवज मिळतात. त्यामध्ये खूपच सातत्य आहे आणि अपेक्षेपेक्षा जास्त दीर्घकाळाचा इतिहास त्यामध्ये एकत्र केलेला दिसून येतो. एखाद्या विशिष्ट गावाचे सुसंबद्ध आणि यथार्थ विवेचन करण्यासाठी त्याचा खूप उपयोग होतो. या दस्तऐवजांचे १२ प्रमुख विभाग आहेत. त्यामध्ये २७,३३२ रूमाल आहेत आणि प्रत्येक रूमालात वेगवेगळ्या आकाराचे-प्रकाराचे एक हजाराहून अधिक दस्तऐवज आहेत. ग्रामसमुदायांचा अभ्यास करणाऱ्यांसाठी याचे दोन विभाग इतर विभागांपेक्षा जास्त महत्त्वाचे आहेत. १) जमाव विभाग (७८६४ रूमाल) हा सर्वात मोठा विभाग आहे. २) प्रांत अजमास विभाग (५२९७ रूमाल) हे दोन्ही विभाग मिळून या संग्रहातील मराठी दस्तऐवजांचा निम्मा भाग होतो.

'जमाव' विभाग हा पुणे दप्तरातील सर्वात मोठा आणि गुंतागुंतीचा भाग आहे. याला अलिबाबाची गुहा असे म्हटले जाते. कारण या विभागामुळे प्राचीन जमीन मोजणी व महसूल व्यवस्था, विविध कर आणि त्यांचे परिणाम, विविध प्रकारचे आकडे, ग्रामअधिकाऱ्यांची नावे आणि कर्तव्ये इ. अनेकविध विषयांची माहिती मिळते.[६२] प्रांत 'अजमास' यात अंतर्भूत माहिती जमाव विभागाप्रमाणेच आहे. यामध्ये जिल्ह्यातून गोळा झालेल्या महसुलाची सूची किंवा उपक्षेत्रातील प्रत्येक प्रांताचे वित्तीय विवरण आहे. पेशव्यांच्या दप्तरात, दरवर्षी असे विवरण बनवले जाई आणि स्थानांच्या किंवा सालांच्या (वर्षांच्या) अनुरोधाने व्यवस्थित केले जाई. मात्र या दोन्हीमध्ये एक फरक आहे. जमाव विभागातील कागदपत्रे ही ब्रिटिश प्रशासकांनी विविध जिल्हाधिकाऱ्यांकडून आणि तलाठ्यांकडून गोळा केलेली होती. पण प्रांत अजमास मधील कागदपत्रे खुद्द पेशवे दप्तरातील आहेत.[६३]

एखाद्या गावाचे समग्र चित्र उभे करण्याच्या दृष्टीने ऐतिहासिक दस्तऐवजांची कशी मदत होते हे स्पष्ट करण्यासाठी इंदापूर गावाचे उदाहरण घेता येईल. हे गाव अभ्यासासाठी निवडण्यामागे बरीच कारणे होती.

इंदापूर पुणे जिल्ह्यातील एक ग्राम कसबा आहे व नीरा आणि भीमा या नद्यांच्यामध्ये सोलापूर मार्गावर ते आहे. इंदापूर शहाजीराजांच्या जहागिरीमध्ये होते. मराठी राज्याचे संस्थापक शिवाजीराजे यांनी त्यांच्या प्रारंभिक हालचाली या भागातूनच केल्या होत्या. या भागावर क्रमशः दक्षिणी मुसलमान, मराठे, मोंगल, परत मराठे आणि शेवटी इंग्रज

यांची सत्ता होती. या गावासंबंधी पुण्याच्या संग्रहात उपलब्ध असणाऱ्या दस्तऐवजांमधील सातत्यामुळे या भागातील समाजाचे आणि अर्थव्यवस्थेचे एक अतिशय चांगले चित्र उभे रहाते.

इंदापूरसंबंधीचे प्रारंभिक लेखन मुख्यत: ब्रिटिश प्रशासकांनी तयार केलेल्या अहवालांवर (रिपोर्टावर) आधारित होते. या प्रशासकांनी इथे सर्वेक्षण व बंदोबस्तासंबंधी प्रयोग केले होते. रिपोर्टाकरता माहिती मिळवण्याचा मुख्य आधार म्हणजे या भागातील कुलकर्णी. परदेशी सत्तेच्या प्रारंभिक काळात, या लोकांनी खरी माहिती क्वचितच दिली असावी. एलफिंस्टनच्या काळात अहमदनगर जिल्ह्याचा कलेक्टर पॉटिंगर, कुलकर्णी लोकांकडून खरी माहिती काढू शकला नाही. कर्नाटकचा प्रशासक मन्रो याचेदेखील हेच दु:ख होते. तो म्हणतो त्याला असा एकही कुलकर्णी भेटला नाही की ज्याने आपल्याकडील खेड्यांच्या महसुलाचा बरोबर तपशील दिला. अशा परिस्थितीत या प्रशासकांचे रिपोर्ट संपूर्णपणे विश्वसनीय मानता येत नाहीत. त्यामुळे इंदापूर ग्रामसमुदायाची रचना आणि कामकाजपद्धती यावर निश्चित मत देताना देशी दस्तऐवजांचा पडताळा घेऊन, मग त्याची ब्रिटिश अहवालाशी तुलना करणे उपयुक्त होईल.

पुण्याच्या संग्रहात इंदापूरशी संबंधित १७व्या शतकाच्या मध्यानंतरचे हजारो दस्तऐवज मिळतात. त्यामधून ऐतिहासिक काळातील ग्रामसमुदायांच्या सामाजिक-आर्थिक जीवनाचे विवरण मिळते. यात ताळेबंद (गावाचे अंदाजपत्रक) कैफियत, भूस्वामित्वाची सूची (थलझाडा) जमाबंदी (गावाच्या महसुलाची सूची) खतावणी, टिपणी नेमणुका (पगार व मजुरीसंबंधीच्या नोंदी) गोषवारा, अजमास (अंदाजपत्रक) सनदा, गावांची सूची (देहझाडा), कौलपत्रे, वर्षासने, आज्ञापत्रे (शाही आदेश), इनामपत्रे, वतनपत्रे, गावखर्च इ. सामील आहेत. ग्रामसमुदायाची सामाजिक-आर्थिक व्यवस्था समजण्यासाठी भूस्वामित्वाची सूची व ताळेबंद हे दोन महत्त्वाचे दस्तऐवज आहेत. जमाखर्चाचे कागद असल्याने ते अधिक काटेकोरपणे मांडलेले आहेत. भूस्वामित्वाच्या सूचीमध्ये सर्व कुळांचे विवरण सापडते. त्यातील काही कुटुंबे कालांतराने नष्ट झालेली सुद्धा असत. त्यांना 'गतकुळी' म्हणत.

परंतु अशा नष्ट झालेल्या कुटुंबांपैकी एखादा वारस जिवंत असेल, तर तो भूस्वामित्वाच्या सूचीच्या आधारे, सरकारला आवश्यक ती नुकसान भरपाई देऊन कित्येक वर्षानंतर सुद्धा आपली पिढीजात मालमत्ता मिळवू शकत होता. मनु:स्मृतीमध्ये सांगितलेले आहे की एखादी व्यक्ती किंवा कुटुंब, जंगल तोडून जिथे शेती करेल, ती जमीन त्याच्या मालकीची होते. भूस्वामित्वाच्या सूचीमुळे प्राचीन परंपरा सुरक्षित राखली जाते आणि

गाव वसवणाऱ्या मूळ लोकांचीही माहिती मिळते.[६४]

ग्रामसमुदायासाठी अनिवार्य सेवा पुरवणाऱ्या अनेक लोकांचा गावातील जमिनीवर अधिकार असे. गावाच्या वाढत्या गरजांनुसार कालांतराने नवीन लोक गावात सामील होत असत आणि त्यांना जमीन दिली जात असे. भूस्वामित्वाच्या सूचीमध्ये याचीही नोंद मिळते. उदाहरणार्थ – गावाच्या आध्यात्मिक गरजा पूर्ण करण्यासाठी एक ब्राह्मण किंवा मौलाना यांच्या सेवेची गरज पडत असे किंवा ग्रामीण उत्सवात भाग घेण्यासाठी नर्तकीची आवश्यकता पडत असे. इंदापूरच्या दस्तऐवजात, शिवाजीराजांच्या काळापासून, वेदशास्त्रसंपन्न अशा ब्राह्मण कुटुंबाचा उल्लेख आढळतो. त्याला एकचावर (१२० बिघे) जमीन दिलेली होती आणि त्याचा हा हक्क इतर सोयी सुविधांसह, ब्रिटिश काळातही चालू राहिला. या ब्राह्मणाला इ. स. १६४९ मध्ये दिलेल्या मूळ सनदेची एक प्रत, या दस्तऐवजामध्ये मिळालेली आहे. आणि नंतरच्या भूस्वामित्व सूचीमध्येही याचा उल्लेख आहे. इब्राहिम आदिलशहाच्या काळापासून एका मौलाना कुटुंबाजवळ दोन चावर (२४० बिघे) जमीन होती आणि राजकीय परिवर्तनानंतरही त्याचा हक्क कायम चालू राहिला. इंदापूरमधील सिद्धेश्वर मंदिरात आणि परिचांदखान दर्ग्यात सेवा करण्याच्या बदल्यात शामा नायकिणीला (नर्तकीला) ६० बिघे जमीन दिलेली होती. सूचीमध्ये याचाही उल्लेख आहे.

या सूचीमध्ये गावातील निरनिराळ्या कारणाने स्थायिक झालेल्या रहिवाशांच्या मध्ये केलेल्या जमिनीच्या वितरणाचे उल्लेख मिळतात. गावातील पडीक जमीन सोडून उरलेल्या जमिनीचे स्थूलमानाने दोन भाग केले जात : खालसा आणि इनाम. 'इनाम' या प्रकाराचे पुन्हा दोन भाग केले जात. दरोबस्त (निरपेक्ष) आणि अज-मरहमत (सरकारी कृपेने प्राप्त झालेले दान). दरोबस्ती जमीन, देशमुख, देशपांडे आणि पाटील यांच्या आणि इंदापूरच्या लढाईत मारल्या गेलेल्या शिवाजीराजांच्या पणजोबांच्या मालोजीराजांच्या समाधीच्या राखणदाराच्या ताब्यात होती. अज-मरहमत जमीन ही देशपांडे, कुलकर्णी, चौगुले, शेटे (बाजार अधिकारी) जोशी (ग्रामज्योतिषी) शाहीर आणि महार यांच्या ताब्यात होती. हे सारे गावातील अधिकारी किंवा नोकर होते. या सर्वांना जमिनीचा कर द्यावा लागत नसे. मंदिरे-मशिदी यांनाही करमुक्त जमीन दिली जात असे. खालसा जमीन सरकारी वसुलीसाठी होती. स्वत:ला मिरासदार म्हणविणारे जमीन मालक या जमिनीत शेती करत. भूस्वामित्वाच्या अशा अनेक सूची उपलब्ध झालेल्या आहेत. त्यामध्ये आर्थिक किंवा राजकीय कारणांनी गावाच्या आराखड्यात झालेले बदल स्पष्ट दिसून येतात. या सर्व सूची कालक्रमानुसार लावल्या तर गावातील वस्तीचे

बदलते स्वरूप आणि गावातील जमिनींचे जातिवार वितरण याचे चित्र स्पष्ट होईल.

ताळेबंद हा एक वेगळ्या प्रकारचा महत्त्वूर्ण दस्तऐवज आहे. यामध्ये गावातील महसुलाचा प्रत्यक्ष जमाखर्च दाखवला जातो. मेस्तक या कागदपत्रांच्या लेखन पद्धतीसंबंधीच्या मार्गदर्शक पुस्तकामुळे, मध्यकालीन मराठ्यांची लेखाप्रणाली कशा प्रकारची होती हे समजून घेण्यास मदत होते. ताळेबंद हा मासिक अथवा वार्षिक असू शकतो. यात जमेच्या बाजूस जमीन सारा, करापासून मिळालेले उत्पन्न आणि खेरीज अन्य प्रकारे मिळालेले उत्पन्न ज्याचा उल्लेख 'सिवाय जमा' असा केला जातो आणि 'इजाफत' म्हणजे अंदाजपत्रकात ज्याची दखल घेतलेली नसते अशा बाबींपासून मिळणारी अनपेक्षित फायदा – 'इजाफत' यांचा तपशील दिलेला असतो. खर्चाच्या बाजूस 'रसद' (फौजेसाठी होणारा खर्च), वर्षासने ब्राह्मणांना दिला जाणारा निर्वाह निधी) खरीदी खर्च, मुशाहिरा (वेतन) गावखर्च (गावच्या सांस्कृतिक कार्यासाठी, सण, उत्सव, जत्रा यासाठी झालेला खर्च आणि मुजाफत खर्च म्हणजे अनपेक्षित कारणासाठी झालेला अधिक खर्च) इत्यादी बाबींचा तपशील असतो.

'ताळेबंद' राज्याच्या सामाजिक, आर्थिक जीवनावर बराच प्रकाश टाकतो आणि राज्याच्या परिस्थितीचा अंदाज घेण्यासाठीही त्याची मदत होते. महसुलासंबंधी वर वापरात आलेले शब्दप्रयोग महसूल व्यवस्थेवर असणाऱ्या मुसलमानी प्रभावाचे द्योतक तर आहेतच पण देशाच्या एका मोठ्या भागात राजकोषाच्या प्रशासनात असणाऱ्या एकरूपतेचेही द्योतक आहेत. उदा. सामाजिक इतिहासाच्या अभ्यासकाला 'खंड फुरोई' (गुन्हेगार लोकांवर लावलेले न्यायशुल्क) बद्दलची माहिती रंजक वाटेल. कारण त्यामुळे गावात घडणाऱ्या वेगवेगळ्या गुन्ह्यांची माहिती तर मिळेलच पण मध्यकाळातील लोकांचे त्याबद्दलचे विचार कसे होते हे देखील स्पष्ट होईल. गुन्हेगारी नावाचे एक शुल्क गुन्ह्यामध्ये अडकलेल्या लोकांकडून वसूल केले जाई. उदाहरणार्थ एक तट्टू चोरण्याच्या अपराधाबद्दल, अपराध्याकडून २२५ रुपये वसूल केले होते. यामध्ये १५० दंड, २५ रु. 'मसाला' सेवा शुल्क आणि ५० रु. तट्टूची किंमत, सामील होती. गावच्या महाराला मारणाऱ्याला ५० रु. दंड केला, म्हाताऱ्या बाईला जोड्याने मारणाऱ्या लोहाराला ५ रु. दंड केला, असेही उल्लेख सापडतात. शुद्धीकरण करवून घेतलेल्या व्यक्तीकडून ४० रु. ची रक्कम वसूल केली होती. परस्त्रीगमनाची अनेक उदाहरणे सापडतात. आपल्या जातीच्या स्त्रीबरोबर संभोग केल्यास दंड कमी होत असे, पण परजातीमधील स्त्रीबरोबर संभोग केल्यास जास्त दंड होत असे. म्हणूनच खालच्या जातीतील पुरुषाबरोबर अवैध संबंध ठेवणाऱ्या उच्च जातीच्या स्त्रीला तिच्या अपराधासाठी खूप दंड भरावा लागत

असे.

अकबराने (इ. स. १५६४ मध्ये) बंद केलेल्या आणि औरंगजेबाने (इ.स.१६७९) मध्ये पुन्हा सुरू केलेल्या जिझिया करासंबंधीचे दस्तऐवज अपेक्षेपेक्षा दुर्लभ आहेत. मात्र इंदापूर संग्रहात दोन पूर्ण द्वैभाषिक दस्तऐवज (इ.स.१६९९ व १७०२ मधील) आहेत आणि एक अपुरा दस्तऐवज १७०६ मधला आहे. जिझिया कराचे स्वरूप, विविध वर्गांकडून वसूल केल्या गेलेल्या रकमा आणि दिली गेलेली सूट या सर्वांबद्दलची माहिती त्यात मिळते. विविध ग्रामअधिकाऱ्याची हक्क, वेतनश्रेणी आणि हळूहळू तिच्या जागी आलेल्या कमाल आकार व 'इजारा' (मक्ता) या महसूलप्रणालीची स्थापना, खालसा गाव, इनामगाव, दुमालागाव, इजाफत गाव, मोकासा गाव अशा तऱ्हेचे गावांचे विभाजन आणि शेतीशी निगडित असेच इतर प्रश्न या सर्व गोष्टींचे अध्ययन, या दस्तऐवजांच्या मदतीने करता येईल.[६५]

राजस्थानातील ऐतिहासिक दस्तऐवज संग्रहात अढसही, जमाबंदियों जमाखर्च - चिठ्ठियों, सनदों दस्तूरुल-अमल इत्यादी. महसूल संबंधीचे दस्तऐवज मिळतात. पंजाबमध्ये दरबाराचे तसेच पटवारी लोकांचे दस्तऐवज मिळतात. या सर्व दस्तऐवजांवरून उत्तरेतील कृषी-संबंधी बरीच माहिती आपल्याला मिळू शकते. गोवा येथील ग्रामव्यवस्था मराठी व्यवस्थेशी बऱ्याच प्रमाणात मिळतीजुळती आहे. पणजीमध्ये असलेल्या ऐतिहासिक दस्तऐवज संग्रहात असणाऱ्या मराठी दस्तऐवजांवरून त्यांचे अध्ययन करता येईल. तीन शतकाहून अधिक काळापर्यंतचे हे दस्तऐवज असून त्यांचे ९९३१ खंड आहेत. आंध्रप्रदेश आणि तमीळनाडूमधील राजकीय दस्तऐवज संग्रहात बरीच सामग्री आहे. थोडक्यात ग्रामसमुदायाचे अध्ययन करण्यासाठी, आधुनिक काळाला उचित अशा ऐतिहासिक सामग्रीची कोणतीच कमतरता नाही.

जमिनीची मालकी

जमिनीवर स्वामित्व कोणाचे ? राजाचे की ती कसणाऱ्यांचे ? याविषयावर प्रारंभिक ब्रिटिश काळात प्रामुख्याने वाद चालू होता. परंतु प्राचीन हिंदू कायदे ग्रंथ आणि नंतरच्या ग्रंथातूनही भूमीच्या निजी स्वामित्वाबद्दल कोणतीही शंका व्यक्त केलेली नाही. मनुने नि:संदिग्धपणे म्हटलेले आहे की जंगल तोडून (शेतीयोग्य) जमीन तयार करणारा किंवा सर्वात आधी जमीन स्वच्छ करून तिथे नांगरणी, पेरणी करणाराच त्या जमिनीचा मालक असतो.[६६] बऱ्याचशा हिंदू भाष्यकारांनी, शेतकरी हा क्षेत्रकर्ता किंवा भूस्वामी म्हणजे जमिनीचा मालक, हे मान्य केले आहे.[६७] तर काही लोकांच्यामते पृथ्वी ही शक्तिशाली विजेत्यांची राखीव संपत्ती असते. ती जमीन कसणाऱ्यांची नसते. जमीन कसणारा वार्षिक

महसूल भरून वार्षिक संपत्तीवर ताबा मिळवू शकतो आणि तेही दुसरी कोणी व्यक्ती अधिक महसूल देण्याचा प्रस्ताव करत नाही तोपर्यंत.[६८]

भारतात निजी स्वामित्वाची कोणतीही कल्पना नव्हती असा विश्वास व्यापक रूपात प्रचलित होण्यामागच्या कारणांचा शोध ॲनस्ली टी. एंब्री यांनी त्यांच्या लेखात घेतलेला आहे. ते म्हणतात की, या संबंधात आता बर्नियर किंवा मिलच्या विचारांचा क्वचितच कोणी स्वीकार करेल.[६९] स्वामित्वाबद्दलच्या हिंदू व मुस्लिम धोरणांचा ऊहापोह करून नंतर त्यांनी अनुमान काढले आहे की, 'हितांवर' आधारलेल्या सामाजिक संबंधामुळे स्वामित्वाच्या अनन्य दाव्यांवर आधारित संबंधाच्या दिशेत झालेला बदल, हा ब्रिटिश सत्तेमुळे आलेल्या महत्त्वाच्या परिणामांपैकी एक होता.[७०] ते इरफान हबीबच्या या मताशी सहमत आहेत की, मध्यकालीन सत्ताधाऱ्यांचा संबंध भूमीच्या स्वामित्वापेक्षा तिच्या लागवडीशी होता.[७१] ते असेही म्हणतात की, 'हनफी फिका' (विधिसंप्रदाय)च्या शिकवणुकीनुसार एकदा जिंकलेल्या प्रदेशातील जनतेबरोबर तडजोडपत्र झाल्यावर, कोणताही सत्ताधारी भूमीवरचा मालकीहक्क हिरावून घेऊ शकत नव्हता (भले तो मुस्लिमेतर असला तरीही). भारतात इस्लामी न्यायव्यवस्थेत हाच मार्गदर्शक सिद्धांत म्हणून स्वीकारला गेला.[७२]

अधिकार क्षेत्रातील साऱ्या भूमीचा, शासक हाच एकमेव स्वामी असतो हा विचार सर्वात प्रथम बर्नियर, फ्रायर, मनुची इ. युरोपियन प्रवाशांनी मांडला होता. परंतु मध्यकालीन पुराव्यांची छाननी केल्यानंतर इरफान हबीब यांनी या प्रवाशांनी मांडलेला विचार रद्द ठरवला आहे. त्यांच्या मते, मध्यकाळातील सर्व शासकांनी, शेतकऱ्यांचा 'कायमचे कूळ' या रूपातील हक्क मान्य केला होता. त्यांच्यामते गावाच्या गरजांमधून ग्रामसमुदाय ही संस्था निर्माण झाली होती. परंतु ग्रामसमुदाय याचा अर्थ, सर्व सदस्यांद्वारा भूमीवर स्वामित्व सांगणारा गट असा नव्हता. ते असेही म्हणतात की, भूमीवर सामूहिक स्वामित्वाचे पुरावे मिळत नाहीत. एवढेच नव्हे तर वेळोवेळी शेतकऱ्यांच्यामध्ये जमिनीचे वितरण/पुनर्वितरण झाल्याचेही दिसत नाही. भूमीवर शेतकऱ्याचा अधिकार हा नेहमीच वैयक्तिक स्वरूपाचाच होता.[७३] जेव्हा आपण १७व्या आणि १८व्या शतकातील, दक्षिणेतील ग्रामीण दस्तऐवजांची छाननी करतो तेव्हा कुठेही गावाची मालकी पूर्णपणे शासनाची आहे किंवा समुदायाची आहे, असे दिसून येत नाही. परंतु देशाच्या पारंपारिक कायद्यानुसार ज्या व्यक्ती जमीन लागवडीसाठी योग्य बनवतात, तेच जमिनीचे मालक असतात.

'नेचर ऑफ लँड राइट्स इन मुघल इंडिया' या आपल्या सुसंशोधित लेखामध्ये बी.

आर. ग्रोव्हरने सिद्ध केले आहे की, शेतीयोग्य जमिनीवर राजाने कधीही निरपेक्ष किंवा संपूर्ण स्वामित्वाचा दावा केला नही. निजी स्वामित्वाची कल्पना त्यांनी निश्चितपणे स्वीकारलेली होती. जमिनीची मालकी ही रयतेकडेच होती आणि जमीन हस्तांतरित करण्याचा, गहाण ठेवण्याचा आणि विकण्याचाही अधिकार जनतेला होता.[७४]

मध्यकालीन दख्खनमधील भूस्वामित्वाची हिंदू धारणा होती. तिचे विवेचन हिंदू कायदेपंडिताच्या संहितेमध्ये दिलेले आहे. साबाजी प्रतापराजा आपल्या संहितेत म्हणतात, ''ब्रह्माने अशी मांडणी केली आहे की, साऱ्या संपत्तीचा आणि विशेषत: भूमीच्या गर्भात असलेल्या संपत्तीचा स्वामी शासकच असतो.'' काही विद्वानांच्या मते साबाजीच्या या मताप्रमाणे शासकाचे स्वामित्व केवळ भूगर्भातील संपतीपुरतेच मर्यादित होते आणि त्यातील गर्थितार्थाप्रमाणे शेतकऱ्याचे जमिनीवरील स्वामित्व मान्य केलेले आहे असे दिसते. यासंबंधीचे प्रतिपादन स्मृतीमध्ये दिलेले आहे. राष्ट्रकूट आणि यादव यांनी हे प्रतिपादन मान्य केले होते. त्यांनी संपूर्ण भूमीच्या स्वामित्वाचा दावा कधीच केलेला नाही.[७५]

'व्यवहार-मयूख'चे लेखक पैठणचे पंडित नीळकंठ (इ. स. १६१०-४५) यांच्या मते प्राचीन परंपरेमध्ये शासक भूमीचा स्वामी नसे, परंतु जमीनधारकांकडून कर वसूल करण्याचा त्याला अधिकार असे.[७६] जेव्हा मुसलमानांनी दख्खनचा भाग जिंकला तेव्हा सुरुवातीला त्यांनी औपचारिक स्वरूपात संपत्तीचा अधिकार स्वीकारला नव्हता. जिंकलेल्या प्रदेशातील जनता किंवा खंडणीदाते यांच्या अधिकारासंबंधी जे मुस्लिम कायदे होते त्यामुळे असे झाले असावे, पण नंतर या व्यवस्थेमध्ये सुधारणा झाल्या. मुस्लिम सत्ता स्वीकारणाऱ्या व कर द्यायला मान्यता देणाऱ्या सर्व लोकांना संपत्तीच्या अधिकाराच्या प्रश्नापुरते तरी मुसलमानांच्या बरोबरीचे मानले जाऊ लागले. मात्र या लोकांना धिम्मी किंवा जिम्मी असे म्हणत, परंतु या लोकांचे संरक्षण ही मुस्लिम राज्याची जबाबदारी होती.[७७]

अहमदनगरचा वजीर मलिक अंबर याने मिरासदारांच्या पिढीजात अधिकारांना मान्यता दिली होती आणि त्यांना कृषक भूस्वामी मानले होते. महसूल गोळा करताना त्याने जो विचारीपणा दाखवला, त्यामुळे राज्याला थोडाफार कर तर निश्चितपणे मिळू लागलाच पण शेतकऱ्यांचेही हित जपले गेले. कारण नांगरणी-पेरणी केलेल्या जमिनीवर शेतकऱ्यांची मालकी निश्चित झाली होती.[७८]

शिवाजी राजांच्या नेतृत्वाखालील मराठी राज्याने तत्त्वत: मलिक अंबरच्या प्रथेचेच अनुकरण केले होते. पिढीजात जमीनदारांना ते त्यांच्या भूमीचे स्वामी मानत होते. १७व्या

शतकात मराठी सत्तास्थापनेच्या कामात ते या लोकांकडून मदतही घेत होते. शिवाजीराजांचे सल्लागार रामचंद्रपंत अमात्य राज्यव्यवस्था व नीती यांसंबंधी लिहिलेल्या आज्ञापत्रात म्हणतात, ''त्यांस (वतनदारास) साधारणे गणावे यैसे नाही हे लोक म्हणजे राज्याचे दायादनच आहेत.'' दायाद या शब्दाचा 'भागीदार' असा सर्वसामान्य अर्थ असला तर येथे तो राज्याचे म्हणजे राज्य उभारणीच्या कार्यातील भागीदार असा अभिप्रेत आहे (आज्ञापत्र सं. अ. रा. कुलकर्णी पृ. १६५) त्यामुळे 'राज्यातील वतनदार देशमुख व देशकुलकर्णी पाटील ते स्वल्पत्र परंतु स्वतंत्र देशनायकच.' हे शिवाजीराजाला मान्य असले तरी त्यांच्यामधील दोषांची, अहंकाराची त्यांना जाणीव होती आणि म्हणूनच या वतनदारांचे जन्मसिद्ध हक्क अथवा पारंपरिक संस्था त्यांनी नष्ट केली नाही. त्यांच्या हक्कांना संरक्षण दिले आणि त्याचबरोबर त्यांना त्यांच्या कर्तव्याचीही जाणीव करून दिली.''[७९]

तत्कालीन दस्तऐवजामध्ये १७व्या शतकातील मराठी सत्ताकाळाच्या दरम्यान, भूस्वामीच्या, भूमीसंबंधी असलेल्या अधिकारात नव्या वतनाची निर्मिती, जुन्या वतनांची अखंडता अथवा जप्ती यांची अनेक उदाहरणे सापडतात. भूधारक आपली जमीन किंवा जमीन महसुलासंबंधीचे आपले अधिकार विकू शकत होते, गहाण, ठेवू शकत होते किंवा एखाद्याला भेट म्हणून देऊ शकत होते. राजकीय सेवेच्या बदल्यात एखाद्याला पुरस्कार देण्याची राजाची इच्छा असेल, तेव्हा स्वत: राजा जमीन खरेदी करून तो ती पूर्ण करीत असे.[८०]

परंतु ग्रामसमुदायाच्या पारंपरिक नियमांमुळे वतन-भूमीच्या खुल्या खरेदी विक्रीमध्ये अनेक अडचणी येत असत. शिवाजी राजांचे न्यायाधीश प्रल्हाद निराजी यांनी एका खटल्यात म्हटले आहे – कोणीही वतन खरेदी करू नये आणि वतनदारांनी ते विकूही नये. जो कोणी वतन खरेदी करेल त्याला सजा दिली पाहिजे आणि त्याला दंड केला पाहिजे. आपली जमीन विकणाऱ्या वतनदारांना कडक इशारा द्यायला पाहिजे.[८१] हे प्रतिबंध ग्रामसमुदायाच्या हितासाठी घातले जात होते. वतन-भूमीच्या खरेदी-विक्रीसाठी गावकऱ्यांची अनुमती आवश्यक होती. वतन खरेदी करून जो कोणी वतनाचा अधिकारी होण्याची इच्छा करेल अशा कोणालाही गावकरी आपला पाटील किंवा कुलकर्णी मानायला तयार नव्हते.

अशा प्रकारे जमिनीचा निजी स्वामित्वाचा अधिकार मान्य केला जात होता. आपल्या ताब्यातील संपूर्ण जमिनीवर एकछत्र स्वामित्वाचा दावा मुसलमानी शासकांनीही केला नाही आणि मराठी शासकांनीही केला नाही. भूमीही शेतकऱ्याची संपत्ती होती याचे अनेक पुरावे, अनेक दस्तऐवजामधून विशेषत: भूस्वामित्वाच्या सूचीमधून मिळतात.

एंगेल्सने इ. स. १८५३च्या जूनमध्ये मार्क्सला लिहिले होते की, ''भूमीच्या रूपातील निजी संपत्तीचा अभाव (ही कल्पना म्हणजे) संपूर्ण पूर्वेकडील संस्कृती जाणून घेण्याचे प्रमुख साधन आहे.[८२]

राजाचा भाग

इतर हक्कदारांप्रमाणे राजादेखील भूमीच्या एकूण उत्पन्नातला त्याचा भाग घेत असे. तो भूमीचा एकछत्र स्वामी नसे. राजाच्या हिश्शाला राजभाग म्हणत असत. अर्थशास्त्रामध्ये याला बली, कर आणि षड्भाग म्हटलेले आहे.[८३] भूमीच्या एकूण उत्पन्नापैकी ८ ते ३० टक्क्यापर्यंत हा राजभाग असू शके. हा भाग भूमीतल्या संपूर्ण उत्पादनावर होता की केवळ विशुद्ध उत्पादनावर होता हे मात्र नक्की सांगता येत नाही. साधारणपणे प्राचीन काळात उत्पन्नाचा सहावा भाग भूकराच्या रूपात घेतला जाता होता असे दिसते. मुसलमानी शासनकाळात राज्याची महसुलाची मागणी शेती उत्पन्नाच्या १/३ ते १/२ पर्यंत होती असे दिसते.[८४] प्रा. इरफान हबीब यांच्या मतानुसार ती मागणी सर्वात जास्त म्हणजे उत्पन्नाच्या अर्धी होती.[८५] महसूल निर्धारणाच्या तोडरमलच्या कायद्याप्रमाणे राज्याचा हिस्सा उत्पन्नाचा निम्मा होता. दक्षिणेत निजामशाही राज्यावर ताबा मिळवल्यानंतर इ. स. १६३७ मध्ये मोगलांनी हा कायदा लागू केला होता.

मराठ्यांच्या सत्तेने त्यांच्या राज्यात मलिक अंबरची पद्धत लागू केली होती. आणि राज्याचा हिस्सा ठरवला होता. शिवाजीराजांच्या समकालीन आणि इतर दस्तऐवजांमध्ये उल्लेख आढळून येतात की शिवाजीराजांच्या राज्यात राज्याचा हिस्सा २/५ (राजभाग पचादुई) होता.[८६]

जमिनीचा भूमीहक्कदार :

मध्यकालीन दक्षिणी भूप्रणाली किंवा भूमी-हक्कदार पद्धतीचा (Land Tenure) भूस्वामित्वाच्या व्यवस्थेशी जवळचा संबंध आहे. ग्रामसमुदायाच्या जन्मापासून उत्पन्न झालेल्या कायद्यांमध्ये, विविध ग्रामवासी व सरकारी यांच्यातील संबंध शब्दबद्ध केले गेले आहेत. मराठी राज्यात गावाच्या कायमच्या रहिवाशांसाठी 'देशक' हा शब्द वापरला जात असे, या लोकांचे गावाशी हितसंबंध गुंतलेले असत. त्याशिवाय बाकीच्या लोकांना उपरी म्हणत. या बाहेरच्या लोकांना गावात कोणतेही अधिकार नसत.

भूमीच्या हक्कदारांचे वेगवेगळ्या वर्गात विभाजन करता येईल - वतन, इनाम, मिरास, बलुते,उपरी, मोकास अग्रहार इत्यादी. महसूलव्यवस्थेचे विवेचन करताना दस्तऐवजांमधील तांत्रिक शब्दांचा अर्थ, योग्य रीतीने समजून घेणे आवश्यक आहे. काही वेळा तांत्रिक शब्द दुसऱ्या भाषेत योग्य तऱ्हेने व्यक्त करता येतातच असे नाही. अस्सल दस्तऐवजांमध्ये

सुद्धा काही शब्दांचा वापर पर्यायवाचक रूपात केला गेलेला आहे. काही शब्दांचे अर्थ वेगवेगळ्या प्रदेशात, वेगवेगळे असत. काळानुसार काही शब्दांच्या अर्थामध्ये बदल झालेला दिसतो. या सर्व गोष्टींमुळे शब्दांचे संदर्भ व त्यांची ऐतिहासिक वास्तविकता समजून घेणे आवश्यक आहे. मोरलँडने म्हटल्याप्रमाणे पूर्वी व्यक्त केलेल्या विचारांमधील फरक समजून घेणे आणि सटीक शब्दावली निर्धारित करणे, विवेचनाच्या दृष्टीने आवश्यक आहे.[८७]

दक्षिणेतील मराठ्यांच्या राज्यात वतनाचे हक्क हे पाटील (किंवा मुकादम) कुलकर्णी (गावाचा तलाठी) चौगुले (पाटलाचा सहायक) शेटे महाजन (बाजार-अधिकारी) आणि महार (गावचा सेवक) यासारख्या ग्रामअधिकाऱ्यांकडे होते.[८८] दस्तऐवजामध्ये त्यांना वतनदार म्हटले जाई. देशमुख-देशपांडे हे परगण्याचे (ग्रामसमूहाचे) वतनदार, त्यांच्या अधिकारक्षेत्रात येणाऱ्या गावातील पाटील व कुलकर्णी यांच्या कामावर देखरेख करत असत. वतनाचा हक्क वंशपरंपरेने असे आणि वतनदार जोपर्यंत त्याचे कर्तव्य चोख पार पाडत असे तोपर्यंत तो हक्क त्याच्या कुटुंबाकडे राहत असे. मराठ्यांच्या दृष्टीने वतनाला फार महत्त्व होते. त्यांच्या दृष्टीने ते केवळ उत्पन्नाचे साधन नसून ते सामाजिक स्थान अथवा दर्जाचे प्रतीकही होते. राजा, सरदार आणि दरबारी अधिकारी सत्तेच्या शिडीवर कितीही वरच्या पायऱ्यांवर पोहोचले तरीही आपले मूळ वतन आपल्याकडेच राहावे अशी सर्वांची इच्छा असे. मूळ वतनाला प्राधान्य देण्याचे कारण त्यांच्या दृष्टीने राजकीय सत्ता ही अस्थिर होती, पण वतन हे कायमचे होते. राजकीय सत्ता बदलली तरीही ते वतनावर राहू शकत होते. अशी अनेक उदाहरणे दिसून येतात की, सरंजाम, जहागीर, मोकासा या अस्थिर हक्कांचे स्वामी आपले हक्क, वतन किंवा इनाम या रूपात बदलून घेण्याच्या चिंतेत असत. कारण वतन किंवा इनाम हे हक्क कायमचे त्याच्या कुटुंबाकडे येत असत.[८९]

ऐतिहासिक दस्तऐवजांमध्ये सुद्धा नेहमी 'वतन' आणि 'इनाम' हे दोन्ही पर्यायवाचक शब्द म्हणून वापरलेले आहेत. मुळात वतन हा अरबी भाषेतील शब्द आहे. वतन म्हणजे एखाद्या पदाधिकाऱ्याला दिले गेलेले भूमिदान. जोपर्यंत तो अधिकारी आपले काम योग्य रीतीने करत राहील तोपर्यंत वतन त्याच्या कुटुंबाकडे राहील असा सिद्धांत होता, पण प्रत्यक्ष व्यवहारात मात्र तो अधिकारी जोपर्यंत राज्याशी प्रामाणिक राहील, तोपर्यंत वतन त्याच्याकडे राहील असा नियम झाला होता. वतन हे नेहमी सेवेच्या मोबदल्यात मिळत असे. सामन्य बोलीभाषेत याला 'चाकरीवतन' असे म्हणत. सेवेच्या मोबदल्यात वतनदारांना करमुक्त जमीन मिळत असे. त्याचबरोबर गावात त्यांना काही अधिकार

आणि मानही मिळत असत. म्हणजेच गाव त्यांचे भरणपोषण करत असे.

इनाम हे कायमचे भूमीदान असे. त्याबरोबर कोणतीही अट घातलेली नसे. इनाम दैनंदिन सेवेच्या बदल्यात मिळत नव्हते तर भूतकाळात केल्या गेलेल्या सेवेबद्दलचा तो पुरस्कार असे. इनाम देताना राज्य आणि इनामदार यांच्यात तहनामा होत असे. त्याला इनामपत्र किंवा करार म्हणत. या करारात लिहिलेले असे की, इनाम हे कायमचे करमुक्त अनुदान आहे किंवा निमाई, तिजाई, चौथाई आहे. इनाम-तिजाई म्हणजे इनामदाराला त्याच्या भूमीच्या बदल्यात प्रचलित कराच्या एक तृतीयांश कर द्यावा लागत असे.[१०] काही वेळा इनामदाराला त्याच्या नावावर असलेल्या जमिनीचा महसूल तेवढा मिळत असे. मात्र तो त्या जमिनीचा मालक नसे. इनाम अनेक कारणांनी दिले जात असे. संकटकाळी केलेल्या वैयक्तिक बलिदानाच्या बदल्यात इनाम दिले जाई. राजे किंवा सरदारलोक मुलीच्या उपजीविकेसाठी कधी कधी 'दूधभात' किंवा 'साडीचोळी' इनाम देत असत.[११]

इनामाचे दोन प्रकार होते. एक दिवाण निसबत इनाम किंवा सनदी इनाम आणि दुसरे गाव निसबत इनाम. दिवान-निसबत इनाम देताना एका सनदेमध्ये इनामाचे उद्देश व इनामदाराच्या विशेष अधिकारांचा उल्लेख केलेला असे. त्या प्रदेशावर नवीन शासक आला तरी तोही त्या सनदेचा आदर करून ती मान्य करत असे. जेव्हा एखादा कारागीर, शेतमजूर किंवा इतर कोणी व्यक्ती यांची सेवा ग्रामसमाजाच्या दृष्टीने अपरिहार्य असेल, तेव्हा ग्रामसमाज आपल्या जमिनीतून त्याला करमुक्त जमीन देत असे. यामुळे राज्याच्या महसुलात जो तोटा होत असे, तो ग्रामसमुदाय भरत असे. अशा प्रकारच्या इनामांना 'टिकानाती बेगारी' (एखाद्याला गावात मजुरीशिवाय दिल्या जाणाऱ्या सेवेबद्दल दिली जाणारी जमीन) किंवा 'देहानगी इनाम' (अनेक प्रकारच्या ग्रामीण कारागिरांना व चाकरांना दिले गेलेले मर्यादित इनाम) असेही म्हणत. ही जमीन गहाण ठेवता येत असे, मात्र विकता येत नसे. परंतु जर तो इनामदार अपेक्षित सेवा देऊ शकला नाही तर गाव ती जमीन परत घेऊ शकत होता.[१२] विल्यम चॅप्लिनला लिहिलेल्या पत्रात ग्रँट डफने ६ प्रकारच्या इनामप्रथांचा उल्लेख केलेला आहे - हिंदू इनाम, मुसलमान इनाम, देवस्थान इनाम, धर्मादाय इनाम, देहानगी आणि वतनदार इनाम.[१३] वतन, इनाम आणि वृत्ती या भूमिदानामधील फरक आज्ञापत्रामध्ये स्पष्ट केलेला आहे.[१४] 'वृत्ती' हे एक प्रकारचे धार्मिक इनाम होते. पिढीजात पुरोहिताला स्वत:ची धार्मिक कृत्ये किंवा अनुष्ठान करण्याबद्दल हे इनाम दिले जाई.

भूमिव्यवस्थेमध्ये 'मिरासी' व्यवस्था सर्वात महत्त्वपूर्ण आणि प्रमुख होती. ती कृषक

स्वामित्वाची व्यवस्था होती. मिरास हा अरबी शब्द आहे. ज्या भूमीवर व्यक्तीचा एकछत्री पिढीजात अधिकार असेल अशी भूमी म्हणजे मिरास. मराठी दस्तऐवजांमध्ये उत्तराधिकारात प्राप्त झालेल्या, खरेदी करून किंवा भेट म्हणून मिळालेल्या कुठल्याही पिढीजात आणि हस्तांतरणीय अधिकारासाठी मिरास शब्दाचा वापर केलेला आहे. ज्या व्यक्तीचा परिवार संबंधित ग्रामसमुदायाचा मूळ रहिवासी असेल अशा व्यक्तीलाच मिरासदार म्हटले जात असे व मानले जात असे. जोपर्यंत मिरासदार जमीन विकत नसे, हस्तांतरित करत नसे किंवा कुणाला भेट म्हणून देत नसे, तोपर्यंत मिरासदाराचा, जमिनीवरचा अधिकार समाप्त होत नसे. एखाद्या आपत्तीमुळे त्याला गाव सोडावे लागले आणि दीर्घकाळानंतर तो परत आला तरीही तो किंवा त्याचे वंशज, सरकारला योग्य नुकसान भरपाई देऊन जमीन परत मिळवू शकत असत. अशा परित्तत जमिनीला गावाच्या दस्तऐवजात 'गतकुळी' असा शब्द वापरलेला आहे. भूस्वामित्वाच्या यादीतून त्यांचे नाव काढून टाकले जात नसे. कारण परंपरा व स्मृतिग्रंथाच्या अनुसार, सर्वात प्रथम ज्याने जंगल तोडून, जमिनीवर नांगरणीला सुरुवात केली त्याचा त्या जमिनीवर मालकी हक्क असे. कोकण विभागात मिरासदारांना मुंडेकरी म्हणत असत. मुंड म्हणजे ओसाड जमीन किंवा काटेरी झाडे-झुडपे. मुंडेकर किंवा मुंडकर म्हणजे त्या जमिनीला सर्वप्रथम साफ करणारा (शेतीयोग्य बनवणारा) गावकर किंवा वनगोड (गोवा) मूळवर्ग (उत्तर कोकण) हे शब्द ही मिरासदार या अर्थाने वापरले जात. मिरासदार हे ग्रामसमुदायातील अत्यंत प्रभावी आणि सन्माननीय सभासद असत. ते ग्रामपंचायतीच्या आणि गोतसभेच्या कामकाजात भाग घेत असत आणि सर्व निर्णयावर त्याचे प्रतीक असलेल्या नांगराची मोहोर उठवत असत.

भूव्यवस्थेमधील उपरी ही व्यवस्था मिरास व्यवस्थेप्रमाणे कायमची नव्हती. 'रिपोर्ट ऑन दि टेरिटेरीज काँकर्ड फ्रॉम दि पेशवा' (१८१९) यामध्ये एलफिंस्टनने म्हटले आहे की, सरकारी कृषीयोग्य जमिनीमधून, मामलतदारांच्या व्यवस्थेखाली असलेली जमीन सोडून बाकीची जमीन, नेहमीच उपरी लोकांना काही विशिष्ट काळासाठी दिली जात होती आणि तो विशिष्ट अवधी संपताच त्यांचा अधिकार व कर्तव्येही संपत असत.[१५] यालाच उक्ती जमीन असेही म्हणत. उक्ती म्हणजे एक वर्षासाठी तोंडी करारावर घेतला जाणारा पट्टा. मात्र शासकाला किंवा त्याच्या प्रतिनिधिला 'नजर' (नोंदीचे शुल्क) देऊन उपरी मिरासदारही बनू शकत होता.[१६]

प्राचीन काळात वसूल केल्या जाणाऱ्या एका कराचा डी. एन. झा यांनी उल्लेख केलेला आहे. या कराला 'उपरी कर' म्हणत असत. फ्लीट, घोसल, बार्नेट, अळतेकर

आणि सरकार यांसारख्या विद्वानांनी या विषयासंबंधी जे लिहिले आहे त्यांचे विवेचनही झा यांनी केले आहे. त्यांच्या मते, या लोकांनी दिलेल्या व्याख्यांपैकी कोणतीच व्याख्या बरोबर नाही. फ्लीट व घोसल यांच्या मते, ज्या शेतकऱ्यांना भूमीच्या स्वामित्वाचे अधिकार नसत त्यांच्यावर हा कर लावला जात असे आणि म्हणून तो तात्पुरता असे कायमचा नसे; परंतु ही माहिती अपुऱ्या साधनांवर आधारित असल्याचे सांगून डॉ. झा ती अमान्य करतात.[१७] परंतु नंतरच्या दस्तऐवजांवरून असे वाटते की, फ्लीट व घोसल यांचे विचार सत्याच्या अधिक जवळचे आहेत.

शिलालेखांमधील संदर्भावरून मध्यकालीन दस्तऐवजांमध्ये उल्लेखित उपरी व्यवस्था परंपरागत असावी असे वाटते. उपरी कराची व्याख्या मध्यकालीन नजर किंवा शेरणी या प्रथांप्रमाणे करता येईल. मिरासदाराप्रमाणे भूमीचे स्थायी स्वामित्व प्राप्त व्हावे यासाठी उपरी सरकारला नजर किंवा शेरणी देत असत किंवा कदाचित हा सर्वसाधारण करही असू शकेल. उपरी लोकांनी कसलेल्या जमिनीच्या (उत्पन्नाच्या) बदल्यात स्थायी शेतकरी सरकारला हा कर देत असतील.

मराठी दस्तऐवजांमध्ये 'मोकास', 'जहागीर' व 'सरंजाम' या व्यवस्थांचा उल्लेख पर्यायवाचक शब्द म्हणून झालेला आहे. या मुळात सैनिकी व्यवस्था होत्या. तत्त्वत: त्या तात्पुरत्या होत्या; परंतु प्रत्यक्ष व्यवहारात बहुधा त्या पिढीजात बनत. सैनिक आणि बिगरसैनिकी (नागरी) दोन्ही प्रकारच्या सेवांसाठी 'मोकास' व्यवस्था दिली जात असे, पण प्रामुख्याने ती 'सैनिकी' सेवेसाठीच दिली जात असे. १७व्या शतकात विशेषत: मुसलमानी राज्यात ही व्यवस्था व्यापक प्रमाणात होती. आदिलशाही सत्तेत काही जणांना 'मोकास' म्हणून परगणे किंवा गाव दिले असल्याचे अनेक पुरावे आहेत. मोकासदारांचे स्थानांतर, विस्थापन, ठराविक सेवा देण्याच्या कामात अपयशी ठरल्यास त्यांना गिरफ्तार केले जाणे अशासारखी ही उदाहरणे मिळतात.[१८] बिगरसैनिकी अधिकाराच्या रूपात त्यांचे सामर्थ्य मध्यकालीन महसूल प्रशासनाच्या मामलतदारांसारखेच होते. वतनदार व मिरासदारांप्रमाणेच ते परगण्याच्या सभेला हजर रहात व सभेच्या कामकाजात भाग घेत. आदिलशाही शासनामध्ये राज्याच्या सर्व प्रमुख अधिकाऱ्यांना, सैनिकी किंवा बिगरसैनिकी सेवेच्या मोबदल्यात मोकासा किंवा जहागीर म्हणून जमीन दिली जात असावी असे दिसते. परगण्याच्या स्तरावर राज्याचा प्रशासकीय आराखडा, मोकासा किंवा जहागीर व्यवस्थांवरच आधारित होता.[१९] सातारा राज्याचे रेसिडेंट ग्रँट डफ यांच्या म्हणण्याप्रमाणे, आदिलशाही शासनात मोकासदार हा मोठ्या भागातील अंमलदारांचा (राज्यद्वारा नियुक्त अधिकाऱ्यांचा) पुढारी असे. त्याला त्याच्या सेवेच्या मोबदल्यात सरकारी करातून एक

हिस्साही मिळत होता. सर्वसाधारणपणे हे पद पिढीजात नसे.[१००]

आपल्या संबंधितांवर किंवा साहाय्यकावर अनुग्रह करण्यासाठी मोकासदार कधी कधी त्यांना दर पट्टेदार बनवत असे. उदाहरणार्थ आदिलशाही शासनाने शहाजीराजांना पुणे, सुपे, शिरवळ या परगण्यांची मोकासदारी दिलेली होती. त्यांनी त्यांचा पुत्र शिवाजीराजे यांना पुणे परगण्यातील ३६ गावांची पोटमोकासदारी दिलेली होती.[१०१]

मराठ्यांच्या दस्तऐवजांमध्ये मोकासा व जहागीर या शब्दांचा वापर नेमकेपणाने केलेला नाही. ते एकमेकांना पर्यायवाचक शब्द म्हणून वापरले आहेत, पण तरीही या दोन्हीत थोडा फरक असावा असे वाटते. जहागिरी ही मोकासापेक्षा अधिक स्थायी होती. सरंजाम व्यवस्था ही केवळ सैनिकी व्यवस्थाच होती. तिचे 'जात' व 'फौज' असे दोन प्रकार होते. 'जात' म्हणजे सैन्याची सेवा पुरविण्याबद्दल एखाद्या व्यक्तीला दिला जाणारा मोबदला आणि फौज म्हणजे सैन्याच्या उभारणीसाठी आणि किल्ल्यांच्या देखभालीसाठी केलेली आर्थिक तरतूद. अशा इनामाला सरंजाम म्हणत.

या सरंजामदारांना ग्रामप्रशासनात भाग घेण्याचा व ग्रामाच्या महसुलातील हिस्सा घेण्याचा अधिकार असे. राज्य एकूण महसुलातून सरदेशमुखी, चौथाई, बाबती, यांसारखे राज्याचे हिस्से काढून घेऊनच मोकासदारांना त्यांचा हिस्सा देत असे. हा राजाचा विशेष अधिकार होता. जेव्हा मोकासदारांना हे हक्क विशेष करारानुसार दिलेले नसत तेव्हा अशी वजावट जात असे. या प्रकारच्या देणगीला 'ऐनमोकासा' किंवा सर्वसाधारण देणगी म्हणत. मराठी दस्तऐवजांमध्ये 'सरदार' हा शब्द (जो काही वेळा मनसबदार या अर्थीही आहे) सैनिकी कर्तव्ये पार पाडणाऱ्या सरंजामदारांना किंवा जहागीरदारांना उद्देशून वापरलेला आहे. सरंजामाची देणगी कायमची नसे. ती सेवेच्या मोबदल्यात असे आणि ती करमुक्त असे किंवा अगदी जुजबी कर भरण्याची अट असे.

मुसलमानी सत्तेमध्ये दक्षिणेत असलेली सैनिकी हक्क देण्याची व्यवस्था शिवाजीराजांनी बंद केली. कारण ती राज्याच्या हिताच्या दृष्टीने घातक होती. शिवाजीराजांचे या हक्कदारांबाबतचे धोरण सांगताना त्यांचा चरित्रकार सभासद म्हणतो, ''लष्करात व हशमास व गडास एकंदर मोकासे महाल गाव दरोबस्त (या वेळी) देणे नाही. जे देणे ते वरातेने (हुंडीच्या रूपाने) द्यावे. अथवा पोत्याहून (खजिन्यातून) रोख ऐवज द्यावा. मुलखात साहेब कारकुनाखेरीज कोणाची नाही. लष्करास, हशमास व गडास देणे ते कारकुनांनी द्यावे. मोकाशी जाहालियाने रय अफरा (परागंदा) होईल आणि बळावेल. कमाविशीची कैद (नियम, कायदा अथवा व्यवस्था) चालणार नाही. रयत बळावली म्हणजे जागां जागां बडे होतील. ज्यास मोकासे द्यावे तो व जमींदार एक जाहालियाने

बेकैद (बेशिस्त) होतील. म्हणून मोकासे कोणास देणेचे नाहीत.[१०२]

परंतु शिवाजीराजांची ही मोकासविरोधी नीती त्यांचे पुत्र राजारामराजे यांनी चालू ठेवली नाही. कारण त्यांचा उद्देश मराठे सरदारांना फौजी सेवेत येण्याकरता व मराठी क्षेत्रावर औरंगजेबाच्या नेतृत्वाखाली होणाऱ्या मोंगलाच्या हल्ल्यांना प्रतिकार करण्याकरता प्रेरित करावे हा होता. पेशव्यांच्या काळात मोकास, जहागीर आणि सरंजाम यांची वाढ झाली. उत्तरेत विजय मिळवण्याकरता शिंदे, होळकर, पवार, दाभाडे इ. मराठे सरदारांना महसुलाचे अधिकार दिले गेले. पुढे कालांतराने हेच सरदार शक्तिशाली बनले व त्यातूनच मराठा महासंघाचा (कॉनफेडरसी) उदय झाला. राजारामराजांच्या काळात त्यांनी मोकास व जहागिरी व्यवस्थेची तात्पुरत्या रूपात पुन्हा सुरुवात केली होती. पण शाहूराजांच्या काळात ती कायमस्वरूपी बनली. अशा प्रकारे १८ व्या शतकाच्या मध्यापर्यंत मराठी सत्ता पूर्णपणे सरंजामशाहीवादी बनली होती.[१०३]

मोकासा कायमस्वरूपाचा नसल्यामुळे मोकासदार नेहमी आपला मोकासा हक्क, इनाम किंवा वतन या रूपात बदलून घेण्याच्या प्रयत्नात असे. कारण तसे झाले म्हणजे मग तो हक्क पिढीजात बनत असे. उदाहरणार्थ - एका जासुदाला एका गावाच्या चौथाईचा हक्क शाहूमहाराजांकडून मोकासा रूपात मिळालेला होता. इ.स.१७२९ मध्ये तो इनाम रूपात बदलून घेण्यात आला. अशाच प्रकारे शिंदे परिवारातील एका विधवा स्त्रीने तिच्या दिवंगत पतीचा मोकासा हक्क पेशव्यांकडून इनाम रूपात बदलून घेतला.[१०४]

थोडक्यात असे म्हणता येईल की, ग्राम आणि ग्राममहसूल याचे मुख्यत: दोन हिस्सेदार होते. १) वतनदार, २) मोकासदार. वतनदाराचे भूमीवरील स्वामित्व पिढीजात होते; परंतु मोकासदारांचा केवळ जमिनीच्या महसुलात हिस्सा असे. इनामदार, जहागीरदार, सरंजामदार ही मूळ मोकास व्यवस्थेचीच विविध रूपे होती.

मराठ्यांच्या काळातील भूमिव्यवस्थेच्या वर्णनावरून एक मूलभूत प्रश्न उभा राहतो तो असा की, मध्यकालीन मराठा समाज सरंजामशाहीवादी होता का? परगण्याचे वतनदार देशमुख आणि देशपांडे तसेच गावातील वतनदार पाटील आणि कुलकर्णी हे खरे तर ग्रामअधिकारी होते, पण प्रत्यक्ष व्यवहारात ते शासक बनले होते. गावामध्ये त्यांना प्राप्त होणारा अधिकार, मान आणि तो मिळावा यासाठी केले जाणारे 'उद्योग' लक्षात घेतले तर निश्चितच असे म्हणावे लागेल की, मराठा समाजात (आणि म्हणूनच दक्षिणेतही) सरंजामशाहीचे अस्तित्व होते. गावातील हक्कदारांनी मिळून लावलेल्या वेगवेगळ्या करांचे विश्लेषण केल्यावर मध्यकाळातील ग्रामसमुदायावर पडणाऱ्या बोज्याचे परिमाण स्पष्ट होते. भूमीकराशिवाय गावकऱ्यांना गावातील स्थानिक खर्चासाठी लावलेले अनेक कर

भरावे लागत होते. त्यात पुढे दिलेल्या करांचा समावेश होता. उल्फापट्टी किंवा रेशन किंवा शिधा (गावात आलेल्या सरकारी अधिकाऱ्यांना दिला जाणारा शिधा किंवा भोजन), दसरा पट्टी (दसऱ्याचा सण साजरा करण्यासाठी गावकऱ्यांकडून घेतले जाणारे साहाय्य), मेजवानी पट्टी (अधिकाऱ्यांच्या मेजवानीसाठी साहाय्य), तोरण भेटी (अधिकाऱ्यांच्या स्वागतासाठी तोरण बांधण्याकरता घेतलेले साहाय्य), ठाणे पट्टी (पोलीस ठाण्याच्या खर्चासाठी साहाय्य) इ. वतनदारांचे विशेष अधिकार आणि शेतकऱ्यांकडून कोणत्या ना कोणत्या बहाण्याने वसूल केले जाणारे कर हे दक्षिणी समाजातील 'वतनदारी' संस्थेच्या शोषण पद्धतीचे पुरावे आहेत. कदाचित या व्यवस्थेमध्ये सरंजामशाहीमध्ये असलेली सर्वच वैशिष्ट्ये पूर्णपणे नसतीलही. आपल्या दृष्टीने महत्त्व आहे ते भूस्वामी व भूदास यांच्यातील संबंधाना. पण तरीही शासकवर्गाकडून होणारे शेतकऱ्याचे शोषण नाकारता येत नाही.[१०५] एवढेच म्हणता येईल की, ही एक वेगळ्या प्रकाराची सरंजामशाही होती.

महाराष्ट्राच्या इतिहासाचे एक जपानचे अभ्यासक डॉ. हिरोयुकी कोरानी हे महाराष्ट्रातील वतनव्यवस्थेसंबंधी आपल्या शोधनिबंधात म्हणतात, ''सुरुवातीला वतनव्यवस्थेचा संबंध केवळ श्रमविभाजनाशी होता; परंतु तिचा विस्तार होताना समाजातील सर्व शोषणसंबंधांचा यात समावेश केला गेला.'' त्यांनी सरंजामशाहीच्या युरोपातील धारणेचा विस्तार करून त्यात भूस्वामित्वाच्या सामान्य संबंधांबरोबरच माणसा-माणसातील संबंधांनाही सामील केले आहे आणि याच संदर्भात मध्यकालीन मराठा समाजाला सरंजामशाहीवादी म्हटले आहे.[१०६]

भूमिव्यवस्थेबद्दल ते म्हणतात की, ब्रिटिशपूर्व महाराष्ट्रात दोन पक्ष होते. एक निजी आणि दुसरा सामाजिक. निजी पक्षाच्या अंतर्गत भूस्वामीला त्याच्या ताब्यातील जमिनीचा उपयोग करण्याचा आणि ती विकण्याचा अधिकार समाविष्ट होता आणि सामाजिक पक्षामध्ये जमीनमालकांचा संबंध सामाजिक परंपरांशी येत होता.

इंग्रजांनी रयतवारी व्यवस्था जारी करून भूमी व्यवस्थेच्या निजी पक्षाचा स्वीकार केला; परंतु सामाजिक पक्षाकडे त्यांनी दुर्लक्ष केले. त्यामुळे ब्रिटिशपूर्व महाराष्ट्रीय समाजात प्रचलित असलेली सामाजिक व्यवस्था नष्ट झाली.[१०७]

गावाचे चाकर

शेतकरी वस्तीबरोबरच गावामध्ये ग्रामचाकर हा वर्ग उदयाला आला. रामशरण शर्मांच्या मते दुसऱ्या नागरी ऱ्हासाच्या काळात बेरोजगार कारागीर निर्वाहासाठी ग्रामीण क्षेत्रात निघून गेले. कालांतराने यातूनच 'जजमानी' व्यवस्थेचा प्रारंभ झाला. अमेरिकन

मिशनरी विल्यम एच. वाइजर या समाजशास्त्रज्ञाने 'जजमानी' हा शब्द इंग्रजीत नित्य वापरात आणला. आणि आता सामाजिक मानवशास्त्रज्ञांनीही तो स्वीकारला आहे. शेतकऱ्यांना शेतीकामासाठी सुतार, लोहार, कुंभार ज्योतिषी इ. सेवांची गरज असे. या कारागीरांचे वारंवार होणारे पलायन रोखण्यासाठी, भूमीतून निघणाऱ्या एकूण उत्पन्नापैकी काही ठराविक उत्पन्न या लोकांसाठी निश्चित केले गेले. हे उत्पन्न जास्त करून वस्तुरूपात असे. अशाप्रकारे हे कारागीर ग्राम चाकर बनले. मध्यकालीन भारताच्या सामाजिक जीवनाचे हे महत्त्वपूर्ण अंग होते.

महाराष्ट्रात ग्रामीण चाकरांना बलुतेदार म्हणत आणि शेतीमधील उत्पन्नातल्या त्यांच्या हिश्शाला बलुते म्हणत. ही व्यवस्था दक्षिणेत सगळीकडे प्रचलित होती. वेगवेगळ्या ठिकाणी त्याला वेगळे नाव होते आणि काही स्थानिक बदल होते. उत्तरेत त्याला 'कमीन' म्हणत. महाराष्ट्रातील बलुते शब्दांपेक्षा 'कमीन' हा शब्द अधिक खालचा दर्जा दर्शवितो. महाराष्ट्रात तर बलुतेदार, ग्रामसमुदायावर परिणाम करणारे तंटेबखेडे सोडविण्यातही भाग घेत असत.[१०९]

बलुतेदारी पद्धतीचे मूळ द्रविड आहे की आर्य, या बद्दल विद्वानांच्यात मतभेद आहेत.[११०] पण तिचा उगम कोठूनही झाला असला तरी महाराष्ट्रात बलुतेदारीची प्रथा प्रचलित आहे आणि देशाच्या अन्य भागाच्या तुलनेत ती इथे प्रारंभिक मध्यकाळापासून समाजमान्य आहे, असे दिसून येते. बलुते शब्दाचा पहिला उल्लेख 'ज्ञानेश्वरी'मध्ये आढळून येतो. 'ज्ञानेश्वरी' हा १३व्या शतकातील अंतिम दशकांमधला प्रमुख मराठी ग्रंथ आहे. १७व्याशतकात संत रामदासांच्या शिष्येच्या रचनेतही याचा उल्लेख आढळतो.[१११]

बलुते शब्दाची व्युत्पत्ती शोधण्याचे अनेक प्रयत्न विद्वानांनी केले आहेत. काहींच्या मते हा संस्कृत शब्द आहे. बलि (रयत) व अपत्य (वंश) असा तो शब्द आहे असे समजतात. ग्राम म्हणजे गाय आणि गावात उत्पन्न होणारे पीक म्हणजे या गाईची कास (सड) असे मानले जाई. (या उपमेनुसार) बलुतेदार हे वासरे होत व ते ग्रामरूपी गाईच्या कासेद्वारा आपली भूक भागवत होते. बलुतेदारांच्या तीन श्रेण्या केलेल्या आहेत. थोरली, मधली व धाकटी. गावातील उत्पन्नात बलुतेदारांच्या असलेल्या हिश्शानुसार हे श्रेणीकरण आहे. काही विद्वानांच्या मते बलुते हा कानडी शब्दाचा अपभ्रंश आहे. 'बल' (उजवा हात) 'कुड' (देणे) असे हे संयुक्त रूप आहे. बलुतेदारांना उजव्या हाताच्या विशेष अधिकारांनी युक्त असे मानले आहे.[११२] काहींच्या मते संस्कृत शब्द बलवंत (बलवान

अधिकारी) याचा हा अपभ्रंश आहे.[११३]

बारा बलुती

महाराष्ट्र, कर्नाटक, आंध्रप्रदेश आणि तमीळनाडू सारख्या दक्षिणी भागात पारंपरिक रूपात बलुते शब्दाबरोबर बारा (१२) हा संख्यावाचक शब्दही जोडलेला आहे. सुरुवातीला बलुतेदारांची संख्या केवळ ५ होती आणि त्यांना पंचकारुक म्हटले जात असे.[११४] ते याप्रमाणे, कुंभार, लोहार, सुतार, न्हावी व धोबी. गावाच्या आवश्यकतेनुसार व आकारानुसार बलुत्यांची संख्या नेहमी वाढतच राहिली.[११५] १३ ते १८व्या शतकातील दस्तऐवजांमध्ये विभिन्न व्यवसायांच्या बलुतेदारांचा उल्लेख सापडतो. ते वेगवेगळ्या संख्येने गोतसभेला उपस्थित राहत. गोतसभेच्या निर्णयांना पाठिंबा देताना ते आपापल्या व्यवसायांचे चिन्ह वापरत.[११६] गावातील काही विवादासंबंधच्या कित्येक दस्तऐवजांमध्ये केवळ (त्या विषयाशी) संबंधित असलेले बलुतेदारच सभेला उपस्थित राहिल्याचे दिसून येते. उदाहरणार्थ, गाव आणि भूमीच्या चतु:सीमा मोजून निश्चित ठरवण्याच्या कामात महार मदत करत असत. म्हणून इ.स. १६१८ मध्ये 'वृत्तिकार' म्हणवल्या जाणाऱ्या ६ महारांना एका गोतसभेला उपस्थित राहण्याचे आमंत्रण दिलेले होते.[११७] गोतसभेचा उद्देश पुणे परगण्याच्या गावाच्या सीमांशी संबंधित असणारा एक वाद मिटवणे हा होता. या सभेत काजी, देशमुख, हवालदार आणि १८ गावच्या पाटीलांसकट ४३ व्यक्तींनी भाग घेतला होता. दक्षिणेत बलुतेदाराच्यामधे ग्रामअधिकारीही येत असत.[११८] जर बलुतेदारांची संख्या जास्त असेल तर वयोवृद्ध मंडळींनाच सभेला बोलावले जाई. त्यांना खुम, शेटिया किंवा मेहतर म्हणत असत.[११९] इ.स.१८२१मध्ये लोणी गावाच्या सर्वेक्षणात टॉमस कोट्स ने म्हटले आहे की, ८८ बलुतेदारांपैकी केवळ १२ जणच १०६ घरांमधून राहणाऱ्या १३० ग्रामीण कुटुंबाची सेवा करत होते. या गावातील स्त्री-पुरुष-मुले सर्व मिळून लोकसंख्या ५८७ होती.[१२०]

वेठबिगार

ग्रामसमुदायामध्ये सेवेची आणखी एक पद्धती प्रचलित होती ती म्हणजे वेठबिगार, म्हणजेच जबरदस्तीने काम करून घेण्याची प्रथा. यामध्ये मजुरीचा योग्य दर न देता किंवा अजिबात मजुरी न देताही काम करून घेतले जाई. 'वेठबिगार' मधील पहिला शब्द वेठ (संस्कृत शब्द विष्टि पासून) दुसरा शब्द बेगार, हा फार्सी शब्द आहे. याचा अर्थ जबरदस्तीने काम. ही प्रथा बरीच जुनी असावी. कारण धर्मग्रंथांमध्येही या प्रथेला अनुमोदन दिलेले दिसते. मुळात ही करांच्या बदल्यात केली जाणारी मोफत सेवा होती. ही लोकांकडून महिन्यातील काही दिवसांसाठी घेतली जात असे. त्याचा मोबदला

म्हणून काही दिले जात नसे. परंतु सेवेच्या कालावधीत काम करणाऱ्यांना मोफत भोजन अवश्य दिले जाई. मध्यकाळात जेव्हा राज्याच्या हालचाली विशेषत: सैनिकी हालचाली वाढल्या तेव्हा व्यवहारात वेठबिगार अनिवार्य झाली. गावांना राज्याकडून होणारी मोफत सेवेची मागणी पुरी करावी लागे. मराठ्यांच्या शासनकाळात विशेषत: १७व्या शतकात, किल्ला हा राज्याचा प्रमुख आधार मानला जाई. त्यामुळे किल्ल्यांची निर्मिती, नूतनीकरण आणि दुरुस्तीसाठी आजूबाजूच्या गावकऱ्यांकडून सेवा घेतली जाई. १८व्या शतकात राज्याच्या मालकीच्या कुरणांमधील गवत कापण्यासाठी किंवा तबेले तयार करण्यासाठी स्थानिक लोकांकडून सेवा घेतली जाई. या काळात युद्धाची पद्धती बदलल्यामुळे किल्ल्यांमध्ये फारसे काम राहिले नव्हते. बिगारी काम करणाऱ्यांना दररोज काही धान्य किंवा रोख रक्कम दिली जात होती. परंतु प्रचलित दराने मजुरी दिली जात नसे. मोबदल्याच्या या पद्धतीला 'अडिशेरी' (अडीचशेर धान्य) म्हणत. राज्याच्या सेवेसाठी काम करणाऱ्या बिगाऱ्यांचा खर्च भागवण्यासाठी बिगारी-पट्टी नावाचा कर वसूल केला जाई असे दिसून येते. या कामगारांना बाजारभावाप्रमाणे मजुरी दिली जात नव्हती; परंतु काम चालू असेपर्यंत पोट भरण्यापुरते दिले जाई. कुशल/अर्धकुशल कारागीर या शोषणामुळे कधीकधी गाव सोडूनही जात असत. स्थानिक अधिकारी दरबारातील अधिकाऱ्यांना ही प्रथा बंद करण्याची विनंती करत. कारण वेठबिगारी प्रथेचा जमिनीची नांगरणी व इतर संबंधित कामावर प्रतिकूल परिणाम होत असे. वेठबिगारी लोकांचे अत्याधिक शोषण करण्याचा ग्रामअधिकाऱ्यांचा, वेठबिगारी प्रथा हा विशेष अधिकार होता.[१२१]

तत्कालीन काही मराठी दस्तऐवजांच्या आधाराने जपानचे अभ्यासक प्राध्यापक हिरोशी फुकाजावा यांनी १८व्या शतकातील वेठबिगारी प्रथेची छाननी केली आहे. यात त्यांचे दोन उद्देश होते. १) वेठबिगारी प्रथेचा जातिप्रथेशी असलेला संबंध शोधणे २) जनतेच्या स्थलांतर (देशांतरा)च्या स्वातंत्र्यावर याचा होणारा परिणाम शोधणे. त्यांना असे दिसून आले की महाराष्ट्रात ही प्रथा मोठ्या प्रमाणात प्रचलित होती. वेठबिगारीमध्ये विविध प्रकारच्या सेवांचा अंतर्भाव होता. गडकोट बांधणे आणि दुरुस्ती, सामान वाहून नेणे, गवत कापणे, सरकारी कचेरीतील काम, तबेल्यांची (हुजूरपागा) देखभाल आणि पहारा इ. त्यांच्या मते कारागीर व निकृष्ट जातीच्या लोकांकडून नियमितपणे वेठबिगारी करून घेतली जात असल्याने मराठ्यांची राज्यव्यवस्था व जातिव्यवस्था यांच्यात घनिष्ट आर्थिक संबंध दिसून येतो. तसेच कायद्याने स्थलांतराचे स्वातंत्र्य असले तरी प्रत्यक्ष व्यवहारात मात्र सरकार आपल्या विशिष्ट महसूलव्यवस्थेसाठी आणि विशेष अधिकारयुक्त

वर्गांच्या स्वार्थासाठी हे स्वातंत्र्य मर्यादित ठेवत असे.[१२२]

ग्रामपंचायत

ग्रामसमुदाचे एक खास वैशिष्ट्य म्हणजे त्याची पंचायत संस्था. ही संस्था गावकऱ्यांच्या विविध प्रकारच्या तंट्यामध्ये निर्णय देत असे. आणि गावात एकजूट राखत असे. पंचायत संस्थेला दीर्घ इतिहास आहे. पंचायत शब्द पंचकारुकीपासून बनलेला आहे असे समजतात. पंचकारुकी म्हणजे गावातील पाच प्रमुख कारागीर- कुंभार, लोहार, सुतार, न्हावी व धोबी. संस्कृत वैय्याकरणी पाणिनीने ग्रामशिल्पिन शब्दाचा वापर केला आहे. त्याचा आशय ग्रामसमुदायाचे कारागीर- पंचकारुकी- असाच आहे. काहींच्या मते पंचायत शब्द पंच आणि आयत या दोन शब्दांपासून बनलेला आहे. तर काहींच्या मते कानडी शब्द पंचयुक्त किंवा पंचयत्तर याचे हे अपभ्रंशित रूप आहे.[१२३]

यादव काळात (इ.स. १०००-१३५०) गावातील तंटेबखेडे मिटविण्याचे काम वयोवृद्ध व अनुभवी व्यक्ती करत. त्यांना ग्राम-मेहत्तर म्हणत. ही नेमणूक राजा करत नसे, गावकरीच त्याची निवड करत असत. परंतु सर्वसाधारणपणे त्याच्या निर्णयांना राजाही अनुमोदन देत असे. तो गावकऱ्यांचा अधिकारी असे आणि गावकरी जाती-पंथाचा विचार न करता त्याची निवड करत असत. कालांतराने मेहत्तरच्या ऐवजी महाजन शब्द प्रचलित झाला आणि पंचायत सदस्यांची संख्याही वाढली.[१२४] पंचायत ही केवळ वादी-प्रतिवादीमध्ये तडजोड घडवून आणणारी संस्था नव्हती. ग्रामसमुदायाने आपल्या कामांच्या व्यवस्थेसाठी बनवलेली ती एक प्रातिनिधिक संस्था होती.

गावाच्या स्तरावर या सभेला पंचायत म्हणत, तर परगण्याच्या स्तरावर 'गोतसभा' किंवा 'मजलिस' म्हणत. याशिवाय जातीगोत, धर्मसभा, कुलसभा ह्याही होत्या. ह्या ग्रामसमुदायाशी संबंधित जाती, धर्म व परिवारांचे वाद यावर विचार करीत असत. पंचायत किंवा गोतसभेला फार मोठा मान होता. तिला देवासमान किंवा पितरांसमान मानत असत. लोक स्वत:ला गोतसभेची मुले मानत असत. गोतसभेची प्रमुख तत्त्वे दोन विरोधी पक्षांमध्ये तडजोड घडवून आणणे ही होती. गोतसभेचे निर्णय न मानणे किंवा गोतसभेबद्दल अनादर व्यक्त करणे हा फार गंभीर अपराध मानला जाई.[१२५] जातीगोतच्या संदर्भात, समुदाय जातीच्या नियमांचे पालन करण्याबद्दल विशेष भर देत असे. मध्यकाळात हे नियम फार कठोर होते. इ.स. १६९३ च्या एका दस्तऐवजात एका धर्मांतरीत व्यक्तीला मूळ जातीत पुन्हा प्रवेश देण्याबद्दलचे नियम दिलेले आहेत. त्यात म्हटले आहे की, ''जातीच्या नियमांचे पालन झाले पाहिजे जातीच्या नियमांचे महत्त्व फार मोठे आहे. त्याची तुलना तिळाच्या आकाराशी करून चालणार नाही. एखाद्याला जातीमध्ये पुन्हा

सामील करून घ्यायचे किंवा नाही याचा निर्णय, जातीच्या सर्व सदस्यांनी विचारविनिमय करूनच घेतला पाहिजे.''[१२५] पुण्यातील संपूर्ण शिंपी समाजावर परिणाम करणाऱ्या प्रश्नाबाबत केवळ पुण्यातील शिंपी समाज निर्णय घेऊ शकत नाही या मुद्द्यावर सासवडच्या शिंपी लोकांनी याला विरोध केला होता.[१२६]

ग्रामपंचायतीच्या कामकाजात बलुतेदारांची प्रमुख भूमिका होती. एका गावाच्या चतु:सीमेबद्दलच्या विवादात महारांचा शब्द अखेरचा मानला गेला होता.[१२७] इ.स. १६४२च्या एका दस्तऐवजात याचा उल्लेख आहे. कसबे खेड येथील दोन कुंभारात वरिष्ठतेच्या मुद्द्यावर विवाद झाला असता असा निर्णय दिला गेला की, हा मामला संपूर्णपणे माहीत असलेल्या गावच्या बलुतेदारांचा सल्ला घ्यावा. त्याचमागे बलुतेदारांचे मतैक्य न झाल्याने एका पाटलाच्या नियुक्तीचा निर्णय काही काळ स्थगित राहिला होता.[१२९]

पंचायत व गोतसभा दोन्हींमध्ये सदस्यांची संख्या निश्चित नव्हती. सगळे वतनदार मिरासदार आणि बलुतेदार पंचायतीचे सभासद असत. परगणास्तरावरील सभेला परगण्यातील व गावातील पिढीजात अधिकारी, दरबारी अधिकारी आणि विवाद्य विषयांशी संबंधित ग्रामसमुदायाचे पुढारी यांना बोलावले जाई. इ. स. १६२३ मध्ये शिरवळ परगण्याच्या एका निर्णयासंबंधीच्या सभेमध्ये १७५ हून अधिक व्यक्ती उपस्थित होत्या.[१३०] इ.स. १६७५ मधल्या एका गोतसभेला उपस्थित असलेल्या २३४ लोकांची नावे आहेत. त्यात आसपासच्या गावातील २०९ वतनदार होते.[१३१] सर्वसाधारणपणे गोतसभेच्या निर्णयाच्या औचित्याला आव्हान देणारी फिर्याद, जोपर्यंत शासनाकडे जात नसे, तोपर्यंत शासन सभेच्या निर्णयामध्ये हस्तक्षेप करत नसे. एका मामल्यात शिवाजीराजांनी फिर्यादी पक्षाला सांगितले होते की, ''जर आपली इच्छा असेल तर हा मामला आपल्या ग्रामपंचायतीकडे सोपवता येईल किंवा दुसरीकडे पाठवता येईल. अन्यथा शेजारच्या गावातील मुकादम व अधिकारी, संबंधित गावातील मुकादम आणि बारा बलुतेदार ज्या गोतसभेमध्ये असतील अशा एखाद्या गोतसभेकडे हा मामला पाठवता येईल. आपण विचार करा व योग्य वाटेल ते करा.''[१३२] यावरून असे दिसते की शासन पंचायतीचा किंवा गोतसभेचा आदर तर करत असेच, पण फिर्यादी पक्षावर अन्याय होऊ नये याचीही काळजी घेत असे. शिवाजीराजांचे वंशज राजारामराजे व शाहूराजे यांनी ही प्रथा चालू ठेवली. जेव्हा २० हून अधिक गावांच्या वतनाच्या अधिकारासंबंधी एक विवाद निर्माण झाला तेव्हा राजारामांनी ताबडतोब स्थानिक पंचायतींना निर्णय करायला सांगितले.[१३३] सर्वसाधारणपणे केंद्रीय सत्ता, सभेच्या निर्णयांना अनुमोदन देत असे व स्वीकारत असे. एलफिंस्टनने लिहिले आहे, ''रामशास्त्री प्रभुणे (पेशवाईतील एक निस्पृह,

प्रामाणिक न्यायाधीश) आणि त्यांचे सहकारी यांचे निर्णयसुद्धा, ज्या पंचाकडे खटले पाठवले असतील, त्या पंचाच्या निर्णयाची पुनरुक्ती असे. मात्र राजाज्ञेमध्ये त्यांची नावे नसत.[१३४]

एलफिंस्टन व त्याच्या अधिकारातील कलेक्टरांना पंचायतीचे महत्त्व समजलेले होते, विशेषत: दिवाणी खटल्यातील निर्णयामध्ये. परंतु कालांतराने दक्षिणेमध्ये हे चालू राहू शकले नाही. हेन्री मेनच्या मते ग्रामपंचायतीचे कामकाज चालू राहू शकले कारण देशातील अराजकतेमुळे, गावाबाहेर असे कुठलेही सरकार नव्हते की जे एखाद्या अन्य न्यायालयाला अधिकार देऊ शकेल. पण हा विचार स्वीकारता येत नाही कारण ब्रिटिश सरकारने न्यायव्यवस्था पंचायतीकडे न सोपवता आपली स्वत:ची न्यायालये स्थापन केली होती. आणि त्यामधून त्यांचे अधिकारी दिवाणी व फौजदारी खटल्यांचे निर्णय देत होते. पंचायतीचे निर्णय लागू करायला त्यांनी नकार दिला.१३५

ग्रामपंचायतीची रचना, कामकाज आणि निर्णयांचे सखोल अध्ययन करून मध्यकालीन दक्षिणेच्या सामाजिक, आर्थिक इतिहासासंबंधी बरीच माहिती मिळू शकते.

❑❑❑

संदर्भ आणि टीपा

१) बर्नार्ड. एस. कोहन, ''आफ्रिकन मॉडेल्स अँड इंडियन हिस्टरीज'' रिचर्ड जी. फॉक्स द्वारा संपादित रेल्म अ‍ॅन्ड रिजन इन ट्रॅडिशनल इंडिया (दिल्ली १९७७) पृ. ९५

२) अ‍ॅडम स्मिथने म्हटले आहे की, ''संपूर्ण व्यापारी लोकांचे सरकार कोणत्याही देशासाठी बहुधा अत्यंत वाईटच असते.'' लॉर्ड लाऊडरडेलच्या मते ''वाणिज्य आणि प्रभुत्व या दोन गोष्टी एकमेकीशी विसंगत आहेत.'' ही दोन्ही अवतरणे विल्यम जे बार्बर, ब्रिटिश इकॉनॉमिक थॉट अँड इंडिया (ऑक्सफर्ड १९७५) च्या पृ. ९८ व पृ. ११६ वरून घेतली आहेत.

३) विस्तृत विवरणासाठी पाहा - गाय एस. मेनो आणि फ्रांसूआ क्रूजेद्वारा संपादित दि न्यू एशिया (युनेस्को प्रकाशन, मेंटर बुक्स, सं. रा. अमेरिका १९६५) मधेसंकलित एन. व्ही. सोवनी यांचा लेख ब्रिटिश इंपॅक्ट ऑन इंडिया पृ. १२५ त्याचबरोबर हार्नेट्टी पीटर, इंपीरिअलिझम अँड फ्री ट्रेड : ''लँकेशायर अँड इंडिया इन दि मिड्‌ नाइनटींथ सेंचुरी (व्हँकूव्हर १९७२) पृ. ७९ पाहावे. ते

म्हणतात, “इ. स.१८६३च्या मे मध्ये चार्ल्स वुडला रयतेसाठी अमेरिकन बियाणे उपलब्ध करून द्यायला सांगितले. त्यांना अशीही विनंती केली गेली की त्यांनी देशभरातील रयतेला प्रभावित करण्यासाठी आणि आरोग्यदायी कृषितत्त्वांचा प्रचार करण्यासाठी काही प्रचारक पाठवावे.” रेखा रानडे, सर बार्टल फ्रेयर अँड हिज टाइम्स (मित्तल, नई दिल्ली १९९०) पृ. ५४-७५

४) विस्तृत विवरणासाठी पहा - रवींद्र कुमार, वेस्टर्न इंडिया इन दि नाईनटींथ सेंचुरी (लंडन १९६८) अध्याय ३ रा “दि युटिलेटेरियन डिल्यूज” पृ.८४-१२७. एस. अभिराजन, क्लासिकल पोलिटिकल इकॉनॉमी अँड ब्रिटिश पॉलिसी इन इंडिया (नवी दिल्ली १९७८) पृ. २२-५८.
एच. ग्रीन, दि डेक्कन रॉयल्स अँड देअर टेन्युअर्स (पुणे १८५२)

५) एस. जे. वर्मा, माउंटस्टुअर्ट एलफिंस्टन इन महाराष्ट्र (बागची, कलकत्ता १९८१) पृ. ७३

६) बर्नाड एस. कोहन, उपर्युक्त पृ. १०३-४ “ग्रामसमुदाय ही अशी छोटी गणराज्ये आहेत, त्यांच्या आवश्यकतेच्या जवळजवळ सर्व वस्तू त्यांच्याजवळ आहेत. बाह्य संबंधापासून ती जवळजवळ मुक्त आहेत. असे वाटते की, जिथे काहीही टिकू शकत नाही, तिथे ग्रामसमुदाय तग धरून आहेत. एका मागून एक राजवंश नामशेष होतात. एका क्रांतीमागून दुसरी क्रांती होते. हिंदू, पठाण, मराठे, शीख, मोंगल आणि इंग्रज हे आळीपाळीने सत्ताधारी बनतात. परंतु ग्रामसमुदाय मात्र जसेच्या तसे राहिले आहेत.”
विस्तृत विवरणासाठी पहा - देवेंद्र पाणिग्रही, चार्ल्स मेटकाफ इन इंडिया : आयडियाज अँड ॲडमिनिस्ट्रेशन (दिल्ली १९६८) पृ. ८८-१००.

७) नीलमणी मुखर्जी, दि रयतवारी सिस्टीम इन मद्रास (१७९२-१८२७) (कलकत्ता १९६२) पृ. १३० (उद्‌धृत) बटर्न स्टाइन, टॉमस मन्रो (दिल्ली १९८९) पृ. १२१-३८. त्याचबरोबर लुई ड्यूमां - “दि व्हिलेज कम्यूनिटी फ्रॉम मन्रो टु मेन” काँट्रिब्युशनस् टू इंडियन सोशियॉलॉजी (सं. लुई ड्यूमां) अंक पॅरिस, डिसेंबर १९६६ पृ. ६९

८) एच. जॉर्ज फ्रँक्स “व्हिलेज डेट सेटलमेंट, इंडियन जर्नल ऑफ इकॉनॉमिक्स खंड ९ भाग १ पृ. ४५. त्याचबरोबर के. ए. बॉलहचेट- सोशल पॉलिसी अँड सोशल चेंज इन वेस्टर्न इंडिया (१८१७-१८३०) (लंडन १९५७) पृ. ३०-३१ पहावे. एलफिंस्टन आपल्या कलकत्ता निवासी मित्र ॲडम्स याला लिहितो

: माझ्या व्यवस्थेचा आधार असा आहे की, जर आत्यंतिक गरज नसेल तर कुठलेही बदल करू नयेत. कमीक कमी, चालू असलेली व्यवस्थेत कुठलेही बदल करू नयेत. कमीत कमी चालू असलेली व्यवस्था व तिची कामकाजाची पद्धत आपल्याला पूर्णपणे माहीत होईपर्यंत तरी, नक्कीच बदल करू नयेत. माझा असा ठामविश्वास आहे की, मराठा (शासन) व्यवस्थेमधील दुरुपयोग दूर करून मग ती कसून अमलात आणली तर जनतेच्या दृष्टीने ते फारच चांगले होईल.'' (११ जून १८१८) उपयुक्त पृ. १०५. त्याचबरोबर एस. जे. वर्मा उपर्युक्त पृ. ८४-९३ ही पहावे.

मन्रो देखील परिवर्तनाच्या बाजूचे नव्हते. त्यांनी एलफिंस्टनला लिहिले होते - ''धर्माच्या बाबतीत मुसलमान जेवढे कट्टर असतात तेवढेच इंग्रज लोक राजकारणाच्या बाबतीत कट्टर असतात. त्यांना असे वाटते की, इंग्रजी संस्थांवाचून कोणत्याही देशाला तरणोपाय नाही. या देशातील मूळ रहिवाशांकडे अंतर्गत प्रशासनासाठी त्यांची स्वत:ची अशी प्रत्येक उपयोगी गोष्ट आहे. (या उपलब्ध) गोष्टींचे रक्षण करून, त्यांचा व्यवस्थित उपयोग करून घेतल्यास आपले काम सुकर होईल. (प्रचलित व्यवस्थेत) परिवर्तन करताना काही गडबड झाली तर काही महिन्यातच हा देश स्वत:ला विनाशाच्या खाईत लोटेल. (१२ मे १८१८), जी. आर. ग्लेइग द्वारा दि लाईफ ऑफ मेजर जनरल टॉमस मन्रो (लंडन १८३०) खंड ३ पृ. २५२-५३ मध्ये उद्धृत.

९) मॅन्युस्क्रिप्ट युरो-डी/९, ४६४ ता. १७ जून १८२१, प्रश्न सं. ९६ इंडिया ऑफिस लायब्ररी, लंडन.

१०) डॅनिअल थॉर्नर, ''मार्क्स ऑन इंडिया अँड दि एशियाटिक मोड ऑफ प्रॉडक्शन'' कॉंट्रीब्युशन टू इंडियन सोशिऑलॉजी संपादक लुई ड्यूमाँ अंक ९ डिसेंबर १९६६, त्यांनी म्हटलेले आहे की मार्क्सने युरोपच्या सामाजिक इतिहासासंबंधी आपल्या सिद्धांताचे निरूपण करण्यासाठी, भारतीय सामग्रीचा उपयोग केला. परंतु अखेरीस भारतीय समस्येचे विश्लेषण केल्यानंतर, भारतात / आशियात मानवी इतिहासाच्या प्रारंभकाळाची किल्ली सापडू शकेल, हा विचार त्यांनी सोडून दिला. (पृ. ३३-३४)

११) रोनाल्ड इंडेन, इमॅजिनिंग इंडिया (ऑक्सफोर्ड १९९०) पृ. १३२ मार्क विल्क्सच्या पुस्तकाचे शीर्षक ''हिस्टॉरिकल स्केचेस् ऑफ दि साऊथ ऑफ इंडिया इन ॲन अटेंप्ट टू ट्रेस दि हिस्टरी ऑफ म्हैसूर'' असे आहे. हे इ.स. १८१० मध्ये प्रकाशित

झाले. म्हैसूर सरकारने याचे दोन खंडात इ.स. १९३२ मध्ये पुनर्मुद्रण केले होते.

१२) मार्क्सने म्हटलेले आहे की, ''एकाच पद्धतीने सतत आपले पुनरुत्पादन करणाऱ्या आणि दुर्घटनेमुळे नष्ट झाल्यावरही त्याच जागी, त्याच नावाने पुन्हा वस्ती करणाऱ्या या स्वावलंबी समुदायांचा उत्पादक संघटनेतील साधेपणा, हेच आशियाई समाजांच्या परिवर्तनहीनतेचे मूळ कारण आहे. आशियाई राजसत्तांच्या निरंतर विघटन व पुनर्स्थापनाच्या आणि राजवंशाच्या अंतहीन परिवर्तनांच्या बरोबर उलट अशी ही परिवर्तनहीनता आहे. राजकीय क्षितिजावर उठणाऱ्या वादळांचा समाजाच्या आर्थिक तत्त्वांच्या रचनेवर कोणताच परिणाम दिसत नाही.'' कार्ल मार्स्क, आर्टिकल्स ऑन इंडिया (पीपल्स पब्लिशिंग हाऊस, मुंबई १९४३) पृ. ५ (प्रस्तावना रजनी पामदत्त)

१३) त्याच पुस्तकात पृ. ६ ''दि ब्रिटिश रूल इन इंडिया'' (२५ जून १८५३ ला न्यूयॉर्क डेली ट्रिब्यूनमध्ये प्रकाशित) या आपल्या लेखात मार्क्सने म्हटले आहे (उपर्युक्त पृ. २३) इंग्लंडने भारतीय समाजाचा सांगाडा पूर्णपणे मोडला आहे आणि पुनर्रचनेचे कोणतेही लक्षण आत्ता दिसून येत नाही. अशाप्रकारे भारतीयांचे जुने विश्व नाहीसे झाले आहे आणि नवीन विश्व त्यांना मिळालेले नाही. त्यामुळे हिंदूंच्या (भारतीयांच्या) कष्टांना अधिक तीव्रता प्राप्त झाली आहे आणि इंग्रजांच्या सत्तेखाली असणाऱ्या हिंदुस्थानाला त्याच्या सगळ्या प्राचीन परंपरांपासून आणि इतिहासापासून दूर केले आहे.

१४) तेच पृ. ९. प्रस्तावना.

१५) ''हे लक्षात ठेवायला पाहिजे की, हे मनोहर ग्रामसमुदाय एकदम साधे सरळ वाटतात परंतु प्राचीन निरंकुशतेचा ते मजबूत आधार होते. त्यांनी मानवी मनाला शक्यतितक्या छोट्याशा परीघात कैद करून ठेवले आहे. आणि त्याला अंधविश्वासाचे बिनविरोध साधन आणि परंपरागत नियमांचा दास करून टाकले आहे. त्याचे सर्व मोठेपण आणि ऐतिहासिक ऊर्जा यापासून त्याला वंचित केले आहे. हे छोटे छोटे समुदाय जाती आणि दास्य या दोन गोष्टींमुळे दूषित झालेले आहेत आणि माणसाला परिस्थितीचा स्वामी बनवण्याऐवजी बाह्य परिस्थितींचा दास बनवले आहे, हे विसरता कामा नये. एका स्वयं विकासशील सामाजिक अवस्थेला, कधीही बदलता येणार नाही असे भाग्य बनवले आहे आणि निसर्गाच्या पाशवी पूजेला जन्म दिलेला आहे. निसर्गाचा स्वामी असलेला मनुष्य गुडघे टेकून वानर-हनुमान आणि गाय यांची पूजा करू लागला, यावरून हे

पतन स्पष्ट होते.

१६) दामोदर धर्मानंद कोसंबी, ॲन इंट्रोडक्शन टू दि स्टडी ऑफ इंडियन हिस्टरी (मुंबई १९५८) पृ. १०-११

१७) इरफान हबीब ''एकॉनॉमिक हिस्टरी ऑफ मेडिव्हिअल इंडिया'' रामशरण शर्मा द्वारा संपादित, ''सर्व्हे ऑफ रिसर्च इन एकॉनॉमिक अँड सोशल हिस्टरी ऑफ इंडिया'' (आय. सी. एस. एस. आर. नवी दिल्ली १९८५) मध्ये संकलित पृ. १२०.

१८) डॅनियल थॉर्नर ''मार्क्स ऑन इंडिया'' पूर्वोक्त पृ. ३४:४४

१९) हिरोशी फुकाजावा, दि मेडिव्हिअल डेक्कन (दिल्ली १९९१) पृ. २०२

२०) ए. एस. अळतेकर, हिस्टरी ऑफ व्हिलेज कम्युनिटीज इन वेस्टर्न इंडिया (मुंबई १९२७) पृ. १२१-१२७

२१) ''मार्क्स आणि मेनच्या मते प्रारंभिक भारतीय समाजाच्या मूढतेचे कारण, त्याचा आधार असलेले आत्मनिर्भर ग्रामसमुदाय हे होते. त्यामुळे भारतात त्यांना पश्चिमेकडच्या सारखा ऐतिहासिक विकास दिसून आला नाही. कार्ल मार्क्स व हेन्री समर मेन यांनी ग्रामसमुदायाच्या भूमिकेचे नकारात्मक मूल्यमापन केले आणि भारतीय समाजाच्या जड-मूढतेचे ते प्रमुख कारण आहे असे मानले.'' एन. काराशिमा, साऊथइंडियन हिस्टरी अँड सोसायटी : स्टडीज फ्रॉम इनस्क्रिप्शन्स ए.डी. ८५०-१८०० (दिल्ली १९८४) पृ. १७ आणि ४१ पाहा.

''ग्रामीण भारत हा सर्वच दृष्टीने परिवर्तनाच्या प्रक्रियेतून जात आहे. इतिहासकार, समाजशास्त्रज्ञ आणि मानसशास्त्रज्ञ या सर्वांची आधुनिक प्रकाशने भारंभार आहेत आणि त्यांचे सर्वांचे तत्त्व एकच आहे की ते दक्षिण आशियाच्या गतिहीनतेचे व जडतेचे खंडन करतात.'' जे. ब्रेमेन ऑफ पेजेंट्स, माईग्रंट्स ॲण्ड पॉपर्स (ऑक्सफर्ड १९८५) प्रस्तावना.

'परिवर्तनहीन भारत' या पुस्तकाबद्दल आणि परिवर्तनहीन भारतीय ग्राम याबद्दल खूप ऐकले आहे. या पुस्तकाचा आणखी काही उपयोग असो अथवा नसो परंतु त्याच्यामुळे या पोरकट कल्पनेचे निराकरण जरूर व्हावे.'' टी. स्कारलेट एसिटाइन, साऊथ इंडिया यस्टरडे, टुडे ॲण्ड टुमारो : म्हैसूर व्हिलेज रिव्हिजिटेड (मॅकमिलन १९७३) पृ. ३११.

२२) सर हेन्री समर मेन. व्हिलेज कम्युनिटीज इन दि वेस्ट (लंडन १८८१ चतुर्थ संस्करण) पृ. १२ मेन भारतात गव्हर्नर जनरलच्या कौंसिलचे विधिवत सभासद

होते (१८६२-६९) आणि या काळात ते चार वर्षे कलकत्ता विश्वविद्यालयाचे कुलपतीही होते. ऑक्सफर्ड व केंब्रिजमध्ये ते तौलनिक न्यायशास्त्राचे पहिले प्राध्यापक होते.

२३) वरीलप्रमाणे पृ. १०३ अँग्लो-सॅक्सन ग्रामांचे खालील वर्णन खूपच मनोरंजक आहे. या (अँग्लोसँक्सन) समुदायाने अस्पष्ट सीमा असलेल्या भूखंडाला आपले निवासस्थान बनवले. या भूखंडाच्या केंद्रस्थानी १० ते ३० कुटुंबाचे एक गाव वसलेले असे. ते खास अँग्लोसँक्सन पद्धतीचे असे. फार्म हाऊस आणि झोपड्या वेगवेगळ्या गल्यांमध्ये विखुरलेले असत. ग्रामसमुदाय केवळ लोकांचा जमाव नसून स्थानिक व्यापाराच्या दृष्टीने ते सुसंघटीत असत. त्याचे संचालन लोकशाही पद्धतीने 'मूट' किंवा ग्रामसभेद्वारे केले जात असे. सभेचे काम कधी कधी चर्चमध्ये होत असे. पण जास्त करून उघड्यावर'मूट'वृक्षाच्या खाली किंवा 'मूट टेकडीच्या' पायथ्याशी होत असे. सभेत शेतीच्या भागीदारीच्या व्यवस्थेसंबंधी, चारा आणि धान्य यांची पिके वाढत असतील त्या जमिनीला कुंपण घालण्याची व्यवस्था, नांगरणी, पेरणी, कापणी आणि औषधाची व्यवस्था इ. प्रश्नांवर विचारविनिमय केला जात असे. पडीक जमिनीवर किती मेंढ्या व डुकरे बसवावी हेही इथे ठरवले जात असे. चराऊ कुरणांच्या वाटणीबद्दलही इथे चर्चा होत असे.'' मॉन्टेग्यु फोर्डहम, ए हिस्टरी ऑफ इंग्लिश रूरल लाईफ फ्रॉम अँग्लो-सॅक्सन इनवेजन टू दि प्रेझेंट टाईम (लंडन १९१६ पुनर्मुद्रण १९१९) पृ. १०-१४.

२४) बर्नाड कोहन, रेल्म अँड रीजन, पृ. ९५ डॅनियल थॉर्नर, दि शेपिंग ऑफ मॉडर्न इंडिया. (नवी दिल्ली १९८०) पृ. २६१

२५) लुई ड्यूमाँ, ''दि व्हिलेज कम्युनिटी फ्रॉम मन्रो टु मेन'' काँट्रिब्यूशन टू इंडियन सोशियालॉजी उपर्युक्त पृ. ८०

२६) भारतासंबंधी त्यांचे इतर लिखाण असे आहे.

अ) दि लँड सिस्टीम ऑफ ब्रिटिश इंडिया, तीन खंडात (ऑक्सफर्ड १८९२).
ब) ए स्टडी ऑफ दि डेक्कन व्हिलेजेस, देअर ओरिजिन अँड डेव्हलपमेंट ''जर्नल ऑफ रॉयल एशियाटिक सोसायटी (मुंबई १८९७) पृ. २३९-७९. क) ''दि व्हिलेजेस ऑफ गोवा, इन दि अर्ली सिक्टींथ सेंचुरी'' जर्नल ऑफ रॉयल एशियाटिक सोसायटी (मुंबई १९००) पृ. २६१-९७. ड) दि ओरिजीन अँड ग्रोथ ऑफ व्हिलेज कम्युनिटीज् इन इंडिया (लंडन १८९९) यात त्यांचे निष्कर्ष

अधिक संक्षिप्त रूपात दिलेले आहेत.

२७) इमॅजिनिंग इंडिया पृ. १४२

२८) मिल्टन सिंगर आणि बर्नाड कोहन द्वारा संपादित स्ट्रक्चर अँड चेंज इन इंडियन सोसायटी (शिकागो १९६८) बर्नाड कोहन से लेख इंडियन सोसायटी अँड कल्चर पृ. २० वर उध्दृत.

२९) बेडन पॉवेल यांनी ग्रामांच्या रयतवारी पद्धतीवर आणि पंजाबच्या सीमाप्रांतातील आदिवासींच्या ग्रामाकडे लक्ष न दिल्याबद्दल मेन यांच्यावर टीका केली आहे. परंतु दस्तऐवजांच्या अभावामुळे दुर्लक्ष होणे शक्य आहे, असेही ते मान्य करतात. ''हेन्री मेन यांच्या लेखनाच्या वेळी उपलब्ध असलेली माहिती आजच्यापेक्षा नक्कीच कमी होती. पंजाबच्या सीमाप्रांतातील आदिवासी ग्रामाबद्दल कोणताही अहवाल लिहिला गेला नव्हता, निदान छापील स्वरूपात तरी उपलब्ध नव्हता. पश्चिमोत्तर प्रांत, अयोध्या आणि पंजाबच्या बंदोबस्ताचे अधिक चांगले अहवाल सुद्धा 'व्हिलेजकम्युनिटी'च्या प्रकाशनानंतरच लिहिले गेले आहेत. त्याशिवाय मध्यप्रांताच्या बंदोबस्ताचे अहवाल, दक्षिण भारतातील जिल्हा मॅन्युअलस्, मुंबई जिल्ह्याचे सर्वेक्षण अहवाल आणि गॅझेटमधील अनेक अहवाल लिहिले गेले नव्हते. त्याशिवाय बाकी असलेल्याबद्दलचे ज्ञान, संबंधित प्रेसिडेन्सिच्या बाहेर कोणाला माहीत असणे क्वचितच संभवते.'' (व्हिलेज कम्युनिटी' या आपल्या पुस्तकात बेडन पॉवेलने स्वत: ज्या स्रोतांचा उपयोग केला होता त्याचीही माहिती यामुळे मिळते) दि इंडियन व्हिलेज कम्युनिटी (भारतीय संस्करण १९७२) पृ. ४.

३०) जेन ब्रेमेन - दि रॉटर्ड इमेज पृ. १७

३१) बेडन पॉवेल जरी त्यांच्या दृष्टिकोनातून मेन वर टीका करत होते, तरी त्यांचे तर्क मेनसारखेच आहेत आणि त्याच दिशेला घेऊन जाणारे आहेत. भारतीय ग्रामांचा अभ्यास करणारे व्हिक्टोरियन काळातील विद्यार्थी ग्रामसमुदायाच्या रचनेत रस घेत त्यामुळे विकासाच्या टप्प्यांबाबत निष्कर्ष काढता येत असत आणि त्यांचा उपयोग जगातील इतर ठिकाणच्या अशाच विकास अवस्थांशी त्यांची तुलना करण्यासाठी होत असे.'' कोटन, उपर्युक्त, पृ. २०-२१.

३२) इरफान हबीब, ''एकॉनॉमिक हिस्टरी ऑफ मेडिएव्हल इंडिया'' उपर्युक्त पृ. १२०.

३३) ए. एस. अळतेकर, उपर्युक्त पृ. ९

३४) पीटर बर्क, सोशिऑलॉजी अँड हिस्टरी (दुसरे संस्करण १९८७) पृ. १३-१४ -बर्क प्रस्तावनेमध्ये लिहितात : समाजशास्त्रज्ञ आणि इतिहासकार यांच्यात नेहमीच चांगले संबंध असत नाहीत. ते एकमेकांना सर्वाधिक वाईट, रूढ विचारांच्या परिमाणांवर जोखत राहतात.''

३५) टॉमस् कोटस्, ''अकाऊंट ऑफ दि प्रेझेंट स्टेट ऑफ दि टाऊनशीप ऑफ लोणी'' ट्रॅन्झॅक्शन्स ऑफ दि लिटररी सोसायटी ऑफ बॉम्बे, खंड ३ (मुंबई १८२३) पृ. १७२-२८०.

डब्ल्यू. एच. वॉइजर ''दि हिंदू जजमानी सिस्टीम (लखनौ १९३६ दुसरे मुद्रण १९५८ शार्लेज वाइजर बियाँड मड वॉल्स (कॅलिफोर्निया १९६३) एम.एन. श्रीनिवासन्, दि डॉमिनंट कास्टस्म (ऑक्सफर्ड १९७६) शामाचरण दुबे, इंडियन व्हिलेज (लंडन १९५५) इरावती कर्वे ''दि इंडियन व्हिलेज. डेक्कन कॉलेज बुलेटिन पुणे-१८ (१९५७) पृ. ७३-१०६, इरावती कर्वे आणि दामले-ग्रुप रिलेशन्स इन व्हिलेज कम्युनिटी, डेक्कन कॉलेज (पुणे १९६३) रामकृष्ण मुखर्जी सिक्स व्हिलेजेस ऑफ बेंगॉल (मुंबई १९७१) जी. एस. धुर्ये गांवगाडा (पुणे १९१५) मराठी. डब्ल्यू. एच. मोरलँड दि अग्रेरिअन सिस्टीम ऑफ मुस्लिम इंडिया (पुनर्मुद्रण दिल्ली १९९०) सैयद नुरुलहसन-थॉटस ऑन ॲग्रेरिअन रिलेशन्स इन मुघल इंडिया (दिल्ली १९७३) ''जमीनदार्स अंडर दि मुघलस्'' आर. ई. फाईकेन बर्गद्वारा संपादित, लँड कंट्रोल अँड सोशल स्ट्रक्चर इन इंडियन हिस्टरी (लंडन १९६९) मध्ये संकलित. ''थ्री स्टडीज् ऑफ जमीनदारी सिस्टीम'' मेडिव्हिअल इंडिया ए. मिसलेनी (मुंबई १९६६) पोझिशन ऑफ दि जमीनदार्स इन दि मुघल एंपायर (१५३६-१७०७) (मुंबई १९६३) बी. आर. ग्रोव्हर ''नेचन ऑफ लँड राईटस् इन मुघल इंडियन हिस्टरी आय. ई. एस. एच. आर. खंड १ भाग १, १९६३-६४. दि कंसेप्ट ऑफ व्हिलेज कम्युनिटी इन दी नॉर्थ ड्यूरिंग द मुघल एज अँड दि ब्रिटिश इरा'' सेमिनार पेपर्स, भारतीय उच्च अध्ययन संस्थान सिमला जून १९६५. अध्यक्षीय भाषण (मध्यकालीन खंड) भारतीय इतिहास काँग्रेस, ३७ वे सत्र कालिकत १९७६, ए. आर. कुलकर्णी महाराष्ट्र इन दि एज ऑफ शिवाजी (पुणे १९६९) एन. ए. सिद्दीकी लँड रेव्हिन्यू ॲडमिनिस्ट्रेशन अंडर द मुघल्स (मुंबई १९६०) शीरीं मूसवी, दि एकॉनॉमी ऑफ दि मुघल एंपायर स. १५१५ ए स्टॅटिस्टिकल स्टडी (ऑक्सफर्ड १९८७) इंदु बंगा, अग्रेरिअन सिस्टीम ऑफ दि सिरब्स (दिल्ली १९७८), टॉम. बी.

किसिंजर विलायतपुर (१८४८-१९६८) (बर्कले १९७४), ''हिस्टॉरिकल मटिरियल्स ऑन रूरल इंडिया'' आय. ई. एस. एच. आर. खंड ७ अंक ४, १९६६, पृ. ४८९-५१०, सत्यप्रकाश गुप्ता अग्रेरियन सिस्टीम ऑफ ईस्टर्न राजस्थान (१६५०-१७५०) (दिल्ली १८८६) दिलबाग सिंह दि स्टेट लँडलॉर्डस् अँड पेजेंटस् राजस्थान इन दि एटींथ सेंचुरी (दिल्ली १९९०) जेन ब्रेमेन, दि शॅटर्ड इमेज : कंस्ट्रक्शन अँड एक्सप्लॉयटेशन : चेंजिग अग्रेरियन रिलेशन्स इन साऊथ गुजरात (कॅलिफोर्निया, १९७४), पेजेंट्स माईग्रँटस् ए रूरल पॉपर्स रूरल लेबर सर्क्युलेशन अँड कॅपिटालिझम इन वेस्ट इंडिया (ऑक्सफोर्ड १९८५) (सं) रूरल ट्रान्सफरमेशन इन एशिया ऑक्सफर्ड (१९९१) हॅरॉल्ड एच मान, लँड अँड लेबर इन ए डेक्कन व्हिलेज, पहिले अध्ययन (मुंबई १९१७) दि सोशल फ्रेमवर्क इन ए डेक्कन व्हिलेज, दुसरे अध्ययन (मुंबई १९२१) ए. एस. अळतेकर, हिस्टरी ऑफ दि व्हिलेज कम्युनिटीज इन वेस्टर्न इंडिया (मुंबई १९२७) व्ही. टी. गुणे - ज्युडिशियल सिस्टीम ऑफ दि मराठाज् (पुणे १९५३) हिरोशी फुकाजावा, दि मेडिव्हिअल डेक्कन पेजेंट्स सोशल सिस्टीम अँड स्टेटस, फ्रॉम सिक्टींथ टू एटींथ सेंचुरीज (ऑक्सफर्ड १९९१). एच कोटानी ''दि वतन सिस्टीम इन दी सिक्स्टींथ सेंचुरी डेक्कन ''ॲक्ट एशियाटिका अंक ४८ (टोकियो १९८५) लँड रिलेशन्स इन दि ब्रिटिश महाराष्ट्र अँड ब्रिटिश कनसेप्ट ऑफ लँडेड प्रॉपर्टी'' महाराष्ट्र सोसायटी अँड कल्चर वर कॉनफरन्स पेपर (पुणे १९८७) टी. आर डिसूझा मेडिव्हिअल गोवा (दिल्ली १९७९) सं. गिलबर्ट स्लेटर, एकॉनॉमिक स्टडीज् खंड १ सम साऊथ इंडियन व्हिलेजेस, (ऑक्सफर्ड १९१८)'', ''दि स्टडी ऑफ रूरल एकॉनॉमिकस्'' इंडियन जर्नल ऑफ एकॉनॉमिक्स भाग २ जानेवारी १९१८, जी. एस. दीक्षित, लोकल सेल्फ गव्हर्नमेंट इन मेडिव्हिअल कर्नाटक (धारवाड १९६४), शारदा राजू-एकॉनॉमिक कंडिशन्स इन दि मद्रास प्रेसिडेंसी १८००-१८५० (मद्रास १९३६) धर्माकुमार लँड अँड कास्ट इन साऊथ इंडिया (ऑक्सफर्ड १९६५) नीलमणी मुखर्जी, दि रयतवारी सिस्टीम इन मद्रास (१७९२-१८२७) (कलकत्ता १९६२) आर. इ. फाईकेन बर्ग, गुंटुर डिस्ट्रीक्ट १७८८-१८४८ (ऑक्सफोर्ड १९६५) लँड कंट्रोल अँड सोशल स्ट्रक्चर इन दि इंडियन हिस्टरी (दिल्ली १९७९) बर्टन स्टाइन पेजेंट स्टेट अँड सोसायटी इन मेडिव्हिअल साऊथ इंडिया (ऑक्सफर्ड, दिल्ली १९८०) नोबोरू काराशिमा, साऊथ इंडियन हिस्टरी अँड सोसायटी स्टडीज्

फ्रॉम इनस्क्रिपशन्स ए. डी. ८५०-१८०० (ऑक्सफर्ड-दिल्ली १९८४), फ्रँक पर्लिन ''ऑफ व्हाईट व्हेल अँड कंट्रीमेन'' जर्नल ऑफ पेजंटस् स्टडीज खंड पाच, अंक २७ (लंडन १९७८) के. एस. शिवण्णा दि अग्रेरिअन सिस्टीम ऑफ कर्नाटक (१३३६-१७६१) (म्हैसूर १९८३) के. एस. शेषन, ब्रिटिश रोल इन रूरल एकॉनॉमी (दिल्ली १९८९), एम. ए. नईम, मुघल अॅडमिनिस्ट्रेशन ऑफ डेक्कन अंडर निजाम उल मुल्क आसफजहा (मुंबई १९८५)

३६) डी. डी. कोसंबी, अॅन इंट्रोडक्शन टू दी स्टडी ऑफ इंडियन हिस्टरी (मुंबई १९७५ दुसरे संस्करण) पृ. १२.

३७) रीड. ए. ब्रायसन अँड जॉन इ. रोस ''क्लायमेट व्हेरिअेशन फॉर वर्ल्ड फूड प्रॉडक्शन'' वर्ल्ड डेव्हलपमेंट, खंड ५ (१९७०) पृ. ५०३.

३८) एम. के.ढवळीकर, दि फर्स्ट फार्मर्स ऑफ दि डेक्कन (पुणे १९८८) पृ. ४-७, वरीलप्रमाणे पृ. ३७-५१.

३९) एच. डी. सांकलिया, एम. के. ढवळीकर आणि जे. डी. अन्सारी एक्सकेवशन्स अॅट दि इनामगाव (पुणे १९८८)

४०) ढवळीकर, पूर्वोक्त पृ. ७२

४१) ढवळीकर : फार्मिंग टू पॉस्टोरलिजम इफेक्टस् ऑफ क्लायमेटिक चेंज इन दि डेक्कन ''दि वाकिंग लार्डर पॅटर्न ऑफ डोमेस्टिकेशन, पॉस्टोरलिझम अँड प्रीडेशन सं. जुलै कटन बांक (लंडन १९८९) पृ. १५६-६८ मध्ये संकलित.

४२) बी. डी. चट्टोपाध्याय ''अर्बन सेंटर्स इन अर्ली मेडिव्हिअल इंडिया अॅन ओव्हरव्ह्यू'' सिच्युएटिंग इंडियन हिस्टरी फॉर सर्वपल्ली गोपाळ (ऑक्सफर्ड १९८६) पृ. ८-३३. याबरोबरच त्यांचे ''आस्पेक्टस् ऑफ रूरल सेटलमेंट अँड रूरल सोसायटी इन अर्ली मेडिव्हिअल इंडिया (कलकत्ता १९९०) हेही पहावे.

''पुराणवस्तू संशोधकांच्या मते भारतामध्ये पहिला नागरी ऱ्हास दुसऱ्या सहस्रकाच्या सुरुवातीला झाला आणि त्याची कारणे होती, पावसावर परिणाम करणारे महत्त्वपूर्ण बदल आणि पश्चिम आशियाबरोबर असणारा दूरवरचा व्यापार ठप्प होणे. यामुळे सिंधूच्या खोऱ्यातील हडप्पा आणि मोहेंजोदारो ही नगरे सोडून लोक हळूहळू खेड्यांकडे गेले आणि यामुळे गावे वसली.'' गुरुदिप सिंह ''दि इंडस व्हॅली कल्चर अॅज सीन इन दि काँटेक्स्ट ऑफ पोस्ट ग्लोबल क्लायमेटिक अँड इकॉलॉजिकल स्टडीज इन नॉर्थ वेस्टर्न इंडिया'' आर्कियॉलॉजिकल अँड

फिजिक ॲनथ्रोपॉलॉजी इन ओशियानिया खंड ६ पृ. १७७-८९-एम. के. ढवळीकर यांनी दिलेला संदर्भ.

४३) शर्मा, अर्बन डिके इन इंडिया (स ३००-स-१०००) दिल्ली १९८७ पृ. १७२ ''ग्रामांनी केवळ नगरे व कारागीरांचे समुदायच नष्ट केले असे नाही तर स्वर्णयुगाच्या आकृतिबंधावर देखील त्याची निश्चित वैचारिक छाप दिसून येते.'' कोसंबी ॲन इंट्रोडक्शन पृ. ३०६.

४४) शर्मा. उपर्युक्त पृ. १६९-७०

४५) कोसंबी. उपर्युक्त पृ. ३१३.

४६) शर्मा. उपर्युक्त पृ. १७२-७४

४७) एन. के. वागळे आणि ए. आर. कुलकर्णी, वल्लभस् परशुराम चरित्र (मुंबई १९७६) पाठातील पृ. २१-२२, अनुवादाचे पृ. १८१-८३. हा मराठी पद्यवाङ्मयातील ऐतिहासिक चरित्रग्रंथ आहे. सन १७७३ मध्ये माधवराव पेशव्यांच्या मृत्यूनंतर थोड्या काळानंतर, नाशिकच्या वल्लभ नावाच्या ब्राह्मणाची ही रचना आहे. यामध्ये १८व्या शतकातील स्वत:ला भार्गव परशुरामाचे वंशज समजणाऱ्या ब्राह्मण पेशव्यांचे वर्णन मिळते.

४८) रायटिंगज अँड स्पीचेस् ऑफ दि लेट ऑनरेबल रावसाहेब विश्वनाथ नारायण मंडलिक (मुंबई १८९६) पृ. २०१-३४. मंडलिकांनी एक आलेख प्रस्तुत केला होता. ''प्रिलिमिनरी ऑब्जर्व्हेशनस् ऑन दि डॉक्यूमेंट गिव्हींग ॲन अकाऊंट ऑफ ए न्यू व्हिलेज नेम्ड 'मुरुड' इन सदर्न कोकण'' ९ फेब्रुवारी १८६५ या दिवशी हा लेख एशियाटिक सोसायटीच्या मुंबई शाखेत वाचला होता.

कोसंबी यांनी राजांनी निर्माण केलेल्या ग्रामांचा उल्लेख केलेला आहे. या संदर्भात ''अर्थशास्त्रा''मध्ये राजाला सल्ला दिलेला आहे की, शक्य तोवर शेजारील सत्ताधाऱ्याची पडीक जमीन युद्धाशिवाय वस्तीयोग्य करण्याचा प्रयत्न करावा. त्यामुळे आतापर्यंत पडीक जमीनीवर नव्या वस्त्या उभ्या करण्याच्या उद्देशाने प्रत्येक विजय मिळवला जात होता.'' कोसंबी उपर्युक्त पृ. २२८-२९.

वेरावळच्या इ.स. १२६४ मधील शिलालेखात, एका जहाजाचा मालक व्यापारी, होरमुजवासी नुरूद्दीन फीरोज याने सोमनाथमध्ये एक मशिद बांधल्याचा उल्लेख आहे. या शिलालेखाच्या सुरुवातीला अल्लाचे नाव लिहिलेले आहे आणि त्याला विश्वनाथ, शून्यरूप, विश्वरूप व लक्ष्यालक्ष्य अशी विशेषणे दिलेली

आहेत. या शिलालेखातील 'शून्यरूप' हा शब्द त्या मराठी दस्तऐवजातील 'शून्यालय' या शब्दाबरोबर जुळणारा वाटतो. मंडलिकांनी 'शून्यालय' शब्दाचा उल्लेख केलेला आहे. एपिग्राफिका इंडिका' खंड ३४-१९६१-६२, पृ. १४४-१५०.

४९) बी. के. राजवाडे. मराठ्यांच्या इतिहासाची साधने खंड २० (धुळे १९१५) पृ. २४२

५०) ए. आर. कुलकर्णी 'महाराष्ट्र इन दि एज ऑफ शिवाजी' (पुणे १९६९) पृ. ९८.

५१) सैय्यद नुरुल हसन ''थ्री स्टडीज ऑफ जमीनदारी सिस्टीम (बर्लिन, पॅरीस, लंडन मधून प्राप्त आणि १७६७-९५ च्या दरम्यान लिहिल्या गेलेल्या हस्तलिखितावरून मेडिव्हिअल इंडिया, ए मिसलेनी खंड, अलिगढ मुस्लिम विद्यापीठ (एशिया १९६९) पृ. ३३७.

५२) तथा शुद्रजन प्राया सुखसमृद्ध कृषीवला
क्षेत्रोपयोगभूमध्ये वसतिग्रामसंज्ञिता (मार्कंडेय पुराण)

५३) इमॅजिनिंग इंडिया पृ. १३३ वर उद्धृत लेखकाचे कथन (उपर्युक्त पृ. १३३) असे आहे. ''प्रत्येक ग्राम म्हणजे अर्थव्यवस्थेच्या दृष्टीने स्वयंपूर्ण, सत्तेच्या संदर्भात पितृसत्ताक पद्धतीचा आणि आपले अंतर्गत विश्व असणारा असा पारंपरिक जीताजागता समुदाय असे आणि तो इतर शत्रुत्व असलेल्या गावांच्या आणि निरंकुश सत्ताधाऱ्यांच्या बाह्य दुनियेने घेरलेला असे.''

५४) आर. एन. गुडिन, रिपोर्ट ऑन दि व्हिलेज कम्यूनिटीज् ऑफ दि डेक्कन, विथ स्पेशल रेफरन्सेस टू दि क्लेम्स ऑफ दि व्हिलेज ऑफिसर्स इन दि अहमदनगर कलेक्टोरेट टू ''पुरभार हक्स' ऑर रिम्यूनरेशन फ्रॉम देअर व्हिलेजेस इंडिपेंडेंट ऑफ व्हॉट दे रिसीव्हड फ्रॉम दि गव्हर्नमें ट'' (मुंबई १८५२) पृ. ५

५५) पहा. टी. एन. मदन वेस्टर्न सोशियोलॉजिस्टस् ऑन इंडियन सोसायटी (लंडन १९७९)

मार्क्स, 'ग्राम' म्हणजे एक भौगोलिक घटक असे मानत. ''काही शतक किंवा हजार एकर कृषियोग्य जमिनीचा आणि पडीक भूमीचा मिळून बनलेला एक ग्रामीण भूखंड म्हणजे ग्राम. राजकीय दृष्टीने ही कल्पना नगर मंडळांशी किंवा कसबा कल्पनेशी मिळतीजुळती आहे'' पृ. १२.

स्पेन्सरच्या मते, ''प्रथम थेट नात्यांचा कुटुंबसमूह वाढत गेल्यावर तो (नात्यांच्या

संदर्भात) अधिक गुंतागुंतीचा होत गेला. मग एका घरात ते सर्व सामावणे कठीण झाले. मग घरांचे समुदाय बनत गेले आणि हे घरांचे समुदाय ग्रामसमुदायाच्या रूपात विकसित होत गेले.'' पृ. ४७.

मॅकवेबरचे म्हणणे असे आहे की, प्रारंभिक इतिहासात स्वयंपूर्ण ग्रामीण अर्थव्यवस्थेमध्ये खरा शेजारपाजार होता. हा एकमेकांना लागून असलेलया घरांचा समूह होता.'' पृ. ७४

५६) लुई ड्यूमाँ ''दि व्हिलेज कम्यूनिटी फ्रॉम मन्रो टु मेन'' काँट्रिब्यूशन्स टू इंडियन सोशिऑलॉजी अंक ९ (पॅरिस १९६६) पृ. ६७.

५७) ''ग्रामसमुदाय समजून घेताना परदेशी लोकांना मोठी अडचण येते ती ही की, ग्रामसमुदाय एकाच वेळी कार्यकारी संस्था पण आहे आणि तो स्थानिक समूहही आहे. (हे कसे ?) आणि तो आर्थिक, न्यायविषयक आणि धार्मिक हितांचे प्रतिनिधित्व करतो. (हे कसे ?) वाइजर, उपर्युक्त द्वारा पृ. १४७ वरील त्यांच्या डेमॉक्रसीज ऑफ दि ईस्ट, पृ. ३७४ वरून उद्‌धृत.

५८) चट्टोपाध्याय उपर्युक्त पृ. १७

५९) इरावती कर्वे ''दि इंडियन व्हिलेज,'' डेक्कन कॉलेज बुलेटिन खंड १८, जानेवारी १९५७ पृ. ७३-७५.

६०) मदन, उपर्युक्त पृ. ७४-७५.

६१) दख्खनमध्ये आजचा महाराष्ट्र, गोवा, कर्नाटक आणि आंध्रप्रदेश येतात. परंतु या लेखात दख्खनी ग्राम याचा अर्थ मुख्यत: महाराष्ट्रीय ग्राम असा आहे. त्याचे अध्ययन, इतर स्रोतांबरोबर प्रामुख्याने मराठी स्रोतांवर आधारित आहे.

६२) जी. एस. सरदेसाई (सं.) ''हँडबुक ऑफ दि रेकॉर्डस् इन दि एलियनेशन ऑफिस पुणे'' (मुंबई १९३३) पृ. २३-२५.

६३) वरीलप्रमाणे पृ. १७-१८.

६४) व्ही. टी. गुणे ''लँड लॉज'' हिस्टरी ऑफ मेडिव्हिअल डेक्कन'' पृ. ५४४.

६५) इथे ज्या दस्तऐवजांचा उल्लेख झालेला आहे ते सर्व पुणे येथील दस्तऐवज संग्रहातील, पुण्याच्या 'जमाव प्रभाग' मधील इंदापूर गावाशी संबंधित रूमाल आहेत.

६६) मनुस्मृति अध्याय नववा श्लोक ४४.

६७) ''जो पडीक जमिनीचा नांगरणी-पेरणी करतो तो त्या जमिनीचा मालक होतो. गैरमुस्लिम नागरिक (काफिर) सुद्धा, मुसलमान नागरिकाप्रमाणे जमिनीचा मालक

होऊ शकतो.'' विल्यम उपर्युक्त पृ. १२७.

६८) वरीलप्रमाणे पृ. १३५.

६९) एस्ली टी. एंब्री ''लँड होल्डिंग्ज अँड ब्रिटिश इंस्टिट्यूशन्स फ्राइकेन बर्ग उपर्युक्त पृ. ३३-५२ मध्ये संकलित पृ. ४३

७०) वरीलप्रमाणे पृ. ४७

७१) मुहम्मद हाशिमच्या नावे जारी केलेल्या फर्मानात (धारा २) स्पष्टपणे सांगितले आहे की, नांगरणीयोग्य जमीन आणि सिंचनाची उपलब्धता असूनही जर शेतकरी नांगरणी करत नसतील असे दिसून आले, तर महसूल अधिकाऱ्यांनी त्यांना जमीन कसायला भाग पाडावे आणि त्यांना धमकवावे किंवा त्यांना कैद करून शारीरिक शिक्षा द्यावी. या बलप्रयोगानंतरही एखादा शेतकरी जमीन नांगरू शकत नसेल तर त्या जमिनीवरचा त्याचा अधिकार काही काळापुरता तरी नाहीसा होईल आणि ती जमीन दुसऱ्याला हस्तांतरीत करता येईल.'' इरफान हबीब, अग्रेरियन सिस्टीम उपर्युक्त पृ. ११५-१६.

७२) एस. एम. इकरामकृत मुस्लिम सिविलाइजेशन इन इंडिया, एंबी उपर्युक्त पृ. ४५ उद्धृत.

७३) इरफान हबीब अग्रेरियन सिस्टीम पृ. १११-२६.

७४) आई. ई. एस. एच. आर. एप्रिल-जून १९६४.

७५) व्ही. टी. गुणे ''लँड लॉज'' हिस्टरी ऑफ मेडिव्हिअल डेक्कन पृ. ५५९.

७६) वरीलप्रमाणे पृ. ५६०.

७७) वरीलप्रमाणे पृ. ५५८.

७८) वरीलप्रमाणे पृ. ५६१

७९) रामचंद्रपंत अमात्य (आज्ञापत्र) (मराठी) जर्नल ऑफ इंडियन हिस्टरी खंड ८ भाग १-११ मध्ये एस. बी. पुणतांबेकर द्वारा इंग्रजीत भाषांतरीत तसेच रॉयल एडिक्ट या शीर्षकाने पुनर्मुद्रित (मद्रास १९२९) पृ. ३३-३५.

८०) ए. आर. कुलकर्णी, महाराष्ट्र इन दि एज ऑफ शिवाजी पुणे (१९६९) पृ. ६९-७२.

८१) वरीलप्रमाणे पृ. ७३ व त्याबरोबरच व्ही. के. राजवाडे द्वारा संपादित मराठ्यांच्या इतिहासाची साधने, (धुळे १९१२) खंड १५ पत्रसंख्या २,३,४१, २७३ व २७९ पहा.

८२) कार्लमार्क्स - आर्टिकल्स ऑन इंडिया पृ. ३

८३) विस्तृत विवेचनासाठी पहा - डी. एन. झा. स्टडीज इन अर्ली इंडियन एकॉनॉमिक हिस्टरी (दिल्ली १९८०) पृ. ५९-६४ आणि लल्लनजी गोपाल, दि एकॉनॉमिक लाईफ ऑफ नॉदर्न इंडिया (मोतीलाल बनारसीदास दिल्ली १९६५) पृ. ३२-३७.

८४) ए. एस. अळतेकर, स्टेट अँड गव्हर्नमेंट इन अेनूशंट इंडिया (पुनर्मुदण दिल्ली १९७२) पृ. २७०-७१.

८५) इरफान हबीब, अग्रेरिअन सिस्टीम पृ. १९५.

८६) ए. आर. कुलकर्णी, महाराष्ट्र इन दि एज ऑफ शिवाजी पृ. १५४ शिवकालीन महाराष्ट्र (मराठी) (कोल्हापूर १९८३) पृ. ७६.

८७) डब्ल्यू. एच. मोरलँड दि अग्रेरिअर सिस्टीम ऑफ मुस्लिम इंडिया (पुनर्मुद्रण १९९०) पृ. २९०.

८८) देशातील विविध भागातील ग्रामीण पदांसाठी वापरलेल्या शब्दांसाठी ''विल्सन ग्लॉसरी'' अधिक उपयुक्त ठरेल. मराठी शब्द समजून घेण्यासाठी मोल्सवर्थ मराठी-इंग्लिश शब्दकोष, एम. टी. पटवर्धनांचा पर्शियन-मराठी शब्दकोष आणि वाय. एन. केळकरांचा ऐतिहासिक शब्दकोष (मराठी) खूप उपयोगी आहे. उत्तर आणि दक्षिणेच्या तौलनिक अध्ययनासाठी ख्वाजा यासीन (अजीज) ची एक ग्लॉसरी उपयोगी आहे. ती त्यांनी इ. स. १७९० मध्ये एका ब्रिटिश ऑफिसरच्या सांगण्यावरून तयार केली होती. अलिगढ मुस्लिम विश्वविद्यालयाचे प्रकाशन मेडिव्हिअल इंडिया ए. मिसलेनी खंड २ (आशिया, मुंबई १९७२) पृ. २७५-८१ मधून कयामुद्दीन अहमद यांनी परिचय करून दिला आहे.

८९) ए. आर. कुलकर्णी ''सर्व्हिस टेन्युर अंडर दि मराठाज ''प्रोसिडिंग्ज ऑफ दि हिस्टॉरिकल रेकॉर्डस् कमिशन खंड ३८ (नवी दिल्ली १९६७) पृ. १००-७. अमात्यांच्या आज्ञापत्रात म्हटले आहे की, देशमुख, देशकुलकर्णी (देशपांडे) पाटील आणि इतर पिढीजात अधिकाऱ्यांना वतनदार म्हटले जाई, ते केवळ परंपरागत चालत आलेल्या भाषेमुळे (प्रथेमुळे) अर्थात ते आपापल्या भागात छोटे परंतु स्वतंत्र सरदार होते यात शंका नाही. दि रॉयल एडिक्ट पृ. ३३

९०) ए. आर. कुलकर्णी सर्व्हिस टेन्युअर्स, वरीलप्रमाणे पृ. १००-१.

९१) शिवचरित्र साहित्य (भारत इतिहास संशोधक मंडळ) खंड ३ पृ. ४३. राजवाडे-मराठ्यांच्या इतिहासाची साधने खंड १५ पत्र २७२, ३९२.

९२) ए. आर. कुलकर्णी महाराष्ट्र इन दि एज ऑफ शिवाजी पृ. ६६-६८.

९३) मॅन्युस्क्रिप्ट / युरो डी / ९ : ४६४ सातारा येथून १७ जून १८२१ ला पुण्याचे आयुक्त विल्यम चॅप्लीन यांना ग्रँट डफ याने लिहिलेले पत्र (इंडिया ऑफिस लायब्ररी, लंडन)

९४) दि रॉयल अँडिक्ट पृ. ३३-३८.

९५) जी. डब्ल्यू फॉरेस्ट (सं.) ऑफिशियल रायटिंग्ज ऑफ एम एलफिंस्टन (लंडन १८८४) पृ. ३७९.

९६) वरील पृ. २९७, त्याबरोबर शिवचरित्र साहित्य खंड ३ : ५७६ ही पहावे. यात 'नज' किंवा शीरनी (एखाद्या कामाबद्दल न्यायालयाला दिलेली भरपाई) देऊन जमीन प्राप्त केल्याचा उल्लेख आहे.

९७) डी. एन. झा. वरील पृ. ६८-६९.

९८) पहा - शिवचरित्र साहित्य खंड १:२१ (१६२३) २२ (१६२५) आणि ४१(१६५३) एस. पी. डी. ३१:२ (१६२८-२९) १५ (१६३४)

९९) व्ही. टी. गुणे, वरील पृ. १४-२०

१००) ग्रँट डफ, ए हिस्टरी ऑफ दि महट्टज (ऑक्सफर्ड १९२१) खंड १, पृ. ६५.

१०१) राजवाडे शिवचरित्र साहित्य खंड १८ पत्र २२.

१०२) जोशी शं. ना. सभासद बखर, पृ. २४-२५.

१०३) बी. टी. गुणे, वरीलप्रमाणे पृ. १३३.

१०४) रावेर देशमुख पेपर्स, भारतीय इतिहास संशोधक मंडळ पुणे, पुणे दस्तऐवज संग्रहानुसार मोगलाई प्रभाग रूमाल संख्या १७३,१७४५.

१०५) ए. आर. कुलकर्णी , महाराष्ट्र इन दि एज ऑफ शिवाजी पृ. ३५-४५ व १२१-१२३.

१०६) एच. कोटानी, ''दि वतन सिस्टीम इन दि सिक्स्टींथ सेंच्युरी डेक्कन टुवर्डस् ए न्यू कंसेप्ट ऑफ इंडियन फूडलिम्ज'' फ्युडॅलिझम एशियाटिका खंड ४८ (टोकियो १९८५) पृ. ४२ व ५०.

१०७) एच. कोटानी, ''लँड रिलेशन्स इन दि प्री ब्रिटिश महाराष्ट्र अँड ब्रिटिश कंसेप्ट ऑफ लँडेड प्रॉपर्टी'' महाराष्ट्र सोसायटी अँड कल्चर विषयावर दुसऱ्या आंतरराष्ट्रीय संमेलना(पुणे जून १९८७) च्या कार्यवाहीमध्ये प्रकाशनाधिकार.

१०८) आर. एस. शर्मा अर्बनडिके पृ . १७७.

१०९) देशाच्या विविध भागात प्रचलित या व्यवस्थेच्या तपशीलासाठी ''विल्संस

ग्लॉसरी'' पहा. तसेच उदाहरणासाठी जी. एस. दीक्षित आणि के. एस. शिवन्ना यांनी कर्नाटकवर लिहिलेला निबंध पहा. यात बलुतेदारांना आयगार म्हटले आहे. आंध्र प्रदेशावर एम. पी. आर. रेड्डी आणि तमिळनाडूवर शारदा राजूचा निबंधही पहा. याचा संदर्भ पूर्वी दिलेला आहे.

११०) अळतेकर उपर्युक्त पृ. ९१.

१११) राजवाडे द्वारा संपादित ज्ञानेश्वरी (महाराष्ट्र सरकार प्रकाशन, मुंबई १९६०) पृ. ४२२.

अहोजीवुएथ उखिता । वस्तीकरू वाटे जाता
आणि प्राण हा बलौता । म्हणोनी जागे ॥ १३:३५:११

शिवाजी राजांचे समकालीन संतकवि रामदास यांची शिष्या वेणाबाई यांच्या 'सीता स्वयंवर' (धुळे १९१३) या काव्यात म्हटले आहे - येश जय प्रताप किर्ति । हे अयोध्येची बलूती - ११६:६३:११

११२) पहा. मोल्सवर्थ यांची मराठी, इंग्लिश डिक्शनरी (मुंबई १८७३) आणि वाय. आर. दाते कृत मराठी शब्दकोश (पुणे १९३४)

११३) एम. आर. बोडस् - 'प्राच्य व पाश्चात्त्य देशातील ग्रामसंस्था (प्रस्तावनेसहित सर हेन्री मेनच्या कम्यूनिटीचा मराठी अनुवाद मुंबई १८९३) प्रस्तावना पृ. २७.

११४) एम. जी. पानसे - यादवकालीन महाराष्ट्र (मुंबई १९६३) पृ. ८२.

११५) उदाहरण म्हणून ज्ञानेश्वरीत १८व्या संख्येचा उल्लेख आहे.

अठराही बलौते ते केले घडौते
खले दान देते । सनकादिका ॥२१३

पी. एन. जोशी (सं.) ज्ञानदेव ग्रंथ (सुविचार पुणे १९८०)

११६) गुणे, उपर्युक्त, पृ. १४२:१४७४ चा पंचनामा. ए. आर. कुलकर्णी 'महाराष्ट्र इन दि एज ऑफ शिवाजी पृ. ४८ बलुतेदारांची प्रतीके पुढीलप्रमाणे कुंभार - चाक, न्हावी - आरसा, सुतार - छिन्नी, चांभार - धागा व सुई, धोबी - धोपटणे, गुरव - धूपदाणी, सोनार - हातोडी, मुलाणी - चाकू इ.

११७) राजवाडे मराठ्यांच्या इतिहासाची साधने खंड १८, पत्र ४ पृ. ६-२२.

११८) के. एस. शिवण्णा, एम. पी. आर. रेड्डी, शारदा राजू उपर्युक्त.

११९) भारतीय इतिहास संशोधक मंडळ (त्रैमासिक) वर्ष ६ अंक १-४ पृ. ७०, गुणे उपर्युक्त पृ. १६६, भिन्न भिन्न काळातील बलुत्यांच्या उल्लेखांसाठी शिवचरित्र साहित्य खंड १:२१ (पृ. ३३, १६२३) खंड २ : २१८ (१६६१) बावडा दप्तर

(सं. के. जी. सबनीस) खंड : पृ. ११, १६ (१६७०) ऐतिहासिक संकीर्ण साहित्य (सं. वि. वि. खरे) खंड ७:३२, गुणे उपर्युक्त पृ. ३२८-२९, चंद्रचूड दप्तर खंड १: ४ (१७३४) राजवाडे मराठ्यांच्या इतिहासाची साधने खंड १६, पत्र ५५, पृ. ५९, ६३ (१७३५) बघावे.

१२०) टॉमस कोट्स, उपर्युक्त पृ. १९४ 'बलुतेदारी' या विषयाच्या विस्तृत विवेचनासाठी पहा : ए. आर. कुलकर्णी , 'महाराष्ट्र सोसायटी अँड कल्चर, बुक्स अँड बुक्स, न्यू दिल्ली, २००० पृ. १-६२.

१२१) एन. जी. भावरे "शिवकालीन वेठबेगार" महाराष्ट्र इन एज ऑफ शिवाजी (त्रैमासिक) खंड ६३, अंक २, ऑक्टोबर १९८४ पृ. १५-२५, ए. आर. कुलकर्णी , महाराष्ट्र इन दि एज ऑफ शिवाजी पृ. ३

१२२) फुकाजावा, उपर्युक्त पृ. १३१-४७

१२३) बोडस, उपर्युक्त पृ. २५-२८

१२४) एम. जी. पानसे, यादवकालीन महाराष्ट्र (मुंबई १९६३) पृ. ८०-८२.

१२५) राजवाडे-मराठ्यांच्या इतिहासाची साधने खंड १५ पृ. २५ शिवचरित्र साहित्य, खंड २:९८ व २९५

१२६) शिवचरित्र साहित्य खंड ९:८३ पृ. ८६-८७.

१२७) ओतुरकर, उपर्युक्त पृ. १३३-३८.

१२८) राजवाडे-मराठ्यांच्या इतिहासाची साधने खंड १८ पत्र ४, पृ. ६-१२, कोट्स उपर्युक्त पृ. २०३ ही बघावे.

१२९) मराठ्यांच्या इतिहासाची साधने खंड १;२७ पृ. ४९-५० राजवाडे, मराठ्यांच्या इतिहासाची साधने खंड १३, पत्र १५ पृ. ११८.

१३०) शिवचरित्र साहित्य खंड १;२१, पृ. ३३

१३१) गुणे उपर्युक्त पृ. १९६-९८.

१३२) डी. बी. पारसनीस (सं.) निवादपत्र पृ. १२

१३३) राजवाडे, मराठ्यांच्या इतिहासाची साधने खंड १५, पत्र १२.

१३४) एलफिंस्टन रिपोर्ट पृ. ६८.

१३५) बॉलहॅचेट, उपर्युक्त पृ. १०७-१३, अळतेकर उपर्युक्त पृ. ५२-५३, काही आदिवासी भागात मध्यकालीन पद्धतीच्या पंचायत आजही दिसून येतात.

◆◆◆

प्रकरण - २

मध्ययुगीन महाराष्ट्र : सांस्कृतिक संयोग

निसर्गाने महाराष्ट्राला भारताच्या उपखंडात एक विशिष्ट स्थान प्राप्त करून दिलेले आहे. हिंदुस्थान आणि दक्षिणापथ या उपखंडाच्या दोन विभागांना जोडणारा महाराष्ट्रदेश हा एक महत्त्वाचा दुवा असल्याने उत्तर आणि दक्षिण देशांच्या संस्कृतींचा एक सुरेख संगम आपणास या देशात पहावयास मिळतो.

मध्ययुगीन भारताचा इतिहासकार फेरिस्ता आपल्या तारीख-इ-फेरिस्ता (१६०७ सन) या ग्रंथात 'हिंद देश म्हणजे एक महान पुरुष असून 'दख्खन' हा त्याचा एक पुत्र होय, आणि या त्याच्या पुत्राला 'मराठ, कन्हर आणि तिलंग' असे तीन पुत्र असून त्याने आपल्या दख्खन देशाची वाटणी या तीन पुत्रांत करून टाकली. हे तीन विभाग म्हणजेच मराठ्यांचा 'महाराष्ट्र', कन्हरांचा 'कर्नाटक' आणि तिलंगाचा 'तेलंगण' या नावाने पुढे ओळखले जाऊ लागले. (डॉ. पी. एम् जोशी हिस्ट्री ऑफ मेडिव्हल डेक्कन भाग १ पृ. ४) या रूपकाद्वारे फेरिस्ताने दख्खनच्या पठाराला एक विशाल कुटुंब मानले असून त्या कुटुंबातील लोक जरी वेगळे रहात असले, त्यांच्या भाषा आणि जीवनपद्धती वेगळ्या असल्या तरी त्यांच्यामध्ये असलेल्या काही समान गोष्टींमुळे मध्ययुगात हे तिन्ही विभाग एकत्र, गुण्यागोविंदाने राहात असले पाहिजेत. 'महाराष्ट्र' हा या दक्षिण देशाचा एक अविभाज्य घटक असल्याने महाराष्ट्राच्या जडण-घडणीत या देशाचा महत्त्वाचा वाटा होता असे म्हणावे लागेल.

मध्ययुगीन महाराष्ट्रात हिंदू, मुसलमान आणि ख्रिश्चन धर्मांच्या अनुयायांमुळे एक संमिश्र समाज निर्माण झाला होता. शिवपूर्वकाळात विशेषत: १४व्या शतकात बहमनी राजवट सुरू झाल्यापासून दक्षिणदेश हा मुसलमानी अंमलाखाली होता असे स्थूलमानाने म्हणता येईल. महाराष्ट्राला निसर्गाने सहाशे किलोमिटरहून अधिक अशी मोठी किनारपट्टी बहाल केल्यामुळे पाश्चिमात्य देशांना पश्चिम किनारपट्टीवरून दक्षिण देशात प्रवेश करणे सुलभ झाले. सोळाव्या शतकाच्या प्रारंभापासून गोवा प्रांत पोर्तुगीजांनी विजापूरकरांकडून हस्तगत केल्यामुळे ख्रिश्चन संस्कृतीचाही प्रवेश मराठी मुलखात झाला होता. सतराव्या शतकात शिवाजी राजाच्या नेतृत्वाखाली मराठी सत्तेची जरी स्थापना झाली होती तरी मुसलमानी राजवट संपूर्णतया नष्ट झालेली नव्हती. पोर्तुगिजांमागोमाग डच, फ्रेंच, इंग्रज या युरोपीय राष्ट्रांनीही दक्षिण देशात हातपाय पसरावयाला प्रारंभ केला होता. १८व्या

शतकात मराठी सत्ता कळसास पोहोचली होती. तरी दक्षिणेत हैद्राबादचा निजाम, जंजिऱ्याचे सिद्दी, म्हैसूरचे हैदर-टिपू, गोव्याचे पोर्तुगीज आणि मुंबई बेटावर कबजा मिळविलेले इंग्रज इत्यादी सत्ता मराठी मुलुखानजिक अस्तित्वात होत्या, आणि त्यांचा प्रभाव महाराष्ट्रावर प्रत्यक्ष अप्रत्यक्षरीत्या होत राहिलाच होता. त्यामुळे ऐतिहासिक काळात या भिन्नधर्मीय लोकांचे सामाजिक, सांस्कृतिक संबंध कशा प्रकारचे होते हे समजावून घेतल्यास विद्यमान भारतातील अनेक सामाजिक, राजकीय, सांस्कृतिक प्रश्न सोडविण्यास त्यांची मदत होईल आणि इतिहासाचे ज्ञान आधुनिककाळात कितपत महत्त्वाचे आहे याचाही उलगडा होईल. महाराष्ट्रदेशात ऐतिहासिक काळापासून भिन्न धर्मांचे, भिन्न भाषा बोलणारे, भिन्न चालीरीती जोपासणारे एकत्र राहात आले आहेत. आणि त्यामुळे आजच्या महाराष्ट्राची जडण-घडण कशी झाली हे समजावून घेता येईल. भिन्नत्वातून एकता साधण्याचा मराठ्यांनी मध्यकाळात कसा प्रयत्न केला, हे इतिहासाच्या संदर्भात जाणून घेणे वर्तमान काळाच्या दृष्टीने अत्यंत आवश्यक आणि महत्त्वाचे आहे. याविषयाचे संपूर्ण आकलन होण्यासाठी, भाषा, साहित्य आणि सामाजिक संबंध या तीन माध्यमांच्या द्वारे एका संयुक्त समाजाची, संस्कृतीची निर्मिती कशी होत गेली याचा विचार करावा लागेल.

भाषा :

एखाद्या देशाचा विजेता आणि पराजित या दोघांनाही अनेक कारणांसाठी विशेषत: प्रशासन, आर्थिक-सामाजिक संबंध, धर्माचरण किंवा परस्परांनी ज्ञानाच्या क्षेत्रात टाकलेली भर हे सारे समजावून घेण्यासाठी परस्परांच्या भाषांचा परिचय करून घ्यावा लागतो. त्याखेरीज एकत्र नांदणे शक्य होत नाही.

१७व्या शतकातील मराठी सत्तेच्या उदयापूर्वी महाराष्ट्रदेशावर सातवाहन (इ.स. पूर्व १ ले शतक ते इ. स. २५०) अभीर (३रे शतक) त्रैकुटक (५-६वे शतक) वाकाटक (३रे शतक ते ५४० इ.स.) चालुक्य (६वे ते ८वे शतक) राष्ट्रकूट (७वे ते १०वे शतक) कलचुरी (७वे शतक) मौर्य (६वे ते ७वे शतक) कल्याणीचे चालुक्य (७वे ते १२वे शतक) नंतरचे कलचुरी (१२ वे शतक) आणि देवगिरीचे यादव (१२ ते १४ वे शतक) आणि खानदेशचे फरुकी (१४वे ते १६वे शतक) इत्यादी घराण्यांची राजवट होती. त्यानंतर बहमनी आणि त्याच्या शाखा या मुसलमानी सत्तांनी १४ ते १७ या शतकात आणि मुघलांनी १६ ते १८ या शतकात महाराष्ट्राच्या विविध भागांवर आपली सत्ता प्रस्थापित केली होती. यावरून प्राचीन कालापासून मध्ययुगापर्यंत विविध संस्कृतींचा परिणाम मराठी माणसावर कसा होत गेला असावा याची कल्पना येईल. या दीर्घ इतिहासात मराठी माणसाने इतरांपासून काही घेतले आणि आपले काही त्यांना दिले आणि असे

करीत असताना आपल्या अस्मितेशी त्याने कसलीही तडजोड केली नाही. १९व्या शतकात ब्रिटिशांनी महाराष्ट्राचा ताबा घेतला आणि तेव्हापासून नव्या पाश्चिमात्य संस्कृतीचा प्रादुर्भाव महाराष्ट्रात होऊ लागला.

प्रशासन :

परकीय भाषेचा परिणाम प्रथम जिंकित देशाच्या प्रशासन व्यवस्थेमध्ये दिसून येतो. मध्ययुगीन भारताचे एक मान्यवर इतिहासकार प्रा. मोहम्मद हबीब यांनी म्हटले आहे की आर्यांनी भारताचे सांस्कृतिक ऐक्य साधले, तर समान प्रशासकीय व्यवस्था तुर्कांच्या राजवटीमुळे भारतात आली. अर्थात यामागे काही जाणीवपूर्वक प्रयत्न होते असे नाही. केवळ प्राप्त परिस्थितीला तोंड देण्यासाठी त्यांना तसे करावे लागले. (के. ए. निझामी यांच्या Some Aspects of Religion and politics in India during the Thirteenth Century, मुंबई १९६१, प्रस्तावना - प्रा. हबीब पृ. १८-१९)

१४ व्या शतकात जेव्हा महाराष्ट्र मुसलमानांच्या सत्तेखाली आला तेव्हापासून या देशाच्या प्रशासन पद्धतीत बदल होण्यास प्रारंभ झाला. राजसत्ता मुसलमानांची असल्याने प्रशासनात अरबी, तुर्की, फार्सी या त्यांच्या भाषा येणे स्वाभाविक होते. माधवराव पटवर्धन यांनी फार्सी-मराठी शब्दकोश तयार केला (१९२५). अरबी आणि तुर्की शब्द मराठीत आले तेव्हा फार्सी भाषेचा एक भाग म्हणूनच त्यांची गणना केली जाऊ लागली. मुसलमानी शब्दांना 'यावनी शब्द' म्हणत असत. राजसत्ता जरी त्यांची होती तरी राज्य शकट चालविण्यासाठी त्यांना स्थानिक लोकांची गरज होती. त्यामुळे मराठी माणसे या भाषा शिकू लागली. आणि त्या भाषांबरोबरच नवे विचार, आचार आणि इतर गोष्टी महाराष्ट्राच्या दैनंदिन जीवनात हळूहळू येऊ लागल्या.

इतिहासाचार्य विश्वनाथ काशीनाथ राजवाडे (१८६३-१९२६) यांनी मध्ययुगीन राजकीय पत्रव्यवहारातील फार्सी-मराठी शब्दांचे प्रमाण या संबंधीचे एक सर्वेक्षण करून १४ ते १६ या दोन शतकात राज्य व्यवहारात मराठी शब्दाऐवजी फार्सी शब्द किती आले याचा एक तक्ता दिला आहे. सतराव्या शतकात मराठी राज्य स्थापन झाल्यावर छत्रपती शिवाजीराजाने स्वराज्याच्या प्रशासनात फार्सी, उर्दू, दख्खनी, हिंदी शब्दाऐवजी संस्कृत आणि मराठी शब्द आणण्याचा प्रयत्न केला पण सुमारे तीनशे वर्षे प्रचलित असलेले हे परकीय शब्द प्रशासनातून हटविण्याच्या कामी मराठ्यांना फारसे यश आले नाही. १८ व्या शतकात मराठ्यांनी उत्तरेकडे आपल्या सत्तेचा विस्तार केल्याने त्यांना पत्रव्यवहारात पूर्वीइतका नसला तरी फार्सी शब्द आणि वाक्प्रचार यांचा उपयोग प्रशासनात करावा लागला.

फार्सी भाषेचा मराठी प्रशासकीय व्यवहारावर झालेला परिणाम स्पष्ट करण्यासाठी

राजवाडे यांनी १६२८, १६७७ आणि १८२८ सालच्या अनुक्रमे शिवपूर्वकाल, शिवकाल आणि राज्यव्यवहार कोशाचे संपादन केल्यानंतरचा म्हणजे शाहूकाल अशा तीन प्रातिनिधिक पत्रांची निवड करून एक तक्ता मांडला तो असा.

वर्ष	फार्सी शब्द	मराठी शब्द	एकूण	मराठीचे प्रमाण
१६२८	२०२	३४	२३६	१४.४ %
१६७७	५१	८४	१३५	६२.२%
१७२८	८	११९	१२७	९३.७%

मराठी पत्रव्यवहाराचे, ज्ञानेश्वर काळापासून ते मराठी राज्य खालसा होण्यापर्यंतच्या म्हणजे सन १२९० ते १८१८ पर्यंतच्या सुमारे ५०० वर्षांच्या कालखंडातील पत्रव्यवहाराचे सर्वेक्षण करून राजवाड्यांनी पुढील सिद्धांत मांडला आहे.

१) १२९०-१३९५, यादवकाळ : शुद्ध मराठी भाषेचा लेखनात आणि बोलण्यात वापर.
२) १३९५-१६५६ शिवपूर्वकाल : फार्सी भाषेचे वर्चस्व.
३) १६५६-१७२८ शिवकाल आणि नंतर : फार्सी भाषेच्या प्रमाणात घट.
४) १७२९-१८१८ मराठी अंमल - केवळ मुसलमानी राजवटीशी, पत्रव्यवहारात फार्सी भाषा.

आपल्या या निष्कर्षाच्या समर्थनार्थ राजवाडे यांनी मराठी पत्रव्यवहारातील नमुने सादर करून विस्ताराने विवेचन केले आहे. (राजवाडे : प्रस्तावना खंड धुळे १९९८ पृष्ठ ३७५-४३१)

आज्ञापत्रे, सनदापत्रे, कौलनामे, महजर, परवाने, अखबार, दस्तक, कतबा, यादी इत्यादी सरकारी कागदपत्रांतून फार्सी शब्दांचा वापर अधिक प्रमाणात केला जात असे. शिवकालात देखील सरकारी पत्रांचा मायना हा मुसलमानी पत्रावरून घेतला होता. उदाहरणार्थ, अज रख्तखने (या कचेरीतून) राजश्री शिवाजीराजे साहेब दामदौलत हु (त्याची सत्ता दिगंत टिको) इत्यादी. शिवाय पत्रात बजायनेब (कडे, बाजूस, प्रती) हुजूर, कारकून, हाल इस्तकबाल (वर्तमान आणि भावी) बिदानद (जाणावे), दरीविला (यावेळी), पेस्तर (पुढील), महसूल, कुलबाब कुलकानु, मुकासा, अवलाद-अफलार

इत्यादी शब्दांचा मोठ्या प्रमाणावर वापर केलेला आढळून येतो. मराठ्यांनी आपल्या राजकीय पत्रव्यवहारात शिवकाळात मायन्याबरोबर फार्सी कालगणनेचाही वापर केला होता. उदाहरणार्थ 'अज दिवाण रख्तखाचे खास बजानेब कारकुनानी व खोतानि व हुदेदारानि व पथकीयांनी हाल न इस्तकबाल ----- तेरीख १५ माहे रबिलौवल ---- सन सबा तिसैन तिसा मया अलफ.'' (शिवचरित्र साहित्य खंड २ पत्र क्र. १८२, पृ. १९४)

याचकाळातील काही अदिलशाही राजपत्रांची सुरुवात 'अजपूजा सरस्वती' अशा सरस्वतीच्या वंदनाने होत होती. (शिवचरित्र साहित्य खं. ११:४) तसेच पोर्तुगिजांनी जेव्हा गोवाप्रांत अदिलशाहीकडून जिंकून घेतला तरी त्या भागातील मराठी पत्रव्यवहारात कुडाळ, सावंतवाडीचे देसाई, गोव्याच्या व्हॉईसरॉयला 'विजरई' असे संबोधन आणि अनेक फार्सी शब्दांचा वापर करीत. लिस्बनच्या अजुदा ग्रंथालयातील काही पत्रांचा नमुन्यादाखल येथे उल्लेख करता येईल. या पत्रांतून - अजम (सर्वश्रेष्ठ) अजिदिल (अंत:करणपूर्वक) अक्रम (दयाळू), अमरतपनाह (अमीर-सरदार) येखलास (विश्वास, मैत्री), सलामबद्रसलाम (वारंवार सलाम) मोहिब (मित्र) इजानिल (पत्रलेखक) नामोशदारी (कीर्तीमान) शादमानी (खुशाली) इत्यादी शब्द वारंवार आले आहेत. ('लिस्बन येथील कागदपत्रे' संशोधन (धुळे) जानेवारी १९८८ पृ. १-३१.

मध्ययुगात आणि नंतरही महाराष्ट्रात 'जमीन' ही एकच महत्त्वाची बाब असल्याने जमिनीच्या व्यवहारासंबंधी मराठी पत्रव्यवहारांत अनेक 'यावनी' शब्द आढळतात. वतन, इस्तावा, नख्त, गला, मोकदम, मिरासदार, बागाईत, जिरायत, मौजा, परगणा कसबा, तरफ, जमाबंदी सादिलवार इत्यादी शब्द मराठी माणूस दैनंदिन व्यवहारात सहजपणे वापरतो.

प्रशासनाखेरीज दैनंदिन व्यवहारात देखील अनेक फार्सी शब्द मराठी भाषेत सहजगत्या मिसळलेले दिसतात. डॉ. माधवराव पटवर्धनांनी आपल्या 'फार्सी मराठी कोशात' महाराष्ट्रातील निरनिराळ्या व्यवसायात फार्सी शब्दांचा वापर कसा केला जात होता याचे मराठी कागदपत्रांच्या आधारे असे एक वर्गीकरण दिले आहे. उदाहरणार्थ

युद्ध : फौज, प्यादे, पागा, स्वार, गोलंदाज, बुणगे, बिनी, शिलेदार, तोफजी इत्यादी.

लष्करी सरंजाम : जिरेटोप, जीन, चिलखत, लगाम, रिकिब, झूल, कनात, निशाण, तणाव, तंबू, शामियाना इत्यादी.

बांधकाम : किल्ला, जंजिरा, खंदक, बुरुज, पाया, चौथरा, दर्वाजा, इमारत, तख्तपोशी, जिना, मजला, गच्ची, दालन, जमीन, बाग, तलाव इत्यादी.

पोशाख : पोशाख आणि तत्सम वस्तूंच्या आणि नित्योपयोगी वस्तूंच्या बाबतीत

तर मुसलमानांचा पेहराव आपण घेतल्याने असंख्य फार्सी शब्द वापरले जात. उदाहरणार्थ, कुडते, पायजमा, जोडा, पायपोस्त, जेब, खिसा, तकिया, गिर्दी, जाजम, चादर, रजई, अभ्रा, तुरा, बाजूबंद इत्यादी.

गृहोपयोगी वस्तू : खुर्ची, मेज, पलंग, तस्त, तबक, समई, गुलाबदाणी, अत्तर, इत्यादी.

फळे : अंगुर, खसखस, खिसमिस, जर्दाळू, पिस्ता, बदाम, अंजीर, अनार, खर्बुज, टर्बुज, सेब, पुलावा, खिमा इत्यादी.

संगीत : डफ, ढोल, तब्ला, तुणतुणे, नगारा, सतार, कवाली, ख्याल, गजल, शाहीर, मैफल, जल्सा, तमाशा, इत्यादी.

लेखन : कलम, दौत, शाई, कागद, खलिता, सन, तालिख, दफ्तर, किताब, इत्यादी.

(फार्सी मराठी कोश १९२५ सन प्रस्तावना पृ. ६,७)

फार्सीप्रमाणे दक्षिणेतील इतर प्रांतांचाही परस्परांच्या भाषांवर परिणाम झाला आहे. तंजावरला तर मराठ्यांचे राज्यच होते. त्यामुळे तेथील तमिळी लोकांच्या बोलण्यात मराठी शब्द आणि या दूरवरच्या प्रांतात मराठी शब्द आणि दूरवरच्या प्रांतात कित्येक शतके स्थायिक झालेल्या मराठी माणसाच्या बोलीत तमिळी शब्द येणे अपरिहार्य होते. संत तुकारामांचे अभंग तमीळ लिपीत लिहिलेले माझ्या पाहण्यात आले आहेत. कर्नाटक, आंध्र आणि महाराष्ट्र यांच्या सीमा तर एकमेकांना लागूनच आहेत.

ईस्ट इंडिया कंपनीच्या काळात ऑक्सफर्ड विद्यापीठातील संस्कृतचे प्राध्यापक आणि कंपनीचे ग्रंथपाल यांनी कंपनीच्या प्रशासनाच्या सोईसाठी १८५५ साली एक न्यायदान आणि महसूल व्यवस्था तसेच इतर प्रशासकीय संज्ञाचा एक पदनाम कोश तयार केला. (Glossary of Judicial and Revenue Terms etc. या ग्रंथाचे पुनर्मुद्रण आणि संपादन १९४० साली गांगुली आणि बसू यांनी कलकत्ता येथे केले). या कोशात प्रशासनाच्या क्षेत्रात वापरलेल्या संज्ञांचे मूळ अरबी, फार्सी , संस्कृत की अन्य भारतीय भाषांत आहे हे स्पष्टपणे दाखविले आहे. यावरून या सर्व भाषांचे परस्परांशी कसे संबंध होते याची कल्पना येते.

स्वराज्याची भाषा : नव्याने निर्माण झालेल्या स्वराज्याची भाषा आपली मायबोली मराठी असावी या हेतूने राज्याभिषेकानंतर छत्रपती शिवाजी महाराजांनी मराठी ही राजभाषा करण्याचा निर्णय घेतला. मराठी भाषेत आलेले यावनी शब्द काढून टाकावेत आणि तेथे पर्यायी मराठी, संस्कृत शब्दांची योजना करावी असे ठरविले. या निर्णयानुसार रघुनाथपंत हणमंते आणि त्यांचा शिष्य धुंडीराज व्यास यांच्या सहाय्याने १६७७-७८

साली राजव्यवहार कोश सिद्ध केला. (अ. द. मराठे (सं) राजकोश.)

राज्यव्यवहार कोशात १३८० फार्सी अथवा दख्खनी संज्ञा असून त्यांना पर्यायी संस्कृत शब्द सुचविले आहेत. या १३८० संज्ञापैकी १०००हून अधिक दख्खनी उर्दू आहेत. या कोशाचे एकूण दहा भाग : राजवर्ग, कार्यस्थान वर्ग, भोग्यवर्ग, शस्त्रवर्ग, चतुरंगवर्ग, दुर्गवर्ग, लेखनवर्ग, सामंत वर्ग, जनपदवर्ग आणि पायवर्ग असे असून त्या त्या वर्गांशी संबंधित असे शब्द अथवा संज्ञा एकत्रित करून कोशाची रचना केली आहे. उदाहरणार्थ : राजवर्ग या प्रकरणात राजा, त्याचा परिवार, मंत्री यांच्या संबंधी प्रचारात असलेल्या यावनी शब्दांना संस्कृत पर्यायी शब्द सुचविले आहेत. या वर्गवारीवरून फार्सी-दख्खनी शब्द महाराष्ट्राच्या दैनंदिन जीवनातील किती थरापर्यंत पसरले होते याची कल्पना येईल. महाराष्ट्राचा सामाजिक इतिहास समजावून घेण्यास 'राज्यव्यवहार कोश' हे एक उत्तम साधन आहे. (मराठे : राजकोश पृ. ७४-१०४) शिवपूर्वकाळात फार्सी भाषेचे महत्त्व इतके वाढले होते की ती भाषा शिकणे आवश्यक असल्याने समाजात लेखनिकांचा एक नवीन वर्ग निर्माण झाला. हे लोक 'पारसनीस' म्हणून ओळखले जाऊ लागले. महाराष्ट्रात वाकनीस (वृत्त संकलक) अखबारनवीस (वृत्त लेखक) पोतनीस (खजिनदार) फडणीस (सरकारी दफ्तराचा प्रमुख), सराफ, सौदागर इत्यादी नवी आडनावे आली आणि मराठी समाजात ती कालांतराने एकरूप झाली. त्यामुळे फार्सी शब्द दैनंदिन जीवनातून काढून टाकणे कठीण झाले होते. 'राज्यव्यवहार कोश' तयार झाला होता. त्याची अंमलबजावणी करण्यास छत्रपती शिवाजीराजाला फारसा अवधी मिळाला नाही आणि नंतरच्या काळातही काटेकोरपणे त्यांचा वापर करणे कठीण झाले होते. कारण हे शब्द इतके अंगवळणी पडले होते की सरकारी प्रयत्नाने त्यांना हुसकावून लावणे इतके सहजासहजी शक्य होण्यासारखे नव्हते.

वाङ्मय : १३व्या शतकापर्यंत मराठी भाषा चांगलीच प्रगत झाली होती. मराठी भाषेतील आद्य वाङ्मयीन ग्रंथ 'ज्ञानेश्वरी' हा सन १२९० साली देवगिरीच्या यादव नृपांचा काळात तयार झाला होता. मात्र मुसलमानी राजवट प्रस्थापित होण्याच्या पूर्वीच्या काळात म्हणजे सातव्या/आठव्या शतकात अरब लोक सिंध प्रांतात काही काळ राहून गेले. अरबांचा कोकणशी व्यापार ७व्या शतकापासूनच सुरू होता. त्यामुळे पश्चिम किनाऱ्याच्या लगतच्या प्रांतात यावनी शब्द व्यवहारात येऊ लागले होते. अरबानी प्रथम इस्लामधर्म भारतात आणला. त्यांचे भारतातील वास्तव्य जरी अल्पकाळ ठरले असले तरी मुसलमान प्रथमच भारतीयांच्या संपर्कात आल्याने ते भारतीय संगीत, चित्रकला, तत्त्वज्ञान इत्यादी क्षेत्रांतील त्यांच्या कामगिरींमुळे प्रभावीत झाले होते. खगोलशास्त्रातील 'ब्रह्मसिद्धांत' वैद्यकशास्त्रातील चरकसंहितासारखे संस्कृतग्रंथ भारतीय पंडितांच्या

साहाय्याने त्यांनी आपल्या भाषेत तयार करून घेतले.

मराठी भाषेत ज्ञानेश्वरपूर्व काळात फार्सी-अरेबिक शब्द येऊ लागले होते असे काही तज्ञांचे मत आहे, तर काहींच्या मते यादवकाळातील मराठी भाषा ही फार्सीने दूषित झाली नव्हती. प्रसिद्ध मराठी संशोधक प्रा. शं. गो. तुळपुळे यांनी आपल्या 'यादवकालीन मराठी भाषा' या प्रबंधात मराठी वाङ्मयात आलेल्या फार्सी शब्दांची एक यादीच दिली असून त्यात 'ज्ञानेश्वरी'चाही उल्लेख केला आहे. अर्थात मुसलमानी राजवट प्रस्थापित झाल्यावर यावनी शब्दांचे मराठीवर आक्रमण मोठ्या प्रमाणावर होऊ लागले आणि शिवकालातही ते तसेच चालू राहिले. केवळ वाङ्मयच नव्हे तर १३व्या, १४व्या शतकातील शिलालेखानीही फार्सी शब्दाचा आश्रय घेतला होता. पोतडी (पोतेह) निसाण (निशाण) तेजी (ताझी) रूखवत (रूषतक) सुलतान (सुल्तान) जहरी (जहर) इत्यादी (पहा यू. म. पठाण :मराठी बखरीतील फार्सीचे स्वरूप, औरंगाबाद, १९७३ पृ. १४-१७.)

मध्ययुगीन काही मराठी संतकवींनी विशेषत: नामदेव, एकनाथ, दासोपंत, तुकाराम, रामदास यांनी हिंदीमध्ये रचना केली होती. असे करण्यामागे कदाचित आपल्या अ-मराठी भक्तासाठी आणि यवनासाठी हिंदुधर्माचे स्वरूप आणि अन्य धर्मातील तात्त्विक साम्य दाखवून देण्याचा हेतू असावा.

महाराष्ट्रातील भक्तिमार्गाचा एक आद्य संस्थापक आणि ज्ञानेश्वराचा सहकारी नामदेव (१२७१-१३५०) याने आपल्या आयुष्यातील सुमारे २० वर्षे पंजाबात घालविली आणि भक्तिमार्गाचे महत्त्व पंजाबी जनांना पटवून देण्याच्या उद्देशाने हिंदीतून काही काव्य रचना केली . शिखांच्या 'गुरुग्रंथसाहेब' या पवित्र धर्मग्रंथात 'नामदेवजीकी गुरुवाणी' म्हणून एकूण ६१ कवने ग्रथित केली आहेत. नामदेवाची शिष्य परंपराही तेथे निर्माण झाली होती, आणि त्याच्या प्रीत्यर्थ अमृतसर भागातील 'घुमान' या गावी एक मंदिरही उभारण्यात आले होते. काही संशोधकांच्या मते हिंदी भाषेत भक्तीगीतांची रचना सर्वप्रथम नामदेवानेच केली. त्यामुळे हिंदी आणि मराठी भक्तिकाव्याचा नामदेव हा एक सेतुबंध होता असे मानले जाते. (पहा प्रा. श्री. रा. कुलकर्णी 'साहित्यसेतू' मुंबई १९९८ पृ. १३, परिशिष्ट १ आणि २ पृ. ११७, १२६ आणि प्रा.शं. गो. तुळपुळे 'पांच संत कवी' दु. आ. पुणे १९६२ पृ. १९०-९१) उत्तरेकडील संत शिरोमणी कबीर यांचे नामदेव हे एक प्रेरणास्थान होते. कबीर ग्रंथावलीत म्हटले आहे.

तनमन काही खोज हुरे भाई ।
तन तू है मन कहाँ समाई ॥
सनक सनंदन जैदेव नामा

भगति करि मन उन हूँ न जाना ॥७७

एकनाथ (१५३३-१५९९) या प्रसिद्ध मराठी संतकवीने आपल्या काव्यात फकीर, मौला, साब, दुनिया, देखो इत्यादी अनेक दख्खनी उर्दू शब्दांचा वापर केला आहे. त्यांचे एक सुप्रसिद्ध कवन हिंदु-तुर्क संवाद या नावाने प्रसिद्ध असून त्याची रचना मराठी आणि दख्खनी या मिश्र भाषांतून केली आहे. एकनाथ म्हणतात हिंदू कू तुरक कहे काफर, तो म्हणे विटाळ होईल परता सर, दोहोशी लागली करकर, विवाद थोर मांडला ॥ या संवादात बराच वादप्रतिवाद करून शेवटी हिंदू-मुसलमान या दोघांची निर्मिती एकाच खुदाने म्हणजे देवाने केली आहे, असा निष्कर्ष काढला आहे. हिंदू मुसलमान दोई खुदाने पैदा कियो भाई ॥ (श्री. रा. कुलकर्णी (१९९८) पृ. २०६-२०७.)

एकनाथाने अनेक भजनी भारुडे रचली असून त्याच्या एका भारुडाने अर्जदास्त नावाचे जे कवन आले आहे त्याचा उल्लेख दख्खनी-मराठी भाषांच्या मिश्रणाचा एक उत्कृष्ट नमुना म्हणून देता येईल.

अर्जदस्त अर्जदार । बंदगी बंदेनवाज ॥
अले तूं सलाम । साहेबांचे सेवेसी ॥
बंदे शरीराकार । जिवाजी शेखदार ॥
बुधाजी कारकून । प्रगणे शरीराबाद ॥
किल्ले कायापुरी । सरकार साहेबांची ॥

(मु. बा. शहा (सं.) इतिहासाचार्य राजवाडे खंड १०, धुळे १९९८ पृ. ३६३) दासोपंत (१५५१-१६१५) या मराठवाड्यातील एका दत्तभक्ताने विषयपरत्वे हिंदी आणि दख्खनी या भाषेत अनेक संगीत रचना केल्या आहेत. उदाहरणार्थ त्यांची भैरवी रागातील पुढील रचना पहा.

'सुन रे गुनिया हम की बात,
धन जो बन किसकी मवेशी,
दिन दो रहेंगे फिर उठ चले परदेसी
आवे वो न रहिंगे, जावे सौ और आवे
मेरा मेरा कहे भूली हात झार जावे ॥
कहाँ भीम, अर्जुन, कृष्ण, रावण सौई
कौन छुडाने तन भूला मेरे भाई
दिगंबर कहियौ एक बिचार
उनके चरणी हम दियो है सरीर ॥
(श्री. रं. कुलकर्णी (१९९८) पृ. २०७-९)

मराठी कविश्रेष्ठ संत तुकाराम महाराज (१६०६-१६४९) आणि समर्थ रामदास या शिवकालीन मराठी संतांनी द:ख्खनी भाषेत काही भक्तीपर गीते रचली आहेत. एका कवनात तुकाराम महाराज म्हणतात, एखाद्या भक्ताचा धर्म अथवा जात, तो हिंदू आहे का नीच जातीचा म्हणजे धेड अथवा चांभार आहे याच्याशी मला काही कर्तव्य नाही. माझ्या परमेश्वराचे जे भक्त आहेत त्यांच्याशीच माझा संबंध आहे.

जातन सुँ मुजे कछु नही प्यार
आसते के नहिं हिंदू धेड चांभार ॥
जाका चित लागा मरे राम को नाम
कहे तुका, मेरा चित लागा त्याके पाँव ॥
(कुलकर्णी १९९८) पृ. २१२)

समर्थ रामदासांची गणना सामान्यत: वारकरी सांप्रदायात केली जात नाही. रामदास स्वामींनी द:ख्खनी, हिंदी भाषेत केलेली रचना 'मुसलमानी अष्टके' या नावाने ओळखली जाते. शुद्ध भक्तीचे आणि एकूणच हिंदू धर्म म्हणजे काय या संबंधी आपल्या मुसलमान बांधवांचे प्रबोधन करावे या दुहेरी हेतूने रामदासांनी ही 'अष्टके' रचली असावीत.

हिंदू धर्मातील काही संकल्पनांचे मुसलमानांना आकलन व्हावे म्हणून समर्थांनी आपल्या कवनात दख्खनी हिंदी शब्दप्रयोगांचा वापर केला आहे. उदाहरणार्थ गुरू, नामस्मरण, वैराग्य या संकल्पनांसाठी अनुक्रमे पीर, जिक्र, फकिरी या शब्दांची योजना त्यांनी केली आहे. ईश्वराची भक्ती हा या दोन्ही धर्मांचा मूलभूत पाया आहे आणि म्हणून या दोन्ही धर्मात संघर्ष होण्याचे कारणच उरत नाही, हा विचार आपल्या मुसलमान बांधवांवर रुसताना या हेतूने ही अष्टके रचलेली दिसतात. आपल्या मुसलमान बांधवांवर ठसवावा या हेतूने ही अष्टके रचलेली दिसतात. आपल्या मुसलमान श्रोत्याला 'भाई' असे संबोधून इस्लाम आणि हिंदुधर्म या विषयी रामदासांनी या 'अष्टका'तून प्रबोधन केले आहे. रामदासांनी हिंदी दख्खनी भाषेतील काव्यांची रचना हिंदुस्थानी संगीताच्या धर्तीवर केली आहे. त्यासाठी बसंत, सारंग, भैरव, मारू, जोगी, खमाज इत्यादी हिंदुस्थानी संगीत रागांची योजना केली आहे. रामदासांच्या या अष्टकातील आणि 'गाथे'तील काही रचनांचा अल्पसा परिचय करून घेणे उद्‌बोधक ठरेल.

''पकर्बे (पकडून) राहा पिर पैगोंबरो के बडे हो गये है न छोडि ईनो कि ईसिमो हि है रे भला फायदाहि भला है भला हे कहेगा सबोंहि ॥
अर्थ : तू पीर पैगंबराचा मार्ग स्वीकार हाच भल्याचा मार्ग आहे. तो तू सोडू नकोस त्याच्या मार्गाने (पैगंबराच्या) जाण्यात तुझा फायदा आहे. तो मार्ग भला आहे हेच तो इतरांनाही सांगेल.

हिंदुधर्मात दगडाच्या देवाची पूजा करतात, पण दगड म्हणजे देव नव्हे. या संबंधीची रामदासांची ही रचना पहा.

फतर्क्या (फतराचा) फुटे गा खुदा सोज्यु दारे फुढेसा तुटेसा नहि सो सही रे ल्युभित: पाहाडो किया है खुदाने फतर्पर्थरि नेत हिंदू दिवाने ॥

अर्थ : दगड हा फुटणारा आहे. तेव्हा असा दगड म्हणजे खुदा नव्हे. परमेश्वर हा फुटणारा, तुटणारा असतच नाही. तो तर सत्यच आहे. त्यानेच तर पहाड जमीन या पृथ्वीवरील सारे तयार केलेले आहे. पण हिंदुभक्त दिवाना-वेडा- तो दगडातच देव म्हणून त्याच्यावर आपली निष्ठा ठेवतो.''

हिंदुधर्म नीटपणे समजावून घेण्याची विनंती करताना रामदास म्हणतो,

'आडबसा (अजबसा) महज्यब हिंदु दिवाना
ईनीका कहु सोसमज्बे तु माना ।
या आला या आला समज्सी कहेरे
कहे रामदासो पियारे सहि रे ॥''

अर्थ : हा हिंदू धर्म मोठा चमत्कारिक (विलक्षण) आहे. त्या धर्माबद्दल जे सांगितले जाते ते तू समजावून घे व नंतरच मान (स्वीकार) जेव्हा तू या अल्ला या अल्ला म्हणून देवाचे नाव घेतोस तेव्हा तू सुद्धा ते देवाचे नाव समजून घे (नुसते नाव घेण्याला अर्थ नाही) प्यारे भाई रामदास हे सत्यच सांगत आहे.''

(डॉ. इंदु लिमये (सं)''मुसलमानी अष्टके आणि दासबोधाची मुखवस्त्रे''
पुणे १९८५ पृ. ५७-६१)

प्रस्तुत संदर्भात समर्थाची एक इलाही ही समर्थांच्या गाथेतील 'खमाज' या संगीताच्या 'रागा'तील रचनेतही हिंदू-मुसलमान यांच्या ऐक्याच्या आवश्यकतेची कल्पना मांडली आहे.

''ये भाई काहे कूँ लडते, लडते सब पडते ॥धृ॥
एक ही जमीन एकही पानी एक आतरा आसमान
येक में हूँ अलम चलाता, येक ही चान्द सुभाना
गैबीसोही एक इलाही पंचभूत, भूतखाना
अजब महजब इस में है रे ये तो सब कुफराना
बन्दा कमीन हक बोलता है सुन हो खातिर ल्यावो
अलामिया येक जुदा नही रे गैबी बाट सू जाने ॥

(कुलकर्णी श्री. र. (१९९८) पृ. २१५)

वरील प्रसिद्ध कवीखेरीज केशवस्वामी भागानगरकर (मृत्यू १६८२) शिवराम स्वामी

(१६१२-१६८६), अमृतसर (१६९८-१७५३) माणिकप्रभू (१८२१-१८६५) इत्यादी मराठी कवीच्या रचना द:खनी-हिंदी भाषेत रचलेल्या आहेत. (कुलकर्णी श्री. रं. १९९८ पृ. २१७-२२३)

(१२७२-१३५०) नामदेवापासून ते माणिकप्रभू (१८२१-१८५६) या सुमारे सहा शतकातील हिंदू संतकवींच्या मराठी, द:ख्खनी-हिंदी या भाषांतील काव्यरचनाच्या या धावत्या आढाव्यावरून जाती, धर्म, पंथ यांच्या पलीकडे जाऊन सामाजिक ऐक्य, धर्मसमभाव साधण्याचे विचार किती प्रगल्भ होते याची कल्पना येते. मध्ययुगातील काही मुसलमान राजे देखील हिंदुधर्माला मोठ्या मानसन्मानाने वागवीत, आणि हिंदू लोक अशा उदारवृत्तीच्या राजांचा मोठा आदर करीत.

प्रस्तुत संदर्भात हिंदू-मुसलमान या दोन्ही धर्मातील लोकांच्या दिलजमाईसाठी प्रयत्नशील असलेल्या विजापूरच्या इब्राहीम आदिलशहा दुसरा (१५८०-१६२७) या पातशहाचा एक अनोखे उदाहरण म्हणून आवर्जून उल्लेख करावा लागेल. आपल्या सरकारातील हिंदू अधिकाऱ्यांवर त्याचा पूर्ण विश्वास होता. शहाजीराजावर त्याची विशेष मर्जी होती. अर्थात कर्नाटक सुभ्यावर त्यांची 'स्वतंत्र' नेमणूक केल्यामुळे त्याला आपल्या मुसलमानी सरदारांचा रोष पत्करावा लागला होता. हिंदू समाजात हा पातशहा विशेष प्रिय असल्यामुळे त्यांनी त्याला 'जगत्‌गुरू' हा किताब बहाल केला होता. वाङ्मय आणि संगीत कला यांचा तो भोक्ता असल्याने या क्षेत्रातील गुणीजनांना त्याने राजाश्रय दिला होता. त्याने रचलेला 'किताब-इ-नवरस' हा हिंदुस्थानी संगीतावरील एक अव्वल ग्रंथ मानला जातो.

सरस्वती या ज्ञान-विद्या देवतेचा तो खास उपासक होता. त्याच्या काही राजपत्रांची सुरुवात 'अज पूजा सरस्वती' अशा मायन्याने होत असे हे आपण मागे पाहिले आहे. सरस्वतीदेवीला वंदन करताना तो म्हणतो 'स्फटिकाप्रमाणे स्वच्छ आणि सुंदर अशा सरस्वती देवते, तू सर्वश्रेष्ठ असून पावित्र्याचे प्रतिक आहेस. तुझ्या एका हातात ग्रंथ असून दुसऱ्या हातात सुमीरण (वीणा) आहे, तिसऱ्या हातात शंख आणि चौथ्या हातात कमलपुष्प आहे'' तो पुढे म्हणतो की 'तुझी ध्यान धारणा केल्याने आपण नवरस राग आळवू शकतो, तू माझी माता आहेस.'

'सरस्वती स्वच्छ सुंदरी महाउत्तम जात निर्मल
येक पुस्तक, दुजे हाती सुमिरन
तीजे हाते शंकु, चौथे करकमल'

'नवरस'सूर जुग जग ज्योती आनो सरबगुनी यो सत सरसोती मात, ईब्राहीम प्रसाद भई हुनी ॥

इब्राहीम आदिलशहाने दख्खनी हिंदी भाषेला राज्यभाषेचा दर्जा दिला होता. सरकारी आज्ञापत्रे ही फार्सी-मराठी या दोन्ही भाषांतून दिली जात. तो हिंदूच्या देऊळांना दान आणि संतमहंतांना राजाश्रय देत असे.

शाह तुरब चिस्ती (१६९५-१७८७) हा धर्माने मुसलमान आणि परंपरेने सुफी पंथी कवी, वेलोरच्या सुफी मठाचा प्रमुख होता. तमीळनाडूच्या उत्तर अर्कांट जिल्ह्यातील तिरनामल म्हणजे प्रसिद्ध तिरूवण्णमलाई या प्रसिद्ध क्षेत्राचा तो रहिवासी. समकालीन धार्मिक वाङ्मयाचा त्याने सखोल अभ्यास केला होता. त्याच्या मते सर्व धर्मांची तत्त्वे सामान्यत: सारखीच आहेत. फक्त त्यांच्या अभिव्यक्तीसाठी वापरलेली भाषा वेगळी आहे. तो एकदा तंजावरास गेला असता तेथील रामदासी मठाला भेट देण्याचा आणि तेथील उपलब्ध रामदासी वाङ्मयाचा परिचय करून घेण्याचा योग आला, आणि त्यात व्यक्त केलेल्या विचारामुळे तो बराच प्रभावित झाला होता. विशेषत: रामदासाचे 'मनाचे श्लोक' वाचून त्याला स्फूर्ती मिळाली असे तो म्हणतो. आपल्या 'मन समझावन' या काव्यात त्याने रामदासाचे योगदान मान्य केले आहे. रामदासांच्या 'मनाच्या श्लोकांचे' त्याने द:ख्खनी भाषेत रूपांतर केले आहे, त्याच्या या काव्यात मराठी भाषेचा प्रभाव दिसून येतो. उदाहरणार्थ खालील श्लोकांचे खैर अनुवाद पहा -

मराठी : नको रे मना क्रोध हा खेदकारी
नको रे मना काम नाना विकारी ''

दख्खनी : बुरा घुस्सा का सांघात कर मत
करोण काम और लोव का पाप कर मत ॥

मराठी : तुटेना फुटेना कदा देव राना ।
चलेना टळेना कदा दैन्यवाणा ।
कळेना वळेना कदा लोचनासी ।
नसेना दिसेना कदा लोचनासी ॥

दख्खनी : फुटेना, तुटेना, पडेना, घडेना
सदा सुन चले में पंडे तूं कडै वा
नमा एक रूपासि दुजे न साहे
मन संत अनंत शोधोनि पाहे ॥

तुरबला मराठी भाषा फारशी येत नव्हती तरी त्याने 'मनाचे श्लोक' चे जे स्वैर भाषांतर केले आहे त्यावरून त्याला रामदासाचे तत्त्वज्ञान बरेच उमजले होते असे जाणकारांचे मत आहे. तुरब स्वत: म्हणतो ''मी रामदासांच्या पोथीवर भाष्य करून मनोबोधाचे गूढ दक्षिणी भाषेत उकलले आहे.''

सेतुमाधवराव पगडींच्या मते, ''समर्थांच्या तत्त्वज्ञानावरील शहा तुरब ह्यांचे काव्य एका समन्वयवादी सूफीचे विचार म्हणून उद्‌बोधक, लक्षणीय आणि माननीय नाही असे कोण म्हणेल.''

(सामर्थ्य आहे चळवळीचे : पगडी पृ. ४१)

शहा तुरब चिस्तीच्या इतर काव्य रचनांतून सर्वधर्म समभावाचा विचार वारंवार आला आहे. 'देव देवळात नाही' हा विचार सांगताना तो म्हणतो,

जिसे देव कहते सो परघट में बसे रे

नही कैद होकर वो एक मढ में वसे रे।

निरर्थक कर्मकांडाचाही तो निषेध करतो. तसेच सद्‌गुरूचा महिमा सांगताना तो उपदेश करतो की काशी, बनारस, तिरूपती, गोदावरी, भागीरथी, गंगा, जमना, सरस्वती इत्यादी ठिकाणी जाण्याची गरज नाही. सद्‌गुरूच्या चरणी सारी तीर्थे असल्याने अन्य तीर्थांची यात्रा करण्याची गरज नाही. सद्‌गुरूस शरण गेल्यानंतर सर्वत्र आत्मतत्त्व पसरले आहे हा अनुभव येईल.

अल्ला आणि ईश्वर यामध्ये भेद काय आहे. हिंदुधर्मग्रंथात आक्षेपार्ह काय आहे याचा शोध घेण्याचा त्याने प्रयत्न केला . शेवटी दोन्ही धर्मात त्याला एकच तत्त्व आढळले. कोठे त्याला 'अल्ला' म्हटले आहे तर कोठे 'सोहं.' तो म्हणतो,

'वही अल्ला वही सोहं हरिनाम'' एकाच हरीची 'अल्ला' आणि सोहं ही भिन्न नावे. भेद आहे तो परिभाषेचा, मूळ तत्त्वाचा नाही. नाम कोणतेही असो त्यास प्रणाम करावा आणि त्याचा जप करीत असावे.

एके ठिकाणी तो म्हणतो, ''आत्मतत्त्व मंदिरात सापडणार नाही, तसेच ते मशिदीतही हाती लागणारा नाही .... तुराबने सत्य समजून घेतले आहे. महादेव आणि राम यात भेद नाही हे त्याने जाणले आहे. आपणच आपली पूजा करावयाची असते. याविषयी शंका असेल तर जा रामदास वा इतर संत यांना विचारून ये.''

(कुलकर्णी श्री. रं. (१९८८ पृ. २२७-२३१)

बखर वाङ्मय : एखाद्या व्यक्तीच्या वैयक्तिक कारकीर्दीचा इतिहास लिहिण्याची पद्धत मुसलमानी राजवटीत सुरू झाली. अशा या वैयक्तिक इतिहासाचे लेखन-तारीख, नामा इत्यादी नावाने संबोधिले जात. उदाहरणार्थ तारिख-इ-अली अदिलशाह-दुसरा, तारीख-इ-फिरोजशाही, अलमगीर नामा, मुहम्मद नामा इत्यादी. मुसलमान पूर्वकालात इतिहासाचे स्वरूप फार व्यापक होते. इतिहासाची रचना वैश्विक स्वरूपाची होती. पुराणवाङ्मय म्हणजे एकप्रकारे प्राचीन इतिहासपर आणि चरित्रपर काव्यग्रंथच होत. मुसलमानी राजवटीपासून राजा हा इतिहासाचा नायक बनू लागला आणि इतिहास म्हणजे

राजाचे, राजघराण्याचे चरित्र ही कल्पना रूढ होऊ लागली. आणि त्यातूनच 'बखरवाङ्मयाचा' उदय झाला. बखर हा शब्द फार्सी 'खबर' या शब्दापासून तयार झाला आहे. तो महाराष्ट्रेतिहासाच्या साधनातील प्रमुख भाग आहे. बखर म्हणजे 'सहीशिक्का असलेले माहितीपत्र' असे मानले जाते.

छत्रपती राजारामाच्या आज्ञेनुसार कृष्णाजी अनंत सभासद या समकालिनाने 'शिवचरित्र' ही बखर शके १६१६ मध्ये 'जाहली' असे म्हटले आहे. या शिवचरित्रात असंख्य फार्सी शब्द आले आहेत. उदाहरणार्थ 'अदमी' अफरा (परागंदा), तनखा, मोकासा, आदब, खलबत, कदीम, जाबता, तर्फ, प्यादे, फितका, बदअमल, बेईमान, येलगार (चढाई) रयत, सर्फराजी (सन्मान) हशम, हिंमत, हुजूर असे कितीतरी फार्सी शब्द या आणि इतरही अनेक बखरीत आढळतात. डॉ. यू. म. पठाण यांनी मध्ययुगीन मराठी बखरींच्या भाषेवरील फार्सी भाषेचा प्रभाव याची भाषिकदृष्ट्या सखोल चिकित्सा करून बखरीत वारंवार येणारे फार्सी शब्द, वाक्प्रचार अथवा त्यांचे मराठी रूपांतर यांची विस्तृत माहिती दिली आहे. या अभ्यासावरून मध्ययुगीन महाराष्ट्रात माणसाच्या विविध कार्यक्षेत्रात फार्सी भाषेने कसा नकळत शिरकाव करून घेतला होता याची स्पष्ट कल्पना येते. (यू.म. पठाण ''मराठी बखरीतील फार्सीचे स्वरूप'' औरंगाबाद, १९७३, पृ. २३९-२७७, २८३-३१९)

शाहिरी वाङ्मय : मराठी शाहिरी वाङ्मयाचा विकास उत्तर पेशवाईत आणि तोही अठराव्या शतकाच्या शेवटच्या आणि एकोणीसाव्या शतकाच्या पहिल्या दशकात म्हणजेच शेवटच्या बाजीरावाच्या काळात झाला. मराठी शाहिरी वाङ्मयांत फार्सी-द:खनी हिंदी शब्दांचा वापर विशेषत: पोवाड्याचा विषय जेव्हा 'इष्क' असेल तर मुबलक प्रमाणावर केलेला आढळतो. होनाजी बाळा, सगनभाऊ, प्रभाकर आणि इतर समकालीन शाहीर यांच्या वाङ्मयात यावनी शब्द विपुल प्रमाणात आढळतात. उदाहरणार्थ : ''सखे यमुना का पानी गहरी चली ।

भरन जाति जिसा मों माधव मिला ॥धृ॥

— होनाजी बाळा

जा साखि पीतम लावो । घर वेग बुलावो ॥धृ॥
नयन दीदार तुफानी । दो भंवां कमानी ।
भरी भरपूर जवानी । मै भई री दीवानी ॥

— प्रभाकर

क्या कहते हो रगराज गबरू, मै तो इष्क की मारी
ये बम्मन के राजे साहेब को रखे हुरमत हमारी ॥

– सगनभाऊ

(कुलकर्णी (१९९८) पृ. २३२-२३४)

लोकवाङ्मय वाक्प्रचार :

मराठी लोकवाङ्मयांच्या क्षेत्रात देखील मुसलमान पीरांचा उल्लेख आला आहे. उदाहरणार्थ मराठवाड्याच्या कन्नड तालुक्यातील रामलाल, फकीराबाबा, शेख मारूबाबा, भिकनशा बाबा इत्यादी पीरांचे स्तवन करणारी गीते पाहण्यासारखी आहेत. मराठवाड्यातील मराठीचे डॉ. प्रभाकर मांडे यांनी कन्नड तालुक्यातील लोकवाङ्मयाचा चिकित्सक अभ्यास या आपल्या प्रबंधात तेथील स्त्रिया पिढ्यानपिढ्या गात असलेल्या मौखिक पद्धतीने रूढ झालेल्या काही लोकगीतांची नोंद केली आहे. उदाहरणार्थ -

"पहिली माझी ओवी ग रामलाल बाबाला "

"शेख मारूबाबा ठाण घेतलं बनांत ।
अन् भिकनशा बाबा उभा अंबाच्या बनांत ॥"

"शेख मारूचा डोंगर कसा उन्हांत तापला ।
बाबाचा नवस संग परवाल घेतला ॥"

'भिकनशा बाबा तुझं कोपरवेली गांव ॥"
आंबराई तुझं बन, नाचनवेल पांठेपन ॥

(डॉ. प्रभाकर मांडे, प्रबंध, मराठवाडा विद्यापीठ १९६७ - अप्रकाशित)

मध्ययुगीन महाराष्ट्रातील समाजजीवनात हिंदू आणि मुसलमान कसे एकजीव झाले होते त्याचा प्रत्यय शिलालेख पूराभिलेख, वाक्प्रचार, आणाशपथा इत्यादी लोकभाषेतून येतो. सोळाव्या शतकातील गोव्यातील कुणकली या गावात सापडलेल्या १७७९ सालचा महादेवाच्या लिंगासंबंधीच्या एका शिलालेखात असे म्हटले आहे की, "हे स्थानक मुसलमा होऊन तोडी तै तालाची सव मऱ्हाटा होऊन तोडी तऱ्ही त्या ब्रह्महत्येचे पातके, मोडले करी तै मुसलमानासी मके गेली याचे फळ मऱ्हाटा होऊन कासी यात्रेचे फल"

गोतसभा अथवा ब्रह्मसभेचा निर्णय जो मोडेल त्याला त्याच्या धर्माप्रमाणे शासन घडेल असे अनेक मराठी कागदपत्रात नमूद केले आहे. उदाहरणार्थ, एका सनदेत म्हटले आहे, "यास मऱ्हास्ट होऊन जो खलेल करील त्यास श्रीवाराणसीमध्ये गोहत्येचे पातक व मुसलमान होऊन जो खलेल करील त्यास त्याच्या महजबाची शपथ असे."

कर्नाटकातील शृंगेरी मठाचे अधिपती जगद्गुरू शंकरभारती यांना मठाच्या योगक्षेमासाठी विजापूरच्या आदिलशहाने दिलेल्या सनदेत म्हटले आहे, "यावर जो कोणी हिल्ला, हरकत, मना करील तर त्यास खुदा रसूलची व कुराणाची व मक्केची शपथ

असे, शेवटी त्यास चांगले होणार नाही व जर कोणी हिंदू हिल्ला हरकत मना करील तर त्यास हरिहर वेदशास्त्र व मातापिता यांची व कासीत गोहत्या केल्यासारिखे होईल.''

(कुलकर्णी अ. रा. Medieval Maharashtra दिल्ली १९९६ पृ. १५५-१५६)

मुसलमान संतकवी : मराठी संतांनी जशी फार्सी-द:खनी उर्दू भाषेत रचना केली अथवा शब्दप्रयोग केले, त्याचप्रमाणे मुसलमान कवींनी देखील मराठीत रचना केली. सूफी पंथांच्या संतांनी विशेषत: संस्कृत आणि प्राचीन मराठी भाषेचा अभ्यास करून त्यांना उमजले तसे हिंदूंचे गूढ तत्त्वज्ञान त्यांच्या परंपरा, कार्यपद्धती हे विषय मराठी अथवा हिंदी-दख्खनी भाषेतून लिहिण्याचे प्रयत्न केल्याचे आढळते. या वाङ्मयीन उपक्रमाचा हेतू हिंदू-मुसलमान या दोन्ही जमातीत सुसंवाद साधावा आणि जातीय संघर्ष विरहित अशा एका आदर्श समाजाची निर्मिती करावी असा असावा असे दिसते. महाराष्ट्रात या दोन्ही समाजातील सांस्कृतिक संबंध कसे सलोख्याचे होते याचेही दर्शन मुसलमानांच्या मराठी वाङ्मयातून घडते. येथे एक गोष्ट आवर्जून सांगितली पाहिजे ती ही की मुसलमानांच्या या मराठी रचनांतून कोठेही इस्लाम धर्माचा प्रचार आढळत नाही. तर हिंदूंना समजावून घेण्याचा आणि ते आपल्या मराठी भाषिक मुसलमान बांधवांपर्यंत पोहोचविण्याचा प्रयत्न केल्याचे दिसून येते.

मध्ययुगीन महाराष्ट्रात हिंदू संतकवीप्रमाणे काही मुसलमान संतही उदयाला आले होते. मुसलमान संतकवी परंपरेतील शाह मुंतोजी बहमन अथवा मृत्युंजय याचा जन्म स. १६२८ च्या आसपास बेदरच्या बहमनी घराण्यांत झाला. एकदा पंढरपुरास आला असता, तेथील वारकऱ्यांची विठ्ठल भक्ती पाहून तो प्रभावित झाला. पांडुरंगाच्या दारी तीन दिवस धरणे धरले. या काळात त्याला मुकुंदराजांची शके १११० (११८८ सन) मध्ये रचलेली मराठी भाषेतील 'विवेकसिंधू' या आद्यग्रंथाची एक प्रत सापडली. ती घेऊन त्याने सहजानंद स्वामींची भेट घेतली. त्याची विलक्षण गुरुभक्ती पाहून शहामुंतोजी या यवनाला ब्राह्मण करून घ्यावे असे स्वामींना वाटले, पण त्याला कर्मठ ब्राह्मणांनी विरोध केला . सहजानंदानी त्याला आपला शिष्य करून घेतले आणि त्याला गुरुपदेश दिला. त्याचे नाव त्यांनी मृत्युंजय असे ठेवले.

मृत्युंजय सर्व प्रकारे आचाराने, विचाराने हिंदू बनलेला होता. पण मुसलमान समाजाने त्याच्या या नव्या स्वरूपाची दखल घेतली नाही. त्याला 'मृत्युंजय' न मानता ते 'शहा मुतवजी कादरी' या नावानेच त्याला ओळखू लागले. अनेक लिंगायत लोक त्याच्या भजनी लागले होते. पुढे नारायणपुरीत त्याने समाधी घेतली. या समाधीची व्यवस्था प्रामुख्याने मुसलमान समाजाकडे असली तरी त्याच्या नावाने होणाऱ्या उरूसांत प्रामुख्याने हिंदूच भाग घेत. त्याचे सांप्रदायिक नाव 'ज्ञानसागरानंद' असे असले तरी लिंगायत

समाज त्याला ज्ञानसागर अय्या म्हणत.

मुंतोजी ब्रह्मणी हा प्रथम सूफी पंथी होता. त्याने आपल्या 'पंचीकरण' या द:ख्खनी हिंदीत रचलेल्या ग्रंथात ''हिंदू व मुसलमानी धर्मग्रंथातील तत्त्वे आणि विचार एकच आहेत'' असा समन्वयाचा विचार मांडला आहे. तो म्हणतो.

शाह मुतबजी ब्रह्मणी,
जिनमे नहीं मनामनी।
पंचीकरण का खोज किये
हिंदू-मुसलमान येक कर दिये।

मृत्युंजयाने विपुल प्रमाणावर मराठीत ग्रंथ निर्मिती केली आहे. त्याच्या कार्याचा आढावा घेऊन डॉ. रा. चिं. ढेरे म्हणतात, ''असा हा एका थोर परंपरेतील थोर संतकवी केवळ मुसलमान मराठी संतकवीतच नव्हे, तर अखिल मराठी संत मंडळांत मानाचे स्थान पावणारा आहे.'' (रा. चिं. ढेरे ''मुसलमान मराठी संतकवी'' पुणे १९६७, पृ. ३९)

हुसेन अंबरखान हा कवी गणेशभक्त होता. त्याने भगवद्गीतेवर मराठीत 'श्री भगवद्गीता टीका' अथवा 'गीता भावार्थ दीपिका' असा ग्रंथ शके १५७५ (१६५३ सन.) मध्ये रचला. सतराव्या शतकाच्या सुरुवातीस तो दौलताबाद येथे अधिकारी होता. चांद बोधले, जनार्दनस्वामी इत्यादी साधुसंत त्याचे समकालीन दौलताबादेत होते. गीतेवरील टीका समश्लोकी आहे. उदाहरणार्थ पहिल्या अध्यायातील सीदन्ति मम गात्राणि मुखंच परिशुष्यति। वेपथुश्च शरीरे मे रोमहर्षश्च जायते ॥१:२९) या श्लोकाचा भावार्थ त्याने असा सांगितला आहे :

''गात्रे गलती माझी समस्त।
मुख कोरडे असे होत''
शरीरी कांप बहुत।
आणि रोमांच होती ॥२९॥
हतो वा प्राप्स्यसि स्वर्ग जित्वावा
भोक्षसे महीम।
तस्मादुतिष्ट कौन्तेय युद्धाय कृतनिश्चय ॥ (१:३७)

या श्लोकाचे मराठीकरण अंबरखानाने पुढील प्रमाणे केले आहे.

मेलासि तरी स्वर्ग पावसी।
जितोनि तरि पृथ्वी भोगिसी।
म्हणोनि कौंतेय ऊठिं युद्धासि।

कृतनिश्चयें ॥१:३७॥

थोडक्यात संस्कृत गीतेचा मराठी अवतार घडविणारा, गणेश वंदना करणारा असा हा हुसेन अंबरखान मुसलमान साधू होता.
(रा. चिं. ढेरे (१९६७) पृ. ४९)

आलमखान हा मध्ययुगीन मुसलमान संतकवी विंध्याद्रीच्या पलीकडे असलेल्या महापूर या गावी राहत होता. मनाच्या एका उदासीन वृत्तीच्या काळात तो कर्नाटकातील कल्याणी नगरीत आला. तेथे त्याला लातूर जवळील वडवाळ येथील नागनाथ या सिद्ध पुरुषाची माहिती मिळाली. विठ्ठलाच्या चरणी हिंदू-मुसलमान असा भेदभाव न मानणारा नागेश-तथा नागनाथ हा एक चौदाव्या शतकातील सिद्ध पुरुष होता. या नागनाथांचा साक्षात्कार आणि परमबोध प्राप्त करून तो परत कल्याणीकडे आला आणि तेथून जवळच असलेल्या 'जाजर मुंगळी' या गावी तो राहू लागला आणि नित्य नियमाने कीर्तने करू लागला आणि प्रसिद्धीस पावला आणि त्या भागात अलमखानाची परंपरा पुष्कळ काळ टिकून राहिली होती. समर्थ सांप्रदायातील एक साधू आत्माराम स्वामी येक्की हालीकर हे आपल्या 'दासविश्रामधाम' या ग्रंथात (रचना काल - १८०३-१८०८) अलमखानाविषयी म्हणतात.

कीर्तन केले हो मुगळी गावी ।
श्रोते मिळाले विरक्त निःस्पृही ।
अलमखानाचे सांप्रदाई ।
ज्या बावरसि नागोबा उपदेशिले ॥
खानजी कष्टतां तो शुद्ध हृदयी ।
नसरुद्दीन नागोबा भाळे गोसावी ।
लयलक्ष योगी जाला अनुभवी ।
मंडळी त्याची तैसीच ॥ (दासविश्रामधाम १२१: १०७-१०८) नागोबा म्हणजे नागनाथ नसरूद्दीन हे नागनाथाचे मुसलमानी नाव आहे. (रा. चिं. ढेरे, पृ. ६०)

नागनाथावरील त्याची भक्ती अवर्णनीय होती. त्यांच्यावर रचलेल्या एका आरतीत तो म्हणतो,

''वोवाळू आरती नागनाथा श्री गुरुनाथा ।
भावे शरण आलों चरणी ठेविला माथा ॥

आपल्या एका पदात, गुरुकृपेमुळे झालेल्या स्वानंदाच्या लोटात बुडालेला अलमखान म्हणतो,

आज मोठा आनंद झाला माय ।

माझा मज भेटला गुरुराय ।
स्वानंदाचा भरपूर लोट झाला ।
तत्क्षणी अलमखान बुडाला ॥
(रा. चिं. ढेरे पृ. ६४)

अलमखानाच्या हिंदू साधूच्या भक्तीची, त्याच्या कीर्तनाची ही कार्यपद्धती त्याच्या मुसलमान बांधवांना रूचली नाही. त्याचा छळही करण्यात आला. परंतु धर्म-पंथ भेद न मानणाऱ्या अलमखानाने त्याची पर्वा केली नाही. मुगळी जवळील करळी या गावी त्याने समाधी घेतली. हिंदू धर्मासंबंधीचे अलमखानाचे प्रेम हे त्या काळाची गरज दर्शविणारे आहे.

१८व्या शतकातील साताऱ्याकडचा एक मुसलमान शेख सुलतान हा प्रारंभी शृंगारिक लावण्या करणारा शाहीर होता. पण गोपाळनाथांच्या सहवासामुळे त्याने शाहिरी सोडली आणि गुरूच्या आशीर्वादामुळे तो परमार्थाकडे वळला आणि एक उत्तम कीर्तनकार बनला. परंतु पुण्यातील कर्मठ ब्राह्मणांना एक यवन वेदान्ताची भाषा बोलतो हे न रुचल्यामुळे त्यांनी पेशव्याकडे तक्रार केली. शेख सुलतान हा १७६९ साली समाधिस्त झाला असल्याने ब्रह्मवृंदांनी ही तक्रार माधवराव पेशव्यांकडे केली असावी. याच तक्रारीची शहानिशा करण्यासाठी पेशव्यांनी शेख सुलतानाचे कीर्तन आपल्या दरबारात आयोजित केले. शेख सुलतानाने केलेला गोविंदाचा गौरव ऐकून पेशवे संतुष्ट झाले आणि त्यांनी कीर्तनकाराचा केवळ सत्कारच केला नाही तर त्याला पुण्याजवळील एक बाग इनाम दिली. गोपाळनाथ या आपल्या गुरूबद्दल तो म्हणतो,

गोपालनाथ नबी पीर मेरा
दिलमें दिखा दिया दिल चेहरा
शेख सुलतान उनका चेला
पीछे है कबर ॥

शेख सुलतानचा उल्लेख एका मराठी आरतीतही आला आहे -

आरती निजसंत । शेख सुलताना आबा ।

शेख सुलतान या संतपुरुषाच्या नावे मराठी-हिंदी भाषेतील सती अनुसया, गणपती जन्म, हनुमंत जन्म, कोल्हाट्याचे चरित्र आणि शिवरात्री कथा ही पाच कथात्मक प्रकरणे उपलब्ध आहेत. (ढेरे रा. चिं. पृ. ७२, ७३)

मध्ययुगीन महाराष्ट्रातील मुसलमान मराठी संतकवी परंपरेतील आणखी एक श्रेष्ठ संतकवी म्हणजे शेख महंमद हा होय. चांभार गोंदे अथवा श्रीगोंदे हे त्याचे निवासस्थान होते. शिवाजीराजाचे पितामह मालोजी राजे यांचा त्याला आश्रय होता. श्रीगोंदे येथे

मालोजी राजाने त्यांना मठ बांधून दिला होता. या संबंधीच्या चकनाम्यात असे म्हटले आहे की, ''तुम्ही आमचे गुरू आहात व आपण तुमचे शिष्य आहो. म्हणून पाच चाहूर खरेदी जमिनीतून बारा बिघे तुम्हास इनाम मुकरर दिल्हा असे. यास जर कोणी दावा करील, तर त्यास आपण वारू.''

हीच भावना दुसऱ्या एका काव्यपंक्तीत आली आहे. ज्ञानाचा एका, नाम्याचा तुका । कबीराचा शेका ॥

मराठी संतपरंपरेत शेख महमदाला 'कबिराचा अवतार' म्हणून ओळखले जाते. उत्तरेकडील संत कवी कबीर याच्या धर्माविषयी आणि जन्म मृत्यू संतत्सराबाबत मतभेद आहेत. काहींच्या मते त्याचा काल १३९९-१५०५ सन असा आहे, तर काहींना त्याचा मृत्यू सन १५१७ चा असावा असे वाटते. काहींच्या मते तो जन्माने मुसलमान असून त्याने हिंदू गुरू रामानंद याच्याकडून परमबोध प्राप्त केला होता. आणि हिंदु-मुसलमान यांच्यात भेद आहे असे तो मानीत नव्हता. तो रामभक्त होता आणि त्याने भागवत संताप्रमाणेच भक्तिमार्गाचा प्रसार केला.

शेख महंमद हा कविराप्रमाणेच मुक्तचिंतक धर्मभेद, जातिभेद न मानणारा होता म्हणूनच चरित्रकारांनी त्याचा उल्लेख –

शेख महंमद पीर । कबिराचा अवतार ॥

असा केला आहे. महाकवी मोरोपंतांनी त्याच्या विषयी गौरवोद्‌गार काढले आहेत. ते म्हणतात,

हर्षे सेख महंमद भगवज्जन मुसलमान मानावा ।

शेख महंमदाच्या पित्याचे नाव राजे महमद आणि आईचे नाव फुलाई असे होते. प्रथम हे कुटुंब धारूर (जि. बीड) येथे राहात होते आणि नोकरी निमित्त ते देवगिरी येथे आले. राजे महंमद हे कादरी सूफी पंरपरेतील महंमद गौसचा शिष्य होते. राजे महंमदचा शिष्य चांदसाहेब कादरी, म्हणजे प्रसिद्ध हिंदू साधू दत्तावतारी चांद बोधले होय. शेख महंमदाने चांद बोधलेचे शिष्यत्व पत्करले होते. चांद बोधलेचे दुसरे एक शिष्य म्हणजे एकनाथांचे वडील जनार्दनस्वामी हे होते. सूफी परंपरेनुसार चांदबोधले मलंगवेश धारण करीत. नाथांच्या 'पारंपरिक चरित्रात मलंगवेशाने दर्शन देणाऱ्या दत्तात्रेयांचा जो उल्लेख आढळतो तो चांद बोधल्यांचा होय.

जनार्दनस्वामी आणि चांद बोधले एकप्रकारे गुरुबंधूच होते आणि शेख महंमद त्याचा शिष्य होता. जनार्दनस्वामींनी चांद बोधल्याची समाधी देवगिरीच्या पायथ्याशी बांधली आहे. त्यानी सूफी पंथाचा स्वीकार केला असल्यामुळे धर्माने जरी ते हिंदू होते तरी त्यांची समाधी दर्ग्याच्या स्वरूपात आहे. चांद बोधल्यांनी हिंदुधर्म आणि इस्लाम यांच्यात समन्वय

साधण्याचा प्रयत्न केला आणि शेख महंमदाला इस्लामधर्माचे मूलतत्त्व व हिंदुधर्माचे सुसंवादी अध्यात्मज्ञान याची यथार्थ शिकवण दिली. शेख महंमद आपल्या 'योगसंग्राम' या प्रसिद्ध ग्रंथात म्हणतो,

''अविध यातीस निपजले । कुराण पुराण बोलो लागले ।
वल्ली साधुसिद्धास मानले । स्तहितपरहिता गुणें ॥

शेख महंमदाने इस्लाम धर्माचा त्याग केला नसला तरी त्याला आपल्या बांधवांचे मूर्ती भंजनाचे कृत्य पसंत नव्हते. त्यामुळे त्याला मुसलमानांचा रोष पत्करावा लागला. त्याने हिंदु गुरू, संतवाणी, संतचरित्रे यांचा स्वीकार केल्यामुळे मुसलमान त्याला 'काफर' म्हणत असत. याउलट हिंदू लोक तो मुसलमान असल्यामुळे त्याचे हिंदूधर्माबद्दलचे प्रेम बेगडी असावे असे त्यांना वाटे. आपल्या संबंधी मुसलमान आणि हिंदू जमातीत कसे अपसमज आहेत याचे वर्णन त्याने योगसंग्राम या आपल्या ग्रंथात पुढीलप्रमाणे केले आहे,

'एक म्हणती हा यातीचा मलवंश ।
म्हणून निखदितो आमच्या देवतास । याचा मानूंना आम्ही विश्वास ।
प्रतिमा निखंदिल्या ॥
देखत अविंध देवळे मोडिती ।
हा तो त्यांचाच स्वयाती ।
येणे प्रतिमेची केली माती ।
आता काय पुजावें ॥
यवन देवतास करिती मार ।
हे तन चालिले असे अपरंपार ।
आम्ही वंदू ना याचें उत्तर
हा त्यांचाच गोत्या ॥

(योगसंग्राम १६ : ६२-६४॥)

साधुसंताच्या जाती, कुळाचार शोधू नयें असे शेख महंमद वारंवार सांगतो. हिंदू समाजातील नाना जाती-जमाती, स्पृश्यास्पृश्यतेच्या खुळ्या कल्पना, अंधश्रद्धा यावर तो हल्ला करतो, आणि वैतागून म्हणतो, 'बरवा झालों मुसलमान। नाही विटाळी आठवण ।''अर्थात असे म्हणत असताना त्याला इस्लामधर्म श्रेष्ठ आहे असे म्हणावयाचे नसते. आपण मुसलमानधर्मात जन्माला येऊनसुद्धा आपण शुद्ध परमार्थाची भाषा कशी बोलतो याचे त्यालाही आश्चर्य वाटते. या 'चमत्कारा'ला उद्देशून तो म्हणतो,

'बाभळेच्या झाडा । आंबे आले पाडा ।

अपरोक्ष निवाडा । शेख महंमद ॥
याति मुसलमान । मऱ्हाष्ट्री वचने ।
ऐकती आवडीने । विप्र शूद्र ॥
मुसलमान याती । निपजली मती ।
अधिकारी होती । अठरा पगड ॥

शेख महंमदाच्या अशा या समन्वयवादी वृत्तीमुळेच त्याने समकालीनामध्ये आणि नंतरच्या काळातही मोठे आदराचे स्थान मिळविले. हिंदू-मुसलमान या दोन्ही जमातीतील लोकांनी त्याचा गौरव केल्याचे आढळते. समर्थ रामदासांनी शेख महंमदावर रचलेल्या आरतीत म्हटले आहे,

देह जरी वोवाळूं, उसनें पाचांचे ।
जीवशीव वोवांळू , तरी देणे हे तुमचें ॥
भावभक्ती नेणे, पोसणें संतांचे ।
रामी रामदास चरणरज संतांचे ॥

योगसंग्राम, पवनविजय, निष्कलंक प्रबोध इत्यादी ग्रंथ आणि अनेक मराठी हिंदी रचना त्याच्या नावावर उपलब्ध आहेत. त्याने हिंदुधर्मातील उच्च-नीचतेच्या कल्पनांवर प्रहार केले आहेत. तो म्हणतो,

उत्तम कुळी काय । जाळावी विप्राची ।
जो नाही हरीची । बोधे भक्ती ॥

हिंदू-मुसलमान या धर्मांमध्ये वरवर भेद दिसत असले तरी त्या दोन्हींमध्ये सात्त्विक साम्य काय आहे ते आपण पहावे असे तो म्हणतो. मुसलमानांचा 'सच्चापीर' आणि हिंदूंचा सद्‌गुरू हे एकच आहेत हे आपण खुल्यामनाने त्यांच्याकडे पाहिले तर दिसून येईल. तो म्हणतो,

" सच्चापीर कहे मुसलमान ।
मऱ्हाटे म्हणती सद्‌गुरूपूर्ण ।
परी दोहींत नाही भिन्नपण ।
आंखे खोल देखो भाई ॥
(योगसंग्राम १७.३)

(शेख महंमदाने रचलेल्या 'संतनामावली' अथवा 'महाआरती' या काव्यात सच्चा पीर आणि सद्‌गुरू हे एकच आहेत. या कल्पनेचा सुरेख अविष्कार झालेला आपल्याला आढळतो.) 'जये जये आरती पीरा पैगंबरा' अशी सुरुवात करून त्यात एकूण ११० संतांची नावे आहेत. यापैकी केवळ १५ ते २० नावे यवनांची-फकीरांची आहेत. इतर

सर्व हिंदू संत आहेत. प्रथम त्याने आपला गुरू गौस कुतुब या सूफी संताचा उल्लेख केला आहे, त्यानंतर वसिष्ठ, दुर्वास, वल्मिक, व्यास या ऋषी मुनींची, महाभारत, रामायण, गीता, भागवत, अठरापुराणे, उपनिषदे सहा दर्शने, नवनाथसिद्ध, निवृत्ती, ज्ञानेश्वर, नामदेव, खेचर, सावतामाळी, चोखा मेळा, तुकाराम, वडवाळ नागेश, सेना न्हावी इत्यादी मराठी संतांची, कबीर, मनसूर, दाऊद, हजरत मीरा कादरी, हाफीज, सादिक, इत्यादी मुसलमान फकीरांची नावे आहेत. मात्र या यादीत त्याचे गुरू चांग बोधले यांचा उल्लेख नाही. (पां. मा. चांदोरकर - शेख महंमदकृत 'संतनामावली' भा. इ. सं. मं. इतिवृत्त, शक १८३८ पृ. १०३-१०८).

शेख महंमदाच्या मराठी रचनांवरून त्याला मराठी भाषेचे प्रेम आणि उत्तम ज्ञान होते असे दिसून येते. ज्ञानेश्वरांनी जसे,

"माझा मऱ्हाटाचि बोलु कवतुके । परी अमृताते ही पैजा जिंके ऐसी अक्षरे रसिके मेळवीन ॥ म्हटले आहे त्याच धर्तीवर शेख महंमद म्हणतो, "मऱ्हाष्ट्रभाषा बोलणे बोली । सांगेन अंतरीची सखोली । विवंचना करूनि वेगळाली श्रोती गुह्य घ्यावें ॥ (योगसंग्राम १७:७६)

शहामुनी : मुसलमान संत परंपरेतील आणि महाराष्ट्रात विशेष लोकप्रिय असलेला आणखी महत्त्वाचा संतकवी म्हणजे शहामुनी होय. या घराण्याचा मूळ पुरुष शाहाबाबा हा शहामुनीचा पणजा. हा मराठी आणि फार्सी भाषा जाणणारा हिंदू देवतांचा उपासक होता. शाहमुनीने आपल्या प्रसिद्ध 'सिद्धांतबोध' या ग्रंथात म्हटले आहे -

आतां नमू वंशावळी । जन्म घेतला ज्यांचे कुळी ।
पणजा आमचा मुळी । नाम त्याचे शाहबाबा ॥
महाराष्ट्र आणि फारशी । उभयपक्षी विद्या त्यासी ।
आराधिले होते शिवासी । एकनिष्ठ उपासना ॥

शहामुनीचा जन्म अहमदनगर जिल्ह्यांतील भीमा-सरस्वती नद्यांच्या संगमानजीकच्या पेडगाव (तालुका श्रीगोंदे) येथे शके १६७० (सन १७४८) च्या सुमारास झाला असावा. घराण्यात हिंदू देवतांची, संतांची आराधना असल्याने शहामुनीवर बालपणापासूनच या धर्माचे संस्कार झाले होते. तो म्हणतो,

"होते पदरी वडिलांचे पुण्य ।
लाधलो तुम्हा संतांचे चरण ।
जाहले पापाचे खंडण ।
चुकलो जन्ममरणासी ॥"

धर्माने मुसलमान असनूही त्याने महानुभाव संप्रदायाचा स्वीकार केला होता. त्याचा

'सिद्धांत बोध' हा ग्रंथ मराठी समाजात विशेष लोकप्रिय होता. यवन राजकर्ते हिंदुधर्माचे द्वेष्टे म्हणून भारतात ओळखले जात होते. कारण त्यांनी हिंदू परंपरेचा विध्वंस करण्याचे काम केले होते. अशा या मुसलमान जमातीत आपला जन्म झाला याची त्याला केव्हा केव्हा खंत वाटत असावी. आपल्या 'सिद्धबोध' या ग्रंथात तो म्हणतो,

नव्हे यातीचा ब्राह्मण । क्षत्रिय वैश्य नोहे जाण ।
शूद्रा परीस हीन वर्ण । अविंध वंशी जन्मलो ॥
ज्यांचा शास्त्र मार्ग उफराटा । म्हणती महाराष्ट्रधर्म खोटा
शिवालये मूर्ति भंगिती हरा । देवद्रोही हिंसाचारी ।
जयांच्या सपाचा दिवशी । वधिता गो उल्हास मानसी ।
वेदशास्त्र पुराणासी । हेळसिती उद्धट ।
ऐसा खाणीत जन्मलो । श्रीकृष्ण भक्तीसी लागलो
तुम्हां संतांचे पदरी पडलो । अंगिकारावे उचित ॥
(सिद्धांत बोध २ : १२९-१३२)

शहामुनी हा महानुभाव पंथीय होता. तो स्वत:ला 'कृष्णोपासक' म्हणवून घेतो. महानुभावपंथीय राहूनही त्याने शंकराचार्यांच्या अद्वैत मताचा स्वीकार केला होता. तो म्हणतो, 'अद्वैत खरे, भेद मिथ्या'. तसेच ज्ञानदेवादी संतमंडळींनाही तो वंदन करतो. विठ्ठलाच्या पंढरीचाही तो गौरव करतो. तो म्हणतो,

मिळे संतांची मंडळी । वाजे स्वानंदाची टाळी ।
कीर्तन घोषाची आरोळी । पळे काळ पाहोनी ॥
भीमरथी दक्षिण तीरी । परब्रह्म उभे विटेवरी ।
कर ठेवोनि कटांवरी । ध्यान दिगंबर साजिरे ॥
पंढरी संतांचा आखाडा । रोग दारिद्र्य जाय पीडा ।
देवदर्शन देतो रोकडा । तुरे झगडा कर्माचा ॥
(सिद्धांत बोध ३८. १-११)

शहामुनीचा 'सिद्धांत बोध' हा मराठी भाषेतील पहिल्या प्रतीच्या ग्रंथात मोडण्यासारखा ग्रंथ आहे .... मराठी वाङ्मयाच्या खाणीतला हा एक तेजस्वी हिरा आहे.'' अशा शब्दात ह. भ. प. ल. रा. पांगारकरांनी या ग्रंथाचा गौरव केला आहे.

शहामुनी कबीराला तो गुरुस्थानी मानतो. कबीराला तो 'सत्यस्वरूप अवतार', 'ज्ञानाचा कोंभ', 'ब्रह्मीचा पुतळा' असे वर्णन करतो. हिंदु-मुसलमान यांची परस्पर संबंधीची द्वेषभावना किती वृथा आहे हे दाखवून देण्याचा प्रयत्न त्याने केला आहे. मुसलमानांचा एकेश्वरवाद आणि महानुभावीय देवदेवता संबंधीचे विचार यांचा आधार

घेऊन 'महाविष्णु लक्ष्मीवर । तयापासून पैगंबर'' असे तो मानतो आणि क्षीरसागराच्या महाविष्णूपासूनच म्लेंछधर्म निर्माण झाला असे तो म्हणतो. यवन महाराष्ट्र धर्माचा विरोध का करतात यासंबंधी तो म्हणतो,

शेषशायी नारायणाला । यवन म्हणती थोर अल्ला ।
हरिहर त्या तळीं राहिला । म्हणून द्वेषिती देवांसी ॥

तो पुढे मोठ्या खेदाने म्हणतो -

महाराष्ट्र धर्माची राहाटी । अविंध मानती उफराटी ।
आणि यवन लोकांची राहाटी । विपरीत वाटे या लोका ।

सोळाव्या शतकात एकनाथांनी आपल्या प्रसिद्ध हिंदु-तुर्क संवादातून दोन्ही परंपरातील वैगुण्यावर चर्चा करून एकात्मतेची आवश्यकता सांगितली आहे. समर्थ रामदास संप्रदायातील देवदास नावाच्या १७व्या शतकातील एका शिष्याने हाच विचार पुढील प्रमाणे मांडला आहे -

तुम्हारा हमारा खुदा एक भाई ।
कहे देवदासी नहीं बे जुदाई ।

१६व्या शतकापासून मुसलमान संतकवींची सुरू झालेली परंपरा पुढे चालूच राहिली. ब्राह्मण आणि सूफी संत यांच्यामध्ये विचारांची देवाण-घेवाण मध्ययुगात चालू असावी. गुरूचरित्रात ब्राह्मणांनी मुसलमानांना वेदांत शिकविण्यास सुरुवात केली असे म्हटले आहे. ''कर्म भ्रष्ट जाले द्विज । म्लेच्छा सांगती वेद बिज.''

१७व्या १८व्या शतकात अनेक मुसलमान संत आणि शाहीर यांनी मुक्तपणे मराठीत रचना केल्याचे, हिंदूंचे शिष्यत्व पत्करल्याचे दिसून येते. अनेक मुसलमान संतकवींची चरित्रे अद्याप अज्ञात आहेत, पण त्यांच्या रचना अल्पप्रमाणात आढळतात. रामदासांचे शिष्य भागानगरचे केशवस्वामी यांचे बाजीद पठाण, शहाबेग, शकरगंज असे तीन मुसलमान शिष्य होते. शहा नवरंग, जंगली फकीर, शहा हुसेन फकीर, शेख सली महंमद, रामभक्त लतीफशहा, सयदुलाल, बंदा फकीर, बुऱ्हान शहा अशी कितीतरी मुसलमानांची नावे या काळात आढळतात. (रा. चिं. ढेरे १९६७, पृ. १३७-१५५)

मुसलमानी अंमलाच्या सुरुवातीच्या काळात जी विध्वंसाची, द्वेषाची भावना होती ती बहमनी राजवट सुरू झाल्यापासून बदलू लागली. मुसलमान संतांच्या आणि काही पातशहांच्या अशा या सहिष्णुवृत्तीमुळेच दोन्ही समाजातील अतिरेकी आणि धर्मांध व्यक्तीच्या कृतीवर आळा बसत असावा. बहमनी राजांना आपली सत्ता स्थिर व्हावी, टिकावी यासाठी स्थानिक लोकांच्या सहकार्याची गरज होती.

मराठ्यांचा एक इतिहासकार सी. ए. किंकेड म्हणतो की मराठ्यांचा विश्वास,

आदरभाव संपादन करावयाचा असेल तर त्यांचा इतिहास आणि भाषा शिकणे हा एक खात्रीचा मार्ग आहे. पाश्चिमात्य देशांतून भारतात येणाऱ्या लोकांना प्रामुख्याने व्यावसायिक कारणासाठी भारतीय भाषांचे ज्ञान करून घेणे गरजेचे होते. भारतात सर्वप्रथम राज्यकर्ते म्हणून पोर्तुगीज लोक आले. त्यांच्या मागोमाग आलेल्या इंग्रज, फ्रेंच या पाश्चिमात्य सत्ताधीशांनी भारतीय भाषांचे अध्ययन प्रामुख्याने प्रशासनाच्या सोयीसाठी केले. परंतु पोर्तुगीजांनी भाषेचा वापर हेतुपुरस्सर ख्रिश्चन धर्माच्या प्रसारासाठी फार प्रभावीपणे केला. याउलट, मुसलमान आणि इंग्रज या लोकांनी मात्र स्थानिक लोकांच्या रूढी, चालीरीती आणि त्यांचे दैनंदिन, सामाजिक संबंध यांना विशेष धक्का पोचणार नाही अशी प्रशासन व्यवस्था निर्माण करण्यासाठी प्रामुख्याने स्थानिक भाषांचा अभ्यास केला. मुसलमानी संतकवींनी हिंदू लोकांच्या भगवद्‌गीता, योगवाशिष्ट यासारख्या पवित्र धर्मग्रंथांचा, देवदेवतांचा अभ्यास करून आपला मूळ इस्लामधर्म न सोडता, हिंदूंचे विचार मराठीत मांडले. इस्लाम धर्माचा प्रसार करण्यासाठी त्यांनी इस्लामधर्माची तत्त्वे स्थानिक भाषांतून मांडली नाहीत.

पोर्तुगिजांची विचारसरणी थोडीशी भिन्न होती. आपले राज्य स्थिर करण्यासाठी त्यांन स्थानिक लोकांचे पाठबळ हवे होते, आणि ते केवळ ख्रिश्चन लोकच देऊ शकतील अशी त्यांची भावना होती. त्यामुळेच आपल्या व्याप्त प्रदेशातील हिंदूंना मोठ्या प्रमाणावर आपल्या धर्मात आणण्याचा जोरदार प्रयत्न केला. फ्रान्सिस झेवियर हा जेसूईट मिशनरी १५४२ साली दक्षिणेकडील भागात धर्मप्रसार करण्यासाठी प्रथम गोव्यात आला. एतद्देशीय लोकांना ख्रिस्ती धर्माची दीक्षा देण्याचे काम त्याने केले. पण भाषांचा अभ्यास त्याने केला नाही. चीनच्या प्रवासात तो १५५२ मध्ये मरण पावला. धर्मप्रसारासाठी पोर्तुगीज चर्चच्या बिशपाच्या प्रांतिक सभांचे आयोजन सन १५६७ पासून पोर्तुगिजांनी सुरू केले. १५८५ साली भरलेल्या तिसऱ्या प्रांतिक सभेत ख्रिश्चन धर्माची एक अधिकृत संहिता, येशूचा संदेश ज्या भागात प्रसृत करावयाचा तेथील भाषेत तयार करण्याचे धोरण निश्चित केले. या धोरणाचा पुरस्कार करण्यासाठी गोव्याच्या जेसुईट मिशनरींनी मराठी आणि कोकणी भाषांतून धर्मांतरिताकरिता पुस्तके तयार करण्याचे ठरविले. या धोरणानुसार १६व्या आणि १७व्या शतकात गोवा आणि त्याच्या परिसरात अनेक मराठी ग्रंथांची निर्मिती झाली.

फादर स्टीफन्स (१५४९-१६१९) या मिशनऱ्याने ख्रिस्ती धर्माच्या प्रसारार्थ सर्वप्रथम मराठी बोली आणि ग्रांथिक भाषेत रचना करण्याचे काम केले. त्याच्या नावावर तीन मराठी-कोकणी ग्रंथांची नोंद आहे.

(१) ख्रिस्त पुराण (The Christian Purana):

हा ग्रंथ इ.स. १६१६ साली प्रसिद्ध झाला. फादर स्टीफन्सच्या या ग्रंथाला मराठी भाषेत एक निश्चित स्थान प्राप्त झाले आहे. वस्तुत: त्याने हा ग्रंथ मराठी भाषेत लिहिला आहे याचे मुख्य कारण परमेश्वराचा म्हणजे येशूचा निरोप माणसापर्यंत पोचविण्यासाठी मराठी भाषाच सर्वोत्तम होय असे त्याचे मत होते. आपल्या ख्रिस्त पुरणात तो म्हणतो, जैसी हरळां माजि रत्नकिळा । कि रत्नांमाजि हिरा निळा । तैसी भासां माजि चोखळा । भासा मराठी ॥१२२॥ जैसी पुस्पामाजि । पुस्प मोगरी । कि परिमळामाजि कस्तुरि । तैसी भासां माजि साजिरी । मराठिया ॥१२३॥ पखियांमध्ये मयोरू । वृखियांमध्ये कल्पतरू । भासांमध्ये भानु थोरू । मराठियेसि ॥१२४॥ तारामधे बारा रासी । सप्त वारांमाजी रविससी । या दीपिचेआ भासांमध्ये तैसी । बोली मराठिया ॥१२५॥ (शांताराम बंडेलू (सं) 'ख्रिस्तपुराण' १९५६, पृ. ४२.) 'योगवासिष्ट' या ग्रंथात 'मऱ्हाटी भाषासुंदरी' या शब्दांत जे वर्णन केले आहे त्याचेच अनुकरण फादर स्टीफन्सने केले आहे. उदाहरणार्थ योगवासिष्टमध्ये ''हरळांमध्ये रत्नकिला । कां पुष्पामध्ये कमळ । तैसी भाषांमध्ये सोज्वला । शोभिवंत दिसे ॥'' (योग वासिष्ट, १ (२९४-३०७) संत ज्ञानेश्वरांनीही 'माझा मऱ्हाटाचि बोलु कवतुकें । परी अमृतातेही पैजा जिंके । ऐसी अक्षरे रसिके । मेलवीन ॥' असे म्हटले आहे. फादर स्टीफन्सने मराठी भाषेचा जो गौरव केला आहे त्यावरून त्याच्या प्राचीन मराठी वाङ्मयाच्या अभ्यासाची कल्पना येते.

ख्रिस्त पुराण हा ग्रंथ दोन भागात रचला आहे. पैले (पहिले) पुराण म्हणजे बायबलचा पहिला भाग - (Old Testament) आणि दुसरे पुराण म्हणजे New Testament होय. या पुराणाची रचना हिंदू पद्धतीने केली आहे. याला गोव्यात 'कोकणी पुराण' असे म्हणतात. याची सुरुवात ''वो नमो विस्वभरिता । देवा बापा सर्व सर्व समरथा । परमेश्वरा सत्यवंता । स्वर्ग प्रभुविचे आ रचणारा ॥१॥ ही अशी परमेश्वराच्या नमनाने केली आहे. बायबलचे हे भाषांतर ओवी छंदात रचले आहे. एकनाथ, दासोपंत यांचा समकालीन स्टीफन्स स्वत:ला ख्रिस्तदास म्हणवीत असे.

(२) दौत्रिना ख्रिस्ता (Doutrina Christa) **:**

अथवा ख्रिस्ती धर्मतत्त्व इ.स. १५८५च्या तिसऱ्या धर्मपरिषदेत घेतलेल्या निर्णयानुसार ही पत्रिका १६२२ साली मराठी बोली भाषेत स्टीफन्सने रचली. या ग्रंथात संवादरूपाने कोकणी भाषेत येशूचा संदेश सांगितला आहे.

(३) कानारी (कोकणी) भाषेचे व्याकरण (Arte da Lingoa Canarim)**:**

हा व्याकरणावरील ग्रंथ स्टीफन्सने १६४० साली परदेशी ख्रिस्ती पाद्री लोकांना धर्मप्रसार कोकणी भाषेतून करणे सुलभ व्हावे म्हणून रचला होता.

इतर पोर्तुगीज लेखकांनी केलेल्या मराठी रचना या अशाच धर्मप्रसारांच्या निमित्ताने

तयार केल्या आहेत. यात (१) फादर एतियन द ला क्रुवा (१५७९-१६४३) याने आपल्या 'सेंट पीटरचे चरित्र' या ग्रंथात हिंदुधर्मातील चुकांचे खंडन आणि हिंदुदेवतांचा उपहास केला आहे. (२) फादर आंतोनियु द सालदाउना (१५९८-१६६३) याने आपल्या 'सांतु आंतोनीची जीवित्वकथा' (१६५५) या ग्रंथात सेंट अँथनीने धर्मप्रसारार्थ केलेल्या चमत्कारांचे वर्णन केले आहे. मराठी भाषेतील महिपतीच्या 'संतविजय' या ग्रंथाप्रमाणे याची रचना आहे. मुक्तेश्वर, रामदास, तुकाराम या संतकवींचा हा समकालीन होता.

(३) फादर दियोगु रिबैरू (१५६०-१६३३) गोव्याच्या बोली भाषेत लिहिणारा हा प्रमुख लेखक होता. कोकणी व्याकरण, कोकणी-पोर्तुगीज शब्दकोश, क्रिस्तावांच्या दौत्रिनाचा अर्थु (१६३२) हे त्याचे ग्रंथ प्रसिद्ध आहेत.

फादर मिंगेल द आलौद (१६०७-१६८७) जुवांव द पेद्रोज (१६१६-१६७२) इत्यादी पोर्तुगिजांनी गोव्याच्या बोली भाषेत ख्रिस्ती धर्मविषयक लेखन केले आहे.

(श्री. म. पिंगे : युरोपियनांचा मराठीचा अभ्यास व सेवा, औरंगाबाद, १९६० पृ. १-३२)

भारतात पश्चिम किनारपट्टीवरून आलेल्या युरोपीय सत्तांमध्ये इंग्रज हे इतरांहून काहीसे भिन्न प्रवृत्तीचे होते. त्यांचे कार्यक्षेत्रही मोठे होते. त्यांना आपल्या कार्यासाठी धर्माचा आधार घ्यावा असे वाटले नाही. उलट धर्मप्रसारासाठी येणाऱ्या प्रचारकांना त्यांनी आपल्या हद्दीत थारा दिला नाही. त्यामुळे आपल्या हद्दीत थारा दिला नाही. त्यामुळे विल्यम कॅरे (१७६१-१८३४) या इंग्रज धर्मोपदेशकाला कंपनीने कलकत्यात थारा दिला नाही म्हणून जवळच असलेल्या श्रीरामपूर मिशनमध्ये जाऊन आपले काम करावे लागले. त्याने बायबलचे भाषांतर मराठीत केले होते. त्याने मराठीत धर्मग्रंथही लिहिले होते. कंपनीच्या नोकरांना भाषाज्ञान व्हावे म्हणून त्याने दैनंदिन जीवनातील प्रसंगावर आधारित संवादरूपाने मराठी भाषेचे व्याकरण (१८०५) आणि शब्दकोश (१८१०) तयार केले होते.

इंग्रजांना फार्सी आणि मराठी या भाषांचे ज्ञान आपल्या लष्करी आणि प्रशासकीय अधिकाऱ्यांना राजकीय व्यवहारांसाठी करून द्यावयाचे होते. अशा अधिकाऱ्यांना हिंदुस्थानी भाषांच्या परीक्षा द्याव्या लागत. मराठी सत्तेच्या उतरत्या काळात आलेल्या एलफिन्स्टन, जॉन ब्रिग्ज, ग्रँटडफ, माल्कम इत्यादींना मराठी-फार्सी भाषांचे व्यवहारोपयोगी ज्ञान होते. मराठी भाषा आपण लोकांचा विश्वास संपादन करण्यासाठी शिकणे आवश्यक आहे असे इंग्रजांना वाटत होते.

एलफिन्स्टनने मुंबईत बॉम्बे स्कूल बुक आणि स्कूल सोसायटीची स्थापना करून

मराठीतून बरीच शालोपयोगी पुस्तकांची निर्मिती करून घेतली. या सोसायटीचा सेक्रेटरी कॅप्टन जॉर्ज जर्व्हिस (१७९४-१८५१) हा होता. त्याने आपल्या प्रदीर्घ कारकिर्दीत 'गणित कृति' अथवा गणितमार्ग (१८२६), गणित दुसरा भाग अपूर्णांक (१८२६), कर्तव्य भूमिती (१८२६), 'बीजगणित मूल पीटिका' (१८४८) इत्यादी गणित विषयक ग्रंथांची निर्मिती केली. (पिंगे पृ. १२८-१३४).

मराठी भाषेचा शब्दकोश निर्मितीचं काम १९व्या शतकाच्या सुरुवातीपासूनच इंग्रजांनी मुंबईत सुरू केले होते. शब्दकोशाच्या प्रारंभीच्या काळात कॅप्टन हचिन्सन, कॅप्टन डेव्हिड केपन, व्हॅन केनडी यांनी प्रयत्न केले असले तरी मोल्सवर्थ (१७९५-१८७२) याने १८३१ साली तयार केलेल्या मराठी-इंग्रजी शब्दकोशाने कोशवाङ्मयात फार मोठी मौलिक भर घातली. त्याच्या कोशाचे महत्त्व सांगताना 'ज्ञानोदयात' (१८७२) म्हटले आहे, ''ह्या देशात यावत् महाराष्ट्र व इंग्लिश भाषांचा अभ्यास व उपयोग करतील तावत् त्यांस मोल्सवर्थ ह्या नामाभिमानाचे विस्मरण होणार नाही'' (पिंगे पृ. १८०) थॉमस कॅडी (१८०४-१८७७) यांनी इंग्रजी-मराठी शब्दकोश (१८५२) तयार करून कंपनी सरकारात काम करणाऱ्या एतद्देशीय लोकांची मोठी सोय केली होती असे म्हणता येईल.

थोडक्यात इंग्रजांनी मराठी भाषेचे ज्ञान धर्मप्रसारासाठी नाही तर मराठी लोकांचा विश्वास संपादन करण्यासाठी आणि राजकीय व्यवहारासाठी प्रामुख्याने करून घेतले हे त्यांच्या विविध प्रकारच्या ग्रंथ निर्मितीवरून स्पष्ट होते.

इस्लाम आणि ख्रिश्चन या दोन जागतिक धर्मांचा प्रवेश मध्ययुगात भारतात भिन्न हेतूने झाला. प्रारंभीच्या काळात यांचे हिंदुधर्माशी संघर्ष झाले, पण भारतीय लोकांच्या सर्वसमावेश सहिष्णुवृत्तीमुळे तो फार काळ टिकला नाही. त्यामुळे या देशाच्या धार्मिक जीवनात विविधता निर्माण झाली, आणि एक प्रकारे नव्या संयुक्त संस्कृतीचा या देशात प्रारंभ झाला. मध्ययुगीन भारताचा इतिहास हा या दृष्टीने आजही मार्गदर्शक ठरणारा आहे.

सामाजिक ऐक्य अथवा सहजीवनाची ही कल्पना सर्वप्रथम आपल्याला मध्ययुगीन बखर वाङ्मयात आढळून येते. भारताची पुराणात दिसणारी प्राचीन वैश्विक इतिहासाची संकल्पना आणि मुसलमानांची तवारिकातून दिसणारी समकालीन इतिहासाची संकल्पना यांचा सुरेख संगम आढळतो. काही बखरीत ज्या वंशावळीचा अंतर्भाव केला आहे त्यात हिंदुराजांच्या वंशावळीबरोबरच भारतावर राज्य करणाऱ्या मुसलमानांच्या वंशावळींचाही अंतर्भाव केला आहे. त्यावरून भारताच्या इतिहासाकडे पाहण्याचा हिंदूंचा दृष्टिकोन स्पष्टपणे दिसून येतो. मुसलमानांना त्यांनी भारतीय इतिहासाच्या प्रवाहात समाविष्ट

करून टाकले आहे.

प्रस्तुत संदर्भात १८व्या शतकातील 'परशरामचरित्र' या आख्यान काव्याचा उल्लेख करता येईल. नाशिक या तीर्थक्षेत्री राहणाऱ्या वल्लभ नावाच्या कवीने 'परशराम चरित्र' अथवा 'श्रीमंतोत्कर्ष' या नावाचे एक खंडकाव्य अथवा आख्यानाची रचना करून त्यात १८व्या शतकातील पेशव्यांच्या वैभवाच्या काळाचा इतिहास सांगितला आहे. या ग्रंथाची रचना १७७२ ते १८०६ या कालखंडातील असावी. या ग्रंथाच्या दुसऱ्या अध्यायात इंद्रप्रस्थाच्या पांडव राजापासून ते औरंगजेबापर्यंतच्या सर्व राजांची नावे दिली आहेत. याचा अर्थ असा की भारतातील हिंदू मुसलमान राजवटींना अधिकृत मानून त्यांना भारताच्या अखंड इतिहासात स्थान दिले आहे.

'परशरामचरित्र' कर्त्याच्या मते कलियुगाचा पुरस्कर्ता 'कली' हा स्वत: यवनदेशात गेला आणि त्याने मुसलमानांना आपल्या कर्मभूमीत येण्याचे आवाहन केले. तो पुढे म्हणतो की यवनांनी या भूमीचे रक्षण मोठ्या न्यायबुद्धीने केले. त्यांनी हिंदूंच्या चारवर्णांना मान्यता दिली आणि त्यांच्या सामाजिक दर्जाचे रक्षण केले. हिंदूंची शास्त्रे, महाभारत इत्यादी ग्रंथांना मान्यता दिली. परंतु नंतरच्या काही यवन राजांना पूर्वसुरीनी अंगिकारलेले हे सहिष्णुतेचे धोरण आपल्या इस्लामी धर्मतत्त्वांशी विसंगत आहे असे वाटल्याने त्यांनी या सामाजिक ऐक्याला विरोध करण्यास प्रारंभ केला. परंतु त्यांना फारसे यश आले नाही. पीरांची पूजा आणि उरूस उत्सव या रूढी काश्मीर ते दक्षिणेतील तमिळी आणि कर्नाटक देशात अव्याहतपणे चालूच राहिल्या. हसन आणि हुसेन या यवन बंधूंना 'पीरवल्ली' या नावाने संबोधून त्यांची गणना संतांच्या श्रेणीत करण्यात येऊ लागली.

'चार युगांची बखर' नावाची एक अप्रकाशित बखर मद्रासच्या मॅकन्झी कलेक्शनमध्ये आहे. त्यात 'कृत', 'त्रैत', 'द्वापार' आणि 'कली' या चार युगातील राजकर्त्यांच्या वंशावळी दिल्या असून भारताचे राजकर्ते म्हणून मुसलमानांचा अधिकृत उल्लेख केला आहे. 'पैगंबर' या इस्लाम धर्माच्या 'प्रेषितां'चा 'मुनी' असा उल्लेख करून 'शिवा' देवतेने हा किताब त्याला बहाल केला आहे असे म्हटले आहे. पैगंबराने केलेल्या या कार्याचे पारितोषिक म्हणून शिवाने त्याला तुझे वंशज भारतावर १२०० वर्षे अधिराज्य करतील असा वर दिला, असा उल्लेख बखरकाराने केला आहे.

अशाच तऱ्हेच्या वंशावळी १९व्या शतकातील 'सप्तप्रकरणात्मक चरित्र' (१८१०) आणि 'शिवदिग्विजय' (१८१८) या शिवचरित्रपर बखरीत दिल्या आहेत. यावरून हिंदूंच्या सर्वसमावेशक वृत्तीची कल्पना येते. मुसलमानांना भारताचे अधिकृत राज्यकर्ते मानणे हा मध्ययुगाचा 'युगधर्म' होता आणि मराठ्यांनी त्याचा स्वीकार आपल्या लिखाणात केला होता हे वरील उदाहरणावरून स्पष्ट दिसते. (नरेंद्र वागळे, अ. रा. कुलकर्णी (सं)

'परशराम चरित्र' १९७६ मुंबई प्रस्तावना पृ. ६-९)

सामाजिक संबंध :

प्रोफेसर मोहम्मद हबीब यांनी इलियट-डौसन यांच्या भारताच्या इतिहासाच्या (सुधारित आवृत्ती)च्या दुसऱ्या भागाच्या प्रस्तावनेत म्हटले आहे, ''जेव्हा दोन सांस्कृतिक समाज समोरासमोर एकत्र येतात, तेव्हा त्यांची 'आपण निराळे आहोत' अथवा दुसऱ्याबद्दल अविश्वास अथवा तटस्थता अशी वृत्ती फार काळ टिकाव धरू शकत नाही. सामाजिक आणि आर्थिक संबंध त्यांना एकमेकांजवळ आणतात, कालांतराने ते अधिक घनिष्ट बनतात आणि असे सामाजिक संबंध वाढतात तेव्हा हिंदू आणि मुसलमान परस्परांच्या चालीरीती, आवडीनिवडी स्वीकारतात, खालच्या थरातील लोकांचे वैवाहिक संबंध सहजपणे घडून येतात. (निझामी के. ए. Some Aspects of Religion and politics in India during the Thirteenth Century, 1961, P. 323)

प्रो. हबीब यांचे हे निरीक्षण मध्ययुगीन महाराष्ट्रातील हिंदू-मुसलमान आणि ख्रिश्चन या धार्मिक जमातीमधील सामाजिक, धार्मिक, आर्थिक संबंधांनाही तंतोतंत लागू पडणारे आहे.

मुसलमानी राजवटीत सनदी आणि लष्करी प्रशासनांत अनेक महत्त्वाच्या जागा हिंदूंच्याकडे होत्या. घाटगे, घोरपडे, जाधव, भोसले, निंबाळकर, मोरे आणि इतर मराठे सरदार यांना मुसलमानी लष्करी सेवेत महत्त्वाची पदे होती. पातशहांना मराठी बारगीर, शिलेदार ही लष्करी मंडळी, तुर्की, इराणी, हबशी या भाडोत्री सैनिकांपेक्षा अधिक विश्वासार्ह वाटत. ग्रामीण पंचायतीत अथवा गोत सभेत 'मुलाणा' या मुसलमान धर्माधिकाऱ्याला मानाचे स्थान असे. मराठ्यांच्या 'बलुतेदारी' पद्धतीचा तो सभासद असे. शिवाजीराजाने बोट बांधणी, अथवा जलदुर्गाची निर्मिती या कामासाठी पोर्तुगीज कारागिरांची नेमणूक केली होती. काही धर्मांतरीत हिंदू मुसलमानी राज्याच्या पातशहापदापर्यंत पोहोचले होते. अहमदनगरचा पहिला पातशहा हा पातरी (वऱ्हाड) येथील कुलकर्ण्यांचा धर्मांतरीत मुलगा होता. तसेच इमादशाही राज्याचा संस्थापक हा देखील विजयनगर साम्राज्याच्या सेवेतील एका ब्राह्मणाचा धर्मांतरित पुत्र होता. बरीदशाहीच्या मुसलमान पातशहावर मराठी सैनिक इतके खूष होते की सुमारे ४०० मराठ्यांनी मुसलमान धर्म स्वीकाला आणि ते त्या पातशहाचे अत्यंत विश्वासू सैनिक बनले. (रानडे -Rise of the Maratha Power P १६-१९)

पोषाखाच्या बाबतीत मराठ्यांनी बराचसा मुसलमानी पेहराव पत्करला होता. तंग तुमान, सदरा आणि लांब रेशमी अथवा सुती कोट (अचकन) टोकदार पागोटे, शेला आणि पट्टा असा मुसलमानी पेहराव मराठ्यांनी घेतला होता.

मराठ्यांची पान खाण्याची सवय, मुसलमान आणि पोर्तुगिजांनीही उचलली होती. तंबाखू भारतात पोर्तुगिजांनी आणला. तंबाखू सेवन अथवा धूम्रपान ही मध्ययुगात एक प्रतिष्ठेची बाब मानली जात असे. अदिलशाही दरबारातील मुसलमान सरदारांना याची मोठी सवय लागली होती. (शेरवानी-जोशी पृ. ४०३, ४०७)

मुसलमान राजसत्ता आणि पोर्तुगीज राजसत्ता यांच्या धर्मांतरासंबंधीच्या कल्पना भिन्न होत्या. मूर्तिभंजन, मंदिरे पाडणे आणि तेथे मशीदी उभारणे इत्यादी हिंदूधर्मविरोधी कृत्ये मुसलमानी राजवटींनी महाराष्ट्रात केल्या नाहीत असे नाही. पण उत्तरेत ज्या प्रमाणात या घटना घडल्या त्या मानाने दक्षिणेत त्यांचे प्रमाण कमी होते असे म्हणता येईल. मुसलमानांचा आपली सत्ता बळकट करण्यासाठी धर्मांतर करून लोकांचा पाठिंबा मिळविण्यापेक्षा लोकांचे कल्याण करून त्यांचे सहकार्य मिळविण्याकडे अधिक कल होता असे या राजकीय धोरणावरून दिसते. अहमदनगरच्या निजामशाहीचा वजीर मलिक अंबर याने अधिक जमीन लागवडीसाठी आणून वसाहत वाढविण्यासाठी लोकांचे सहकार्य मिळविण्याचा प्रयत्न केल्याचे दिसून येते. मलिक अंबरच्या मृत्यूनंतर पश्चिम किनारपट्टीवरील चौल प्रांत जेव्हा अदिलशाहीकडे गेला तेव्हा तेथील प्रजेने नव्या सरकाराला मलिकअंबरी शिरस्ताच चालू ठेवण्याची विनंती केली होती. १६२७ सालच्या स्थानिक देशकांना आणि अधिकाऱ्यांना उद्देशून काढलेल्या एका अदिलशाही फर्मानात म्हटले आहे ''तेथे रजान नवे भूत (मूर्ती) बाजे व हिंदुवानी सती औरत बाब रजा (आज्ञा) की रयेती हिंदू लोक जागा जागाहून मामुरी करून आपला महजब कदीम देऊले आहेती तेथे खिरमती करून आपला महजब चालवून साहेबास दुवा करिताती म्हणौन बयाजवार (तपशीलवार) लिहिले तरी ये बाबे कारकुनास व हबसखान सरसमत त्यास फर्मान हाली सादर केले आहे तेणेप्रमाणे अमल करून --- मा अंबर जैसे चालिले तेणेप्रमाणे अंमल कीजे नवा अंमल न कीजे'' (शिवचरित्रसाहित्य (शिचसा)खंड १ले ३४ पृ. ४०)

बिकानेर येथील अखबारावरून असे नमूद केले आहे की काही हिंदूंना बक्षीस देऊन अथवा बळजबरीने इस्लामधर्म स्वीकारावयास लावण्यात आले होते. (ऐतिहासिक फारसी साहित्य खंड ६ लेखांक ५५, ५७, ५८) घोडे येथील जुम्मा मशिदीतील १५८६च्या फारसी शिलालेखात 'परमेश्वराच्या कृपेसाठी तीस व तीन देवळे मांडली व या खराबाबादेत (घोडे) इमारतीचा पाया घातला'' (ऐ. फा. सा. खंड १ ले ८१).

औरंगजेबाने शिवाजीच्या मृत्यूनंतर जेव्हा दक्षिणदेश जिंकून घेण्याचा निश्चय केला होता तेव्हा काही नामवंत मराठ्यांना आपल्या धर्मात आणण्याचा प्रयत्न केला होता. १६९०साली राजाराम छत्रपतीने सर्जाराऊ जेधे देशमुखास जे पत्र लिहिले आहे त्यात याचा स्पष्ट उल्लेख आहे. ''अवरंगजेबाने मऱ्हाटे लोक आहेती त्यास मुसलमान करावे

ऐसे केले आहे. त्यापैकी मुसलमान केले मा़ा नेतोजी राजे व साबाजी घाटगे व जानोजी राजे व कितेक ब्राह्मणहि या जातीचे बाटविले.''

(म. इ. सा. १५१ पृ. ३४१)

महाराष्ट्रात काही लोकांनी इस्लाम धर्माचा स्वीकार वैयक्तिक फायद्यासाठी अथवा जबरदस्तीमुळे केला असावा, असे धर्मांतराच्या ज्या उदाहरणांचा उल्लेख केला जातो त्यावरून दिसून येते. वतन, एखादे मोठे अधिकाराचे पद, सैन्यातील महत्त्वाची जागा किंवा तो धर्म सत्ताधारकांचा आहे म्हणून मराठी माणसे या धर्माकडे आकर्षित झाली असावीत. मिशनऱ्यांचा प्रचार अथवा इस्लामधर्माची काही उदात्त तत्त्वे याचेही काही लोकांना आकर्षण वाटल्याने त्यांनी स्वखुषीने त्या धर्माचा स्वीकार केला असावा.

ख्रिश्चन धर्माच्या बाबतीत पोर्तुगिजांनी मात्र 'राज्यासाठी धर्मांतर, या धोरणाचा अवलंब केल्याचे दिसून येते. आंग्रेकालीन पत्रव्यवहाराचा (संपादक शां. वि. आवळसकर, १९४८) सूक्ष्मपणे अभ्यास केल्यास 'पोर्तुगिजांचा हिंदुस्थानातील इतिहास म्हणजे धार्मिक आततायीपणा व तामस क्षात्रवृत्ती यांच्या पाशवी स्वरूपाचे अनावृत्त प्रदर्शन' हे संपादकांचे मत पटण्यासारखे आहे. १७३५च्या एका पत्रात म्हटले आहे की, ''फिरंगीयाने बल करून आपले यात अधिक व्हावी म्हणोन मऱ्हास्ट लोक यांना यातीचे जन भ्रस्ट करून किरिस्ताव केले.'' (आंग्रेकालीन पत्रव्यवहार ले ४२ पृ. ४०-४३) पोर्तुगिजांच्या या जाचाला कंटाळून गोव्यातून परागंदा होऊन मराठी मुलखात सहारा घेऊ लागले. गोवा सरकाराने असे फर्मान काढले होते की त्यांच्या हद्दीत कोणीही नवी मंदिरे अथवा मशिदी बांधू नयेत. १७२२-२३ च्या एका पत्रात म्हटले आहे, ''वसई प्रांत फिरंगी याकडे आहे. त्याने देवस्थाने व तीर्थे यांचा व महाराष्ट्रधर्म याचा लोप केला. हिंदुलोक भ्रष्टऊन क्षार केले'' (महाराष्ट्रेतिहासाची साधने खंड २ पृ. ३६४-६५ संपादक वा. सी. बेंद्रे गोव्याचे प्रसिद्ध इतिहासकार डॉ. पांडुरंग पिसुर्लेकर यांनी अस्सल पोर्तुगीज साधनांच्या आधारे १६व्या शतकात पोर्तुगिजांनी गोवा, बारदेस आणि साष्टी या भागात केलेल्या देवळांचा विध्वंस आणि धर्मांतरीत लोकांची आकडेवारी प्रसिद्ध केली आहे. त्यांच्या माहितीनुसार १३१ खेड्यातील सर्व मंदिरे पाडून टाकली होती आणि ११० गावातील बहुतेक सर्व लोकांना १६व्या शतकाच्या उत्तरार्धात बाटविले होते. (Priyolkar A.k. The Goa Inquitsition p 53 (1961))

गोव्याच्या हिंदू कुटुंब राजाकडून तो प्रांत मुसलमानांनी जिंकून घेतला होता. तरी त्या भागात हिंदूंचेच वर्चस्व टिकून राहिले होते. 'कोकणाख्यान' या १७२१ सालच्या एका काव्यात म्हटले आहे की, वेरण्याच्या एका सरदेसायाने हिंदू-मुसलमान यांच्यामधील संघर्ष दूर करण्यास कोचीन येथे आलेल्या पोर्तुगिजांना पाचारण केले. परिणामी पोर्तुगिजांनी

मुसलमानांना हुसकावून लावले. आणि आपले वर्चस्व प्रस्थापित केले. 'कोकणाख्याना'त म्हटले आहे ''तेव्हा सरदेसाई मामलेसि ॥ दमाड पै वैरणे. सासाष्टिसि ॥ एकवेळ मारूनी काडिले नायल्यासि (मुसलमान-नवायत) पुन्हा स्थळासि न सोडिती ॥ त्याणे आपुले सधतेसि ॥ टोपिकर अविंध होते कोचिसि (कोचीन) ॥ त्यांसि आणिले गोमांचळासि ॥ सावकारपणें स्थळासि राहिले ॥ गोमांचळाचि नवलपरि ॥ वेष्टित ग्राम द्वीपें उदका माझारि ॥ देखोनि अभिनव रचना थोरि ॥ लिहोनि पटावरी पाठविले ॥ मग पुर्तुका लिहिनि आणिली ॥ तारवे सेना सामोग्रि पाठविली ॥ नायत्यासि देशोधडी केली ॥ आज्ञा चालविली राजधानीसी ॥१२५-१२८॥ (Moraes G.M. A History of Christianity in India, Bombay, 1964. Quated Chapter 8 p 80)

सरदेसायांच्या विनंतीला मान देऊन सैन्यानिशी पोर्तुगीज गोव्यात आले आणि त्या बेटाचे नैसर्गिक सौंदर्य आणि समुद्र पाहून, त्यांनी मुसलमानांना दूर करून आपणच त्या बेटावर राज्य करावयाचा निर्णय घेतला. (१४१० सन)

अल्बुकर्क या पहिल्या गव्हर्नरराने प्रथम सहिष्णुतेचे धोरण स्वीकारून आपली सत्ता बळकट करण्याचे ठरविले. या सुमारास ख्रिश्चन धर्मगुरू स्वमताचा प्रसार करून नूतन ख्रिश्चन राष्ट्राला मनुष्यबळ मिळवून देण्याचा प्रयत्न करीत होते. लोकांचा पाठिंबा मिळविण्यासाठी अल्बुकर्कने एका अभिनव मार्गाचा अवलंब केला. हा प्रदेश कायमचा आपल्या हाती ठेवण्यासाठी त्यांना खड्या सैन्याची आवश्यकता होती. मात्र ती पोर्तुगालकडून पुरी होण्याची शक्यता नव्हती. या प्रदेशातील लोकांना आत्मसात करण्यासाठी तेथील जनतेत पोर्तुगीज संस्कृती, ख्रिस्ती धर्म, पोर्तुगीज भाषा आणि पोर्तुगीज देश याविषयी आपुलकीची भावना निर्माण झाली तर हे लोक कायमचे आपल्या वर्चस्वाखाली राहतील, असे त्याला वाटत होते. यासाठी त्याने आपल्या हाताखालील चारशे पोर्तुगीज सोजिरांची युद्धात मारल्या गेलेल्या मुसलमानांच्या गोऱ्या आणि सुंदर विधवांशी लग्ने लावून देण्याची योजना आखली. या संमिश्र विवाहापासून निर्माण झालेल्या संततीच्या योगक्षेमाचीही तरतूद त्याने एका योजनेद्वारे करण्याचे ठरविले होते. कालांतराने स्थानिक लोकास या बेटातून हाकलून काढून या नव्या पिढीस त्यांच्या जमिनी दिल्या म्हणजे ते येथे स्थायिक होतील आणि आपणास त्यांचा कायमचा पाठिंबा राहील असे त्याने पोर्तुगालच्या राजाला कळविले. या योजनेनुसार पुढील कार्यवाही होऊ लागली. आणि गोव्यात एक नवा समाज 'गोवन ख्रिश्चन' निर्माण झाला. (सुखणकर ज. स. 'पोर्तुगीज राजवटीतील स्वातंत्र्यलढ्याची पाने (१५१०-१९४७) पणजी १९९२ पृ. १८-१९) परंतु गोव्यातील ख्रिश्चन समाजाला पोर्तुगिजांनी आपल्या बरोबरीचा दर्जा दिला नाही. त्यामुळे गोव्यातील ख्रिश्चन समाजातही हिंदू जाती शिरल्या आणि ते लोक

स्वत:स सारस्वत ख्रिश्चन, कऱ्हाडे-ख्रिश्चन असे म्हणवून घेऊ लागले.

असे होण्याचे मुख्य कारण म्हणजे मुसलमानांनी भारताला आपला देश मानून तेथे कायमचे राहण्याचा जसा निश्चय केला होता तसा पोर्तुगिजांनी केला नव्हता. भारतात ते परकीयांसारखेच राहिले म्हणून त्यांनी भारतीय संस्कृती, भाषा, रूढी, आत्मसात करण्याचा कधी खास प्रयत्न केला नाही. स्थानिक लोकांहून आपण भिन्न आहोत, श्रेष्ठ आहोत अशी आपली प्रतिमा जनमानसावर ठसविण्याचा त्यांनी प्रयत्न केला. उलट पोर्तुगालच्या कला, पोषाख, भाषा या बेटात रूजविण्याचा त्यांनी प्रयत्न केला. त्यामुळे पोर्तुगाल हे आपले स्वगृह असून गोवा हे केवळ एक किफायतशीर फायद्याचे ठिकाण आहे एवढेच स्थान त्यांनी गोव्याला दिले होते. (T.R. de Soza (ed) Discoveries, Missionary Expansion and Asian Cultures" New Delhi, 1994 p. 47)

हिंदू-मुसलमान राजे परस्परांच्या जमातींना मोठ्या आदराने वागवीत असत. मध्ययुगीन संतसाहित्याचा आढावा घेताना आपण हे परस्पराविषयीचे सौहार्दाचे संबंध पाहिले आहेत. अल्लाउद्दीन दुसरा (१४३५ स) या बहमनी पातशहाला 'गुरुचरित्र' या धर्मग्रंथाचा नायक 'नृसिंह सरस्वती' याच्याबद्दल नितांत आदर होता. आपल्या गुरूचे हे चरित्र त्यांचा शिष्य गंगाधर सरस्वती याने सन १५५८ च्या सुमारास लिहिले. मुसलमान राजाने एका हिंदू धर्मगुरूचा एवढा सन्मान करावा, हिंदुदेवतांची स्तुती करावी हे कर्मठ काझींना पटले नाही. या वृत्तीपासून पातशहाला परावृत्त करण्याचा त्यांनी प्रयत्न केला. गाय, अग्नी, सूर्य, नदी, पाणी, या सर्वांना देव मानणाऱ्या मंदबुद्धी ब्राह्मणांच्या नादी मुसलमानांनी लागू नये असे या काझींना वाटत होते. गुरुचरित्रकार म्हणतो, ''ऐसे विप्र मंदमती ।

निराकारा साकार म्हणती ।
त्यांते म्लेंच्छ जे भजती ।
अधोगति पावती ते ॥ ५०

अर्थात् पातशहाला हे आवडले नाही. या आरोपांना उत्तर देताना तो म्हणतो,

दीप असतां एक घरी
लाविती वाती सहस्र जरी ।
समस्त होती दीपापरी
भिन्न भाव कोठे असे ॥
तैशा याति नानापरी ।
असती जाणा वसुंधरी ।
समस्तांसी एकचि हरि

भिन्न भाव करूं नये ॥
स्थिर नव्हे अंत:करण ।
म्हणोनि करिता प्रतिमा खूप ।
नाम ठेवोनि नारायण ।
तया नामें पूजिताती ॥
त्यातें तुम्हीं निंदा करिता ।
तरी सर्वाठायीं परिपूर्ण म्हणता ।
प्रतिष्ठावया आपुल्या मता ।
द्वेष आम्हीं का करावा ॥
(गुरुचरित्र ५० : १९, २१, २४, २५)

विजापूरच्या अदिलशाहीचा पातशाहा, इब्राहिम अदिलशहा दुसरा (१५४७-१६२७) म्हणजे दोन संस्कृतींच्या संयोगाचे प्रतीकच असे मानावे लागेल. आपल्या राज्यातील सर्वात मोठ्या हिंदू समाजाचा तो तारणहार होता. गरीब-श्रीमंत प्रजाजन ज्या नाण्यांचा वापर करीत असत त्यावर त्याने स्वत:चा उल्लेख 'अबला बली' असा करून घेतला होता (शेरवानी-जोशी १९७३ पृ. ३९७, श्री. रं. कुलकर्णी १९९८ पृ. २२३-२२६).

दक्षिणेत काही भागावर शिवकालात मुसलमानांची राजवट होती. मोगल अथवा पठाणाकडून त्यांची सत्ता बळकावली जाऊ नये यासाठी राजे स्वत: प्रयत्नशील होते. मुधोळच्या मालोजीराजे घोरपडे यांना १६७७ साली 'दक्षिणची पातशाही दक्षिणीयांच्या हाती राहे ते करावे' असे आवाहन केले आहे. तसेच १६८० साली आपले सापत्न बंधू तंजावरचे राजे महाराज व्यंकोजीराजे यांना "आम्ही या प्रकारे विजापुरीचे साहाय द्रव्याने व सेनेने करून ज्या उपार्य गनीम (मोगल) उखळूये त्या उपाये विजापूरचे अरिष्ट दूर करून रक्षिले... गनिमास ऐसे केले जे मागती विजापूरची वाट न धरावी" असे आपल्या दक्षिणेतील राज्याविषयीचे धोरण तपशीलवार लिहून तसे वागावे असे सुचविले आहे. (दि. वि. काळे, छत्रपती शिवाजी महाराज १९७१ पुणे पृ. २७०-७३, २८० ते २८४).

१७व्या शतकात छत्रपती शिवाजीराजाच्या नेतृत्वाखाली मराठी सत्ता प्रस्थापित झाली असली तरी त्यांनी मुसलमानांना वेगळी वागणूक देण्याचा प्रयत्न केला नाही. शिवाजीराजाच्या एका आज्ञापत्रात असा स्पष्ट उल्लेख आहे की, "पुणे, इंदापूर, चाकण, सुपे, बारामती ऐसे इनाम हिंदू व मुसलमान यांसी इनाम आहेत, त्यास, पेसजी आपणास मुकासा असता असता अफजलखानाआधी जेणेप्रमाणे तसलमती (देणग्या) ज्यास जे पावत असेल त्यास तेणेप्रमाणे देणे ऐसा तह (ठराव) केला असे मोर्तब सूद" (१८,

डिसेंबर, १६६० राजवाडे : मराठ्यांच्या इतिहासाची साधने खंड ८ ले. ११). अफजलखान प्रसंगानंतर (१६५९) हे फर्मान शिवाजीराजाने काढले आहे. यावरून मध्ययुगात राजकारण आणि धर्मकारण याची गल्लत केली जात नसे हे येथे आवर्जून लक्षात घेतले पाहिजे.

ब्रह्मेंद्रस्वामी या १८व्या शतकातील सत्पुरुषाविषयी त्यांचे चरित्रकार द. बा. पारसनीस म्हणतात, ''जे हिंदुधर्मास त्रास देत नसत त्यांच्याविषयी स्वामींच्या ठिकाणी प्रेमभाव वसत असे. खुद्द स्वामीजवळ सुलतानभाई नावाचा मुसलमान नोकर असे. त्याजवर त्यांचा जीव की प्राण असे. जंजिऱ्याचे हबशी सिद्धी याकूदखान हे स्वामीचे एकनिष्ठ भक्त होते. त्यांची स्वामींच्या देवस्थानास दोन गावे इनाम दिली होती – पेंढे व आंबडस या गावच्या सनदा १७४३ साली दिल्या. यावरून मुसलमान लोकांची हिंदू साधूंच्या ठायी पूर्वी कशी भक्ती असे हे दिसून येते.'' (द. ब. पारसनीस, ब्रह्मेंद्रस्वामी धावडशीकर, १९००, मुंबई, पृ. १०६–१०७).

मुसलमान राजांनी हिंदूंच्या देवळांना, मठांना अनुदाने दिल्याची अनेक उदाहरणे आढळतात. ओतूरच्या महानुभावी मठाला निजामशाहीकडून अनुदान मिळत असे. काही मुसलमान पातशहांनी बंद केलेला नळदुर्गचा चंपाषष्टीचा उत्सव दुसऱ्या इब्राहिम अदिलशहाने पूर्वीप्रमाणे सर्व हकलाजिमा देऊन सुरू केला होता. सातारा जिल्ह्यातील निंब गावच्या कमलनयनगिरीच्या महानुभाव मठाला अदिलशाही अनुदान मिळत असे. ऐतिहासिक कागदपत्रांत अशी बरीच उदाहरणे आढळतात.

मराठ्यांनी देखील आपल्या मुलखातील मुसलमानांच्या पवित्रस्थळांना तशीच सन्मानाची वागणूक दिली होती. शिवाजी राजाने केलेशीच्या बाबा याकूत या सिद्ध पुरुषाला पूज्य मानले होते आणि प्रसंगी त्यांची भेट घेऊन आशीर्वाद घेत असे. मशिदीतील दिवाबत्ती, झाडलोट, रोषणाई आणि दैनंदिन व्यवहारासाठी शिवाजीराजाने अनेक इनामे दिली होती याचा उल्लेख मागे आलाच आहे. पीराची पूजा करणे, उरुसात आणि मोहरमच्या सणात सामील होणे इत्यादी मुसलमानी सणांत हिंदू मोठ्या उत्साहाने भाग घेत. (Kulkarni A. R. "Medieval Maharashtra 1996, Page 123-127).

एखाद्या नव्या गावाची वसाहत करावयाची झाली तर मुसलमान लोकांसाठी त्यांच्या प्रार्थनास्थळासाठी – ज्याचा उल्लेख 'शून्यालय' असा केला जात असे. दक्षिण कोकणातील मुरुड या गावच्या वसाहतीसंबंधीचा एका ऐतिहासिक कागदावर आधारित शोधनिबंध रावसाहेब विश्वनाथ मंडलिक यांनी १८६५ सालच्या मुंबईच्या 'एशियाटिक सोसायटी'त सादर करून बराच तपशील उपलब्ध करून दिला आहे. या गावांत 'यवन' अथवा 'नवायत' मुसलमान आणि त्यांची मशीद – शून्यालय यासाठी खास जागा

राखून ठेवली होती (कुलकर्णी – १९९६ किता पृ. ३८-३९).

मुसलमानी सत्तेत राहिल्यामुळे मराठी लोक बरेच दक्षिणेतील निरनिराळ्या भागात प्रशासनाच्या निमित्ताने गेले होते. शहाजी राजे हे तर विजापूरच्या आदिलशाहीतील प्रमुख प्रतिनिधी होते. पूर्णय्या हा म्हैसूरचा दिवाण एक मराठी ब्राह्मण होता. कृष्णराव आणि पूर्णय्या या दोन मराठी माणसांनी प्रथम हैदर अलीच्या काळात सरकारी नोकरीत प्रवेश मिळविला व त्याची एकनिष्ठपणे सेवा करून मंत्रिपदापर्यंत मजल मारली. पूर्णय्याला टिपूनेदेखील आपल्या राजवटीत महत्त्वाची भूमिका दिली. पण जेव्हा त्याने पूर्णय्याला मुसलमान धर्म स्वीकारण्याचे सुचविले तेव्हा त्याने सावधगिरीचे धोरण स्वीकारले आणि कौशल्याने धर्मांतर टाळले. १७९९ नंतर म्हैसुरात पूर्वीच्या वदियार घराण्याचे राजे परत गादीवर आले आणि पूर्णय्या त्या राजवटीत दिवाण बनला. कन्नड आणि मराठी भाषा या दोन्ही भाषिकांना म्हैसूर राज्यात मोठे स्थान मिळाले (सेतुमाधवराव पगडी – 'महाराष्ट्र–कर्नाटकातील सुवर्णकाळ, मुंबई, १९९० पृ. १३४-१४३).

थोडक्यात, मराठी संस्कृती, प्रशासनपद्धती, वाङ्मय यांचा प्रसार मध्ययुगात दक्षिण देशात होत होता असे म्हणता येईल.

समाजात ज्या रूढी दीर्घकाळ प्रचलित असतात त्या धर्मांतरामुळेही नष्ट होत नसल्याची अनेक उदाहरणे आपल्याला महाराष्ट्राच्या इतिहासात आढळतात. याचे कारण कदाचित स्थानिक लोकांची सहानुभूती मिळविणे किंवा धर्मांतरापूर्वीच्या आपल्या हिंदू दैवतांचा कोप होईल या भीतीच्या पोटी या रूढींचे पालन धर्मांतरानंतरही हे लोक करीत असावेत. उदाहरणार्थ, वाईचा एक ब्राह्मण विठ्ठल जगदेवराव, मुसलमान झाला आणि हैबतखान हे नाव धारण करून वाई प्रांताचा हवालदार बनला. परंतु आपल्या हिंदू देवतांना तो विसरू शकला नाही आणि देवघरातून त्यांची हकालपट्टीही करू शकला नाही. या उलट त्या देवांची पूजा-अर्चा करण्यासाठी एका ब्राह्मणाची नेमणूक केली. त्याच्या या वर्तनाला मुसलमान सरकारने विरोध केला नाही. कारण तसे केल्यास आपले सामाजिक संबंध बिघडतील असा त्यांना संशय आला असावा. मराठवाड्यातील निलंग्याच्या देशपांडे घराण्याच्या एका पातीने मुसलमान धर्म स्वीकारला ही दोन्ही घराणी शेजारी शेजारी राहू लागली आणि हिंदू भावाच्या घरी होणाऱ्या सर्व धार्मिक विधींना, विशेषत: पितराच्या श्राद्धासाठी प्रसादाच्या निमित्ताने त्याचे मुस्लीमबांधव येत असत.

प्रस्तुत संदर्भातील आणखी एक महत्त्वाचे उदाहरण म्हणजे संत ज्ञानेश्वर यांच्या नावे प्रसिद्धीस पावलेल्या नेवासे गावच्या मोहिते नामक देशमुखांचे. मोहिते घराण्याच्या एका पातीने मुसलमान धर्म स्वीकारला तरी आपल्या हिंदू बांधवाबरोबर सालाबाद होणाऱ्या मोहिनराज यांच्या पालखीला खांदा देण्याचा हक्क त्याने गमावला नाही (कुलकर्णी अ.

रा. मेडिवल महाराष्ट्र, १९९६, पृ. १४०-१४१).

मध्ययुगीन महाराष्ट्रातील हिंदू-मुसलमान यांच्यामधील सामाजिक संबंधाबाबतचे ऐक्य दर्शविणारे एक उत्तम उदाहरण म्हणजे सातारा जिल्ह्यातील मसूर येथील जलालउद्दीन पीराचे स्मारक याचा उल्लेख करता येईल.

जलालउद्दीन हा पूर्वाश्रमीचा जानोजी पिसळा हा बेदरच्या लष्करी चाकरीत होता. शिर्क्यांचा बंदोबस्त करण्याच्या कामावर त्याची नेमणूक करण्यात आली होती. त्या स्वारीत एका मुसलमानाने काही चूक केली म्हणून जानोजीने त्याचा खून केला. हे ऐकून बेदरच्या पातशहा धावून आला तेव्हा जानोजी म्हणाला, ''मीही मुसलमान होईन.'' पातशहा म्हणाला, ''खरेच की काय?'' पातशहाने लगेच त्याचे धर्मांतर करून घेतले आणि त्याला काही द्रव्य, हत्ती, घोडे पालखी देऊन शिर्क्यावर हल्ला करण्यास आज्ञा केली. त्यावर जानोजी म्हणाला, ''मी शिर्का कापून काढतो – मी मेलो तरी माघारे चालवावे म्हणऊन महजर करून देणे'' अशी अट त्याने पातशहास घातली. त्यात आपल्या नावे एक स्मारक उभे करावे आणि आपणास मराठ्यांचा 'वीर' आणि मुसलमानांचा पीर मानून मराठ्यांनी उजवे बाजूस खैरात व मुसलमानांनी डावे बाजूस कंदुरी करावी आणि यासाठी काही हक्क व जमीन द्यावी आणि एक मुजावर सेवेसाठी ठेवावा. पातशहाने ते मान्य केले आणि तसा महजर करून दिला. हिंदू आणि मुसलमान या दोन्ही जमातींना आपली आठवण राहावी अशी जानोजीची इच्छा होती असे यावरून स्पष्ट होते.

पिसळा आणि शिर्के यांच्यामध्ये झुंज सुरू झाली. पिसळाचा साडू बाबाजीराव हा त्याच्या मदतीस जातो तेव्हा त्यास जानोजी म्हणतो, ''माझे शीर कापून नेणे.'' पण बाबाजीराव तयार होत नाही. तेव्हा महजराचे सर्व कागद बाबाजीरावाकडे देऊन जानोजी स्वत:चे शीर कापून एका शेल्यावर ठेवतो. बाबाजीराव ते शीर घेऊन जात असता, शिर्के त्याला गाठतो आणि ते शीर जप्त करतो, पण शिर्क्यांच्या स्वप्नात येऊन सांगतो, ''मी भांडोन जुजोन मेलो आहे आणि तेही जुजोन भांडो न मिळे तरी तुम्ही माझ्या शिरास खोळंबा करू नका. लाऊन देणे.'' शिर्क्यांनी परवानगी दिली. जानोजी पीर झाला. हाच तो मसूरचा जलालउद्दीन पीर.

यानंतर पातशहाने मसुदीस खनवडच्या माळावर घुमट बांधला. या कामासाठी बेदरहून कारागीर आणले. तिघेजण मुजावर चाकरीस ठेवले. पण ते मुजावर बळावले आणि त्यांनी जानोजीचा साडू बाबाजीराऊ आणि त्याची मुले यांना मारण्याचा बेत केला. मंगी नावाच्या एका धनगरणीस पैसे देऊन या कामावर नेमले. मुजावरांनी बाप-लेकांना मारले. बाबाजीरावाची बायको आपल्या दीड वर्षाच्या कुमाजी या मुलास घेऊन लपत छपत

पळून गेली. कुमाजी जेव्हा मोठा झाला तेव्हा त्याने त्या तीन मुजावरांचा खून केला. त्याचा मुलगा नरसोजी हा विजापूरकरांच्या दरबारात प्यादा म्हणून राहिला. त्याची पाटीलकी मुसलमानाने बळकावली होती. म्हणून तो परागंदा झाला होता. पातशहाची बिबी त्याच्या मदतीस धावून आली आणि नरसोजीला त्याचे वजन परत केले. तरी त्याच्या मागची पीडा अद्याप टळली नव्हती. १६१०च्या सुमारास हा खटला पैठणच्या ब्रह्मसभेपुढे गेला. ब्रह्मवृंदानी निर्णय दिला की, ''पीर जलालउद्दीन याचा किताब की मुसलमानाचा पीर आणि हिंदूंचा वीर तेथे उजवे बाजूस हिंदूंनी खैरात करावी. डावे बाजूस मुसलमानांनी कंदोरी करावी. ऐसा दंडक पुरातन चालीला आहे व इनामती व बाजे जे मिळकत ते दो टाई घेऊन हिंदूंनी अतीत अभ्यागतास खर्च करावा ऐसे असता त्यांचे मुसलमान मिळोन ते पद्धती मोडिली.'' यासंबंधीचे कागदपत्र पाहून विज्ञानेश्वराचा आधार घेऊन नरसोजीला न्याय मिळवून दिला. ज्याने नरसोजीला त्रास दिला होता त्या मुसलमान पाटलाला वास्तविक एरव्ही देहांत प्रायश्चिताची शिक्षा झाली असती, परंतु मुसलमानाची पादशाही आणि तू मुसलमान याजकरिता क्षमा जाली – यजित पत्र लेहोन देणे'' अशा रीतीने नरसोजीस जय पत्र मिळाले. (राजवाडे : मराठ्यांच्या इतिहासाची साधने, खंड १५, ले. २).

१७व्या शतकात हिंदू आणि मुसलमान जमाती परस्परांचे सामाजिक संबंध टिकविण्याचा कसा प्रयत्न करीत असत याची कल्पना यावी म्हणून १७व्या शतकातील हे प्रकरण काहीशा विस्ताराने येथे सांगितले आहे.

वारकरी संप्रदाय : १३व्या शतकात उदयाला आलेला भागवतधर्म अथवा वारकरी संप्रदाय हा जाती-जमातीतील भेदभाव पार करून महाराष्ट्राच्या सामाजिक आणि धार्मिक जीवनात ऐक्य घडवून आणणारी एक मोठी शक्ती होती. याच सुमारास इस्लामधर्मातील सुफीपंथ महाराष्ट्रात नाशिक, औरंगाबाद या ठिकाणी मूळ धरू लागला होता. या दोन्ही पंथांचे परस्पराशी काय संबंध होते यासंबंधी मतभेद असले तरी काही सूफी पंथीयांनी मराठीत ग्रंथरचना केली होती. हिंदू देवतांचा स्वीकार केला होता. काहीजण वारकरी संप्रदायाचे अनुयायी बनले होते आणि इतर वारकऱ्यांच्या बरोबर पंढरीच्या विठोबाच्या दर्शनासाठी वारी करीत. विठोबा ही कर्नाटकी देवता १३व्या शतकात महाराष्ट्रात आली. कर्नाटक, आंध्रप्रदेश, गोवा या प्रांतात वारकरी संप्रदायाचे अनुयायी असून दरवर्षी त्या प्रांतातील भक्तगण पंढरीची वारी करतात.

समारोप : जागतिक पातळीवरील दोन धर्मांच्या जमाती-इस्लाम आणि ख्रिश्चन यांनी मध्ययुगात महाराष्ट्राच्या भूमीवर भिन्न-भिन्न हेतूंनी प्रेरित होऊन आगमन केले. मध्यआशियातून सर्वप्रथम आलेल्या इस्लामपंथी मुसलमानांचे बरेचसे भटक्या स्वरूपाचे

होते. निरंतर स्वरूपात राहता येईल अशा घराच्या शोधात ते होते, आणि म्हणूनच मराठी माणसाशी जितके म्हणून जमवून घेता येईल तितके त्यांनी जमवून घेतले होते. मराठी माणसानेही त्यांना योग्य तो प्रतिसाद दिला.

ख्रिस्ती लोकांची गरज काहीशी निराळी होती. निसर्गाच्या कृपेने त्यांची निरंतर निवासाची सोय झाली होती. त्यांना गरज होती ती आपले स्वगृह संपन्न करावयाचे आणि ते सुद्धा दुसऱ्याला निर्धन करून. ब्रिटिशांच्या कंपनी सरकाराला नफादायक व्यापार करता आला म्हणून त्यांना आपल्या छोट्या देशाचा विकास करता आला, आर्थिक स्थिती सुधारता आली, आपल्या राज्याला स्थैर्य आणि बळकटी देता आली आणि ते छोटे राष्ट्र जगातील एक महान सत्ता बनले. जगातील सर्व सुखसोयी त्यांना घरबसल्या उपलब्ध होऊ लागल्या. मुसलमानांना मात्र आपल्या मातृभूमीचा त्याग करून दूरच्या देशात कायमचे आश्रयस्थान शोधावे लागले. यासाठी दोघांनी वापरलेले मार्ग भिन्न होते. मुसलमानांनी ऐक्यासाठी समन्वयाचा मार्ग स्वीकारला तर ब्रिटिशांनी सत्तेसाठी जाती-जमातीत भेदभाव, तोड-फोड करून, फोडा आणि राज्य करा या तत्त्वाचा अवलंब केला.

कालांतराने या दोन्ही धर्मपंथांच्या राजकीय सत्ता नष्ट झाल्या आणि दोन्ही धर्मपंथाच्या लोकांना हिंदुसमाजाशी जुळवून घेऊन गुण्यागोविंदाने एकत्र राहणे क्रमप्राप्त झाले. या प्रक्रियेत मुसलमान आघाडीवर होते, कारण भारत प्रवेशाचे त्यांचे हेतू पाश्चिमात्य राष्ट्राहून भिन्न होते. धार्मिक मतभेदावर मात करून सामाजिक संबंध कसे दृढ करता येतील आणि सहजीवनाचा मार्ग कसा अवलंबिता येईल याची शिकवण मध्ययुगीन महाराष्ट्राने आपल्याला दिली, आणि एका नव्या संयुक्त संस्कृतीचा उदय झाला. ब्रिटिश अमलात जाती-जमातीतील दंगे,धोपे वाढले आणि याचे रूपांतर पुढे देशाच्या विभाजनात झाले.

मध्ययुगात महाराष्ट्रात जाती-जमातीतील ऐक्य साधण्याचे उभयपक्षांनी जे प्रयत्न केले ते आपल्याला बरेच काही शिकवून जातात. थोडक्यात मराठ्यांनी आपल्या सत्तेचा प्रसार या उपखंडात मोठ्या प्रमाणावर केला असला आणि ब्रिटिशांनी या देशाचे स्वामित्व मराठ्यांना युद्धात नमवूनच घ्यावे लागले हे ऐतिहासिक सत्य असले तरी राष्ट्रीय एकात्मता आणि सामाजिक सहजीवन या दृष्टीने महाराष्ट्राने विशेषत: मध्ययुगात जे प्रयत्न केले ते या देशाच्या थोर परंपरेशी सुसंगतच आहेत असे म्हणता येईल.

❑❑❑

मराठी

१.	काळे दि. वि.	छत्रपती शिवाजी महाराज, पुणे, १९६०.
२.	कुलकर्णी श्री. रं.	साहित्य सेतू, मुंबई, १९९८
३.	खरे ग. ह.	संशोधकाचा मित्र, पुणे १९५१
४.	पगडी सेतुमाधवराव	सामर्थ्य आहे चळवळीचे, मुंबई, १९९४
५.	पठाण यू. म.	मराठी बखरीतील फारशीचे महत्त्व, औरंगाबाद, १९७३
६.	पिगे स. म.	युरोपियनांचा मराठीचा अभ्यास, औरंगाबाद, १९६७
७.	मराठे, अ. द.	राजकोश, डोंबिवली, १९८६

इंग्रजी

1.	Kulkarni A. R.	Medieval Maharashtra, New Delhi, 1996
2.	Priyolkar A. K.	Goa Discovered, Mumbai, 1967
3.	Sherwani H. K. and Joshi P. M. (Ed.)	History of Medieval Deccan in two volums, Andhra Pradesh, Govt. Hyderabad, 1973

◆◆◆

प्रकरण - ३

थोरला दुष्काळ (१६३०)

दुष्काळ ही इतिहासाला अपरिचित अशी घटना नाही. इ. स. पूर्व २००० वर्षांपासून दुष्काळासंबंधीचे उल्लेख आपल्याला आढळतात. अर्थात कालाच्या ओघात दुष्काळाचे स्वरूप बदलले. प्राचीन काळी, अथवा मध्ययुगात दुष्काळ ही एक नैसर्गिक आपत्ती अथवा दैवी प्रकोप असे मानण्यात येई. आधुनिक कालात दळणवळणाची साधने वाढल्यामुळे 'धान्यटंचाई' असे आता दुष्काळाचे स्वरूप राहिले नसून 'कामाची कमतरता' असे ते बनले आहे. या देशातील प्रमुख व्यवसाय शेती हाच असल्यामुळे दुष्काळाचा तडाखा या व संलग्न व्यवसायातील लोकांना फार मोठ्या प्रमाणात सोसावा लागतो. त्यांचे अर्थार्जनाचे साधन हरवल्यामुळे त्यांच्यावर उपासमारीची अथवा परागंदा होण्याची पाळी येते.

मध्ययुगात भारतावर दुष्काळाची अनेक अरिष्टे आली, पण त्याची साद्यंत माहिती फार थोडी उपलब्ध आहे. या दुष्काळामुळे झालेल्या हानीची माहिती काही मध्ययुगीन इतिहासकार अथवा परदेशी प्रवासी यांनी नोंदवून ठेवलेली आहे. मुहम्मद तुधलकाच्या काळात (१३२५-१३५१) गंगा-यमुना नद्यांच्या प्रदेशात फार मोठा दुष्काळ पडला होता. दुष्काळपीडित लोकांना साहाय्य करण्यासाठी त्याने आखलेल्या योजना त्याच्या अप्रामाणिक अधिकाऱ्यांनी हाणून पाडल्या अशी नोंद इतिहासकारांनी केली आहे. स. १५४० च्या सुमारास केरळ भागात फार मोठा दुष्काळ पडला होता. आणि त्यात मनुष्यहानी फारच मोठ्या प्रमाणावर झाली होती. या दुष्काळाच्या काळात केरळात लहान मुलांची किंमत एका रुपयाहूनही कमी होती.

बदौनी नावाचा एक मध्ययुगीन इतिहासकार स. १५५५ साली पडलेल्या उत्तरेकडील दुष्काळाचे एक भेदक चित्र उभे करतो :

'माणसे नरमांस खाताना मी प्रत्यक्ष डोळ्यांनी पाहिले आहे. दुष्काळामुळे त्रस्त झालेल्या भुकेल्या चेहऱ्यांचे दर्शन इतके भयानक होते की त्यांच्याकडे क्वचित्‌च एखाद्याला पाहवले असते ... सर्व प्रदेश वैराण वाळवंट बनला होता, आणि जमिनीची मशागत करण्यास एकही शेतकरी तेथे शिल्लक राहिला नव्हता.'

'ऐने अकबरी'चा लेखक अबुल फझलने वरील वर्णनाला पुष्टी दिली आहे. तो

म्हणतो,

‘एकमेकांस खाण्यापर्यंत माणसांनी मजल गाठली होती.’

‘सन १५९६ सालच्या दुष्काळाने वायव्य सरहद्द भागात फारच हाहाकार उडवला होता. या दुष्काळाने किती भूमी व्यापली होती याची निश्चित कल्पना येत नसली तरी अबुल फझलच्या वर्णनावरून त्याच्या भयानक स्वरूपाची कल्पना येते. तो म्हणतो,

‘माणूस माणसाला खात होता आणि लहानमोठे रस्ते मृतदेहांनी बंद केले होते.’

‘मध्ययुगीन भारताचा आर्थिक इतिहास’ लिहिणाऱ्या मोरलँड या संशोधकाने प्रवासवृत्ते, समकालीन ऐतिहासिक साधने यांच्या आधारे १७व्या शतकात लहान मोठे असे दुष्काळ केव्हा केव्हा या देशात पडले होते त्याची माहिती दिली आहे. त्याच्या माहितीप्रमाणे सन १६१४-१५, १६३०, १६३५, १६४१, १६४२, १६४३, १६४५-४६, १६४७, १६४८, १६५०, १६५८, १६५९-६० ही वर्षे भारतात कमीअधिक प्रमाणात दुष्काळाची होती.

परंतु या सर्व दुष्काळात स. १६३० सालचा दुष्काळ हा अत्यंत उग्र स्वरूपाचा होता, असे त्याची जी वर्णने निरनिराळ्या साधनातून आली आहेत त्यावरून दिसून येते. डच, इंग्रज आणि भारतीय लोकांनी या दुष्काळासंबंधी बरेच लिहून ठेवले आहे. डच कंपनीतील एक ज्येष्ठ व्यापारी व्हॅन ट्विस्ट लिहितो :

‘पाऊस इतका अल्प पडला की पेरणी केलेले बी तर वाया गेलेच, पण गवतसुद्धा उगवले नाही. गुरे-ढोरे मेली. शहरांतून आणि खेड्यांतून, शेतात आणि रस्त्यांवर प्रेतांच्या राशी पडल्यामुळे इतकी दुर्गंधी सुटली होती की रस्त्यावरून जाणे भयावह होते. गवत नसल्यामुळे गुरे-ढोरे प्रेतच खाऊ लागली. माणसे प्राण्यांची प्रेते खाण्यासाठी घेऊ लागली. दुष्काळाची तीव्रता वाढू लागली तशी माणसे शहरे आणि खेडे सोडून निराशेने दाही दिशा भटकू लागली. दुष्काळ पीडितांना ओळखणे सोपे होते. डोळे खोलवर खोबणीत रुतलेले, ओठ सुकलेले व लाळेने बरबटलेले, कातडी टणक बनलेली... असे त्यांचे दर्शन होते आणि जेथे जावे तेथे प्रेताशिवाय आम्हांस काहीच दिसत नव्हते.’

‘पुरुष, बायका-मुलांना टाकून जात होते. स्त्रिया, स्वतःला गुलाम म्हणून विकून घेत. आया, बालकांची विक्री करीत. काही कुटुंबानी विष प्राशन करून एकत्रितपणे मृत्यूला कवटाळले. काहींनी नद्यांमध्ये उड्या टाकल्या. काही शिळे मांस खात होते. प्रतिदिनी भयानक शोकांतिका दिसत होत्या. भुकेमुळे हजारोंनी माणसे मृत्युमुखी पडत होती. सारा देश प्रेतांनी व्यापलेला होता. त्यांचे दफन अशक्य होते. माणसांचे मांस उघडपणे बाजारात विकले जात होते. या भयंकर दैवी प्रकोपाची झळ प्रामुख्याने गरिबांना सोसावी लागली. कारण त्यांच्याकडे कसलाही संग्रह नव्हता.’

वर दिलेली वर्णने सामान्यत: उत्तर हिंदुस्थानची असली तरी महाराष्ट्र या दु:खापासून अलिप्त होता असे मानता येणार नाही. १५व्या शतकात महाराष्ट्रात एक फारच मोठा दुष्काळ पडला होता. 'दुर्गा देवीचा दुष्काळ' म्हणून तो प्रसिद्धच आहे. स. १४७८ साली पडलेला हा दुष्काळ बारा वर्षे टिकला असे मानले जाते. इतिहास संशोधक राजवाडे यांना सापडलेल्या कागदपत्रांत यास 'सप्तवार्षिक दुर्गाडीचा दुष्काळ' असे संबोधिले आहे.

या दुष्काळाच्या सुमारास दामाजी नावाचा एक बेदर सरकारचा अधिकारी मंगळवेढ्यात काम करत होता. दामाजीने दुष्काळपीडित जनतेला बादशहाची धान्य-कोठारे मुक्त करून दिली आणि पंढरीच्या विठुरायाने बादशहाच्या कचेरीत जाऊन त्याची भरपाई केली - अशी आख्यायिका आपल्याकडे आहे. दामाजीचा आणि दुर्गाडीचा दुष्काळ हे एकच असावेत. 'दामाजीपंताची रसद' या ब्रह्मगिरीच्या करुण रसपर पदात म्हटले आहे :

हरहर विठ्ठल जगदुद्धार ! ॥
जाहाला महार मजसाठी ॥ध्रु॥
धन्य बेदरिचा बादशाय ॥
त्याचा केला मी अन्याय ॥
धान्य लुटण्याचा उपाय ॥
पूर्ण अपाय मजसाठी ॥१॥

१५व्या शतकात महाराष्ट्रावर बहामनी सत्ता होती. १४६७ ते १४७५ या काळात पडलेल्या दुष्काळामुळे तसेच दीर्घकाळ टिकलेल्या या दुष्काळाच्या परिणामामुळे ही सत्ता काहीशी दुबळी झाली. त्यामुळे स्थानिक वतनदार मंडळी प्रबळ झाली. गड-कोट बळकावून स्वतंत्र बाण्याने वागू लागली.

सन १६३० सालचा दुष्काळही महाराष्ट्राच्या इतिहासातील एक महत्त्वपूर्ण घटना होय. या काळात बऱ्यावाईट घटना या देशात घडत होत्या. शिवाजीमहाराजांचा जन्म ही बरी घटना, तर सारा देश ग्रासून टाकणारी दुष्काळ ही दुर्दैवी घटना याच सालातील. या दुष्काळाचे परिणाम जनतेला दीर्घकाल भोगावे लागले. मराठी सत्तेच्या संस्थापकाला हे एक प्रकारचे आव्हानच होते.

मोरलँड या इतिहासकाराने उत्तरेकडील परिस्थितीचे दारुण चित्र रंगवले आहे, पण दक्षिणेत या दुष्काळाने उडवलेल्या हाहाकाराचे चित्र मात्र तो देत नाही. कदाचित युरोपीय साधनांचा अभाव हे त्याचे प्रमुख कारण असू शकेल. 'बादशाहनामा' या फारशी ग्रंथाचा

आधार घेऊन तो फक्त एवढेच नमूद करतो :

'दक्षिण देश निदान एक पिढीपर्यंत तरी दरिद्री राहिला.'

मोरलँडसाहेबाने स्थानिक साधनांची जर छाननी केली असती तर महाराष्ट्रातील दुष्काळाचे उत्तरेसारखेच भेसूर चित्र त्याच्या नजरेस आले असते. संस्कृत-मराठी साधने, तसेच त्यावेळचे कर्जकतबे आणि खतपत्रे यांच्या सूक्ष्म अभ्यासावरून तत्कालीन परिस्थितीचे गांभीर्य लक्षात येते.

राजकवी कन्वीद्र परमानंद हा शिवाजीमहाराजांचा समकालीन होय. त्याने 'शिवभारत' नावाचे एक महाकाव्य लिहिले. परंतु दुर्दैवाने त्याचे ३१ पूर्ण अध्याय आणि ३२व्यातील ९ श्लोक उपलब्ध आहेत. प्रस्तुत दुष्काळासंबंधी कवीन्द्र परमानंद म्हणतो:

''पुष्कळ काळपर्यंत त्याच्या (अहमदनगरचा निजामशहा) देशात पाऊस न पडल्याने धान्य अत्यंत महाग झाले आणि सोने मात्र स्वस्त झाले. श्रीमंत लोक शेरभर रत्ने देऊन मोठ्या प्रयासाने शेरभर कुळीथ घेत. खाण्यास काही न मिळाल्यामुळे एकच हाहाकार उडून जाऊन पशू पशूंस आणि माणसे माणसांस अशी परस्परांस खाऊ लागली.''

अर्थात या दुष्काळाचे सर्व खापर हा कवी निजामशहाच्या दुष्कृत्यावर फोडतो. तो म्हणतो,

''त्या दुष्ट निजामशहाच्या अशा प्रकारच्या अनेक दुष्कृत्यांमुळे भयंकर अवर्षण पडून लोकांच्या फार हालअपेष्टा होऊ लागल्या.''

राजा आपल्या कर्तव्यात चुकला की सर्व प्रकारच्या आपत्ती कोसळतात. या पारंपरिक समजुतीला अनुसरूनच हे कवीन्द्राचे विधान होते. यातील अतिशयोक्तीचा भाग वगळला तरी दुष्काळाची तीव्रता ध्यानात येण्यास त्याचे हे उद्‌गार पुरेसे आहेत.

समकालीन संतकवी म्हणजे रामदास. राजकारण, समाजकारण आणि धर्मकारण यात विशेष रस घेणारा हा एक निराळ्या प्रवृत्तीचा संतकवी. आपल्या रोखठोक मराठी भाषेत त्याने या दुष्काळाचे फारच हृदयद्रावक असे वर्णन आपल्या स्फुट काव्यातून दिलेले आहे. पाऊस पडला नाही, त्यामुळे सर्वत्र टंचाई निर्माण झाली, लोकांच्यावर उपासमारीची पाळी आली, ते परागंदा झाले, कित्येक मृत्युमुखी पडले इत्यादी वर्णन त्याच्या काव्यात आले आहे. त्याचे हे वर्णन यापूर्वी दिलेल्या व्हॅन ट्विस्ट या डच व्यापाऱ्याच्या वर्णनाशी ताडून पाहता येण्यासारखे आहे. रामदासाचे या संबंधातील काही उतारे अभ्यसनीय आहेत :

'तथापि मार्गीचि चालेना । भिक्षा मागता मिळेना
अवघे भिकारीच जना । काये म्हणावे ॥३९॥
बहुसाल कल्पांत लोकांसि आला ।
महर्गे बहू धाडि केली जनाला ॥

कितीयेक मृत्यासि ते योग्य आले ।
कितीयेक ते देश त्यागूनि गेले ॥१॥
कितीयेक ग्रामेचि ते वोस जाली ।
पिके सर्व धान्येच नाना बुडाली ॥
जन बुडाले, बुडाले पोटेवीण गेले ।
बहु कष्टले, कष्टले कितीयेक मेले ॥
वीसां लोकांत लोकांत एकचि राहिले ।
तेणे उदंड उदंड दु:खचि साहिले ॥धृ॥
काही मिळेना मिळेना मिळेना खायाला ।
ठाव नाही रे नाही रे नाही रे जायाला ।
धान्ये माहाग माहाग तैसेही मिळेना ।
कैसे होईल होईल होईल फळेना ॥
काये होणार होणार होणार टळेना ।
पुण्य गेले रे गेले रे, काहीच कळेना ॥६॥
बायेला लेकुरे लेकुरे सांडुनिया जाती ।
भीक मागती मागती तिकडेचि मरती ।
रांडा पोरांच्या पोरांच्या तारांबळी होती ।
मोल मजुरी भिकारी होऊनि वांचती ॥९॥
नदी भरता भरता घालुनिया घेती ।
वीख घेऊनी घेऊनी उदंड मरती ।
अग्नी लाऊनी लाऊनी जळोनिया जाती ।
मोठी फजीती फजीती सांगावे ते किती ॥११॥
लोक भलेसे दीसती खेटरे चोरीती ।
वस्त्रे धोतरे पातळे लपउनी पळती ।
पनाळगडी फार महर्ग जाले ।
बहु वीस्व तेणे गुणे वाज्य आले ।
कधी देव पावेल काही कळेना ।
कदा धुंडिल्या एका दाणा मिळेना ॥१॥
गुरे वीकिली सर्व वस्त्रेच पाते ।
भटी वीकिली सोवळी वोलि धोत्रे ॥२॥

किती वीकिली जेनझोरे चवाळी ।
किती धावळा बाळ चंबू गबाळी ॥३॥

या दुष्काळामुळे लोकांनी 'उदंड उदंड दु:खचि साहिले' असे रामदास म्हणतो. तुकाराम हा देखील समकालीन. दुष्काळाची विषण्ण छाया त्याच्याही अभंगांतून दिसते, पण रामदासाहून भिन्न प्रवृत्तीचा हा संत असल्यामुळे दुष्काळाचे साद्यंत वर्णन तो देत नाही. या आपत्तीचे तो एक प्रकारे स्वागतच करतो. या दुष्काळामुळे सर्व नष्ट झाले, आता आपण भक्तिमार्गाचे आचरण करण्यास मुक्त झालो ही त्याची भावना.

'मंद झाल्या मेघवृष्टि', 'अपीक धान्ये दिवसे दिवसे'
गाई म्हैसी चेवल्या गोरसे । नगरे दिसती उध्वंसे । (३०३५)

अथवा

'मेघ पडो भीती । पिके सांडियेली क्षिती ॥ (४१८६)

या तुरळक उद्गारांवरून दुष्काळाची कारणे कळून येतात. या दुष्काळासंबंधी तुकाराम म्हणतो,

दुष्काळे अटिले द्रव्य नेला मान ।
स्त्री एकी अन्न अन्न करिता मेली ।
लज्जा वाट जीवा त्रासलो या दु:खे ।
वेवसाय देखे तुटी येता ॥१३३३॥
बरे जाले देवा निघाले दिवाळे ।
बरी या दुष्काळे पीडा केली ॥१३३५॥

दुसऱ्या एका अभंगात तुकाराम म्हणतो -

बाईल मेली मुक्त जाली ।
देवे माया सोडविली ॥१॥
... पोर मेले बरे जाले ।
देवे मायाविरहित केले ॥२॥ ॥७७८॥

या अभंगातून ''बरे जाले'' असे तुकारामाने म्हटले असले तरी दुष्काळामुळे त्याची जी अपरिमित हानी झाली होती ती काही लपून राहात नाही. दुष्काळामुळे लोकांवर कशी कठीण परिस्थिती गुदरली होती हे सांगताना तो म्हणतो,

बरगासाठी (दुष्काळासाठी) खादले शेण ।
मिळता अन्न न सोडी ॥८५१॥

संतांचा चरित्रकार महिपती आपल्या भक्तविजय या ग्रंथात तुकारामांच्या आयुष्यातील

दुष्काळाचे वर्णन पुढीलप्रमाणे करतो :

'दुष्काळ पडला थोर । तेणे द्रव्य समग्र आटले ॥
धनधान्य जे काही होते । ते आटोनि गेले जेथिच्या तेथे । ...
तेवी स्वदेशी पडता दुष्काळ । धनधान्य आटोनि गेले सकल ।
मुले माणसे करिती तळमळ । परी अन्न न मिळे सर्वथा ॥
ज्येष्ठ कांतेसी पुत्र दोघेजण । कनिष्ठेसी नव्हते संतान ।
भाजीपाला खाती उकडोन । परी दृष्टीस कण दिसेना ।
तरी होणार न चुकेचि सर्वथा । ज्येष्ठ निवर्तली अन्नान्न करिता ।
तेणे लज्जित होऊन चित्ता । प्रपंच ममता नाठवे ।
संपत्ति वैभव हरपता जाण । त्या सवेच गेला सन्मान ।
देखता हासती सोयरे पिशुन । तेव्हा लज्जित मन तुकयाचे ।
जे राखीत होते बहुत मर्यादा । तेचि स्वमुखे करिता निंदा ।
अन्न-वस्त्राची सदा आपदा । उदीम ... धंदा चालेना ॥

संतांच्या, कवींच्या या वर्णनावर अतिशयोक्तीचा आरोप होण्याची शक्यता आहे. तरीसुद्धा इतर समकालीन वर्णनांशी त्यांची निवेदने ताडून पाहिली तर त्यात अतिशयोक्तीचा फारसा भाग आपल्याला आढळणार नाही. या दुष्काळाची छाया समकालीन कागदपत्रांतूनही दिसून येते. जेथे शकावली या एका शिवकालीन अस्सल साधनात 'शके १५५२ (स. १६३०) प्रमोद संवछरे ये वर्षी दुष्काळ पडिला' असा उल्लेख आढळतो. या दुष्काळामुळे लोक आपली घरे, वतने मिळेल त्या किमतीस विकू लागले. उदारहणार्थ, सुपे परगण्यातील कोल्हाले बुद्रुकचा कुलकर्णी तिमाजी खंडेराव हा दुष्काळात परागंदा झालेला माणूस सारे काही स्थिरस्थावर झाल्यावर मायदेशी येऊन आपल्या वतनाची परत मागणी करतो. हे वतन - कुलकर्णपणाचे व ज्योतिषीपणाचे त्याने दुष्काळात अवघ्या वीस होनाला विकलेले असते. होनाची किंमत साधारणपणे साडेतीन ते पावनेचार रुपयांपर्यंत होती. आपल्याला आपले वतन परत मिळावे अशी विनंती करताना तो लिहितो:

"थोरला दुकाळ पडिला त्या दुकालामधे आपण उपासी मरो लागलो अन्न मिळेनासे जाले मुलेलेकरे अन्नेवीण राहिली हातपाये सुजले, पदरी रुका नाही दाणा न मिले मायेने आपली पोटीची लेकरे खादली धारण दर होनास ८ ८ २ दोनी पायली धान्य जाले यैसा कठीण समये पडला... आपण वाचत नाही पदरी तो काही नाही कहर थोर पडिला."

(शिवचरित्र साहित्य खंड ७, ले. ४४, पृ. ६६)

होनाजी निबरे नावाच्या गृहस्थाने आपले घर, भूमी एकूण २५ होनांस विकली, यापैकी १९ होन रोख व ६ पायली ज्वारी घेतली. म्हणजे ज्वारीचा भाव १ पायलीस १

सुवर्ण होन होता.

दुकाळात घर व भूमी १९ होन, रोजी पाइली ६ येकूण २५ होनास विकली. (पत्रसारसंग्रह ३२९)

गावचा पाटील हा गावचा प्रमुख पुढारी आणि मातब्बर वतनदार. तोही या दुष्काळाच्या संकटातून वाचला नाही. मुंढव्याच्या पाटलाची ही कैफियत पाहा :

'याहि काल दुकोल प्रजा कुल बेमवसर झाली. गावची कुळे मिरासी गावी नाहीत. गाव लागत नाही... काळ दुकोळ कहर पडला. दर मणी होन दीड जाला. आपले दाईज व गोत्रीज होते ते सुजोन मेले व आपली माणसे व आपण पोटाविण सुजो लागलो.'

(राजवाडे खंड १८, ले. १०) निरगुड्याचा पाटील म्हणतो,

'आपण दुष्काळाकरिता बहुत भोईस पडिलो खावयास काही नाही दुकाळ मोठा काहार पडिला.'

(राजवाडे खंड १५, ले. ४१४)

वरील काही उदाहरणे आपल्याला या दुष्काळाची भीषणता दाखविण्यास पुरेशी आहेत. आपले पारंपरिक हक्क, वतने विकण्यास लोक तयार होत. पण विकत घेणारा फार दुर्लभ झाला होता. उद्योगधंदे बसले, गुरेढोरे मेली, यामुळे दुष्काळानंतरचा काळदेखील दुःखाचाच होता.

या अपूर्व अशा दुष्काळाचे वर्णन इंग्रजी फॅक्टरी रेकॉर्डसूमध्येही आढळते.

''गुजरात ते गोवळकोंडा हा सारा प्रदेश म्हणजे एक मोठी स्मशानभूमीच बनली होती.'' आणि *''माणसाच्या स्मृतीत एवढा मोठा दुष्काळ आणि एवढी प्रचंड हानी याची नोंद नव्हती.''*

असे उल्लेख इंग्रजी कागदात आहेत. एक समकालीन डच व्यापारी म्हणतो,

''लोकांची एकच मागणी होती : आम्हास अन्न द्या अथवा मारून टाका.''

या विविध साधनांच्या साहाय्याने आपणास असा निष्कर्ष काढता येईल की, उत्तर भारताप्रमाणेच येथेदेखील हा दुष्काळ अत्यंत तीव्र असा होता. या दुष्काळामुळे सारे ग्रामीण जीवन उद्ध्वस्त झाले होते. आर्थिक व्यवहार खुंटले, कारण लोक देशोधडीला लागले होते व गुरेढोरे दुष्काळाच्या भक्ष्यस्थानी पडली होती. गुलामगिरी, कमालीचे दारिद्र्य, शेती व्यवसायाची आणि कारागिरीची धुळधाण, महागाई, उपासमार अशा प्रकारच्या दुष्काळाच्या परिणामांना मराठी जनता मराठी सत्तेच्या उदयाच्या काळात तोंड देत होती.

❑❑❑

प्रकरण - ४

शिवकालीन राजकारण आणि धर्मकारण

छत्रपती शिवाजी महाराजांचे सुप्रसिद्ध बंगाली चरित्रकार सर जदुनाथ सरकार (Shivaji and his times) यांनी रियासतकार सरदेसाई यांना १९३५ साली लिहिलेल्या एका पत्रात म्हटले आहे, ''शिवाजी महाराजांची धार्मिक सहिष्णुता हे त्या काळातील (मध्ययुग) एक आश्चर्यच होते. (wonder in that Age) भारतात जेव्हा सर्वांना समान हक्क आणि न्याय्य वागणूक मिळेल आणि कसलाही भेदभाव न करता सन १७८९ च्या फ्रेंच राज्यक्रांतीने सर्वांना व्यावसायिक संधी खुली होईल तेव्हाच या देशात चिरंजीव स्वरूपाचे राष्ट्रीयत्व निर्माण होण्याची शक्यता आहे. आधुनिक राज्याचा हा सर्वोच्च आदर्श असला पाहिजे हे शिवाजी महाराजांनी सुमारे अडीचशे वर्षांपूर्वी जाणले होते. शिवाजी महाराजांचे हे सहिष्णुतेचे धोरण आजच्या संभ्रमाच्या काळात देखील लागू आहे. असाच निष्कर्ष जदुनाथ सरकारांनी शिवशाहीच्या सखोल अभ्यासानंतर काढला आहे. (Life and Letters of Sir Jadunath Sarkar, Punjab University, 1958. Vol I Po 187-188)

धर्मातितता ही पाश्चिमात्य संकल्पना आहे. युरोपच्या इतिहासाच्या मध्ययुगात, विशेषत: १४व्या आणि १५व्या शतकात चर्च आणि राजसत्ता यांच्यामध्ये वर्चस्वासंबंधी झगडे चालले होते. तसा प्रकार महाराष्ट्राच्या इतिहासाच्या १७व्या शतकात उद्भवलेला नव्हता. शिवाजी महाराज हे निष्ठावंत हिंदू होते, तरी राजा म्हणून ते सहिष्णु होते, ही गोष्ट निर्विवाद होय. त्यांच्या राज्याचे वर्णन करावयाचे झाल्यास ते एक कल्याणकारी राज्य होते असेच म्हणावे लागेल. कारण आपल्या राज्यातील लोकांचा योगक्षेम ते धर्म, जात, पंथ यांचा विचार न करता पाहात असत; हे त्यांच्या कृतीवरून सिद्ध होते.

आपल्या राजकीय जीवनात त्यांनी आपल्या राज्यात सहिष्णुतेच्या धोरणाचा पुरस्कार केला होता. त्यांचे राज्य 'महाराष्ट्र राज्य' म्हणून ओळखले जात होते. १६५९ साली अफझलखान प्रसंगी जेधे देशमुखांनी मावळच्या देशमुखांची एकजूट करून शिवाजीराजाला साथ देण्याचा जो प्रयत्न केला त्यावेळी त्यांनी ही महाराष्ट्र राज्याचीच कल्पना लोकांच्या पुढे मांडली होती. जेधे करिन्यात म्हटले आहे, ''हे मऱ्हाष्ट्र राज्य आहे अवघियांनी हिंमत धरून जमाव घेऊन राजश्री स्वामी संनिध राहोन शेवा करावी

यैश्या हिमतीच्या गोष्टी सांगितल्या.'' महाराष्ट्राचा धर्म देखील 'महाराष्ट्र धर्म' म्हणून सांगितला आहे. 'मराठा तेतुका मेळवून' महाराष्ट्र धर्म वाढविण्याची जी कल्पना समर्थ रामदासांनी मांडली आहे त्यातील 'मराठा' हा शब्द ज्ञातीवाचक नसून अखिल मराठा देशातील लोकांचा त्यात अंतर्भाव सूचित केला आहे.

शिवाजीमहाराजांना स्वराज्य स्थापन करताना केवळ मुसलमानांशीच झगडावे लागले हे म्हणणे इतिहासाला धरून होणार नाही. आपले ईप्सित साध्य करण्यासाठी मातब्बर मराठे सरदारांशी अथवा राजांशी त्यांना दोन हात करावे लागले होते. विजापूरची अदिलशाही अथवा मुघल यांच्याबरोबर लढत असताना त्यांना चंद्रराव मोरे, निंबाळकर, घोरपडे, घाटगे, दळवी, सुर्वे, सावंत इत्यादी सरदारांशीही झगडावे लागले होते.

शिवाजीराजे हे दक्षिणेतील मुसलमान राजवटीविरुद्ध होते असे म्हणता येणार नाही. विजापुरात पठाणांचे प्राबल्य वाढत चालले होते ते त्यांना पसंत नव्हते, पण गोवळकोंड्याची पातशाही मात्र टिकली पाहिजे असे त्यांना वाटत होते. ९१ कलमी बखरीत असा एक उल्लेख आहे की शिवाजी राजे औरंगजेबास उद्देशून म्हणतात, ''दक्षण तख्ते दौलताबाद निजामशाहा तुमचे दक्षणेस काही नाहीं.''

राज्याभिषेक झाल्यानंतर राजे दक्षिण दिग्विजयास निघाले तेव्हा भागानगरचा पातशहा तानशहा याच्या पोटी भीती होती. राजांच्या भेटीस येण्यास तो घाबरत होता. शिवाजीराजे भागानगरात आले पण त्यांची तसवीस कोणास पडली नाही हे ऐकून तानशाहा बहुत संतुष्ट झाला. सभासद म्हणतो, ''पातशाहा पुढे दोन चार गांवे सामोरे यावे असे केले. राजा मोठा साधक आण घालून पातशाहास सांगून पाठविले की, 'तुम्ही न येणे. आपण वडिलभाऊ, आपण पुढे न यावे' असे सांगून पाठविल्यावरि पातशाहा बहुत संतुष्ट झाले.' मुसलमान राजाला आपला वडिलभाऊ मानून त्याला सन्मानाने वागविणारा असा शिवाजी राजा होता.

भागानगरीत असतानाच शिवाजीराजांनी १६७७ साली मुधोळच्या मालोजी घोरपड्यांना जे पत्र लिहिले होते त्यातसुद्धा दक्षिणची पातशाही टिकविण्याचा आपला मनोदय महाराजांनी व्यक्त केला आहे. भागानगरी एक छत्रपती आणि एक पातशाहा यांची समान दर्जावर भेट झाली. या पत्रात महाराज म्हणतात, ''पातशाहा तिकडून आले आम्ही इकडून गेलो. पादशाहानी बहुतच इज्जती होऊन गळ्यास गळा लावून भेटले. आम्हांस हाती धरून नेऊन जवळी बैसविले कितीएक मेहरबानी जाहीर केली.'' या भेटीनंतर उभयतांमध्ये करार झाला तो असा - ''दक्षणची पातशाही आम्हां दक्षणियांच्या हाती राहे ते करावे.'' यावरून आपल्या शेजारची मुसलमानी राजवट टिकविण्यासाठी महाराज किती उत्सुक होते याची कल्पना येईल. येथे एक गोष्ट लक्षात ठेवली पाहिजे ती ही की दक्षिणेतील

मुसलमानी राजवटी मराठ्यांनी बुडविल्या नाहीत तर ते काम मुघल पातशाहा औरंगजेब याने केले.

शिवाजी महाराजांनी आपल्या राज्यात धार्मिक सहिष्णुतेचे धोरण स्वीकारले होते. शिवाजीच्या पूर्वजांचा मुस्लिम धर्माला विरोध असल्याचे दिसत नाही. शहाजीचा जन्म तर अहमदनगरच्या शाहाशरीफ पीरास मालोजीने नवस केल्याने झाला असे ९१ कलमी बखरीत म्हटले आहे. पीर नवसाला पावल्यामुळे मालोजीने आपल्या मुलांची नावे शहाजी व शरीफजी अशी ठेवली अशी आख्यायिका आहे. आपल्या पूर्वजांचेच हे धोरण महाराजांनी पुढे चालू ठेवले होते. राज्यात नोकरी देताना अथवा दान-धर्म करीत असताना त्यांनी हिंदु-मुसलमान असा भेदभाव केला नाही. हिंदूंच्या देवळांना अभिषेकासाठी, पूजाअर्चेसाठी त्यांनी उदारहस्ते देणग्या दिल्या, त्याचप्रमाणे मशिदीतील दिवाबत्तीची आणि तेथील लोकांच्या योगक्षेमाची सोय केली. ब्राह्मणांना त्यांच्या विद्येतील प्रगती पाहून योग्य ती दक्षिणा दिली जात असे. पाटगावचे मौनीबोवा अथवा चाफळचे समर्थ रामदास स्वामी यांना धर्मकार्यासाठी इनामे दिली होती. इंदापूरचा काजी, भांबवड्या खिदमतगार, केळेशीचा बाबा याकूत या मुसलमान मंडळींना शिवकालात धार्मिक कारणासाठी इनामे मिळाली होती. मुसलमान राजवटीत ज्यांना वतने, इनामे मिळाली होती ती महाराजांनी शक्य तो चालू ठेवली होती.

महाराजांच्या सैन्यात मुसलमान होते. त्यांचा शागीर्द मदारी मेहतर, शरीरसंरक्षक इब्राहिम बर्बर, नौदलावरील प्रमुख अधिकारी दौलतखान हे सारे मुसलमानच होते. १६७९ साली काझी हैदर नावाचा एक मुसलमान वकील महाराजांनी औरंगजेबाकडे तहाची बोलणी करण्याकरिता पाठविला होता. यावरून धार्मिक अथवा राजकीय क्षेत्रात महाराज गुणवत्तेला महत्त्व देत होते हे स्पष्ट होते.

धर्मांतरासंबंधी महाराजांचे धोरण पुरोगामी स्वरूपाचे होते. नेताजी पालकर हा त्यांचा सेनापती काही कारणामुळे मुसलमान झाला व त्याने मुघलांची चाकरी पत्करली. परंतु पुढे त्याला पश्चात्ताप झाला, आणि त्याने हिंदुधर्मात येण्याची इच्छा व्यक्त केली. तेव्हा महाराजांनी त्याचे अविलंबे शुद्धीकरण करून घेतले.

शिवाजी महाराजांची नैतिक वर्तणूक चोख असल्याने लोकांना त्यांच्याविषयी आदर आणि प्रेम वाटणे स्वाभाविक होते. मुघलांचा एक इतिहासकार खापीखान याने एरव्ही महाराजांना खूप दोष दिले असले तरी त्यांच्या नैतिक वर्तणुकीबद्दल त्याने त्यांची प्रशंसाच केली आहे. मशीद, कुराण आणि स्त्रिया यांचा अवमान सैनिकांनी केव्हाही करता काम नये असा त्यांचा दंडक होता. सैनिकांना कुराणाची प्रत मिळाली तर ती काझीकडे पाठविण्याची व्यवस्था केली जाई. तसेच कोणत्याही धर्माची स्त्री असो, सैनिकांनी

तिला पकडून आणले असेल तरी त्या स्त्रीचा योग्य तो सन्मान करून तिला तिच्या नातलगाकडे पोहोचविले जाई. अशी ग्वाही मुसलमान इतिहासकाराने दिली आहे.

१६७९ साली औरंगजेबाने जिझिया कर परत चालू केला. त्यावेळी महाराजांनी त्याला जे पत्र लिहिले आहे त्यावरून सर्वधर्माकडे पाहण्याची त्यांची समभावना कशी होती याची कल्पना येते. अकबराने सर्वधर्मीयांना समानतेची वागणूक दिली होती म्हणून तो 'जगत्गुरू' च्या पदवीप्रत पोहोचला. त्याने जिझिया कर रद्द केला होता. त्याच्या नंतर आलेले जहांगीर आणि शहाजहाँ बादशाहांनी तेच सहिष्णुतेचे धोरण स्वीकारले होते. हा सर्व इतिहास सांगून औरंगजेबाला उद्देशून त्यात म्हटले आहे, 'तुमचा जर पवित्र ग्रंथ आणि कुराणावर विश्वास असेल तर त्यात ईश्वराचे वर्णन रब-उल-आलमिन-सर्व लोकांचा ईश्वर असे केलेले आढळते. तो रब-उल्-आलमिन म्हणजे केवळ मुसलमानांचा ईश्वर नाही. मशिदीत अथवा मंदिरात त्याचीच आराधना केली जाते.'

शिवाजी महाराजांना समकालीन बखरकारांनी आणि कवींनी 'देवाचा अवतार' असे म्हटले आहे. सभासद बखरीत म्हटले आहे, 'जिजाऊ आई तिचे पोटी राजश्री शिवाजीराजे पुत्र होतांच शंभु महादेव जागृती येऊन स्वप्नी झाले की, ''आपणच अवतरलो आहे. पुढे बहुत ख्यात करणे आहे.'' याच बखरीत या बखरीच्या श्रवणाची फलश्रुती सांगताना म्हटले आहे, ''राजा साक्षात केवळ अवतारीच जन्मास येऊन पराक्रम केला ... चरित्र पुण्यश्लोक राजियाचे जे घरी लिहून ठेवतील त्यांच्या भाग्यास पारावार नाही व जे वाचतील त्यास मोठे पुण्य जोडेल.'' भूषण कवीने शिवाजीराजांना शंकराचा आणि विष्णूचा अवतार कल्पिले आहे. जयराम पिंड्ये कृत 'पर्णालपर्वत ग्रहणाख्यान' या काव्यात शिवाजी अवतार होता किंवा तो परमेश्वरासारखा होता अशी कल्पना मांडली आहे. रघुनाथ हणमंते यांच्या राज्यव्यवहार कोशाच्या उपोद्घातात देखील अवताराची कल्पना आली आहे.

अवतारी पुरुष हा शब्द सत्पुरुष या अर्थाने वापरला जातो. येथे कोणताही धर्म अभिप्रेत नसतो. शिवाय १७व्या शतकातील बखरकारांच्या अथवा कवींच्या वर्णनशैलीचा तो एक प्रकार होता. या वर्णनावरून त्यांना राजे केवळ हिंदुधर्माचे पुरस्कर्ते होते असे ध्वनित करावयाचे नाही. भूषण कवीने राजांचे वर्णन करताना वेदपुराणांचे रक्षण करणारा, हिंदुधर्माचा अभिमानी असे म्हटले आहे. पण यावरून मराठ्यांचे राज्य केवळ मराठ्यांसाठी होते असा निष्कर्ष काढता येणार नाही.

शिवाजीराजांनी काही लोक गोब्राह्मणप्रतिपालक अशी बिरुदावली लावतात. गाय आणि ब्राह्मण हे हिंदुधर्माचे प्रतीक होय. पण येथे एक गोष्ट प्रामुख्याने लक्षात घेतली पाहिजे ती ही की महाराजांनी हा किताब आपण होऊन घेतला नाही. तो त्यांच्या

बिरुदावलीत नाही. त्यांच्या बिरुदावलीत फक्त 'क्षत्रिय कुलावतंस' एवढाच उल्लेख आहे. तर जे ब्राह्मण त्यांच्याकडून काही अपेक्षा करीत असत ते त्यांना गोब्राह्मण प्रतिपालक म्हणून संबोधित असत. तेव्हा या किताबाचा प्रत्यक्ष राजकारणाशी सुतराम देखील संबंध नव्हता.

शिवाजी महाराजांच्या समभावनेचा विचार करताना त्यांची राजमुद्रा ही विशेष महत्त्वाची वाटते. त्यांच्या राजकारणाचे सर्व सूत्र या मुद्रेत सांगितले आहे. १६४६ च्या सुमारास किंवा त्याच्या काही अगोदर महाराजांची ही मुद्रा प्रचलित होती. या मुद्रेत लोककल्याणाची अपेक्षा व्यक्त केलेली दिसून येते. मुद्रेत म्हटले आहे, 'प्रतिपदेच्या चंद्रकलेप्रमाणे हळूहळू वाढणारी आणि विश्ववंदिता शहाजीचा पुत्र शिवाजी याची अशी ही मुद्रा कल्याणासाठी प्रकाशमान होते अथवा शोभते.' याचा अर्थ असा की विश्ववदिता ठरेल आणि चंद्रकलेप्रमाणे वाढेल ती शिवाजी राजांची सत्ता कल्याणासाठी म्हणजेच राज्यातील सर्व लोकांच्या कल्याणासाठी सतत वापरली जाईल.

प्रतिपश्चंद्रलेखेय
वर्धिष्णुर्विश्ववंदिता
शाहसूनो: शिवस्यैषा
मुद्रा भद्राय राजते

असा हा सर्वधर्मीयांना सांभाळून घेणारा, लोकांचे कल्याण साधणारा राजा होता.

❑❑❑

प्रकरण - ५

मराठी प्रदेशांत 'जिझिया कर'

ऐतिहासिक पार्श्वभूमी :

'जिझिया' कराची निर्मिती ही इस्लामी धर्माच्या लढाऊ स्वरूपातून झाली आहे असे स्थूलमानाने म्हणता येईल. इस्लाम धर्मावर विश्वास नसणाऱ्या व्यक्तींकडून ही डोईपट्टी वसूल केली जात असे; आणि त्याच्या मोबदल्यात त्याचे जीवन आणि मालमत्ता सुरक्षित राहील अशी हमी दिली जात असे. तसेच त्याला सक्तीच्या लष्करी सेवेतून मुक्त केले जात असे.

'जिझिया' कराची अंमलबजावणी भारतात सर्वप्रथम अरबांनी आठव्या शतकात सिंधप्रांत जिंकून घेतला तेव्हापासून सुरू झाली. सिंधप्रांताचा प्रशासक मुहम्मद बिन कासिम याने आपल्या अनुयायांना असे फर्माविले होते की इस्लाम धर्मीयांशिवाय अन्य नास्तिक (झिमी) लोक अत्यंत नम्रतेने स्वहस्ते जिझिया कर देत नाहीत तोपर्यंत त्यांच्याशी लढावे. इस्लामी राज्यात राहण्यासाठी बिगर इस्लामधर्मी प्रजेला जिझिया कर हा सक्तीचा होता. इस्लामी सत्तेचा अनुग्रह संपादन करण्यासाठी मोजलेली रक्कम म्हणजे जिझिया कर असे थोडक्यात म्हणता येईल.

एकदा एक कर प्रजेवर लादला म्हणजे तो रद्दबादल करणे फार कठीण असते. त्यामुळे सम्राट अकबरासारख्या वैश्विक धर्माचा विचार करणाऱ्या मुघलसम्राटाने तो सन १५६४ साली काढून टाकेपर्यंत मुस्लिम राजवटीत चालूच राहिला. अकबर हा उदारमतवादी असल्याने, आपल्या राज्यातील प्रजेत हिंदू-मुसलमान असा भेदभाव तो करीत नव्हता. अकबर हा ऐहिकवादी होता, हिंदू आणि मुसलमान प्रजाजन त्याची हुकुमत मानीत असल्याने हिंदूंच्यावर एक निराळा कर लादण्याची त्याला आवश्यकता वाटली नाही. अबुलफझल या इतिहासकाराने त्याची प्रस्तुत संदर्भात भलावणच केली आहे. अकबराचे हे धोरण जहाँगीर, शहाजहान आणि औरंगजेबाने त्याच्या पहिल्या २१ वर्षांच्या कारकिर्दीपर्यंत तसेच चालू ठेवले होते.

मात्र 'इस्लामाचा प्रसार आणि विरोधकांचा नि:पात' करण्यासाठी २ एप्रिल १६७९ साली त्याने 'जिझिया'चा पुनरुद्धार केला. औरंगजेबाने असे का केले याबद्दल भिन्न भिन्न विचार मांडले जातात. काहींच्या मते हिंदू आणि मुसलमान यांच्यातील वाढता भेदभाव आणि संघर्ष, आपलाच धर्म श्रेष्ठ असल्याची भावना ही प्रमुख कारणे जिझिया

कराच्या नूतनीकरणामागे होती असे आहे. याच्या जोडीला साम्राज्यातील राजकीय आणि आर्थिक घडामोडी, दरबारातील धर्मासंबंधीचे मतप्रवाह प्रस्थापित राज्याच्या स्वरूपासंबंधीचे वादविवाद याबाबी देखील कारणीभूत होत्या.

मनुची हा एक समकालीन इटालियन प्रवासी म्हणतो की, औरंगजेबाने जिझिया कराचा अंमल दोन कारणांसाठी पुन्हा सुरू केला. पहिले कारण म्हणजे सततच्या मोहिमांमुळे त्याचा खजिना रिक्त होत चालला होता आणि दुसरे म्हणजे हिंदूंना सक्तीने इस्लाम धर्माचा स्वीकार करावयास लावणे. असेही म्हटले जाते की औरंगजेबाने इस्लाम धर्माची ज्या करांना संमती नव्हती ते सर्व कर रद्द करून इस्लामधर्माने विशेष शिफारस केलेला 'जिझिया' कर परत सुरू केला या त्याच्या निर्णयाचे स्वागतच केले पाहिजे.

जिझिया कराला विरोध करणारे एक पत्र शिवाजी महाराजांनी १६७९च्या मध्यावर केव्हातरी लिहिले असावे. हे फार्सी भाषेतील पत्र शिवाजीराजाचे नसून ते मेवाडच्या महाराणा राजसिंगचे आहे असे म्हणण्याकडे काही इतिहासकारांचा कल दिसतो. परंतु या पत्रात नीलप्रभूचा लेखक म्हणून जो उल्लेख केलेला आहे तो नीलप्रभू म्हणजे निळोजी पारसनीस होय. शिवाजीराजाच्या पदरी निळोजी फार्सी भाषेचा लेखक म्हणून काम करीत होता. या पत्राची विश्वसनीयता सिद्ध करणारा आणखी एक पुरावा उपलब्ध झाला आहे. स. मा. गर्गे संपादित करवीर रियासतीची कागदपत्रे खंड १ पत्र क्र. २१७ या फार्सी पत्राचा मराठी तर्जुमा आला आहे. 'मझ्मुअल गवहार' या नावाचा एक फार्सी ग्रंथ गोविंद निळोजी पारसनीस याने रचला होता. त्याचा 'हिंदवी' (मराठी) भाषेत अनुवाद कोल्हापूरचा प्रशासक ग्रॅहॅम याने महिपतराव आणि गोपाळराव पारसनीस या गोविंद नीलकंठाच्या दोन पणतवाकडून करून घेतला. या संग्रहात या जिझिया बद्दलच्या पत्राचा तर्जुमा आहे. यावरून हे पत्र अस्सल असावे असे मानावयास प्रत्यवाय नसावा.

औरंगजेबाचे चरित्रकार, वंग इतिहासकार जदुनाथ सरकार यांनी या पत्राच्या लेखनाविषयी पूर्ण विचार करून हे पत्र शिवाजी महाराजांनीच लिहिले असावे असे आपले मत व्यक्त केले आहे. (पहा सरकार, औरंगजेब, खंड ३ पृ. १९२, ओरिएंट लाँगमन, १९७२).

शिवाजी महाराजांची राष्ट्रीय प्रतिमा या पत्रांवरून निदर्शनास येते. गरिबावर कर लादू नका, माझ्यावर हवा तर बसवा, अशा आशयाची या पत्रातील भाषा अत्यंत सूचक आहे. परंतु महाराजांचा हा समंजसपणा औरंगजेबाला पटण्यासारखा नव्हता आणि त्याच्या दुराग्रहाचे परिणाम त्याला भोगावे लागले. (पहा- परिशिष्ट १)

जिझिया कराच्या वसुलीसाठी एका खास अधिकाऱ्याची नेमणूक केली जात असे. त्याला 'अमीन' असे म्हणत. अनेक अमिनांच्या कामावर देखरेख करण्यासाठी एका

खास अधिकाऱ्याची १६८७ साली नेमणूक करण्यात आली होती. अपंग, बेकार अशी माणसे, स्त्रिया, १४ वर्षाखालील बालक आणि गुलाम यांना करआकारणीतून वगळण्यात आले होते.

कर आकारणीसाठी गावच्या लोकसंख्येची विभागणी व्यक्तीची जंगम मालमत्ता, उत्पन्न यांच्या आधारे तीन वर्गात केली जात असे आणि प्रत्येक वर्गाची करआकारणी निश्चित केली जात असे. ती अशी :

१) गरीब वर्ग : मालमत्ता-उत्पन्न सुमारे २०० दरहॅम (५२ रुपये) असेल तर दरडोई कर १२ दरहॅम (रु. ३-२-०)

२) मध्यमवर्ग : मालमत्ता-उत्पन्न सुमारे २०० ते १०,००० दरहॅम असेल तर दरडोई कर २४ दरहॅम (रु. ६-४-०).

३) श्रीमंत वर्ग : मालमत्ता उत्पन्न १०,००० हून दरहॅमपासून अधिक असेल तर दरडोई कर ४८ दरहॅम (रु. १२-८-०)

वंग इतिहासकार जदुनाथ सरकारांच्या मते 'गरीब वर्गातील' लोकांना त्यांच्या व्यवसायातील उत्पन्नातून त्यांच्या कुटुंबाच्या निर्वाहाचा खर्च वजा करून जर काही शिल्लक राहिले तरच त्यांच्यावर हा कर लादला जात असे. इतिहासकार प्राध्यापक इरफान हबीब यांनी पंजाबमधील एका खेड्यावर आकारलेल्या जिझिया करासंबंधी चर्चा करताना म्हटले आहे की, तेथील २२ लोकांना सर्वस्वी गरजू (indigent) ठरवून त्यांना करअकारणीस अपात्र ठरविले होते. जिझिया संबंधीच्या एक सर्वसाधारण फतव्यात सर्वस्वी गरजू (indigent) या शब्दाचे स्पष्टीकरण करताना 'छोटे शेतकरी (रेझा रिआया) जे जमीन लागवडीसाठी लागणारा पैसा, बी-बियाणे, जनावरे या साधनासाठी सर्वस्वी दुसऱ्यावर अवलंबून असतात. अशा व्यक्तींची गणना 'गरीब' या वर्गात करावी असे म्हटले आहे. (इरफान हबीब-द अग्रेरियन सिस्टम ऑफ मुघल इंडिया, मुंबई १९६३, पृ. १२०)

सरकारी अधिकाऱ्यांना या 'करा'पासून मुक्त करण्यात आले होते असे सामान्यत: मानले जाते, पण प्रत्यक्षात मात्र असे दिसून येते की हे अधिकारी 'स्वहस्ते' या कराची रक्कम भरीत असत. (सरकार, औरंगजेब भाग ३ पृ. १७७) जिझियाची वसुली अत्यंत काटेकोरपणे केली जात असे आणि वसुली अधिकाऱ्यांना या करात कोणालाही सूट देण्यापासून परावृत्त करण्याचे औरंगजेब बादशहाचे धोरण होते. या कराची अंमलबजावणी करताना अनेक प्रकारचे भ्रष्टाचार आणि जुलूमजबरदस्ती होत असे. असे असले तरी औरंगजेब बादशहाने काही व्यक्तींना सूट दिली असल्याची उदाहरणे आढळत असल्याने, औरंगजेब हा वसुलीबाबत फार कडक आणि दुराग्रही होता असे सर्वसाधारण विधान

करणे योग्य ठरणार नाही. (श्रीराम शर्मा, रिलिजियस पॉलिसी ऑफ द् मुघल एंपरर्स, १९७३, पृ. १९६-९७)

दक्षिणेत जिझिया :

जिझिया कराची झळ द:खन प्रांतातील हिंदूंना फारशी पोहोचली नाही. याचे कारण येथील प्रमुख राज्यकर्ते बहमनी अथवा त्यातून निर्माण झालेली निजामशाही, आदिलशाही इत्यादी मुसलमानी राजवटीत या कराची सरसकट अंमलबजावणी केल्याचे आढळून येत नाही.

'जिझिया' करासंबंधी एकूणच फार कमी अव्वल साधने आढळून येतात. प्रा. इनफान हबीब यांनी प्रामुख्याने पंजाब प्रांतातील एका गावासंबंधीच्या कागदपत्राच्या आधारे या कराचे स्वरूप स्पष्ट करण्याचा प्रयत्न केला आहे. या पुराव्याच्या आधारे त्यांनी म्हटले आहे की त्या गावात एकूण २८० पुरूष होते. त्यापैकी ९५ व्यक्तींना विविध कारणामुळे या करातून मुक्त करण्यात आले होते. बाकी उरलेल्या १८५ व्यक्तींची वर्गवारी वर्ग तिसरा १३७, वर्ग दुसरा ३५, आणि वर्ग पहिला १३ व्यक्ती अशी केली होती. वर्ग तिसऱ्यातील व्यक्तीवर दरडोई जिझिया रू. ३-२-०, वर्ग दुसरा दरडोई रू. ६-४-० आणि वर्ग पहिला रू. १२-८-० अशी करआकारणी केली होती. (इरफान पृ. ११९-२०,२४५)

मराठी प्रदेशातील जिझियापट्टी संबंधीचे अस्सल कागद फारसे उपलब्ध नाहीत, त्यामुळे या विषयासंबंधी विशेष चर्चा करता येत नाही. विजापूर सरकारच्या राजवटीतील जमखंडी येथील एका मुसलमान नागरिकावर तेथील परगण्याच्या देशमुखाकडून कदाचित् अनावधानाने जिझिया पट्टी वसूल करण्यात आली होती. संबंधित व्यक्तीने प्रस्तुत संदर्भात सरकारात जेव्हा तक्रार नोंदविली तेव्हा त्या देशमुखाला वसूल केलेली रक्कम अविलंबे परत करण्याचा आदेश तर दिलाच पण त्याला इत:पर त्रास देऊ नये अशी ताकीद दिली. या आदेशाचे पालन न केल्यास त्याची गंभीरपणे दखल घेण्यात येईल असेही त्यास बजावण्यात आले. (शि.च. सा. खंड ५ पत्र क्रमांक ७६३ सन १६८६ पृ. ६).

हिशेबाच्या कागदांचे एक वैशिष्ट्य म्हणजे ते घटनांची आवश्यक ती माहिती थोडक्यात पण काटेकोरपणे देतात. उदाहरणार्थ औंध जहागीरीतील आटपाडी (सातारा जिल्हा) या महालातील बिनतारखेच्या कागदात जिझिया संबंधीचे काही महत्त्वाचे तपशील दिले आहेत. ते असे १) या महालातील एकूण १३५ व्यक्तींपैकी ३५ व्यक्तींना वगळून बाकी ११९ करपात्र व्यक्तींकडून जिझिया पोटी ४०१-१-० रुपये वसूल केले होते.

२) त्या महालात दुसऱ्या वर्गात मोडण्यासारख्या फक्त दोन व्यक्ती होत्या, आणि त्यांच्याकडून दरडोई रु. ६-१२-० पट्टी वसूल केली होती. उर्वरित ११७ लोकांना

दरडोई रु. ३-५-० प्रमाणे ३८७-९-० इतकी रक्कम वसूल केली होती.

३) पहिल्या वर्गातील एकही व्यक्ती या महालात नव्हती.

४) ही पट्टी ज्या १६ लोकांवर बसविली नव्हती त्यांचा उल्लेख 'मिन्हा नफर' असा केला आहे. मिन्हा अथवा मिना म्हणजे वजा केलेले. या १६ व्यक्तीत ४ बालके, २ लंगडे, ६ आंधळे आणि ४ वेडे होते. (शि. च. सा. खंड ५ क्र. ७६६ सन १६९६ पृ. ७-८)

आटपाडी महालाच्या वरील कागदपत्रांत केवळ कसबा आटपाडी आणि खरसोड या खेडेगावातून वसूल केलेल्या जिझिया पट्टीची माहिती दिली आहे. आटपाडी कसब्यात एकूण १० घरे (धाबे) आणि ३४ झोपड्या (छप्परे) होती आणि त्यात एकूण ५९ माणसे होती. यापैकी २ बालके, १ अपंग, ४ आंधळे आणि २ वेडे अशा ९ व्यक्तींना वगळून फक्त ५० करपात्र व्यक्ती होत्या. यापैकी दुसऱ्या वर्गात दोन आणि तिसऱ्या वर्गात ४८ व्यक्ती होत्या. खरसोड गावात एकूण १२ घरे होती आणि तेथे एकूण २४ माणसे राहात होती, आणि त्यापैकी फक्त १७ माणसे तिसऱ्या वर्गातील करपात्रतेसाठी योग्य होती आणि उरलेली ७ माणसे करपात्र नव्हती.

थोडक्यात कसबा आटपाडी आणि खरसोड या दोन्ही गावातील एकूण ८३ व्यक्तींपैकी (अनुक्रमे ५९ आणि २४) अपात्र १६ व्यक्ती (अनुक्रमे ९ आणि ७) वगळता एकूण ६७ व्यक्ती करपात्र होत्या आणि त्यापैकी वर्ग दोन मध्ये फक्त दोन आणि वर्ग तीनमध्ये एकूण ६५ व्यक्ती होत्या. या दोन्ही गावातून जिझिया पट्टी एकूण रु. २२८-१३ (अनुक्रमे १७२-८-० आणि ५६-५-०) इतकी वसूल केली जात होती.

संपूर्ण आटपाडी महालातून जिझिया पट्टीची वसुली ४०१-१-० इतकी होती; हे आपण वर पाहिले आहे. यात दुसऱ्या वर्गातील दोन माणसे फक्त आटपाडी कसब्यातील होती. आटपाडी आणि खरसोड या गावातून जिझिया पोटी वसूल केलेली रुपये २२८-१३-० ही रक्कम संपूर्ण महालाच वसुलीतून वगळल्यास संपूर्ण महालातील तिसऱ्या वर्गातील केवळ ५२ माणसांकडून रुपये १७२-४-० इतकी रक्कम वसूल केली जात होती असे म्हणता येईल.

जिझिया संबंधीचा दुसरा एक प्रकाशित कागद हा सन १६८४-८५ चा असून तो अहमदनगर सरकारातील नेवासे परगण्याचा आहे. नेवासे देशपांडेच्या अमलाखालील १४४ गावांची 'मुजेरी जिराती' ७४ आणि 'कमाविसी देहे' ७० अशी विभागणी केली आहे. मुजेरी जिराती गावात केवळ सर्वस्वी गरजू (रेझा रिआया) शेतकऱ्यांची वस्ती असावी. त्यामुळे 'मुजेरी जिराती' गावांना वगळून जिझिया कराची आकारणी केवळ कमाविसी गावांवर म्हणजे फक्त ७० गावांवर केलेली आहे. कमाविसी गावात एकूण

घरांची संख्या ५६४ असून तेथे राहणारे लोक ९५७ होते. मात्र या ९५७ लोकांपैकी फक्त ५६३ लोक करपात्र होते आणि उरलेल्या ३८४ लोकांना या ना त्या कारणाने - म्हणजे अंध, कोढी, थोटे, लंगडे, नादार अशा लोकांना या करापासून मुक्त केले आहे. या परगण्यातून एकूण जिझियापट्टी रु. १८६४-१५-० इतकी वसूल केली आहे. करपात्र व्यक्ती या तिसऱ्या वर्गातील असल्याने दरडोई रु. ३-५-० या दराने ही पट्टी वसूल केली आहे. सन १६८३-८४ पेक्षा एका घराची कद १६८४-८५ या वर्षात झाली असल्याचेही येथे नमूद केले आहे. यावरून कराधिकारी अमीन प्रत्येकवर्षी घरांची-व्यक्तींची मोजदाद करून हा जिझियाचा तक्ता तयार करीत असावा हे स्पष्ट होते.

याच पत्रात मागील काही वर्षाचे हिशेब दिले आहेत. त्याच्या आधारे खालीलप्रमाणे जिझियाचा हिशेब मांडता येईल.

	घरे	करपात्र माणसे	एकूण कर	दरडोई कर
१)	५२५	५६३	१८६४-१५-०	३-५-०
२)	५१२	५३८	१७८२-२-०	३-५-०
३)	११८	१२६	४१७-६-०	३-५-०
४)	३८४	४१२	१३६४-१२-०	३-५-०
५)	१४१	१५१	५००-३-०	३-५-०

वर दिलेल्या तक्त्यातील सर्व माणसे तिसऱ्या वर्गातील असून त्यांना दरडोई कर ३-५-० द्यावा लागत असे. सर्वात गरीब वर्गावर या कराचा बोजा अधिक पडत असे, असे दिसते. तत्कालीन धान्याचे भाव लक्षात घेता हा कर जादा होता असे आहे. जदुनाथ सरकारांच्या मते हा कर दरडोई ३-५-४ इतका होता. यावरून नेवासे परगण्यातील कर जदुनाथ सरकारांच्या हिशेबाप्रमाणे ४ पै. ने. कमी होता असे दिसते. (शि. च. सा. खंड ४ ले. क्र. ६९४ ता. १६८४-८५, पृ. ४३-४५)

पुणे परगण्यातील कर्यात मावळ हा पागणा औरंगाबाद सुभ्यात येत होता. तेथील १६९५ सालच्या एका हिशेबी कागदानुसार त्या परगण्यातील ३६ गावांपैकी ३१ गावे करपात्र नव्हती. उरलेल्या ५ गावांपैकी ३ गावे 'गैरकस' म्हणजे वैराण असावीत आणि उरलेल्या भूगाव आणि लवले या दोन गावातून प्रत्येकी १ व्यक्ती तिसऱ्या वर्गात मोडीत होती. त्यांच्याकडून दरडोई रु. ३-५-० या दराने कर्यात मावळ परगण्यातून १६९५ साली फक्त रु. ६-१०-० इतकी जिझिया पट्टी बसून झाली होती. (भा. इ. सं. मं. त्रैमासिक वर्ग १० खंड १-४, १९९० पृ. १३७-३८ जिझिया संबंधी विस्तृत चर्चेसाठी पहा : बॉम्बे बॅच ऑफ रॉयल एशिएटिक सोसायटीचे जर्नल, न्यू सेरीज, व्हॅल्यूम ६ भाग १ आणि २ पृ. ६२-७९)

इंदापूरचे जिझियासंबंधीचे दस्तऐवज :

इंदापूर परगणा हा शहाजीच्या जहागीरीचा एक भाग होता. शिवाजीराजाने स्वराज स्थापण्याचा उद्योग सुरू केला तेव्हा शहाजी राजाने तो परागणा त्यांच्या हवाली केला. इंदापूर परगण्याने मुसलमानी, मोगली, मराठी आणि शेवटी इंग्रजी राजवट पाहिली होती. पुण्याच्या पुराभिलेख खात्यातील 'जमाव' विभागात या गावच्या इतिहासाची मांडणी करण्यास उपयुक्त असे बरेच अस्सल कागद सापडतात. शिवाजी महाराजांच्या पश्चात हा मुलुख औरंगजेबाच्या हाती आला आणि त्याने तेथील प्रजेवर जिझियाकराची अंमलबजावणी केली.

इंदापूर परगण्याच्या जिझिया दस्तऐवजांचा उल्लेख 'तुमार तसरवीस अखत जेजये, परगणे इंदापूर, सरकार जुन्नर सुभे खुजस्ते बुनियाद (औरंगाबाद)' असा केला आहे. याचा अर्थ चौकशी अंती तयार केलेले जिझियाचे संपूर्ण हिशेबाचे पत्रक असा होतो. देशमुख, देशपांडे आणि स्थानिक अधिकाऱ्यांच्या मदतीने सरकारी कराधिकारी 'अमीन' हे हिशेबपत्रक तयार करीत असे. इंदापूरच्या रूमालात १६९९ आणि १७०२ या सालचे कागद संपूर्ण असून १७०६ सालच्या कागदात फक्त ३४ गावातून जिझिया कर किती वसूल झाला ते दिले आहे. दक्षिणेत मोगल-मराठे संग्रामाने उग्र स्वरूप धारण केले होते. त्यामुळे १९ फेब्रुवारी १७०४ रोजी औरंगजेबाने एका दरबारी फतव्याने जिझियाची वसुली काही काळ स्थगित ठेवली होती. याचे कारण वसुलीच्या मार्गातील अडचणी असे दिले आहे. (पाहा : परिशिष्ट)

इंदापूरच्या या कागदातून जिझिया संबंधीचे अनेक तपशील आढळतात. यात प्रामुख्याने व्यक्तींची नावे, प्रत्येक गावातून झालेला वसूल परगण्याचा एकूण वसूल इत्यादी माहिती या पत्रकात मिळते. इंदापूर परगण्यात एकूण ८५ गावे होती, पण जिझिया पट्टीसाठी एकूण ३४ गावेच निवडली होती असे दिसते. १७०६ च्या एका पत्रकात असे नमूद केले आहे की, पत्रकातून ५१ गावे वगळली आहेत कारण ती बेचिराख आणि वैराण झाली होती. फक्त 'कमाविसी' म्हणजे लागवडी खाली असलेल्या गावांचाच विचार 'जिझिया'साठी केला होता. खालील माहितीवरून 'जिझिया' संबंधीचा तपशील लक्षात येईल.

वर्ष	गावसंख्या	करपात्र गावे	वगळलेली गावे	करपात्र व्यक्ती	एकूण वसुली रुपये
१६९९	८५	३४	५१	१७६	६०२-१४-०
१७०२	८५	३४	५१	१५६	५३६-१०-०
१७०६	८५	३४	५१	१७५	५९९-९-०

१७०२ साली करपात्र व्यक्तीची संख्या २०नी घटली आहे. लोक परागंदा झाल्यामुळे अथवा राजारामाच्या अकाली मृत्यूमुळे झालेल्या राजकीय अस्थिरतेमुळे ही संख्या घटली असावी.

इंदापूर परगण्यातील करपात्र व्यक्तींची विभागणी सालवार पुढीलप्रमाणे केली आहे.

वर्ष	**वर्ग १**	**वर्ग २**	**वर्ग ३**	**एकूण**
१६९९	-	६	१७०	१७६
१७०२	-	६	१५०	१५६
१७०४	-	६	१६९	१७५

इंदापूरची विभागणी पेठ आणि कसबा अशी केली आहे. गावातून एक ओढा वाहत जातो. त्याच्या एका काठावर 'पेठ' आणि दुसऱ्या बाजूस 'कसबा' यांची वसाहत आहे. वर्ग २ मधील सहा इसम हे पेठ या एकाच भागातले आहेत, या सहा इसमांत दोन देशमुख आणि चार देशपांडे आहेत. इंदापूर गावात १६९९ साली तिसऱ्या वर्गात २३ आणि १७०२ साली १९ लोक होते, तर पेठेत अनुक्रमे ६७ आणि ५८ लोक होते. यांची वर्गवारी खालील तक्त्याप्रमाणे होती. या वर्गवारीवरून कोणत्या लोकांवर ही डोईपट्टी बसविली जात असे याची कल्पना येते. येथे तालुकदार म्हणून ज्या व्यक्तीचा उल्लेख केला आहे तो 'चौगुला' या पाटलाच्या सहाय्यकाच्या संदर्भात वापरला आहे. पाटलाची अथवा गावची कामे तालुक्यात घेऊन जाण्याचे काम याच्याकडे असे म्हणून त्याला तालुकदार म्हटले असावे.

सीमवर्ग

	वर्ग	इंदापूर		पेठ	
		१६९९	१७०२	१६९९	१७०२
१	तालुकदार (चौगुले)	३	४	३	३
२	कोष्टी	५	४	९	८
३	चांभार	२	२	१	१
४	सुतार	२	२	-	-
५	बकाल	२	२	२०	१६
६	कासार	२	-	३	३
७	मुतफरकात	३	१	-	-
८	तेली तांबोळी	२	२	५	३
९	बजाज	१	१	८	८

१०	जरगार	१	१	-	-
११	सराफ	-	-	८	७
१२	सोनार	-	-	५	४
१३	रंगारी	-	-	१	१
१४	दरजी	-	-	३	३
१५	धनगर	-	-	१	१
	एकूण	२३	१९	६७	५८

वरील तक्त्यावरून पेठेचे स्वरूप कळून येते. कोष्टी, बकाल (व्यापारी) बजाज (कापडाचे व्यापारी) यांची संख्या पेठेत अधिक आहे. दरजी आणि सराफ हे तर फक्त पेठेतच आहेत. पेठ हे मुख्य गाव असल्याने परगण्याचे वतनदार-देशमुख देशपांडे यांचे वास्तव्यही तेथेच आहे. या दोन गावातील तिसऱ्या वर्गापासूनची वसुली पुढील प्रमाणे आहे.

	एकूण माणसे		एकूण वसुली	
	सन १६९९	सन १७०२	सन १६९९	सन १७०२
इंदापूर	२३	१९	७६-३-०	६२-१५-०
पेठ	६७	५८	२६१-१५०	२३१-१५-०

इंदापूर परगण्यातील एकूण ८५ गावांपैकी ३४ गावांवरच ही पट्टी बसविली होती. वरील दोन गावे सोडलीतर ३२ गावे राहतात. या गावातून १६९९ आणि १७०२ या वर्षी अनुक्रमे ८६ आणि ७९ तिसऱ्या वर्गाच्या माणसांनी जिझिया भरला आहे. गावचा मोकदम आणि पटवारी हे बहुतेक सर्व गावातून आहेत. पटवारी प्रत्येक गावी असेच असे नाही. याखेरीज सोनार, गुरव, तेली, चांभार, महाजन यांचा उल्लेख काही गावांपुढे केला आहे. पत्रावळी विकण्याचे काम खेड्यातून गुरव करीत असत. म्हणून कदाचित त्यांच्यावर कर बसविला असावा.

या कागदपत्रावरून पुढील निष्कर्ष सुचतात.

१) परगण्यातील सर्व गावांवर ही पट्टी आकारलेली दिसत नाही. मुजेरी गावे, अथवा ओसाड गावे वगळली आहेत.

२) हा कर शेतकऱ्यांवर लादलेला दिसत नाही. म्हणजेच राज्यातील प्रत्येक हिंदू या कराच्या कक्षेत येत होता असे म्हणता येत नाही.

३) तिसऱ्या वर्गाच्या दुप्पट कर दुसऱ्या वर्गाला द्यावा लागे. तिसऱ्या वर्गाचे उत्पन्न आणि दुसऱ्या वर्गाचे उत्पन्न यातील फरक पाहता तिसऱ्या वर्गावर हा कराचा बोजा अधिक होता असे काही इतिहासकार म्हणतात आणि त्याच्या पुष्ट्यर्थ पैशाचे

वस्तूत रूपांतर करून म्हणतात की ३ रु. ५ आणे म्हणजे जवळजवळ ९ मण गव्हाचे पीठ इतका कर त्यांना भरावा लागे. जवळ जवळ एक वर्षाची पोटगी कर रूपाने जाई पण या दोन्ही वर्गाच्या उत्पन्नातील तफावतीचे प्रमाण काय होते हे समजण्यास मार्ग नाही. तिसऱ्या वर्गात समाविष्ट असलेले बकाल, बजाज, सराफ हे श्रीमंत असण्याची शक्यता आहे.

४) हा कर प्रामुख्याने ज्यांना आर्थिक फायदा होतो त्यांच्यावरच बसविलेला आहे. गावचे, परगण्याचे वतनदार, उद्योगधंदे करणारे लोकच या कराच्या कक्षेत आहेत. एक प्रकारे हा संपत्ती करच होता असे म्हणता येईल. फक्त मुसलमानांना वगळून तो केवळ हिंदूंच्यावर लादल्यामुळे त्याला धार्मिक स्वरूप प्राप्त झाले होते. हिंदुराजे जसे ब्राह्मणांना करमुक्त करीत त्याचप्रमाणे कदाचित मुसलमान राजांनी आपल्या राज्यातून मुसलमानांना वगळले असावे.

परिशिष्ट १ : जिझिया कर

जिझिया संबंधी छत्रपती शिवाजीराजे औरंगजेबास लिहिलेल्या (१) पत्राचे मराठी भाषांतर कोल्हापूर संस्थानचा पोलिटिकल एजंट ग्रॅहॅम याने गोविंद निळोजी पारसनीस याने तयार केलेल्या 'मज्मू अल गवाहर' 'म्हणजे मोत्याची लडा' या पुस्तकातील वरील पत्राचे भाषांतर १८४५ साली महिपतराव व गोपाळ पारसनीस या मूळ लेखकाच्या पणतूकडून करून घेतले. ते असे :

"पादशहा अलमगीर शाहा यांचे जनाब मुबारकेस विनंतीपत्र. अर्जदास्त कल्याण इच्छिणार दृढ निश्चय आधी सेवेविषयी मजबुत चरणी शिवाजी छत्रपती अर्ज करतो जहां सेवक पादशहाचे दौलतीचे कल्याणाची इच्छा करणार. प्रारब्ध येागे करून पातशहा यांचा निरोप न घेता आलो. परंतु सेवेविषयी तत्पर आहे. आणि सर्वांवरी पादशहा यांची कृपेची छाया कायम असावी व पादशहा यांची कीर्त संबंध जगात प्रसिद्धी. याकरिता कितीयेक लहान थोरांचे कल्याणाचे आहेत. ते अर्ज करितो जे या काळी ऐकवेत आहे की सत्वरच पादशहाची मोहीम मजवर ... त्यास द्रव्य व सामान खजानेत नसल्यामुळेही लोकांकडून जेजीये (जिजीया) म्हणजे पटी घेऊन दौलतीचे सामान तयार करावे. त्यास या विषई मी अर्ज करितो की हजरत अकबर शाहा बादशाह यानी बावन्न वर्षे दौलत करून सर्व प्रजेचे संरक्षण करून शेवा घेतली. आणि सर्व ज्ञातीस आपआपले स्वधर्माप्रमाणे वर्तविले. याजमुळे बादशाह यास जगात 'मिरोह' हा किताब करून कीर्ती सर्व अलमात जाहली. व जिकडे इच्छा करीत यश व ऐश्वर्य प्राप्त होऊन सर्वास हुकमत बांग दिले. हजरत नुरुद्दीन ज्याहांगीर पादशाह यानी तक्तावर बावीस वर्षे दौलतचे ऐश आराम करून

सर्व प्रजेचे संरक्षण केले . तसेच आपले वडीलानी काही दिवस करून कीर्त संपादन केली. नंतर बाकीचे आयुष्य तपश्चर्या करून खुदापरस्तीत घालविले आहे. येणे करून सत्कीता तमाम आलमात प्रसिद्ध जाहली आहे. असे असून ते दस्तुर सोडून दर्यादिल पादशाहानी जेजियेपट्टी घेणेस आरंभ केला आहे. हे फार आश्चर्य आहे. आणि सर्व जाती आपआपले स्वधर्मे चालत असता परधर्म चांगला हे चित्तातही आणीत नाहीत. कृपा व परोपकार या पृथ्वीत राहाणार पादशहाची स्तुती लहानथोरांचे मुखी सदोदीत राहणार असे जे स्थान तेथूनच प्रजेस उपद्रव होणेची इच्छा जाहली आहे. त्यास रयत दौलतीदाखल व वृद्धीही दौलतीची आहे ती रयत सुखी असून स्वकार्याचे होई तत्पर असावी. हजरत अकबर पादशहा यांचे वेळी किले व मुलुख गेला, ज्यानी घेऊन खराब केला त्यांचा अन्याय पादशहाकडे नाही. जेथे लाख रुपये यावयाचे तेथे एक हजार रुपये येणे कठीण पडले. या संकटाचे कारणाने एकाएकी दौलत निर्मनुषी होऊन पातशहा खलीप व शाहजादे मात्र वाडेत राहते झाले. त्या समईचे अमीर उमराव व मनसबदार हल्ली हजर आहेत त्यास माहीत आहे. शिपाई हिंदू मुसलमान वगैरे अन्नास महाग होऊन रोज दुखात असतात. प्रसंग गुदरला असता श्रीईश्वरकृपेकरून सर्व प्रांत हुकमतीने येऊन सत्कीर्ती जगात जाहाली. ते शूरत्व प्रजेस ऐश्वर्य देणारे. हल्लीचे कृत्यास कशी योग्यता करील ? जिजीया पट्टीचे उपद्रवाची कीर्ती याप्रमाणेचे पूर्वेपासून पश्चिमेपर्यंत जाईल व बखरीतही लिहिणेस दखल होईल. ती अशी की, दक्षणेचा पादशाहा याचे दौलतीत सर्व जातीचे लोक अन्नासाठी नोकरी करीत आहेत. ते फकिराचे कचे कोल अन्वये (कचे कोल म्हणजे तुकडे) भिन्न भिन्न जातीचे गरीब लोक व सेवक आहेत. त्यांना जातीत लजित करून ब्राह्मण, योगी व सन्यासी व बैरागी व शेवडे म्हणजे जैन व गरीब व हरिहरि व संकटात पडलेले व कंगाल याजपाशी जेजीया पट्टी घेणे व गरीब लोकास पुरुषार्थ दाखविणे हे अयोग्य व हजरत तेमूरशहा बादशाह याची सत्कीर्ती प्रसिद्ध आहे ती बुडविली अन्वये होते. हजरत सलामत किताब अस्मानी व कलाम॥ बानी म्हणजे कुरान शरीफ, त्यात 'रबुल आलमिन' म्हणोन आहे. म्हणजे 'ईश्वर' म्हणून आहे. 'रबूल मुसलमिन' म्हणजे 'ईश्वर मुसलमानाचा' असे लिहिले नाही. हिंदू व मुसलमान वगैरे ज्ञाती ईश्वरापाशी एकरंग आहे. मुसलमान लोक मसुदीत बांग देतात. ती भगवंताची स्तुतीच होय. आणि हिंदू लोक देवळात घंटा वाजवून स्तुतीच करतात. त्यास जाती धर्मावर जुलूम करणे हे भगवंतासी वैरत्व आणि अपराध व शास्त्रविरुद्ध व जगात अन्याय रीतीने जेजिया पट्टी घेणे हे योग्य नाही. व शास्त्रमतेही अयोग्य आहे.

पूर्वी हजरत सुलतान अहमदशहा गुजराथी याच्या मनात असाच विकल्प आला होता. परंतु पातशाहनीचे चित्तांत विवेक करून सोडून दिला. याचे कारण या करत्यानी

ईश्वराचे अपराधी व्हावे हे पुरुषार्थास विदित नव्हे. यास दृष्टांत-अग्नी राळास त्वरित भस्म करितो हे सर्वांस माहीत आहे. परंतु मनुष्यास विनाकारण उपद्रव केला असता त्याचा द्रोहाग्नी राळापेक्षाही जलद दौलत भस्म करितो. या सबब सर्व काल हेच उत्तम आहे की जो विकल्प जुलुम करणेचा बादशाह जाहांपनाहाचे चित्तांत आला आहे तो दूर करावा. आणी सेवक लोकांनी नेहमी नोकरीवर नजर ठेवावी. व हजरत पादशहानी त्याजवर कृपा करावी. मदुम आजारी म्हणजे प्रजेस दुःख देणे याचा विचार करून कृपा करावी. जिजीया पट्टी घेणेची इच्छा असेल तर, मजपासी घ्यावी. मजला काही कठीण नाही. शेवेविषयी हजर असे. तमाम शेवक लोक दौलतीतील कीटक न्याये गरीब आहेत. हा शेवक हुजूर पुरनुरचा आहे. सबब पादशहाचे दौलतीचे कल्याणार्थ अर्ज करितो जो हिंदू लोकांस दुःख दिले असता त्यांचे द्रोहाग्नीने दौलत भस्म होईल. यास्तव हा अर्ज शेवकाचा मान्य करून जिजीयापट्टी माफ करणे विषयी हुकूम फर्मावा व हजरत पातशाह जाहांपनाह आफताब म्हणजे सूर्य दौलतीच्या तेजस्वाने सर्व जगावर तेजस्वी असो. (करवीरच्या इतिहासाची साधने, खंड १ सं- स. मा. गर्गे)

परिशिष्ट २ : इंदापूरचे दस्तऐवज : जिझिया कर

तुमार तसखीस अखत जेजये पाा इंदापूर साा जुनर सुबे खुजस्ते बुनियाद साा हजार ११०९ सन ४३ जलूसवाला उमल हाये देतमाम सेख फते महमद नायब फजिलत व कमालात दस्तगाह काजी नजीब अमिन पाा मजकूर मो नाा १७६ दुम वगैरे येकूण जमा ------- रुपये ६०२ ।।।≈

मो साहसे दोनी रुपये चवदा आणे रास

द।। देसमुख पाा मजकूर शंकराजी देवकर दाा जाणोजी बाजी

देसमुख पाा माार याा धारानी देसमुख पाा माार

तपसील

दुम नफर ६ दर ६ ।।≈	सीम नफर १७० दर ३।–
येकूण ----------- रुपये	येकूण----------- रुपये
३९ ।।।	५६३८
	कसबे इंदापूर नफर सीम २३
	दर रु ।। ३।- येकूण रुपये
	७६८≡
ताा ताळुकदार नाा ३ दर रु ।। ३।-	ताा कोस्टी नाा ५ दर ३।-
येकूण रु ।।	येकूण----------- रुपये

३। ÷ सिदराम वाा मालजी चौगुल
नाा १ योा
३। ÷ तुकोजी वाा सटवूजी चौगुला
नाा १ योा
३। ÷ भिकाजी वाा तुकोजी चौगुला
नाा १ योा
९।।।≡
नाा चांभार नाा २ येकूण रुपये
३। ÷ सुमाना वाा राणा नाा१ योा
३। ÷ बोना वाा धारा नाा१ योा रु।।

६।।≈
ताा बकाल नाा२ योा रुपये
३। ÷ मलसेटी वाा तुकसेटी
नाा१ योा
३। ÷ नागसेटी वाा वीरसेटी नाा१
योा रु।।
६।।≈
ताा मुतफरकात नाा ३ रु।।
३। ÷ कृष्णाजी वाा भिकाजी नाा१ योा
३। ÷ मलसेटी वाा गारसेटी नाा१
योा रु।।
३। ÷ रामसेटी वाा आउजी नाा१ योा रु।।
९।।।≡

३। ÷ अपाजी ताा रामाजी
नाा १ योा रु ।।
३। ÷ लखमोजी वाा भिकाजी नाा १
योा रुपये
३। ÷ रखमाजी वाा तुकोजी नाा १
योा रुपये
३। ÷ नागोजी वाा अनाजी नाा१ योा रु।।
३। ÷ मुकुंद वाा येमाजी नाा१ योा रु।।
१६।।

ताा सुतार माा २ येकूण रुपये
३। ÷ सिवा वाा नामा नाा १ योा रु।।
३। ÷ केदारी वाा नाथा नाा१ योा
६।।≈
ताा काचारी नाा२ योा
३। ÷ वीरा वाा चेना नाा१ योा रु ।।
३। ÷ संकरा वाा विटाना नाा१ योा
६।।≈
ताा बजाज बाो विठोजी विठोजी वाा
नाा१ योा रुपये ३। ÷
नाा१ येाा रुपये
ताा जरगर बाो माहदू वाा दमाजी
माा१ येकूण रुपये
३। ÷
ता तेली नाा१ योा रु।।
३। ÷ मकाजी वाा बाजी नाा१ योा रु।।
३। ÷ मलहारी वाा तान्हाजी नाा१
येकूण रुपये
६।।

पेठ नाा ७३ मोा रुपये
२६१ ।।≡

दुम ना६ दर ६॥≈ येकूण रुपये
३९।

ताा ताळुकादार नाा ९ मोा रुपये
दूम नाा ६ दर योा सीम नाा३
६॥≈ साकरोजी वाा ३। सजनाजी वाा
गमाजी देसमुख गणोजी सेट नाा१
नाा१ योा योा
६॥≈ राघोजी वाा ३। ÷ मालोजी वाा
कोनेरी दोा देस बाबाजी माहाजन
मुख नाा१ योा नाा१ योा
६॥ गोमाजी वाा सुराजी ३। मुकुंद वाा आऊजी
देसपाडे नाा१ योा पटवारी नाा १ योा रु॥
६॥≈ नारोजी वाा माण ९॥≡
कोनी देसपाडे नाा१ योा
६॥≈ गोविंद वाा
कान्होजी देसपाडे
नाा१ योा
६॥≈ माहादजी वाा
भागोजी देसपांडे
नाा१ योा
३९॥.
३।
ताा सराफ नाा ८ येकूण ------- रुपये
३। केशोजी वाा माणकोजी नाा१ योा
३। गोविंद वाा कोंडाजी नाा१ योा
३। माहादू वाा नारोजी नाा१
येकून रुपये
३। सकापा वाा माणकू नाा१ योा रुपये
३। यादव वाा साबाजी नाा१ योा रु॥
३। संभाजी वाा रखमाजी नाा१ योा रु ॥

सीम नाा ६७ दर ३। ÷ येकूण रुपये
२२१ ॥≡

तपसील दर -------- रुपये

ता बकाल नाा सीम येकूण रुपये
३। ÷ नरसापा वाा सकोजी नाा १ योा
३। ÷ प्रल्हाद वाा नाा१ योा
३। ÷ सिवाजी वाा नागोजी नाा१ योा
३। ÷ तुबाजी वाा जानसेटी नाा१ योा
३। ÷ कलपा वाा सकरसेटी नाा१ योा
३। ÷ सातपा वाा सेटी नाा१ योा
३। ÷ सेटी वाा येमाजी नाा१ योा
३। ÷ रतन वाा सिटया नाा १ योा
३। ÷ खेम वा गोविंद नाा१ योा
३। ÷ छेबीर वाा बोधी नाा१ योा

३। कल्यान वाा शामा नाा१ योा रु॥
३। लखमी वाा गोविंदा नाा१ योा
३। ज्यान वाा सि नाा१ योा
३। रधे वाा कासी नाा१ योा
३। लाधा वाा कासी नाा१ योा
३। लाडका वाा मान्या नाा१ योा रुपये

जीवा वाा कल्यान नाा१ योा
३। वीरचेंद वाा सारंग नाा१ योा
३। मोघा वाा ईद्रा नाा१ योा
६६।.
ताा कोस्टी नाा ९
३। बनसेटी वाा सटवा नाा१ योा
३। नागसेटी वाा कामसेटी नाा१ योा
३। नरसपा वाा नाा१ योा.
३। आबाजी वाा बहिरजी नाा१ योा

३। विसाजी वाा बोपाजी नाा१ यो रु॥
३। कुसावा वाा विठोजी नाा१ यो रु॥
२६॥.
ताा बजाज नाा ८ येकूण रुपये
३। बाबावा वाा कृष्णाजी नाा१ यो
३। मल्हारी वाा रायाजी नाा१ यो
३। लखमोजी वाा तुकोजी नाा१ यो रु॥
३। भानजी वाा ..... नाा१ यो रु॥
३। प्रल्हाद वाा जिवाजी नाा१ यो
३। शामजी वाा नरसोजी नाा१ यो
विठोजी वाा नाा१ यो रु॥
३। तुकोजी वाा ना१ यो रु॥
२६॥.
३। ÷ आबाजी वाा मलजी नाा१ यो
३। ÷ सिदोजी वाा नारोजी नाा१ यो
मोरोजी वाा खडस नाा१ यो
९॥।
ताा सोनार नाा ५
---------- रुपये

३। ÷ जिवाजी वाा मकाजी नाा१ यो रु॥
३। ÷ रायाजी वाा गोविंद नाा१ यो
३। ÷ माहादू वाा गणोजी नाा१ येकून रु॥
३। ÷ निबाजी वाा नागोनी नाा१ यो रु ॥
३। ÷ तिमाजी वाा निबाजी नाा १ यो
१६॥
ताा रंगारी बाो बहिरजी नाा
संभाजी नाा१ येकूण ------- रुपये
३। ÷
ताा चाभार बाो सभाजी वाा येमाजी

३। चवड्या वाा पद्मसेटी नाा१ यो
३। कृष्णाजी वाा नससोजी नाा१ यो
३। सिवा वाा रखमसेअी नाा१ यो
३। तमसेटी वाा जयसेटी नाा१ यो
३। गिरजा वाा चेनसेटी नाा१ यो
२९॥।≣
ताा कासार नाा३ यो
३। गणोजी वाा धनजी नाा१ यो
३। जिवाजी वाा जि....
३। येसाजी वाा माणकोजी नाा१ यो
९॥।≣
ताा तेली नाा५ रुपये
३। ÷ रघोजी वाा पदमोजी नाा१ यो
३। ÷ मकाजी वाा बहिरजी नाा१ येकून
३। ÷ तान्हाजी वाा तिमाजी नाा१ यो
३। ÷ मलजी वाा बाजी नाा१ यो
१६॥–
ताा धणगर सिवाजी वाा रामजी नाा१
येकूण ------- रुपये
३। ÷
रु॥

ना१ यो रुपये
३। ÷
देहात ना ८० रुपये
२६५
क॥ बायेवडे ना ८ रुपये
३। ÷ सुभानजी वा सटवोजी
मोकदम ना १ यो
३। ÷ आनतावा वा तुकोजी
कुलकर्णी ना१ यो
३। रायापा वा बसपा बकाल
ना१ यो
३। खंडू वा येमाणा कोष्टी ना१ यो
३। नागोजी वा रामजी सराफ
ना१
३। बहिरा वा धारा चाभार ना१ यो
३। नारायण वा गोपाल सोनार
ना१ यो
३। संभू वा भिका गुरव ना१ यो
२६॥.
मौजे भाडगाऊ बो येमाजी वा
--------- मो ना१ येकूण रुपये
३।
मौजे वरकुटे खुर्द ना२ येकूण रुपये
मौजे व्याहली ना२
रुपये
३। जिवाजी वा मो ना१
येकूण रु॥
३। गिरमाजी वलद नरसोजी
माहाजन ना१ येकूण रु॥
३। मकाजी वा सिवाजी पटवारी
ना१ यो

मौजे कादलगाऊ ना२ रुपये
३। ÷ सिदोनी वा केसजी मो ना१ रु॥
३। ÷ माहादजी वा पटवारी ना१ येकून
६॥≥
मौजे बाभुलगाऊ ना२ रुपये
३। डोंगरोजी वा मो ना१ यो रुपये
३। शामजी वा पटवारी ना१
६॥≥
मौजे बेडसिगे बो निवाजी वा परसोजी
मो ना१ ------- रुपये
३।
मौजे रेडा बो निबाजी वा मो
ना१ येकूण रुपये ३।

मौजे निबगाऊ केकती ना२ यो रुपये
३। मगाजी वा

मौजे नाहावी ना२ यो रुपये
३। मकाजी वा मो ना१
३। रघोजी वलद गोविंद
पटवारी ना१ रु ॥
६॥≥
मौजे रुई ना२ येकूण रुपये
३। वादजी वा मो ना१
यो रुपये

९।।।≡
मौजे निरवागी ना२ रुपये
६।।।≥
३। सटवोजी वा भिकजी मो ना१
३। त्रिंबकजी वा नानाजी पटवारी
ना१ यो
६।।≥
मौजे सेलगाऊ ना ५
रुपये
३। ÷ येसाजी वा मो ना१ यो रु।।
३। ÷ गणेश वा सिवाजी पटवारी ना१
३। ÷ सेटी वा होनाजी बोदल ना१ यो
३। ÷ निबाजी वा राणा तेली ना१ यो
३। ÷ मका वा सिदू चाभार ना, यो
१६।।≥
मौजे अवसरी बो निबाजी वलद
हणगोजी मो ना१ येकूण ----- रुपये
३। ÷ ------रुपये
मौजे निबसाखर ना२
३। ÷ विरोजी वलद सिवाजी मो
ना१ यो
३। ÷ रघोजी वा कुसाजी पटवारी
ना१ यो
६।।≥
मौजे कोराडी बो मुधोजी वा
मो ना१ येकूण रुपये
३। ÷

मौजे कलब ना २ रुपये
३। ÷ कान्होजी वा संतांजी मो ना१
३। ÷ बापोजी वा रघोजी पटवारी ना१

३। रघोजी वा बाजी पटवारी
ना१ यो रु।।

मौजे वडतुजी ना२ येकूण रुपये
३। रताजी वा बगाजी मो ना१
३। नरहरी वा नारायण पटवारी
ना१ यो
६।।≥
मौजे नरसिदूर ना२ रुपये
३। ÷ विठोजी वा गोविंद मो ना१ यो
३। ÷ माहादाजी वा तिमाजी
पटवारी ना१ यो
६।।≥
मौजे नडणी बो संताजी वा
सिदोजी मो ना१ यो रुपये ३।

मौजे निरगुडे ना३

३। ÷ सभाजी वा फिरगोजी
मो ना१
मल्हारी वा मोरोजी ना१ यो
३। ÷ रामसेटी वा मकाजी
बकाल ना१ यो
९।।। ≡
को कळस ना२ रुपये
३। खंडोजी वा मो ना१
३। आपाजी वा संभाजी कुलकर्णी
६।।≥ ना, ९
मौजे अथुर्णे ना २ रुपये
३। ÷ सकोजी वा - मो ना१
३। ÷ उधव वा श्रीपत पटवारी ना१ यो

६॥ ≤
मौजे गोकळी बो सेटी वलद
खंडोजी मो ना १ यो रुपये
३। ÷
हवेली ना ३ यो रुपये
३। ÷ मलजी वा विजी मो ना१ यो
३। ÷ नामाजी वा तिवाजी पटवारी
ना१ यो
३। ÷ रामसेटी वा गोमाजी
९॥। ≡
मौजे पलसदेव ना ७ मो रुपये
३। ÷ भिऊजी वा मो ना१ यो
३। ÷ माणकोजी वा बापाजी
पटवारी ना१
३। ÷ नरसोजी वा यमाणा बकाळ ना१ यो
३। ÷ मकोजी वा बजाज ना१ यो
३। ÷ हुरगा वा जाऊजी चाभार ना१ यो
३। ÷ येसू वा जाणोजी सोनार ना१ यो
३। ÷ संतू वा लखमा साली ना१ यो
२३६ ≡
मौजे गाजेवळन ना२
३। ÷ भागोजी वा---मो ना१ यो
३। ÷ मकाजी वा बाबाजी पटवारी ना१
६॥≤
मौजे सेडफळगड बो तुकोजी वा
----मो ना१ यो रुपये
३। ÷
मौजे महसुरणे ना२ ---- रुपये
३। ÷ निबाजी वा लाहूजी मो ना१ यो
३। ÷ सकोजी वा चांदोजी पटवारी ना१
६॥≤

६॥ ≤
मौने सिरसोडी ना२ रुपये
३। ÷ मकाजी वा मो ना१ रुपये
मोरोजी वळद सताजी पटवारी मौजे सेटफले
ना१ येकून रु
६॥ ≤
मौजे शाह बो मसाजी वा
मो ना१ येकूण रु॥ये
मौजे सुगाऊ बो रघोजी वळद
मो ना१ येकूण रु॥ये
३। ÷
मौजे अंजनवती बो पदाजी
वा ------मो ना१ येकूण रुपये
३। ÷
मौजे टाकती ना२ ----रुपये
३। ÷ अनाजी वा ----मो ना१
३। ÷ निराजी वळद ----पटवारी ना१
६॥≤
मौजे कळासी ना२ ----रुपये
३। कान्होजी वाा मो ना१ यो
३। तिवाजी वा ----पटवारी
ना१
६॥≤
मौजे भादळवाडी बो कान्होजी
---मो ना१ यो रुपये
३। ÷
मौजे कायेर बो निबाजी
मो ना१ ----रुपये
३। ÷
मौजे चाकाटी बो लिंगोजी वा
मो ना१ येकूण ----रुपये

३। ÷

तेरीज

----	अज रुपये	दुम रुपये	सीम रुपये
काा इंदापूर	७६४ ≡	०	७६८ ≡
पेठ रुपये	२६१॥ ≡	३९।।।.	२२१।।। ≡
	३३७।।।=	३९।।।.	२९८८=
काा बायेवडे	२६॥.	०	२६॥.
भाडगाऊ	३।.	०	३। ÷
वरकुटे खुर्द	६॥=	०	६॥=
व्याहाली	९।।। ≡	०	९।।। ≡
रुई	६॥=	०	६॥=
सेलगाऊ	१६॥	०	१६॥
आवसरी	३। ÷	०	३। ÷
काझड	३। ÷	०	३। ÷
निबसारखर	६॥=	०	६॥=
कराडी	३। ÷	०	३। ÷
कळब	६॥=	०	६॥=
गोकली	३। ÷	०	३। ÷
अथुर्णे	६॥=	०	६॥=
सेटफळ हवेली	९॥ ≡	०	९॥ ≡
शाह	३। ÷	०	३। ÷
सुगाऊ	३। ÷	०	३। ÷
गाजेवरून	६॥=	०	६॥=
सिरसोडी	६॥=	०	६॥
सेडफळगड	३। ÷	०	३। ÷
कादळगाऊ	६॥=	०	६॥=
बाभुळगाऊ	६॥=	०	६॥=
बेडसिंगे	३। ÷	०	३। ÷
निबगाऊ केकती	६॥=	०	६॥=
रेडा	३। ÷	०	३। ÷
निरवागी	६॥=	०	६॥=

नाहावी	६॥≥	०	६॥≥
बडदुनी	६॥≥	०	६॥≥
नरसीदूर	६॥≥	०	६॥≥
नडणी	९॥ ≣	०	९॥ ≣
निरगुडे	९॥ ≣	०	९॥ ≣
कळस	६॥≥	०	६॥≥
पळसेदव	२४६	०	२३६ ≣
अजनवती	३। ÷	०	३। ÷
टाकली	६।≥	०	६॥≥
कलासी	६॥≥	०	६॥≥
भादलवाडी	३। ÷	०	३। ÷
लाहसुरणे	६॥≥	०	६॥≥
काटी	३। ÷	०	३। ÷
चाकोटी	३। ÷	०	३। ÷

२

सुमार तसरवीस आख जेजये पाा इंदापूर सरकार जुनेर सुबे खोजस्ते बुनियाद सुाा हजार १११२ फसली सन ४६ जकूसवाला बयतमाम मसिखतपना महमद लतीफ नायेब फजिलत व कमालत दस्तगाहा नजिबुदीन पाा मजकूर मोकर नफर १५६ दुयम वगैरे येकून जमा ------ रुपये ५३६॥≥

दुयम नाा ६ दर
नाा रुा। ६॥≥ येकून
३९।।।

सीम नफर १५० दर
नाा रुा। ३। येकून रुाा
४९६।।।≥

रुजुगुदस्ता नाा १५६ येकून रुाा
५४६॥ ÷

इजाफा नफर१ सीम येकून रुाा
३। ÷

दुयम नाा६
दर ६॥≥ येकून
३९।।।

सीम नाा १५३
५०६।।। ÷

पैकी बाद फौती व फरारी नफर ४
सीम येकून रुाा १३।

फरारी

फौती

३। ÷

३। ÷ रघोजी मो।

सुगाऊ

३। ÷ पदाजी मो।

सुगाऊ

9[illegible]≡

बाकी नफर १५५ येकून रुपये

५३३। ÷

दुयम ना। ६

दर ना। ६॥=

३९॥।

मोकदम मौने

काझड ना।१

येकून रुपये

३। ÷

सीम ना।१४९

दर ३। ÷ येकून

४९३॥ ÷

कसबे इंदापूर नफर सियेम १९ दर ३। ÷ येकून रुपये

६२॥। ≡

ता। ताळुकदार

नफर ४ दर ३। ÷

येकून रुपये

३। ÷ सिदनाक वलद मालजी चौगुले

३। ÷ तुकोजी वलद सटवोनी

चौगुले ना।१ येकून

३। ÷ भिकाजी वलद तुकोजी

चौगुले ना।१

३। ÷ भगवत वळद मोराजी

माहाजन ना।१

१३।

ता। कोस्टी

३। ÷ अपाजी वदल म जी

ना।१ येकूण

ना।१

३। ÷ लखमोजी वळद भिकाजी

ना।१

३। ÷ रखमाजी वलद तुकोजी

ना।१ येकून

३। ÷ नागोजी वळद अ(पा)जी

ना।१ येकून

१३।

ता।। चांभार ना।२ मा।

३। ÷ सुभाना वा। राणा ना।१ येकून

३। ÷ होना वलद धारा नफर१ येकून

६॥=

बकाळ नफर २

३। ÷ मलसेट वळद तुकसेट

ता। सुतार ना।२

३। ÷ सिवा वलद मका ना।१ येकून

३। ÷ केदारी वळद नाथ नफर१ येकून

६॥=

मुतफरकात वा। कृष्णाजी वळद

भिकाजी ना।१ येकून---रुपये

नाा१ येकून   ३।

३। ÷ नागसेट वळद बहीरसेट

नाा१ येकून

६॥≈

ताा बजाज वाा विठोजी नाा१   ताा जरगर बाा माहादू बकाजी

येकून---------रुपये   नाा१ येकून------रुपये

३। ÷   ३। ÷

ताा तांबोली नाा २

३। ÷ मकाजी वलद बापोजी नाा१ येकून

३। ÷ मल्हारी वलद तानाजी नाा१ येकून

६॥≈

पेठ मजकूर नफर ६४ येकून रु॥

दुयेम नाा ६ दर ६॥≈   सीम नाा ५८ दर ३। ÷

येकून ------- रु॥   येकून ------- रु॥

३९।॥   १९२४≈

ताा ताळुकदार नाा ९ येकून   ताा बकाळ नाा सीम १६

दुयेम नाा ६ दर ६॥≈ सीम नाा३ मो ३। नरसपा नाा सकोजी नाा१

मोा   ३। ÷ गोविंद वाा ३। ÷ तुकसेट वळद दादसेट

६साकरो वाा रायाजी सेखदार   नाा१ येकून

रामाजी देसमुख ३। मालोजी वळद ३। ÷ परळाद वळद सिवाजी

नाा१ बाबाजी शहा   नाा१ येकून

जन नफर

६॥≈ राघोजी वाा ३। ÷ मुकुंद वळद   ३। ÷ सिवाजी वळद नागोजी नाा१

कोनेर गुाा देस आडनी पट   ३। ÷ तुबाजी वळद जानजी नाा१

मुख नाा१ वारी नाा१   ३। ÷ कळपा वळद सकसेट नाा१ येकून

६॥≈ गोविंद वळद ९।॥ ≋   ३। ÷ सातपा वळद सेटी नाा१ येकून

कान्होजी हेस   ३। ÷ सेटी वळद येमाजी नाा१

पाडे नाा१   ३। ÷ रतन वळद हिरग नाा१

६॥≈ गोमाजी वळद   ३। ÷ खेम वळद गोविंद नाा१

सुराजी देसपाडे   ३। ÷ छबिला वळद लोधा नाा१

नाा१   ३। ÷ कल्याण वळद शाम नाा१

६॥≠ नागोजी वळद
माणकोजी ना॥१
देसपाडे
६॥≠ माहादाजी वा॥
भागाजी देसपाडे
३९॥। ना ९ मो॥
ता॥ सराफ सोम ना ७
३। ÷ केसोजी वळद माणकोजी ना॥१
३। ÷ माहादू वळद नामोजी ना॥१
३। ÷ सका वळद माणका ना॥१
३। ÷ यादव वळद साबाजी ना॥१
३। ÷ सबाजी वळद रखमाजी
३। ÷ विसाजी वळ बापोजी ना॥१
३। ÷ कुसाजी वा॥ विठोजी
२३८
ता॥ कोस्टी नफर सीम ८
३। ÷ होन सेट वा॥ सटवा
३। ÷ नागसेट वळद मकसेट
३। ÷ नरसपा वळद होनपा
३। ÷ कृष्णाजी वळद नरसोजी
३। ÷ सिदपा वा॥ रखमाजी
३। ÷ -----ना॥१
३। ÷ ------ना॥१
३। ÷ आबाजी वळद बहिरजो ना॥१
२६॥
ता॥ कासार सीम नफर ३ येकून
३। ÷ गणोजी वळद सोनजी
३। ÷ जिवाजी वा॥ जखोजी
३। ÷ येसाजी वळद माणकोजी
९॥। ≡

३। ÷ लखमी वळद गोविंद ना॥१
३। ÷ जान वळद सीव ना॥१
३। ÷ लोधा वा॥ कासीम ना॥१
३। ÷ बादुया वा॥ माणका ना॥१
५३६.

ता॥ बजाज सीम ना ८
३। ÷ नऱ्होजी वा॥ विसाजी माहजन
३। ÷ मल्हारी वा॥ रायाजी ---१
३। ÷ लखमोजी वा॥ तुकोजी ना॥१ येकून
३। ÷ परळाद वळद जिवाजी ना॥१
३। ÷ शामजी वा॥ नरसोनी ना॥१
३। ÷ विठोजी वा॥ दताजी ना॥१
३। ÷ तुकोजी वळद हणगोजी ना॥१
२६॥.
ता॥ दरजी ना॥३
३। ÷ आबाजी वा॥
३। ÷ सिदोजी वा॥ सगोजी ना॥१
३। ÷ मोरानी वळद
९॥। ≡

ता॥ सोनार सीम ना ४
३। ÷ जिवाजी वा॥ मकाजी वा॥१
३। ÷ रायाजी वळद गोविदा ना॥१
३। ÷ माहादू वळद गणोजी ना॥१
३। ÷ निबाजी वा॥ नागोजी ना॥१
१३।

ताा तेली सीम नफर ३ येकून

३। ÷ रघोजी वळद पदमोजी नाा१ येकून

३। ÷ विठोजी वळद समाजी नाा१

३। ÷ मकाजी वळद बहिरजी नाा१ येकून

९।।। ≣

ताा रंगारी बाा बहिरजी वळद

संभाजी १ येकून

३। ÷

ताा धणगर बाा सिवाजी वळद रामजी ताा चांभार संभाजी वळद येमाजी

नाा१ येकून ------ रु।। नाा१ येकून रु।।

३। ÷

३। ÷

कसबे बादवडे सीम नफर ८

येकून ----------रुपये

२६।।.

३। ÷ सुभानजी वळद सटवोजी मोकदम नाा

३। ÷ आंताजी वळद तुकोजी पटवारी नाा१

३। ÷ नागोजी वळद रामाजी सराफ नाा१

३। ÷ रायाजी वळद बसपा बकाळ नाा१

१३।.

३। ÷ खंडू वळद येमाजी कोस्टी नाा१

३। ÷ बहिरा वळद धारा चांभार नाा१

३। ÷ नारायण वळद गोपाळ सोनार

३। ÷ सदू वळद भिका गुरव नाा१

१३।.

२६।। ≣

मौजे पळसदेऊ सीम नाा७ येकून रुपये

२३६ ≣

ताा

३। ÷ भिऊजी वळद रामाजी मोकदम नाा१

३। ÷ माणकोजी वळद बोपाजी पटवारी

३। ÷ नरसोजी वळद येमाजी बकाळ

६।।। ≣

३। ÷ मकाजी वळद सिवजी बजाज नाा१

३। ÷ फिरगा वळद जाऊजी चांभार नाा१

३। ÷ येसू वळद आवजी सोनार नाा१

३। ÷ तुकोजी वळद लखमाजी मालीनाा१

१३।

२३८ ≣

मौजे सेलगाऊ सीम नाा ५ येकून रुपये

१६।।

ताा

३। ÷ येसाजी वलद मोकदम नाा१

३। ÷ गणेश वलद सिवाजी नाा१

३। ÷ निंबाजी वलद रायजी तेली नाा१

३। ÷ मका वलद सिदू चांभार नाा१

३। ÷ सेटी वलद होनाजी बकाल ना१ ६॥≈

९॥ ≡

१६॥

मौजे कादलगाऊ नफर ३ येकून

बा सिदोजी वलद मेसजी ६॥≈

मोकदम ना१ --------रुपये माहादजी वलद तान्हाजी पटवारी

३ नफर१ येकून ------ रुपये

३। ÷

मोजे बाभुलगाऊ ना२ येकून रुपये

६॥≈

बा डोंगश्रोजी वलद संभाजी वाा वलद आणाजी

देवकर मोकदम ना१ येकून पटवारी ना१ येकून रुपये

३। ÷

मौजे बेडिसिगे सीम ना२ येकून

६॥≈

बा निंबाजी वलद परसोनी बा त्रिंबकजी वलद रायाजी

मोकदम ना१ येकून रुपये पटवारी ना१ येकून रुपये

३। ÷ ३। ÷

मौजे भाडीगाऊ बा येमाजी मोकदम

ना१ येकून ----------रुपये

३। ÷

मौजे रेडा बा ----- वा

बसरोजी मोकदम ना१ येकून रुपये

३। ÷

मौजे वरकुटे खुर्द सीम ना२ येकून रुपये

६॥≈

बा धुलोजी वलद जोमाजी मोकदम बाबा गोविंद वळद उधव पटवारी

ना१, येकून रुपये ना१ येकून रुपये

३। ÷ ३। ÷

मौजे निबगाऊ केकती सीम ना२

येकून रुपये

६॥=

बा। मगाजी वलद म्हकोजी	बा। सिदोजी वलद कृष्णाजी
मोकदम ना।१ येकून रुपये	पटवारी ना।१ येकून ------रुपये
३। ÷	३। ÷

मौजे व्याहाली नफर सीम ३ येकून रुपये

९॥ ≡

बो। जिवाजी वलद	बा। गिरमाजी वलद नरसोजी
मोकदम ना।१ येकून रुपये	माहाजन ना।१ येकून रुपये
३। ÷	३। ÷

बो। मकाजी वलद सिवानी पटवारी लग

ना।१ येकून ---------- रुपये

३। ÷

मौजे नाहावी सीम नफर २ येकून रुपये

६॥=

बो। मकाजी वलद आबाजी	बा। रघोजी वलद
मोकदम ना।१ येकून रुपये	पटवारी ना।१ येकून रुपये
३। ÷	३। ÷

मौजे रुई सीम नफर २ येकून रुपये

६॥=

बो। दादाजी वलद -----मोकदम	बा। रघोजी वलद सिवाजी
ना।१ येकून ----- रुपये	पटवारी ना।१ येकून ----- रुपये
३। ÷	३। ÷

मौजे वडेपुरी सीम नफर २ येकून रुपये

६॥

बो। रताजी वलद मगाजी मोकदम	बो। नरहर वा। नारोजी पटवारी
ना।१ येकून रुपये	ना।१ येकून ------ रुपये
३। ÷	३। ÷

मौजे आवसरी बो। निबाजी वलद

हणगोजी मोकदम ना।१ येकून रुपये

३। ÷

मौजे रेडनी बो। संताजी वलद सिदोजी

मोकदम ना१ येकून रु॥

३। ÷

मौजे निरगुडे सीम ना २ येकून रु॥

बो॥ संभाजी वलद फिरगोजी   बो॥ मल्हारी वा॥ मोराजी पटवारी

मो॥ ना१ येकून रुपये   ता१ येकून ----रु॥

३। ÷   ३। ÷

मौजे निबसाकर सीम ना२ येकून रुपये

6&&

बो॥ विरोजी वलद सिवाजी मोकदम बो॥ रघोजी वळद कुसाजी

ना१ येकून रुपये   पटवारी ना१ येकून रु॥

३। ÷   ३। ÷

को॥ कलस सीम ना२ येकून रु॥

६॥=

बो॥ खडो वलद   मोकदम बो॥ बयानी वलद संभाजी

नफर१ येकून रु॥   पटवारी ना१ येकून रु॥

३। ÷   ३। ÷

मौजे कलब सीम ना२ येकून रु॥

६॥=

बो॥ उदाजी वलद संताजी मोकदम   बो॥ बापोजी वलद येमाजी

ना१ येकून --------रु॥   पटवारी ना१ येकून रु॥

३। ÷   ३। ÷

मौजे आथुर्णे सीम ना२ येकून दर नफर ३। ÷

येकून   रुपये

बो॥ सकोजी वलद   मोकदम बो॥ उधव वलद नरपत

नफर १ येकून रु ॥ ३। ÷   ना१ येकून रु॥ ३। ÷

मौजे गोकली बो॥ सेटी वलद खंडोजी

मोकदम ना१ येकून   रु॥

३। ÷

मौजे सेडफले हवेली सीम नफर ३ येकून रु॥

९॥। ≡

बो॥ मलजी वलद सिवाजी मोकदम बो॥ नामाजी वा॥ तिमाजी

ना।१ येकून ------रुपये

३। ÷

पटवारी ना।१ येकून रु।।

३। ÷

बो। रामसेटी वा। गोमाजी बकाल लग

ना।१ येकून रु।।

३। ÷

मौजे सिरसोडी सीम ना।२ येकून रुपये

६।।≈

बो। जानोजी वलद संताजी

मोकदम ना।१ येकून रु।।

३। ÷

बो। गंगाजी वलद मोरोजी

पटवारी ना।१ येकून रुपये

३। ÷

मौजे गाजेवलण सीम ना।२ येकून रुपये

६।।≈

बो। भागोजी वलद ------- मोकदम

ना।१ येकून रु।।

३। ÷

बो। मकाजी वलद बाबाजी

पटवारी ना।१ येकून रु।।

३। ÷

मौजे कलासी सीम ना।२ येकून रु।।

६।।≈

बो। कान्होजी वलद

ता।१ येकून रु।।

३। ÷

मोकदम बो। सिवाजी वलद कासी

पटवारी ना।१ येकून रु।।

३। ÷

मौजे भादलवाड बो। कान्होजी वा। ----- मोकदम

ता।१ येकून

३। ÷

मौजे लाहसुरणे सीम ना।२ येकून रु ।।

६।।≈

बो। निबाजी वलद लाहूजी

मोकदम ना।१ येकून रु।।

३। ÷

बो। सकोजी वलद चा

पटवारी ना।१ येकून रु।।

३। ÷

मौजे जाब जिवाजी वलद लिगोजी

मोकदम ना।१ सीम येकून रु।।ये

३। ÷

मौजे सेडहूलगडे बोा तुकोजी
वलद ----- मोा सीम नाा१
तुमार तसरवीस आखे जेजये पाा इंदापूर साा जुनर सुबे
खुजस्ते बुनियाद सुाा हजार १११६ सन ५० जळूसवाला
बमारती मसाखत मसाखतपन्हा सेख बुळाखी नायेब सादतपन्हा
मीर महमद आमा अमीन व मुश्रीफ -----पाा मजकूर अज देह
बमये पेठ ८५ पैकी वैरान बेचिराख देहे ५१ बाकी देहे १४

कसबे	पेठ मौजे
३	१ ३०

योा दुयेम वगैरे नफर १७५

दुयेम नफर ६	सियेम नफर १६९

मोा जमा बााहुम रुपये ५९९॥
मोा पाचसे नव्याण्णव रुपये नव अणे रास
दुयेम नफर ६ दर ६॥ येकून सियेम नाा १६९ दर ३। ÷

रुपये ३९।।।	रुपये ५५९।

मौजे हिगणगाऊ सियेम नाा२ दर ३। ÷

तुकोजी वलह -----मोकदम	बालाजी वलद -----पटवारी
नाा१ मोा रु॥	नाा१ मोा रु॥
३। ÷	३। ÷

मौजे सुगाऊ बोा निबाजी वळद --------- मोकदम
नाा१ मोा रु॥
३। ÷
मौजे अजनवती माा नाा१ मोा सियेम रु॥
३। ÷
मौजे अकोले बोा खंडोजी वलद ------- मोकदम
सियेम नाा१ मोा
३। ÷
(हे जिझियाचे दस्तऐवज, पुणे अभिलेखागार, जमाव विभाव रुमाल क्रमांक ७८८ मधून घेतले असून ते फार्सी आणि मराठी (मोडी लिपी) भाषेत आहेत.)

❑❑❑

प्रकरण - ६

रामसिंग आणि शिवाजी महाराजांची आग्र्याहून सुटका

शिवाजी राजाची मोगलाच्या आग्रा येथील बंदिवासातून कशी सुटका झाली या मध्ययुगाच्या इतिहासातील गूढ प्रकरणाची समाधानकारक उकल करण्यात स्कॉट वेअरिंग, ग्रँट डफ, जदुनाथ सरकार अथवा रियासतकार सरदेसाई या मराठ्यांच्या इतिहासकारांना फारसे यश आलेले नाही.

स्कॉट वेअरिंग याने आपल्या १८१० साली लिहिलेल्या इतिहासात मिर्झा राजा जयसिंगाचा पुत्र रामसिंग हा शिवाजी राजाच्या सुटकेला प्रामुख्याने कारणीभूत असून औरंगजेब पादशहाने त्याला केलेली शिक्षा रास्तच होती असे आपले मत व्यक्त केले आहे (पृ. ८०). मराठ्यांचा संपूर्ण इतिहास प्रथम सादर करणारा जेम्स कनिंग ग्रँट डफ आपल्या ग्रंथात (१८२६ सन) म्हणतो की शिवाजी राजाच्या सुटकेच्या योजनेला रामसिंगाने गुप्तपणे साथ दिली आणि त्याच्या पित्याने शिवाजी राजाच्या संरक्षणाची हमी दिली असल्याने त्याच्या पलायनाकडे त्याने हेतुपुरस्सर दुर्लक्ष केले (आवृत्ती १९२१, खंड १, पृ. १६९).

वंग इतिहासकार, जदुनाथ सरकार यानी मराठ्यांच्या इतिहासातील या रोमहर्षक घटनेचा काहीसा खोलात जाऊन विचार केलेला दिसतो. आपल्या विधानाच्या समर्थनात त्यांनी प्रामुख्याने राजस्थानी पत्रे आणि फार्सी अखबार यांचा आधार घेतला आहे. या नवीन साधनांच्या आधारे शिवाजीराजा आणि औरंगजेब पादशहा यांची आग्रा येथील भेट आणि नंतरची सुटका यांचे तपशीलवार वर्णन जदुनाथ सरकारांनी दिले आहे. तरी सुद्धा या सुटकेच्या कोड्याचे समाधानकारक उत्तर ते देऊ शकले नाहीत. प्रस्तुत संदर्भात त्यांचा निष्कर्ष असा की 'स्वाभाविकपणे रामसिंगाचाच संशय घ्यावा लागतो' (शिवाजी अँड हिज टाईम्स, ६वी आ. पृ. १५१).

रियासत सरदेसाईंनी या प्रकरणावर काही नवा प्रकाश टाकला नाही. जदुनाथ सरकारांनी केलेले विवेचनच सारांशरूपाने त्यांनी आपल्या इतिहासात मांडले आहे (न्यू हिस्ट्री ऑफ द मराठाज खंड १, १९५७ पृ. १७३-१९२).

थोडक्यात, इतिहासाच्या दरबारात रामसिंगाची बाजू पूर्णपणे मांडण्याचे कष्ट सर्व ज्येष्ठ इतिहासकारांनी घेतले नाहीत असेच म्हणावे लागेल.

शिवाजीराजाच्या आग्र्याहून सुटकेत रामसिंगाचा भाग होता की नाही याचा राजस्थानी, मराठी आणि इतर समकालीन अथवा प्राय: समकालीन साधनांच्या आधारे ऊहापोह करण्याचा प्रयत्न प्रस्तुत निबंधात करण्याचे योजिले आहे. बिकानेरच्या अभिलेखागारांत जी काही नवी राजस्थानी आणि फार्सी साधने पाहावयास मिळाली आणि जदुनाथ सरकारांनी जी राजस्थानी साधने प्रसिद्ध केलेली आहेत, त्यांचा वापर येथे इतर साधनांबरोबर प्रामुख्याने केला आहे. अर्थात, जदुनाथ सरकारांनी जे स्थूलमानाने या प्रसंगाचे चित्र रेखाटले आहे, त्यात मूलत: काही फारसा बदल करता आला नाही तरी या अप्रकाशित साधनांच्या आधारे तपशीलात थोडीशी भर घालता येणे शक्य आहे असे वाटते.

पुरंदरचा तह (१६६५ जून) :

जयसिंगाने शिवाजीराजाशी १६६५ साली केलेला तह ज्यास पुरंदरचा तह म्हणतात. तो औरंगजेबाच्या मनासारखा झालेला नव्हता असे दिसते. या तहान्वये शिवाजीराजाने आपले तेवीस किल्ले मोगलांच्या स्वाधीन केले होते; पण बारा आपल्या स्वाधीन ठेवले होते. ''संपूर्ण राज्याचे सार ते दुर्ग. दुर्ग नसता मोकळा देश परचक्र येताच निराश्रय, प्रजा भग्न होऊन देश उद्वस (ओसाड) होतो. देश उद्वस झाल्यावरी राज्य असे कोणास म्हणावे'' (आज्ञापत्र) अशी दुर्गासंबंधी मराठ्यांची राजनीती असल्याने मोठ्या कष्टाने या पुरंदरच्या तहान्वये आपले तेवीस किल्ले शत्रूच्या हवाली केले होते आणि केवळ बाराच आपल्याकडे ठेवले होते. कदाचित या हाती उरलेल्या किल्ल्यांच्या साहाय्याने आपण गेलेले किल्ले परत मिळवू असा राजांना आत्मविश्वास वाटत असावा. पुरंदरच्या तहाने केलेली किल्ल्यांची विभागणी पाहिल्यास मोगलाकडे गेलेल्या किल्ल्यांपैकी पुरंदर आणि कोंडाणा (सिंहगड) हे दोन किल्ले सोडले तर उर्वरित २१ किल्ल्यांचा काही ऐतिहासिक महत्त्वाच्या घटनांशी संबंध आलेला नव्हता असे दिसून येईल. या उलट राजगड, तोरणा, रायरी (रायगड), अशेरीसारख्या गडांनी स्वराज्याच्या बांधणीत महत्त्वाची कामगिरी बजावली होती. स्वत:कडे ठेवलेले सुधागड (भोरपगड) सारसगड (पाली), राजगड, तोरणा इत्यादी किल्ले तर स्वराज्यातच होते. राजगड आणि तोरणा, रायगड आणि लिंगाण्णा, या गडांची जोडी म्हणजे परस्परांचे पहारेकरी, संरक्षकच होते.

औरंगजेबाने दख्खनदेशाचा पूर्ण अभ्यास केला होता. त्यामुळे ''आम्ही शिवाजीराजाने आजवर ज्या गडांना वेढा दिला नाही अथवा काबीज केले नाही ते घेऊन आमच्या मुलखात त्याला एकप्रकारे कोंडून ठेवले आहे, त्यामुळे शिवाजी राजे या शरणागतीच्या तहापासूनच एकतसूभरही दूर झाले तर विनासायास आम्ही त्याला संपूर्णपणे उद्ध्वस्त करू'' या मिर्झाराजाच्या दर्पोक्तीला औरंगजेबाने विशेष महत्त्व दिले नाही.

जयसिंगाला त्याने ताबडतोब टोमणा मारला की, ''शिवाजीकडे जे बारा किल्ले राहिले आहेत त्यांपैकी पाच मोगली किल्ल्यांच्या मध्यस्थानी आहेत आणि शिवाजीराजांच्या आजपर्यंतच्या कारवाया विशेषत: राजद्रोह, (Sedition) खोडसाळपणा (Mischief) आणि विश्वासार्हता (Unreliability) पाहता हे किल्ले शिवाजींकडे ठेवणे योग्य नव्हते, त्या संपूर्ण प्रदेशातून त्याचे अस्तित्व निपटून काढावयास हवे होते.'' ('जयसिंग आणि शिवाजी' ले. जगदीश एन. सरकार, Journal of Indian History Vol. X L ii Part I, April 1964 No. 123 Pp. 256-257).

जयसिंगाने कदाचित शिवाजीराजाकडे सर्व गडांची मागणीही केली असेल, पण वाटाघाटीत त्याला शिवाजीराजाच्या काही मागण्या मान्य कराव्या लागल्या असतील.

लष्करी डावपेचाच्या दृष्टीने गडांचे महत्त्व किती आहे, हे औरंगजेब पूर्णपणे जाणून असल्याने शिवाजीराजाच्या आग्र्याच्या वास्तव्यात त्याने गडांचा संपूर्ण ताबा सत्वर देण्याचा सारखा तगादा सुरू केला होता. गडाच्या आश्रयाला असलेला मराठा योद्धा जर तेथे निर्वाहाची साधने आवश्यक त्या प्रमाणात असतील तर तो गडाला वेढा घातलेल्या प्रचंड सैन्याला दीर्घकालपर्यंत तोंड देऊ शकतो याची पूर्ण जाणीव औरंगजेबाला होती. हे सत्य इंग्रजांच्या प्रत्ययासही नंतरच्या काळात आले होते. कारण कंपनीच्या एका पत्रात असे स्पष्टपणे म्हटले आहे की, ''रायगड किल्ल्यावर जर धान्याचा साठा भरपूर असेल तर मूठभर मराठे अखिल जगतापासून त्याला दूर ठेवतील.'' (English Records on Shivaji : B. G. Paranjape Ed. 1 Pp. 352). औरंगजेबाच्या या मागणीकडे अर्थात शिवाजीराजाने दुर्लक्षच केले. पुरंदरचा तह आपल्या मनासारखा झाला नाही याची औरंगजेबाला सारखी रुखरुख होतीच आणि म्हणूनच शिवाजी राजाचे आग्र्यात आगमन झाल्यापासून त्याच्याविषयी दुष्ट विचारांचे चक्र औरंगजेबाच्या मनात सुरू झाले असणार. त्यामुळे शिवाजीच्या आग्राभेटीचे वृत्त जेव्हा त्याच्या कानी आले तेव्हा त्याने त्या बातमीचे मोठ्या समाधानाने स्वागत केले. शिवाजीराजाला तो लिहितो, ''माझ्या कृपेवर पूर्ण विश्वास ठेवून, निर्धास्त मनाने आपण सत्वर इकडे यावे. आपली उभयतांची भेट झाल्यावर मोठ्या सन्मानाने शाही मानमरातब प्रदान करून आपला गौरव करण्यात येईल आणि स्वदेशी परत जाण्याची परवानगी आपणास देण्यात येईल. पुरंधरच्या तहात राजांच्या आग्राभेटीचा उल्लेख नव्हता. तसेच त्यांनी 'मनसब'चीही अपेक्षा केली नव्हती. (सरकार House of Shivaji ३री आ. पृ. १५४).

जयसिंगाला विजापूरची आदिलशाही नष्ट करून ती मोगली साम्राज्यात विलीन करण्याची मोठी निकड लागली होती. त्याच्याहातून हे काम फत्ते झाले म्हणजे मोगली दरबारात त्याला मोठी प्रतिष्ठा प्राप्त झाली असती आणि आपल्या पुत्रालाही तेथे महत्त्वपूर्ण

स्थान मिळवून देता आले असते. परंतु दक्षिणेच्या या धोरणाच्या पूर्तीच्या कामात शिवाजीराजाचे तेथील अस्तित्व हा फार मोठा अडसर होता असे त्याला वाटत होते आणि म्हणूनच शिवाजीराजाने आग्र्यास जावे, पातशहाची भेट घ्यावी अशी तो त्याची सारखी मनधरणी करीत होता. तहातील कलमाप्रमाणे शिवाजीराजाला औरंगजेबाच्या भेटीस जाणे क्रमप्राप्त होते. इकडे जयसिंगास विजापूरची आदिलशाही निपटण्यास विलंब लागत होता, तेव्हा त्याने आपला पुत्र रामसिंग याच्यातर्फे पातशहाला निरोप पाठविला की, ''विद्यमान परिस्थितीत शिवाजीराजाला दक्षिणेत परत जाण्याची परवानगी देणे राजकीयदृष्ट्या हितावह ठरणार नाही आणि आपण तेथे त्याला मोठ्या इतमामाने ठेवावे, म्हणजे त्याच्या अधिकाऱ्यांना त्याच्या परत येण्याविषयी काही काळजी वाटणार नाही आणि आदिलशाहाला सामील होण्यास ते तयार होणार नाहीत आणि त्यामुळे आपल्या विरुद्ध ते काही कारवाया करणार नाहीत. या खलित्यात असेही म्हटले आहे की, ''शिवाजीराजाला आग्र्यात रोखून ठेवणे म्हणजे आपल्या मदतीला दक्षिणेत मोठे सैन्य पाठविण्यासारखेच आहे. (Shivaji's Visit to Aurangzeb at Agra - Rajashthani Records, Ed. Jadunath Sarkar and Raghubir Sinh, Calcutta 1963, Pp 36-37).

रामसिंगाला जयसिंगाने शिवाजीराजाची देखभाल करणे आणि त्याच्या गरजांकडे व्यक्तिश: लक्ष पुरविण्याची विनंती केली असणार. शिवाजीला जेव्हा पैशाची अडचण निर्माण झाली होती तेव्हा रामसिंगाने त्याला आपल्या वडिलांच्या नावे दक्षिणेत मिळणाऱ्या हुंडीच्या आधारे ६६००० रुपये आगाऊ दिले होते. यामागे हेतू हाच होता की या पितापुत्रांनी, शिवाजीराजाने काही निमित्त काढून दक्षिणेत लवकर परत जाण्याची घाई करू नये.

येथे एक मूलभूत प्रश्न उपस्थित करता येईल आणि तो म्हणजे औरंगजेबाच्या राज्यात जाऊन त्याची भेट घेण्याची अट, तेथील संभाव्य धोक्याची कल्पना असूनही शिवाजीराजाने मुळात मान्यच का केली? प्रस्तुत संदर्भात सरकारानी दोन शक्यता व्यक्त केल्या आहेत. पहिली, दख्खनची सुभेदारी मिळेल का ते अजमावून पाहणे आणि दुसरी, जंजिऱ्याच्या सिद्धीवर पातशाहाचा दबाव आणून त्याच्याकडून 'जंजिरा' हा त्याचा मुलुख मिळविणे (सरकार शिवाजी पृ. १३४-१३५).

अर्थात् शिवाजीराजाने मोगलाच्या नोकरीत सामील होण्याचा कोठेही उल्लेख आढळत नसल्याने, द:खनची सुभेदारी मिळावी म्हणून शिवाजीराजा औरंगजेबाच्या भेटीस जाण्यास तयार झाला असावा हा जदुनाथ सरकारांचा युक्तिवाद पटण्यासारखा नाही. दुसरे, सिद्दी अद्याप संपूर्णपणे मोगलांच्या वर्चस्वाखाली आला नसल्याने त्यांचा दबाव आणून जंजिरा मिळविणे असा विचार शिवाजी सारख्या मुत्सद्दी राजाने कदापीही

केला नसता.

आग्रा भेटीची कल्पना शिवाजीराजाने कदाचित औरंगजेबाच्या दरबाराचा प्रत्यक्ष परिचय करून घेऊन दक्षिण देशाबाबत त्याचे नेमके काय धोरण होते हे जाणून घेण्याचा या भेटीमागचा विचार असावा असे मानता येईल. शिवाजीराजाला आपले कोकण प्रांतातील स्थान प्रथम बळकट करावयाचे होते परंतु या कामात विजापूरच्या आदिलशाहाकडून उपद्रव होण्याची अधिक शक्यता होती. मोगलांशी आपण मैत्रीचे संबंध प्रस्थापित केले तर कदाचित् कोकणात स्वैरपणे संचार करणे त्यांना शक्य होणार होते. शिवाय तहनामा स्वीकारल्यानंतर पातशाहाला प्रत्यक्ष जाऊन भेटणे हा दरबारी रीतीरिवाजही पाळणे गरजेचे होते.उपलब्ध पुराव्यावरून असे दिसते की, आग्रा भेटीचा प्रयत्न प्रत्यक्षात आणण्यास शिवाजीराजास सुमारे नऊ महिन्यांचा अवधी लागला. या काळात त्याने आपल्या राज्याच्या प्रशासनाची नीट व्यवस्था लावली आणि आपले मंत्री आणि इतर अधिकाऱ्यांच्याबरोबर राज्यकारभारासंबंधी दीर्घचर्चाही केली. (सभासद पा. ४३) या काळात मोगलांच्या मनात आपल्याविषयी सद्भावना निर्माण करण्याच्या हेतूने राजाने मोगलांना आदिलशाही विरुद्ध चाललेल्या त्यांच्या युद्धात मदतही केली. (शिवचरित्र प्रदीप : जेधेशकावली पृ. २३ मदतीचा काळ २७ नोव्हेंबर ते २६ डिसेंबर १६६५ असा दिला आहे.)

शिवचरित्रकार सभासद म्हणतो की शिवाजीराजाने मिर्झाराजा जयसिंगाला आपल्या समवेत आग्र्यास येण्याची विनंती केली , पण जयसिंगाने या बाबत आग्रह धरू नये अशी शिवाजीला विनंती करून त्यांची समजूत काढली. परंतु आग्र्याहून ते सुखरूपपणे परत स्वदेशी येतील आणि आपला पुत्र रामसिंग त्यांना सर्वतोपरी मदत करील असे आश्वासन दिले.रियासतकार सरदेसाई यांच्यामते शिवाजीराजाने आग्राभेटीचा हा धोका पत्करला त्यामागे त्यांचा हेतू हिंदूंचे साम्राज्य निर्माण करता येईल का हे पडताळून पाहणे हा असावा. परंतु कोणत्याही अस्सल उपलब्ध दस्तऐवजात अथवा समकालीन साधनात हिंदवी अथवा हिंदूंचे साम्राज्य स्थापण्याचा मनोदय होता असा उल्लेख नसल्याने हे सरदेसायांचे विधान मान्य करता येत नाही. आपण संपादन केलेल्या प्रदेशात आपली सत्ता मजबूत करावी एवढेच माफक धोरण शिवाजीराजाने अंगिकारले होते.

थोडक्यात, आग्राभेटीचा निर्णय एक धोरण म्हणून शिवाजीराजाने घेतला होता, त्याच्या मागे काही विशिष्ट हेतू होता अथवा जयसिंगाने त्याच्यावर दबाव आणला अथवा त्याला तसे करण्यास भाग पाडले असे म्हणता येणार नाही.

औरंगजेबाविषयी संशय का ? :

आपले स्वागत शाही दरबारात शिवाजीराजाच्या अपेक्षेप्रमाणे झाले नाही. पातशाहा

त्यांच्याशी एक शब्द बोलला नाही. एवढेच नव्हे तर त्यांच्या प्रतिष्ठेच्या अशा श्रेणीत त्यांना स्थान न देता एका सरदारांच्या अगदी खालच्या श्रेणीत उभे राहण्यास जागा दिली. प्रारंभी आश्वासन दिल्याप्रमाणे त्याला मानाची वस्त्रे 'खिलत' देण्यात आली नाहीत आणि त्यांच्या मुलाला आणि सेनापतीला ज्या रांगेत स्थान दिले होते तेच स्थान या राजाला देऊन एकप्रकारे त्यांची अवहेलना केली. या सर्व घटनांवरून औरंगजेबाच्या मनात आपल्याविषयी काही दुष्ट हेतू असावा असा संशय शिवाजीमहाराजांच्या मनात येणे स्वाभाविकच होते. रामसिंग आणि पातशाहाची बहीण जहानारा बेगम यांनादेखील औरंगजेबाविषयी तसा संशय आला असावा असे राजस्थानी पत्रव्यवहारावरून दिसून येते. (आग्राभेट पत्र क्र. १७,२२)

शिवाजीराजाने आपल्या सोबत आलेल्या सैनिकांना परत फिरण्याचे आदेश दिले, तेव्हा औरंगजेबाने आपल्या अधिकाऱ्यांना अशी सक्त ताकीद दिली की आग्रा आणि मुजाबाद परगण्याच्या बाहेर शिवाजीराजाला जाऊ देऊ नये. तेथेच त्याला रोखून ठेवावे. (आग्राभेट पत्र क्र. २४) औरंगजेबाच्या काही सेवकांना शिवाजीराजाने मोठ्या हिकमतीने आपल्या बाजूस वळवून घेतले असणार कारण औरंगजेबाच्या सर्व हालचालींची माहिती शिवाजीराजाला मिळत असे. कारण शिवाजीराजाने आग्र्याहून पलायन करण्यापूर्वी केवळ चार दिवस आधी पातशाहाने शिवाजीराजाच्या बंदोबस्तात वाढ केली होती आणि राजाला मारावे अथवा राजा विठ्ठलदास याच्या हवेलीत ठेवावे अशी आज्ञा दिल्याची (आग्रा भेट पत्र क्र. ३३ ता. २३ ऑ. १६६६) वार्ता कानी आल्यावर शिवाजीराजाने आपला संरक्षक रामसिंगाशी संपर्क साधून त्याच्या संरक्षणाच्या व्यवस्थेत असा बदल का केला याचा खुलासा मागितला. मात्र रामसिंगाने त्याला भेटण्याचे टाळले. एवढेच नव्हे तर शाही संरक्षकांना अशी आज्ञा केली की शिवाजीराजाला आपल्या निवासस्थानी येऊ देऊ नये. राजाला सांगावे की, रामसिंगाला न भेटण्याचा हुकूम पातशहाने आपल्याला दिला आहे. (पत्र क्र. ३३)

रामसिंगाच्या वर्तनात अचानक झालेला बदल अपशकुनी होता. शिवाजीराजाला आपला शेवट जवळ आला आहे आणि रामसिंग आपल्याला पातशहाच्या या दुष्ट हेतूपासून दूर करण्यात असमर्थ आहे, याची पक्की खात्री झाली.

शिवाजीराजाची भूमिका :

२१ मे १६६६ रोजी शिवाजीराजाची औरंगजेबाशी जी पहिली भेट शाही दरबारात झाली तेव्हाच आपली येथून सुटका करून घेण्याच्या विचाराला प्रारंभ झाला असावा. राजाची ही पहिली आणि शेवटची भेट ठरली. आपल्या सुटकेचा व्यूह शिवाजीराजाने कसा रचला हे जाणून घेणे उद्‌बोधक ठरेल.

१) दरबाराचे मानकरी : शिवाजीराजाने पातशाहाच्या दरबारात मुक्तपणे संचार करून तेथील प्रमुख व्यक्तीचा परिचय करून घेतला. प्रत्येकाचे दरबारातील महत्त्व जाणून घेतले. जाफरखान, बेगमसाहिबा आणि इतर व्यक्तींनी शिवाजीराजाने दरबारात प्रथम प्रवेश केला आणि पातशाहाची भेट घेतली तेव्हा त्यांची कुचेष्टा केली होती, पण अचानक त्याच व्यक्ती शिवाजीराजाची न्याय्य बाजू पातशाहापुढे मांडण्यास तयार झाल्या, हे आश्चर्यकारकच होते.

जहानारा शिवाजीराजाने केलेल्या सुरतेच्या लुटीमुळे फार व्यथित झाली होती. या सुरतेपासून तिला काही हक्क मिळत होते. त्यामुळे शिवाजीराजाने दरबारात जे बंडखोरीचे दर्शन घडविले होते त्याबाबत औरंगजेबाने जे सौम्यधोरण स्वीकारले होते त्याचा तिने निषेध केला होता आणि त्याचे हे धोरण कितपत व्यवहार्य आहे याबद्दल संशय व्यक्त केला होता. (सरकार, हाऊस ऑफ शिवाजी पृ. १५९, आग्रा पत्र क्र. २१, २२, १७) दुसरा एक मानकरी जसवंतसिंग, ज्याला शिवाजीराजांच्या मावळ्यांनी सिंहगडाच्या चकमकीत नमविले होते, तो शिवाजीराजा म्हणजे एक साधा 'भूमिया' जमीनदार आहे असे मानीत होता.

शिवाजीच्या विरोधात असलेल्या दरबारातील या सदस्यांनी शिवाजीराजाला त्यांच्या आग्र्याच्या वास्तव्यातच संपविण्याच्या विचाराला चांगलेच खतपाणी पुरविले. पण अचानक या विरोधकांच्या धोरणात बदल झाला आणि बेगम जहानाराने शिवाजीची बाजू पातशहापुढे मांडण्यास सुरुवात केली. तिने पातशाहाला बजाविले की, 'तू त्याला जिवे मारलेस तर तुझ्या शब्दावर येथून पुढे कोणी विश्वास ठेवणार नाही हे लक्षात ठेव' (पत्र क्र २२)

जून १६६६ पर्यंत शिवाजीराजाने जहानारा बेगम, जाफरखान आणि मुहम्मद अमीन खान बक्षी यांचा त्या पद्धतीने, पाठिंबा मिळविला होता. (प. क्र. २१) जसवंत सिंग मात्र आपल्या मताशी ठाम राहिला. (प. क्र. २२) एका राजस्थानी बातमीपत्रात असे नमूद केले आहे की शिवाजीराजाने जाफरखानास मेवामिठाई आणि कापडाचे सात गठ्ठे भेटीदाखल पाठविले होते आणि खानाने परतभेट म्हणून राजासाठी 'शिरोपाव' (पूर्ण पोषाख) आणि भेट घेऊन येणाऱ्या सेवकांना सातशे रुपये बक्षिसी दिली होती. बिकानेर अभिलेखागार - अप्रकाशित क्र. १०४) अमीनखान बक्षीने विशेष आढेवेढे न घेता शिवाजीच्या सैनिकांना परत जाण्याचे परवाने (दस्तक) दिले. अर्थात हे सारे त्याने औरंगजेबाच्या संमतीनेच केले होते. सैन्याची रवानगी केली तर ते आपल्याला हितकारकच ठरेल हा या धोरणामागचा शिवाजीराजाचा हेतू असावा. (बिकानेर अप्रकाशित क्र. ९,३३).

२) रामसिंग : रामसिंग हा शिवाजीराजाचा आग्रा येथील प्रमुख रक्षक होता आणि त्याने राजाच्या सुरक्षिततेचे जामीनपत्र दिले होते आणि आपण आपल्या वचनासाठी काहीही त्याग करू अशी शपथ त्याने पातशाहा आणि आपल्या पित्याला दिली होती. त्यामुळे शिवाजीराजाने आपली सुटका करून घेतली अथवा काही गुन्हा केला तर त्याबद्दल रामसिंगालाच सर्वप्रथम जबाबदार धरण्यात आले असते.

रामसिंगाने संरक्षकाच्या भूमिकेतून लवकर आपली सुटका करून घ्यावी असे शिवाजीराजाला वाटत असावे असे दिसते. तसे झाल्यास त्याचे जामीनपत्र रद्द होईल आणि आपण काही केले तरी त्याला जबाबदार कोणी धरणार नाही. आपल्यामुळे त्याला कसलाही त्रास होऊ नये असे त्याला मनोमनी वाटत असावे. शिवाजीमहाराजांचे हे विचार परकालदास या राजस्थानी वकिलाच्या बातमीपत्रावरून दिसतात. रामसिंगाविषयीची आपली ही भावना, ''आपण येथे मरण्यासाठी आलो आहोत, तेव्हा तू निष्कारण पातशाहाचा राग ओढवून घेऊ नकोस. तू मला जाफरखान याच्या हवाली करून मुक्त हो.'' (बिकानेर क्र. १०४ आग्रा भेट नं. १८ ता. २० मे १६६६) अशी शिवाजीराजाने व्यक्त केली आहे.

रामसिंगासारख्या निश्चयी अत्यंत प्रामाणिक कसल्याही मोहाला बळी न पडणाऱ्या व्यक्तीला, आपल्या आग्र्याहून पलायनाच्या कारस्थानात सामील करून घेणे शिवाजीमहाराजांना फार कठीण कर्म वाटत होते. तेव्हा, त्याच्यापासून आपली सुटका करून घेण्यासाठी त्यांनी एका अन्य मार्गाचा अवलंब करण्याचा बेत केला. पातशाहा आपली विनंती अवलिंबे मान्य करेल असे गृहीत धरून शिवाजीराजाने त्याला कळकळीची विनंती केली की, माझी दुसरीकडे राहण्याची व्यवस्था करावी आणि कृपया माझी कुमारच्या (रामसिंह) कारावासातून ताबडतोब सुटका करावी'' पातशाहाने ही विनंती नाकारताना राजाला सुनावले की, ''रामसिंहासारखा दुसरा विश्वासू सेवक मजजवळ नाही, तेव्हा तुला त्याच्याच देखरेखीखाली राहावे लागेल.'' (आग्रा भेट क्र. २३ ता. ९-६-१६६६)

शिवाजीमहाराजांच्या पलायनाच्या योजनेत रामसिंहाचे सहकार्य मिळणे अशक्यप्राय होते. कारण तसे करणे म्हणजे आपल्या पित्याच्या १६६५ पासून सुरू असलेल्या दक्षिणेतील कामगिरीत अडथळे आणण्यासारखे झाले असते. मुघलांना दक्षिणेतील राजकीय परिस्थिती प्रतिकूल असल्याने शिवाजीमहाराजांना दक्षिण देशापासून दूर ठेवण्यासाठी अनेक मार्गांचा अवलंब करावा लागला होता. (सरकार : शिवाजी पृ. १४८) विजापूरवर चालू असलेली स्वारी लवकरात लवकर संपविण्यात जयसिंह गुंतला होता. पातशाहाला लिहिलेल्या एका पत्रात तो म्हणतो, ''मी एक तर विजापूर जिंकून

घेईन अथवा मुघलांची सेवा करीत असताना माझी प्राणाहुती देईन.'' (आग्राभेट क्र. १२ ता. २१-२-१६६६) यामुळेच जयसिंह रामसिंहाला सतत बजावत होता की, शिवाजीमहाराजांना तात्काळ दक्षिणेत परत जाण्याची परवानगी देऊ नये असे ठामपणे सतत पातशाहाला सांगत जा. (आग्राभेट पृ. ३६, जुलै १६६६).

अशा परिस्थितीत शिवाजीमहाराजांना रामसिंहाला, आपल्याला मदत कर अथवा आपल्या पलायनाच्या कारस्थानाकडे काणाडोळा कर असे सांगणे कसे शक्य होते?

३) रजपूत : औरंगजेबाच्या दरबारातील मानकऱ्यांना शिवाजीमहाराजांनी पैशाच्या जोरावर आपल्या बाजूला वळवून घेतले होते. त्यांच्या पहाऱ्यावर असलेल्या रजपुतांची मनेही त्यांनी आपल्या सद्‌वर्तनाने जिंकून घेतली होती. त्यांच्यावर जेव्हा कडक पहारा नसे आणि त्यांच्या हालचालींवर फारशी बंधने नसत तेव्हा शिवाजी महाराज पालखीत बसून आपल्या शिलेदार आणि बारगीरांचा छोटासा ताफा बरोबर घेऊन शहरातून ऐटीत फेरफटका मारून येत असे. त्याचा अभावितपणे स्थानिक लोकांवर असा परिणाम होऊ लागला की, ''हा लोकांचा राजा आहे आणि तो मोठ्या मनाचा आणि धैर्यवान मानव आहे.'' (आग्राभेट क्र. २१ ता. २९ मे १६६६). शिवाजीमहाराजांनी कदाचित लोकांना प्रभावित करण्याच्या हेतूने सुमारे १५ हजार रुपये मोजून काही हत्ती खरेदी केले होते. (आग्राभेट पृ. ३२) आणि नंतर ते परमानंद या आपल्या कविंद्राला भेट म्हणून मोठ्या औदार्याने देऊन टाकले. (आग्राभेट क्र. २८, २२ जुलै १६६६). या गोष्टीचा स्थानिक जनमानसावर योग्य तो प्रभाव पडला. हे सारे पाहून स्थानिक रजपूत लोकांना वाटू लागले की हा एक सच्चा रजपूत असून आपण त्यांच्या कर्तृत्वासंबंधी जे ऐकले होते ते अगदी खरे आहे. एखाद्या रजपूत वीराप्रमाणे तो आपल्याला अशा हिकमतीच्या गोष्टी सांगतो, जर आपण त्याचा अवलंब केला, तर कधीकाळी त्या आपल्याला अगदी उपयुक्त ठरतील. (आग्राभेट क्र. २७. १८ जुलै १६६६)

शिवाजीमहाराजांनी कदाचित आपल्याबरोबर आलेल्या लोकांच्या साहाय्याने स्थानिक लोकांमध्ये आपल्याविषयी सद्‌भावना निर्माण होईल अशी बातमीपत्रे हेतुपुरस्सर प्रसृत केली असावीत. कविंद्र परमानंद हा या सुमारास राजस्थानात होता. कदाचित शिवाजीराजा समवेत जे लोक गेले होते त्यापैकी तो एक असावा, अथवा राजाच्या कोठडीच्या वार्ता ऐकून तो नंतर तेथे दाखल झाला असावा, आणि शिवचरित्र लोकांमध्ये पसरविण्याच्या कामी त्याने पुढाकार घेतला असावा. (राजस्थानी दिंगल बोलभाषेत ''गीत भोसला राजा शिवाजी-शहाजी पुत्र'' या नावाचे उपाध्याय धर्मवर्धन याने रचलेले (संवत १७००-१७८०) एक लोकगीत आहे. चारण अथवा भाट लोक ज्या पद्धतीने रचना करतात तसे हे शिवस्तूतीपर काव्य असून त्याचा काल निश्चित करता येत नाही.)

राजस्थानात शिवाजीराजांची आठवण लोकांना सतत येत राहावी या दृष्टीने या लोकगीताचे महत्त्व स्पष्टपणे दिसून येते.

शिवाजीराजांच्या हालचालीवर देखरेख ठेवण्यासाठी रजपूत आणि मुसलमान रखवालदारांची नेमणूक करण्यात आली होती. पोर्तुगीज शिवचरित्रकार ग्वार्दा म्हणतो, की आग्रा या राजधानीची रचना लक्षात घेता, तेथून सुटका करून घेण्याची इच्छा बाळगणे सुद्धा अशक्य होते, कारण त्या शहरात दगडधोंड्यापेक्षा रक्षकांची संख्या अधिक होती (सेन-फॉरेन बायोग्राफीज ऑफ शिवाजी पृ. १३०).

शिवाजी आणि त्यांचे लोक या असंख्य रक्षकांना भेटवस्तू, लाच इत्यादी साधने वापरून त्यांना पलायनाच्या कटात सामील करून घेण्यासाठी सतत प्रयत्नशील असावेत.

(ड) शिवाजींचे सैनिक : शिवाजीराजाने आपल्या लोकांसाठी मोगली अधिकाऱ्यांकडून आग्र्यास राहण्याचे परवाने, दस्तक जून १६६६ मध्ये मिळविले होते; परंतु राजाने जेव्हा आग्र्याहून सुटका करून घेतली तोपर्यंत हे साथीदार चंबळ खोरे देखील पार करून पुढे येऊ शकले नव्हते. (आग्रा भेट क्र. २३, २६, ३०) कदाचित राजे सुखरूपपणे कोणत्या मार्गाने येऊ शकतील याचा शोध घेण्यात आणि मोगल रक्षक आणि अधिकारी यांच्या हालचालीवर देखरेख ठेवण्यात हे मराठे साथीदार गुंतले असावेत. मराठे सैनिक नरवर, चंबळ घाटाच्या प्रदेशातून येत आहेत अशा बातम्या वरून असे दिसते, की शिवाजीराजांनी मोगली अधिकाऱ्यांची दिशाभूल करण्यासाठी आणि आपला परतीच्या मार्गाचा सुगावा त्यांना लागू नये म्हणून हेतुपुरस्सर आपल्या सैनिकांना नरवर-चंबळ या घाटी मार्गाचा अवलंब कराण्याच्या सूचना दिल्या असाव्यात (आग्राभेट क्र. ३३, ३६).

शिवाजीराजांच्या सुटकेचा जबाबदार कोण?

खाफीखानचे 'मुन्तखबा उल् लुबाब', साकी मुस्तदखानाचे 'मासीरी आलमगिरी', मिर्झा मुहम्मद कासीमचे 'अलमगीरनामा' या फार्सी ग्रंथातून एकमनाने 'रामसिंगला' शिवाजीराजाच्या अलौकिक कृत्याबद्दल जबाबदार ठरविले आहे, तर काही वेळा जयसिंग अथवा पितापुत्र या दोघांना दोषी ठरविले आहे (खफीखान (भाषांतर) पृ. २८१). मासिरी अलमगिरी – (भाषांतर), जदुनाथ सरकार पृ. ३४ आणि शिवचरित्र वृत्त – फार्सी साधने खंड ३ संपादक ग. ह. खरे पृ. ४०). राजस्थानी बातमीपत्रे आणि अखबार ही साधने कोणा एक व्यक्तीला जबाबदार न मानता, आपल्या लिखाणातून त्यावेळी दरबारात आणि राजस्थानात लोक काय बोलत होते याची बातमी देतात.

सभासद हा शिवचरित्राचा समकालीन बखरकार मात्र रामसिंगाने शिवाजीराजाच्या सुटकेच्या प्रकरणांत विशेष लक्ष घातले नाही असे ध्वनित करतो (सभासद बखर (सं.

शं. ना. जोशी) पृ. ४९-५०). ९१ कलमी बखर आणि जेधे शकावली या साधनांतून प्रस्तुत संदर्भात काही उल्लेख आढळत नाहीत. मराठी साधने आणि राजस्थानी साधने अनेक घटनांच्या बाबतीत परस्परांना पूरक असली तरी राजस्थानी साधने ही घटना स्थळाला जवळची असल्याने त्यांना अधिक अधिकृत मानले पाहिजे.

इंग्रजी साधने – फॅक्टरी रेकॉर्ड्स मात्र निश्चितपणे रामसिंगाला जबाबदार मानतात (इंग्लिश रेकॉर्ड्स ऑन शिवाजी भाग १ पृ. ११६).

उपलब्ध साधनांच्या आधारे शिवाजीच्या सुटकेच्या संदर्भात जयसिंग, रामसिंग, रक्षक आणि मोगल अधिकारी यांना कितपत जबाबदार धरता येईल याचा ऊहापोह करणे आवश्यक आहे.

(अ) मिर्झाराजा जयसिंग : जहांगीरच्या काळात जयसिंग १६१७ साली जहांगीरच्या चाकरीत रुजू झाला. त्यावेळी तो केवळ बारा वर्षांचा होता. शहाजहान बादशहाने प्रथम त्याला चारहजारी मनसब दिली आणि अगदी थोड्या अवधीत त्याची पंचहजारी मनसबदार या पदावर बढती केली. शिवाजीचे वडील शहाजीराजे यांचा बंदोबस्त करण्याची महत्त्वपूर्ण कामगिरी त्याच्यावर सोपविण्यात आली आणि याचा सुमारास 'मिर्झाराजा' हा मानाचा किताब त्याला बहाल करण्यात आला. शहाजहानानंतर मोगली तख्तावर विराजमान झालेल्या औरंगजेबाचा विश्वासही त्याने संपादन केला आणि त्याच्या आज्ञेनुसार शिवाजीराजाला नमविण्याची कामगिरी स्वीकारली. दक्षिणदेश मोगलांच्या वर्चस्वाखाली आणण्याची महत्त्वपूर्ण कामगिरी त्याच्यावर सोपविली होती. त्यामुळे विजापूरच्या अदिलशाहीला पूर्णपणे नमविण्यापर्यंत शिवाजीराजाला आग्र्यातच डांबून ठेवावे अशी त्याची इच्छा होती. त्यामुळे आपला मित्र भोजराज कछवा याच्या मार्फत आपला पुत्र रामसिंग याला त्याने असे सुचविले होते की, "शिवाजी आग्र्यास आहे त्याबाबतीत बादशाही सत्तेला कोणत्याही प्रकारचा अपाय न होता माझ्या व तुझ्या शब्दाची किंमत राहील असे वर्तन ठेवावे." (शिवकालीन पत्रसार संग्रह क्र. ११३१ ता. १६६६ जून-ऑगस्ट १)

शिवाजीराजांच्या सुरक्षिततेविषयी जयसिंग वारंवार औरंगजेबाला विनंती करीत होता. यावरून मोगलांच्या अतिदक्ष देखरेखीतून शिवाजी आपली सुटका करून घेईल अशी पुसटशी शंकादेखील जयसिंगाला आली नसावी असे वाटते. मात्र त्याला ही सुटकेची बातमी आणि त्याबद्दल रामसिंगाला दोषी ठरवून बादशहाने केलेली शिक्षा या घटना समजल्या, तेव्हा शारीरिक आणि मानसिक धक्क्याने आणि आता बादशहाचा विश्वास आपण गमावला या कल्पनेने तो हादरून गेला असावा. त्याला तात्काळ मृत्यू आला असावा. त्यामुळे राजस्थानचा इतिहासकार टॉड म्हणतो त्याप्रमाणे वार्धक्य हे

त्याच्या मृत्यूचे कारण असावे हे पटण्यासारखे नाही. कदाचित जयसिंगाने आत्महत्याही केली असावी.

रामसिंगाने शिवाजीराजाला आग्र्याहून निसटून जाऊ दिले याबद्दल जयसिंगाने कडक शब्दांत त्याला समज दिली होती असे राजस्थानी पत्रावरून स्पष्ट दिसते (आग्राभेट क्र. ५५ प्र. ३१-११ १६६६). रामसिंगाला पातशहाने माफ करावे यासाठी जयसिंग प्रयत्नशील होता (कित्ता क्र. ५३ २५-११-१६६६).

रियासतकार सरदेसायांच्या मते, औरंगजेब आणि शिवाजी यांच्यामध्ये उभयतांना लाभदायक मैत्री घडवून आणण्यासाठी एका मध्यस्थाची भूमिका जयसिंग बजावित होता (सरदेसाई न्यू हिस्ट्री भाग १ पृ. १५४). परंतु हे भाष्य बरोबर नाही असे अन्य पुराव्यातून दिसून येते. कारण मिर्झाराजा स्वत: पातशाहाला लिहितो की, ''या आपल्या सेवकाची इच्छा आणि निश्चय असा आहे की, शिवाजी राजाचे नावच या कालपटावरून पुसून टाकावे. (जे. एन. सरकार जर्नल ऑफ इंडियन हिस्ट्री नं. एक्सएलआयएल विभाग १ क्र. १२४ पृ. २६२-२६३) आपण असे जरी मान्य केले की, जयसिंगने पातशाहाला खूश करण्याकरिता अशा तऱ्हेची भाषा आपल्या पत्रात वापरली असावी, तरी सुद्धा रजपूत-मराठा यांच्या मैत्रीचा करार झाला होता आणि म्हणून जयसिंग मध्यस्थाची भूमिका करण्यास तयार झाला होता, हा सरदेसायांचा विचार योग्य वाटत नाही.

या सर्व गोष्टींचा विचार करता, शिवाजीच्या सुटकेत जयसिंगाचा हात होता हे इंग्रजी साधनांनी व्यक्त केलेले मत स्वीकारणे योग्य वाटत नाही.

(ब) रामसिंग : जयसिंगाचा ज्येष्ठ पुत्र रामसिंग हा वयाच्या १९व्या वर्षी मोगलांच्या सेवेत रुजू झाला आणि त्याला पंचहजारी मनसबदार हा किताब त्याच्या वयाच्या सविसाव्या वर्षी मिळाला. आग्रा येथे शिवाजीराजांवर कडक पहारा ठेवण्याची अत्यंत कठीण कामगिरी त्याच्यावर सोपविण्यात आली होती; पण शिवाजीराजे आग्र्याहून निसटून गेल्याने पातशाहाची गैरमर्जी त्याला काही काळ सहन करावी लागली, पण नंतर त्याला क्षमा करून १६६७ साली मिर्झाराजाच्या मृत्यूनंतर लगेचच त्याचे पूर्वस्थान परत देण्यात आले. मोगलांच्या चाकरीत तो शेवटपर्यंत राहिला आणि या काळात त्याने पातशहाचा पूर्ण विश्वास संपादन केला. त्याच्या वारसदारांना मोगलाच्या सरकारात महत्त्वाच्या जागा देण्यात आल्या होत्या (मासीर-उल्-उमरा भाग १ पृ. ३४२-४३ हिंदी भाषांतर वज्ररत्न/दास) बहुतेक सर्व फार्सी आणि इंग्रजी साधने रामसिंगाला प्रमुख गुन्हेगार ठरवितात. मासारी अलमगिरी या ग्रंथात म्हटले आहे की, जयसिंगाने औरंगजेबाला, शिवाजीराजांना क्षमा करावी अशी विनंती केल्यानंतर राजावरील पहारा काहीसा शिथिल करण्यात आला होता. कोतवाल फुलादखान याला रक्षक कमी

करण्यासाठी आदेश देण्यात आले होते आणि कुमार रामसिंगानेही आपला पहारा शिथिल केला. 'अलमगिरी नाम्यात'ही असाच मजकूर आला आहे (मासीरी अलमगिरी पृ. ३४, शिवचरित्र वृत्त भाग ३ पृ. ४०).

परंतु या ग्रंथातील वरील माहिती ही वस्तुस्थिती निदर्शक वाटत नाही. कारण राजस्थानी पत्रव्यवहारावरून शिवाजीराजांच्या पलायनाच्या चार दिवस अगोदरपासून फुलादखानाने आपली व्यवस्था मजबूत केली होती असे नमूद केले आहे (आग्राभेट क्र. ३३, ४२ २३ ऑगस्ट १६६६ आणि २ सप्टेंबर १६६६).

१६९४ च्या सुमारास रचलेल्या सभासदाच्या शिवचरित्रात असे म्हटले आहे की, ''आपण रजपूत, तुम्ही व आम्ही एकजाती आहो. अगोदर आपले शिर जाईल मग तुम्हास काय होणे ते होईल'' (सभासद पृ. ३९). या उताऱ्यावरून असे दिसते की, आग्र्यास प्रयाण करण्यापूर्वी जयसिंग आणि शिवाजीराजे यांच्यात परस्पर सहकार्याचे बोलणे झाले होते. पण ज्या वर्षी ही घटना घडली त्यावेळच्या राजस्थानी आणि फार्सी अखबारात या दोघांमधील मैत्री कराराचा ओझरता देखील उल्लेख कोठे आढळत नाही. कदाचित १६६४ च्या पुरंदर तहापूर्वीची ही गुप्त बैठक असल्याने त्याची वाच्यता फारशी झाली नसावी.

परंतु सभासदाने परस्पर साहाय्याचा हा मुद्दा सोडला नाही. शिवाजीराजाने आग्र्याच्या कैदखान्यातून जेव्हा आपली सुटका करून घेतली. तेव्हा हिरोजी फर्जंद हा त्याचा सेवक राजाचे सोंग पांघरून त्यांच्या शय्येवर पडून राहिला आणि दुसऱ्या दिवशी रामसिंगाच्या छावणीत जाऊन ही सुटकेची सर्व घटना त्याला सांगितली. ''रामसिंगाचे गोटास जाऊन त्यास एकांती वर्तमान सांगोन, आपण (हिरोजी फर्जंद) तेथून निघोन देशाचा मार्ग धरिला'' (सभासद पृ. ४९).

याच बखरीत पुढे असे म्हटले आहे की, रामसिंगाने सत्त्वर पातशाहाची भेट घेऊन आपले निवेदन सादर केले, ''शिवाजी आपले मार्फतीने आला होता. त्यास पादशाहाने चौकी आलाहिदा (स्वतंत्र) दिली. आपल्याकडे काही इलाखा (संबंध) नाही.'' पादशहा बोलिले की, 'तुम्हासी त्याचा इलाखा नाही. पादशाही बंदा. त्यास पादशाहा सर्फराजी (शिक्षा) करतील. तुम्ही त्याचे दरम्यान नाही'' असे बोलल्यावर रामसिंगाने तसलीम करून डेरियास आले'' (सभासद पृ. ४०).

परंतु सभासदाचा हा वृत्तांत निराधार वाटतो. कारण रामसिंगाने आपल्याला शिवाजीच्या संरक्षणाच्या जबाबदारीतून मुक्त करावे अशी मागणी केव्हाच केली नव्हती. औरंगजेबाला राग आला होता तो शिवाजीराजाच्या निवासस्थानातील आतल्या भागावर नजर ठेवण्याची जी जबाबदारी रामसिंगावर टाकली होती ती त्याने योग्यरीत्या पार पाडली

नाही, म्हणून शिवाजीराजा आपल्या तावडीतून निसटला असा पादशहाचा ग्रह झाला.

फुलादखानाने या घटनेचा जो अहवाल सादर केला होता त्यामुळे औरंगजेबाने रामसिंगाला या घटनेसाठी जबाबदार धरले होते. कारण फुलादखानाचा पहारा शिवाजीच्या निवासस्थानाच्या बाहेरच्या भागावर होता, तर रामसिंगाचा पहारा अंतर्भागावर होता. फुलादखानाने पादशाहाला कळविले होते की, मिर्झा राजाने कुमार रामसिंगाला शिवाजीराजाची सुटका कोणत्याही मार्गाचा अवलंब करून करावी. फुलादखानाने आपल्या निवेदनात असेही नमूद केले होते की, जयसिंगाचा एक मानकरी हरपतराय याला या कारस्थानाची कल्पना होती. या अर्जदास्ताच्या (अहवालाच्या) आधारे औरंगजेबाने त्या दोघांची मनसबदारी कमी केली. (बिकानेर, पुराभिलेख – अप्रकाशित क्र. ९ क्र. ८).

औरंगजेबाने जयसिंगावर केलेल्या आरोपावर सकृतदर्शनी विश्वास दाखविला नाही कारण, जयसिंगाला उद्देशून काढलेल्या एका फरमानात त्याने शिवाजीराजाला मोगलाच्या दरबारात पाठविल्याबद्दल त्याची भरपूर स्तुती केली आहे. पण त्याचबरोबर त्याच्या मुलाने आपल्या पित्याचा आदर्श पुढे ठेवला नाही याबद्दल खेदही व्यक्त केला आहे. याच फरमानात पुढे असेही नमूद केले आहे की, आपल्या धन्याच्या हिताचे संवर्धन न करता आणि त्याची एकनिष्ठपणे सेवा न करता त्याने आपल्या शत्रूला आग्र्याहून निसटून जाण्यास उत्तेजन दिले अथवा मदत केली (कित्ता नं. ९). दुसऱ्या एका अखबारात रामसिंगासारखी गद्दारी त्याच्या घराण्यात आजवर कोणीही केली नाही असेही म्हटले आहे (आग्राभेट क्र. ५२ ता. १२-१०-१६६६). रामसिंग हा जर जयसिंगासारख्या दरबारी आजीव सेवकाचा पुत्र नसता, तर अशा प्रकारच्या गुन्ह्यासाठी त्याला देहान्ताची शिक्षा दिली असती, असे पातशाहाने ठामपणे आपले मत व्यस्त केले होते. रामसिंगाला दरबारात येण्यास मनाई करण्यात आली. त्याचा दर्जा कमी करण्यात आला आणि त्याच्याकडे संपूर्ण दुर्लक्ष करण्यात आले (आग्राभेट क्र. ३६ १८ सप्टेंबर १६६६). त्याला असेही बजावण्यात आले की, ज्या शिवाजीराजाला तो जामीन राहिला होता त्याला त्याने दरबारात हजर तरी करावे अन्यथा तो जिकडे गेला असेल तिकडे निघून जावे (आग्राभेट क्र. ४० ता. ३१ ऑगस्ट १६६६). औरंगजेबाने पुढे असाही टोमणा मारला की, आपल्या पुत्राच्या इतक्या गंभीर अपराधाला आपण इतकी सौम्य शिक्षा दिली याबद्दल जयसिंगाने देवाचे आभार मानले पाहिजे (बिकानेर सं. ९ नं. १६).

या संपूर्ण प्रकरणात रामसिंगाची स्थिती मात्र अत्यंत नाजूक झाली होती. त्याला एकीकडे पातशाहाची मर्जी संपादन करावी लागत असताना दुसरीकडे आपल्या पित्याने शिवाजीराजाला सुरक्षितेची दिलेल्या हमीचेही पालन करावे लागत होते. तो

मोगलदरबाराचा एकनिष्ठ सेवक होता. खुद्द औरंगजेबाने त्याच्यासारखा प्रामाणिक सेवक अन्य कोणी नाही अशी शिफारसही केली होती (आग्राभेट २३ ता. ९ जून १६६६).

परंतु फुलादखान कोतवालाच्या अहवालाने पातशाहाचे मन रामसिंगबद्दल इतके कलुषित केले होते की, आपल्या कैदेतून निसटून गेलेल्या शिवाजीराजाला पकडण्याची जबाबदारीही त्याने त्याच्यावर सोपविण्यास नकार दिला (आग्राभेट क्र. ४२ ता. २ सप्टेंबर १६६६).

रामसिंगाबद्दल औरंगजेबाचा पूर्वग्रह इतका दृढ झाला होता की, दरबारचा मानकरी जाफरखान, बहीण बेगम साहिबा आणि अन्य व्यक्तींनी केलेली रदबदली त्याच्या मनावर काहीही परिणाम करू शकली नाही. हसन अली, एक दरबारी मानकरी, शेवटी निराश होऊन म्हणतो, ''सरकार तुम्ही या बातमीवर विश्वास ठेवता हे बिचाऱ्या रामसिंगाचे कमनशीब होय.'' (आग्राभेट क्र. ५५ ३१ ऑक्टोबर १६६६).

अशा तऱ्हेचे आरोपप्रत्यारोप झाले तरी पातशाहाने शेवटी मार्च १६६७ मध्ये रामसिंगाला माफ केले आणि मिर्झाराजा जयसिंगाच्या मृत्यूनंतर म्हणजे सप्टेंबर १६६७ नंतर त्याची पूर्वीच्या पदावर नियुक्ती केली (आग्राभेट क्र. ४६, ४८, ६०).

औरंगजेब रामसिंगावर इतका रुष्ट का झाला होता ?

''संपूर्ण राज्याचे सार ते दुर्ग, दुर्ग नसता मोकला देश परचक्र येताच नीराश्रय प्रजा भग्न होऊन देश उद्वस होतो. देश उद्वस जाल्यावरी यैसे कोण्हास म्हणावे?'' मराठ्यांच्या राजनीतीचे हे सूत्र औरंगजेबाने ओळखले होते आणि म्हणून मराठी मुलखात दुर्गाला किती अनन्यसाधारण महत्त्व प्राप्त झाले होते हे तो पुरेपूर जाणून होता. त्यामुळे रामसिंगाला तो सतत शिवाजीराजाकडून त्याच्या ताब्यातील दुर्गांच्या किल्ल्या मिळविण्याचा आग्रह करीत होता. रामसिंगाने जेव्हा शिवाजीपुढे ही पादशाहाची मागणी मांडली तेव्हा तो मोठ्या उद्वेगाने म्हणाला, ''तुझ्या पित्याने माझ्याकडून तेवीस किल्ले संपादन करून त्याच्या मोबदल्यात पातशाहाकडून टोंक परगणा मिळविला. आता माझे उरलेले किल्ले घेऊन तू कोणता परगणा मिळविणार आहेस ? (आग्राभेट क्र. २६, १३ जुलै १६६६)

वारंवार विनंती अथवा धमकी देऊन शिवाजीराजाने किल्ले स्वाधीन करण्याची मागणी जेव्हा धुडकावून लावली, तेव्हा राजाला जिवानिशी नष्ट करण्याशिवाय अन्य कोणता मार्ग पातशाहाकडे उरला नव्हता. पण रामसिंगला पातशाहाची ही हत्याकांडाची योजना मान्य नव्हती. शिवाजीराजांचे शीर मला आणून दे अशी जेव्हा औरंगजेबाने मागणी केली तेव्हा एका नेक रजपुताला शोभेल असे धीरोदात्त उत्तर रामसिंगाने दिले. तो म्हणाला, पातशाहाचे समाधान होत असेल तर मला आणि माझ्या पुत्राला ठार मारावे पण आपले साथीदार जवळ नसलेल्या, सुरक्षा विरहित एकाकी शिवाजीराजाशी

असे वर्तन करणे मला शोभणार नाही.'' (बिकानेर रु. ९ क्र. ९९, आग्राभेट क्र. १७. १६ मे १६६६)

रामसिंगाची ही ताठर भूमिका औरंगजेबाला तापदायक वाटत असावी. त्यामुळे फुलादखानाच्या अहवालाचा आधार घेऊन आपल्या रागाचे परिमार्जन करण्यासाठी रामसिंगाला शासन करण्याचा मार्ग त्याने पत्करला असावा.

या सर्व प्रकरणात रामसिंगाने आपल्या मनाचा तोल ढळू दिला नाही. तो अगदी संयमाने वागत होता. पातशाहाचे हृदय परिवर्तन करण्याचा मार्ग त्याने सोडला नाही. या कामात त्याला जयसिंगाच्या विरोधात असलेल्या दरबारी मानकऱ्यांनीही, रामसिंगाला पाठिंबा दिला होता. या सर्व गोष्टींचा दबाव औरंगजेबावर पडला असावा आणि रामसिंगाला माफ करणे आणि त्याला शिवाजीराजाला सुटका करून घेण्यासाठी साहाय्य केल्याच्या आरोपातून मुक्त करणे भाग पडले असावे.

क) फुलादखान आणि त्याचे रक्षकसेवक :

औरंगजेब हा अत्यंत संशयी स्वभावाचा माणूस होता. शिवाजीराजावर देखरेख ठेवण्याची जबाबदारी त्याने जरी रामसिंगावर सोपविली होती तरी फुलादखानाकडे देखील त्याने हीच कामगिरी दिली होती. शिवाजी-रामसिंगासंबंधी माहिती पुरविणारा फुलादखान हा पातशाहाचा प्रमुख खबऱ्या होता.

आग्रा येथील नजरकैदेची व्यवस्था अशी होती. निवासस्थानाच्या आतील भागावर रामसिंगाच्या पसंतीचे चार ब्राह्मण आणि काही रजपूत देखरेखीसाठी ठेवले होते, आणि त्याची संपूर्ण जबाबदारी रामसिंगाची होती. रामसिंग स्वत: शिवाजीराजाच्या बिछान्याची देखरेख करीत होता. निवासस्थानाच्या बाहेरच्या परिसरात फुलादखानाचे बंदुकधारी पहारेकरी होते. याखेरीज मीणा नावाची एक रखवालदारांची जमात, देखरेखीसाठी खास करून ठेवली होती. फुलादखानाचे लोक आणि रामसिंगाची रजपूत ठाकूर मंडळी शिवाजी आणि त्याचे लोक यांच्यावर कडक पहारा ठेवून होते. याच सुमारास शिवाजीराजाने आपल्या साथीदारांना निरोप दिला होता आणि त्यांना बाहेर जाण्यासाठी परवाने द्यावेत अशी फुलादखानामार्फत पातशहाला विनंती केली होती. (आग्राभेट क्र. ३३, २३ ऑगस्ट १६६६ आणि बिकानेर रु. ९ क्र. १७)

असा कडेकोट बंदोबस्त असताना शिवाजीराजाने आपली सुटका कशी करून घेतली असावी याबाबत सर्वांनाच आश्चर्य वाटत होते. फुलादखानाने देखील पातशाहाला ही बातमी कळविताना आश्चर्य व्यक्त केले होते. तो म्हणतो, ''राजा कोठडीत होता. वरचेवर जाऊन पाहात असता एकाएकी गायब जाहला. पळाला किंवा जमिनीमध्ये घुसला की अस्मानामध्ये गेलो न कळे. आम्ही जवळच आहो. देखत देखत नाहीसा

जाला. काय हुन्नर (युक्ती अथवा राजकारण) जाहाला न कळे.'' (सभासद पृ. ५०)

परंतु औरंगजेबाचा रोष होऊ नये म्हणून त्याने शिवाजीराजाच्या पलायनाचा एक बनावट अहवाल सादर केला. त्याने रामसिंगाने रखवालीस ठेवलेल्या त्या चार ब्राह्मणांना पकडून बेदम मारले व रामसिंगाने शिवाजीराजाला कोठडीतून बाहेर पडण्यास मदत केली अथवा राजा रामसिंगाचा पहारा जेथे होता तेथूनच तो निसटला असे वदवून घेतले आणि आपला अहवाल तयार केला. (बिकानेर रु. ९, क्र. ८ आग्राभेट क्र. ३५ ता. २६ ऑगस्ट १६६६).

फुलादखानाने ज्या पद्धतीने चौकशीचा बनाव केला होता त्यावरून हे स्पष्ट होते की आपल्यावरची जबाबदारी झटकून, रामसिंगाला दोषी ठरविण्याचे त्याचे कारस्थान होते. फुलादखानाने ज्या ब्राह्मणांकडून छळ करून जबरदस्तीने कबुली जबाब घेतला होता त्याच ब्राह्मणांनी फिदईखान या वरिष्ठ अधिकाऱ्याला खरी हकीकत सांगितली, आणि ती मान्य करून खानाने त्यांची त्वरित सुटका केली. (आग्राभेट क्र. ३६ ता. २७ ऑगस्ट १६६६) यावरून असे दिसून येते की फुलादखान आणि त्याने नेमलेले रक्षक यांनी देखील या घटनेकडे दुर्लक्ष केले अथवा मूक संमती दिली असावी या आरोपातून मुक्त होऊ शकत नव्हते. अर्थात प्रत्यक्षात मात्र त्यांना दोषी ठरवून शासन करण्यात आले नव्हते. केवळ रामसिंगालाच जबाबदार धरून त्याची मानहानी करण्यात आली. वस्तुत: फुलादखानाला हाताशी धरून शिवाजीराजाला नाहीसा करण्याचा औरंगजेबाचा प्रथम बेत होता, परंतु त्याने नंतर तो बदलला आणि आपला सारा राग रामसिंगावर काढला.

अलमगिरनाम्यात मात्र फुलादखानावर निष्काळजीपणाचा आरोप केलेला नाही. कारण त्याच्या मते शिवाजीराजा जेव्हा बाहेर पडला तेव्हा त्याचा पहारा उठलेला होता. परंतु हे विधान बरोबर वाटत नाही. कारण अन्य साधनानुसार त्या सुमारास पहारा अतिशय कडक होता असे दिसते. यामुळे शिवाजीराजावर कडक नजर ठेवण्याच्या कामी रामसिंगाइतकाच जबाबदार असलेल्या फुलादखानाला औरंगजेबाने कसे अभयदान दिले याचे आश्चर्य वाटते.

समारोप : येथवर केलेल्या विवेचनावरून असे दिसून येते की, जयसिंग किंवा रामसिंग यापैकी कोणीही शिवाजी महाराजांच्या सुटकेच्या उपक्रमात सहभागी नव्हते. जयसिंगाची अशी पक्की समजूत होती की, शिवाजीराजा जर आणखी काही काळ दक्षिणदेशापासून दूर राहिला तर विजापूरची आदिलशाही नष्ट करणे बरेच सुलभ होईल. तसेच प्रस्तुत संदर्भात जयसिंगाने आपल्या पुत्राला शिवाजीराजाचे रक्षण करावे आणि आग्र्याहून त्याची लवकर सुटका होऊ देऊ नये अशी आज्ञा केल्याने रामसिंग पितृवचनाला जागून राहून शिवाजी महाराज आग्र्यातच राहतील याबद्दल प्रयत्नशील होता. तेव्हा

शिवाजीमहाराजांची सुटका ही आपल्या पित्याच्या ध्येयधोरणाशी विसंगत असल्याची त्याची ठाम समजूत असल्याने शिवाजीराजाच्या सुटकेसाठी त्याला जबाबदार धरता येणार नाही.

तेव्हा शिवाजीराजे आणि त्यांचे साथीदार यांनी स्वबळावर मोठ्या हिकमतीने हा आग्र्याहून सुटकेचा बेत रचला व ते त्यात यशस्वी झाले असाच निष्कर्ष काढावा लागेल. याबाबतीत त्यांनी केलेले प्रयत्न लक्षात घेतले म्हणजे 'सुटकेला कारणीभूत कोण ?' या समस्येचा नीट उलगडा होईल.

१) मोगल दरबारात जे पक्षभेद, मतमतांतरे होती त्या परिस्थितीचा फायदा उठवून शिवाजीराजाने आपल्या नेक वर्तनाने जाफरखान, जहानारा बेगम, बक्षी इत्यादी प्रभावी मानकऱ्यांची सहानुभूती संपादन केली असणार.

२) आपल्या औदार्याने आणि राजेशाही थाटाने त्यांनी स्थानिक लोकांची मनेही जिंकून घेतली असणार.

३) आपल्या साथीदारांच्या मार्फत आणि विशेषत: कवींद्र परमानंदांमार्फत त्यांनी प्रामुख्याने रजपूत समाजात आपल्याविषयी सद्भावना निर्माण होईल अशी माहिती प्रचलित करण्याचा हेतुपुरस्सर प्रयत्न केला असणार.

४) राजावर नजर ठेवण्यासाठी जे हिंदू-मुसलमान रक्षक नेमले होते त्यांना मुक्तपणे आणि मोठ्या औदार्याने बक्षिसी देऊन त्यांची मते आपल्याकडे वळवून घेतली असणार आणि परिणामी या रक्षकांनी आपला बंदोबस्त योग्यवेळी काहीसा सैल केला असणार.

५) मोगली दरबारातील घटना जाणून घेण्यासाठी राजाने स्वत:चे गुप्तहेर पेरले होते.

६) आग्र्यास येताना आपल्याबरोबर आलेल्या सेनापथकाला त्यांनी जून १६६६ मध्येच, म्हणजे प्रयाणापूर्वी दोन महिने, मायदेशी परत जाण्याचा निरोप दिला होता. हे सैनिक स्वगृही परत न जाता, जागोजागी लपून छपून राहिले असणार आणि शिवाजीराजांच्या परतीच्या मार्गावर ते लक्ष ठेवून राहिले असणार.

थोडक्यात इतर कोणत्याही कारणांपेक्षा शिवाजीराजांचे चातुर्य हेच त्यांच्या सुटकेला प्रामुख्याने कारणीभूत ठरले होते असे मानणे संयुक्तिक ठरेल.

वंग इतिहासकार जदुनाथ सरकार म्हणतात की, शिवाजीराजाची आग्र्याहून सुटका ही संपूर्णतया कल्पनातीत साधनांनी संपादन केलेली घटना होती. औरंगजेब आपल्या मृत्युपत्रात म्हणतो, ''केवळ निष्काळजीपणामुळे त्या शिवाजीराजाने आपली सुटका करून घेतल्याने मला माझ्या या अखेरच्या काळात अशा अस्वस्थ करणाऱ्या मोहिमांत (दक्षिणेकडील) गुंतून राहावे लागले.'' (सरकार 'शिवाजी' पृ. १३९ आणि १५४)

टीप : प्रस्तुत शोध निबंध हा प्रामुख्याने बिकानेर येथील राजस्थानातील काही अप्रकाशित ऐतिहासिक दस्तऐवज आणि जदुनाथ सरकार आणि रघुवीर सिंह यांनी संपादित केलेल्या राजस्थानी पुराभिलेख - Shivaji's visit to Aurangzeb at Agra, Calcutta, 1963 यावर आधारित आहे. या दोन्ही साधनांचे संक्षेप अनुक्रम बिकानेर आणि आग्राभेट असे आवश्यक तेथे कंसात केले आहेत. याखेरीज वापरलेल्या दुय्यम साधनांचा आवश्यक तेथे उल्लेख केला आहे.

दुय्यम साधने :

१) Scott Waring : History of the Marathas
London 1810 (संक्षेप स्कॉट)

२) Grant Duff : A History of the Mahrattas
Ed. S.H. Edwardes, OUP,
London 6th Ed. 1921 (संक्षेप ग्रँट डफ)

३) Jadunath Sarkar : Shivaji and his Times
6th Ed. Calcutta, 1961 (संक्षेप : सरकार)

४) Sardesai G.S. : New History of the Marathas Vol I,
Phoenix Mumbai, 1957 (संक्षेप : सरदेसाई)

५) कृष्णाजी अनंत सभासद विचरित छत्रपति श्री शिवाजी राजे यांची बखर सं. शं. ना. जोशी, चित्रशाळा, पुणे १९६० संक्षेप (सभासद).

❑❑❑

प्रकरण - ७

कुलकर्णीवतन – एक अनिवार्य सामाजिक संकट (ऐतिहासिक सर्वेक्षण)

गावची वसाहत आणि कारभार :

"जिच्याभोवती कीर्दसार वहितीला योग्य जमीन आहे आणि जिच्यामध्ये मातबर शेतकरी व पुष्कळसे मजूर आहेत अशा वस्तीला गाव म्हणतात" अशी गावाची व्याख्या पुराणाचा आधार घेऊन 'गावगाडा' या ग्रंथाचे कर्ते कै. त्रिं. ना. आत्रे यांनी केली आहे (आत्रे पृ. १). ग्राम या संस्कृत शब्दाचा अर्थ समूह असा आहे आणि त्याचा पर्यायी 'गाव' या शब्दाचा अर्थ शेतीधारकांच्या कुटुंबाचा समूह असा आहे. मोनियर विल्यम्स या प्रसिद्ध प्राच्यविद्या पंडिताने भारतीय गावाचे यथार्थ वर्णन केले आहे. तो म्हणतो, "गाव म्हणजे सुमारे तीन ते चार चौरस अथवा अधिक मैलांचा प्रदेश असून त्याची सार्वजनिक हिताच्या दृष्टीने निरनिराळ्या व्यवसायात काळजीपूर्वक विभागणी केलेली असते, तसेच प्रत्येक कुटुंबाची परस्परावर अवलंबित अशी एकत्र गुंफण केलेली असते आणि गावाच्या कामात राजकीय स्वातंत्र्य आणि स्वायत्तता यांची तरतूद केलेली असते (रोनाल्ड, पृ. १३).

गावाची वसाहत, निरनिराळ्या म्हणजे - राजकीय, आर्थिक, सामाजिक उद्देशाने अनादिकालापासून होत असल्याचे संदर्भ आढळतात. प्राचीन कालात जमीन विपुल प्रमाणात उपलब्ध असल्याने जंगलाची साफसुफी करून हिंस्र प्राण्यांचा बंदोबस्त करून ती पेरणीस आणि वसाहतीस योग्य अशी तयार करणाऱ्या व्यक्तीस सरकारातून दान केली जात असे, आणि त्यातूनच गावाची निर्मिती होत असे. पेरणीस योग्य अशा जमिनीस 'काळी आई' आणि लोकवस्तीच्या जमिनीस 'पांढरी आई' असे म्हणत. 'काळीवर पांढरी रचली' असा उल्लेख मराठी कागदपत्रातून आढळतो. कोकणातील मुरूड या गावची वसाहत कशी झाली याची हकीकत मुरूडच्या वैशंपायन या धर्माधिकाऱ्याच्या घरी मिळालेल्या एका कागदाच्या आधारे विश्वनाथ नारायण मंडलिक यांनी दिली आहे ती बरीच उद्बोधक आहे. पूर्वी मुरूडची भूमी जंगलव्याप्त होती आणि शेजारच्या आसूड या गावचे लोक त्या भूमीचा उपयोग स्मशानासारखा करीत म्हणून त्या भूमीला 'रुद्रभूमी' म्हणत. त्या भूमीवर गंगाधर भट, पद्माकर भट आणि वैशंपायन

यांनी आसूड गावच्या प्रमुख नागरिकांच्या मदतीने तेथील जमीनदाराकडून ती भूमी दान म्हणून मिळविली आणि तेथे 'मुरूड' गाव वसविला (पहा. अ. रा. कुलकर्णी, 'मिडिवल महाराष्ट्र', दिल्ली, १९९६ पत्र ३८-४०). निरनिराळ्या व्यवसायिकांना तेथे आणून त्यांची राहण्याची सोय केली. मंदिरासाठी अगदी मुसलमानांच्या 'शून्यालया'साठी म्हणजे मशिदीसाठीही जागा नेमून दिली.

मध्ययुगीन महाराष्ट्रातील खेड्यांची बांधणी पद्धतशीरपणे केली जात असे. ग्रामीण समाजाची रचना जमिनीच्या मालकीच्या आधारे केली जात असे. ज्यांनी गावच्या वसाहतीच्या कामात पुढाकार घेतला होता त्यांना वतनदार म्हणत आणि गावच्या जमिनीचा बराच भाग त्यांच्या मालकीचा असे. वंशपरंपरेने जमीन कसणाऱ्या जमीनधारकांना 'मिरासदार' म्हणत आणि गावकऱ्यांना शेतीव्यवसायाच्या संदर्भात लागणाऱ्या आवश्यक त्या सेवा पुरविण्याचे काम करीत त्यांना 'बलुतेदार' म्हणत. याखेरीज अन्य कामासाठी ज्या लोकांची गावकरी मदत घेत त्यांना 'उपरी' म्हणत. थोडक्यात वतनदार, मिरासदार, बलुतेदार आणि उपरी ही गावगाड्याची चार चाके होती आणि त्याच्या आधारे गावगाड्याचा दैनंदिन व्यवहार चालत असे. गावच्या मूळ रहिवाशांना 'देशक' म्हणत. गावाच्या हितासाठी त्यांना ठराविक कामे बांधून दिली जात होती व त्यासाठी गावाकडून त्यांना आवश्यक ती निर्वाहाची साधने हक्कांच्या रूपाने मिळत असत.

सामान्यत:, गावात चार प्रकारच्या सत्तांचा अधिकार चालत असे. पहिली दिवाण सत्ता यात हवालदार, कारकून इत्यादी राज्याधिकारी असत. ती अशाश्वस्त स्वरूपाची असे. दुसरी सत्ता म्हणजे देशसत्ता अथवा ग्रामाधिकाऱ्यांची सत्ता. यात देशमुख, देशपांडे, पाटील, कुलकर्णी या वतनदारांचा समावेश असून ती शाश्वत स्वरूपाची आणि अत्यंत महत्त्वाची सत्ता असे. तिसरी सत्ता म्हणजे धर्मसत्ता अथवा ज्ञातिसत्ता. ही जातिधर्माचे व्यवहार पाहत असे आणि चौथी सत्ता म्हणजे व्यापारी सत्ता. याला सत्ताचतुष्ट्य म्हणत आणि आपला कारभार ते स्वतंत्रपणे कोणताही हस्तक्षेप न मानता करीत असत.

गावच्या वतनदारांत, पाटील आणि कुलकर्णी हे प्रमुख असत, तर अनेक गावांचा मिळून होणाऱ्या परगण्याचे वतनदार म्हणजे देशमुख आणि देशपांडे होत. गाव कामासाठी या वतनदारांना सारा मुक्त वंशपरंपरेने चालणारी जी जमीन दिली जात असे तिला 'वतन' म्हणत. नोकरीच्या मोबदल्यात ही जमीन मिळत असल्याने तिचा उल्लेख 'चाकरी वतन' असाही केला जात असे. जमिनीखेरीज या गावकामगारांना काही अन्य प्रकारे मोबदला मिळत असे. त्याला 'हकलाजिमा' म्हणत. जमिनीची वंशपरंपरागत मालकी सरकारकडून एका 'सनदे'च्या द्वारे मिळत असे. या सनदेत वतनी जमिनीचे क्षेत्रफळ आणि 'हकलाजिमा'

यांची नोंद केलेली असे. मध्ययुगात महाराष्ट्रावर मुसलमानी राजवट असल्याने त्यांनी रूढ केलेल्या बऱ्याचशा अरबी-फार्सी संज्ञा मराठ्यांच्या प्रशासन व्यवस्थेतही आल्या आहेत.

पाटील ज्याचा उल्लेख ग्रामणी अथवा ग्रामगोपक असा केला जातो तो गावचा प्रमुख वतनदार होय. नाकीर्दी जमीन कीर्दीस आणणे म्हणजे पडजमीन लागवडीखाली आणणे आणि लावणी संचणीच्या कामावर देखरेख ठेवणे ही त्याची जबाबदारी असे. त्याचा जमिनीच्या मशागतीशी असा निकटचा संबंध असल्याने त्याच्या अधिकाराचा शिक्का 'नांगर' हाच कागदपत्रावर दाखविलेला असे. सरकारी धोरणांची आणि स्थानिक पातळीवर ग्रामपंचायतीने घेतलेल्या निर्णयाची अंमलबजावणी करणे ही कामे देखील पाटलाच्या पुढाकाराने केली जात.

कुलकर्णी पदाची निर्मिती गावच्या वसाहतीच्या काळापासूनच झाली असावी. गावची वसाहत करणे म्हणजे त्या हद्दीतील जमीन रहिवाशांना मालकी हक्काने देणे क्रमप्राप्त होते. अशा जमीनधारकांना मिरासदार म्हणत. अशा या जमीनवाटपाची नोंद ठेवणे आवश्यक होते. त्यामुळे एका दप्तरदाराची नेमणूक करणे आवश्यक होते. या दफ्तरदाराचा संबंध प्रामुख्याने 'कुळ' म्हणजे जमीन कसणारा याच्याशी येत असल्याने त्या अधिकाऱ्याला 'कुलकर्णी' म्हणून संबोधिले जाऊ लागले. 'कुळ' हा शब्द कानडी असून त्याचा अर्थ जमीन कसणारा असा आहे. 'कुळवार' म्हणजे कुळाची नोंद आणि ती करणारा लेखनिक तो 'कुळकर्णी' म्हणून ओळखला जाऊ लागला.

राज्याच्या जमिनीसंबंधीचा अधिकारी म्हणून कुळकर्णी पदाची प्राचीनता इ.स.च्या पाचव्या शतकापर्यंत (गुप्तकाळ) मागे नेता येते. गुप्त सम्राट बुधगुप्त (इ. स. ४७६-७७ ते ५१०-१०) याच्या काळातील दामोदरपूरच्या (बंगाल) इ.स. ४८२च्या ताम्रपटात 'अष्टकुलाधिकरण' असा उल्लेख जमिनीसंबंधीच्या व्यवहाराच्या संदर्भात येतो. प्राचीन काळातील 'कुलाधिकरण' म्हणजेच अर्वाचीन काळातील 'कुलकर्णी' असे म्हणता येईल (हरिपाद चक्रवोर्ती – India as reflected in the inscriptions of the Gupta Period दिल्ली १९७८ पृ. ५५).

हे पद प्रारंभीच्या काळात प्रामुख्याने ब्राह्मणाकडे विशेषत: देशस्थ ब्राह्मणाकडे असे. कारण लिखापढीचे काम केवळ याच समाजातील लोक करीत असत. कालांतराने कुळकर्ण वतन वंशपरंपरा बनले. हे काम नंतरच्या काळात सारस्वत ब्राह्मण, लिंगायत, मुसलमान व्यक्तींकडेही गेल्याचे आढळते. कुलकर्णी गावकामगाराला आपल्या नित्याच्या कामाबरोबर प्रसंगी खेड्यातील जोशी अथवा ज्योतिषी मंडळी जी धार्मिक

कार्ये करीत तीही करावी लागत. गावकऱ्यांना पंचाग वाचून दाखविणे, लावणी, संचणी आणि इतर धार्मिक कामांसाठी शुभ दिवस, मुहूर्त काढून देणे, सणवार, एकादशी, संकष्टी, महाशिवरात्र इत्यादी व्रतांची तिथी सांगणे इत्यादी कामे ग्रामजोशीला रयतेसाठी करावी लागत. मार्क्सने अशा ब्राह्मणांचा उल्लेख 'कॅलेंडर ब्राहमिन' असा केला आहे. या गावच्या कामासाठी त्याला वतनी जमीन मिळत असे. काही वेळा गावची ही कामे एकच व्यक्ती करीत असल्याने कुळकर्णवतन आणि ज्योतिषी वतन हे त्याच्याकडे असे. त्यामुळे साहजिकच कुळकर्ण पदाला गावात महत्त्वाचे स्थान प्राप्त झाले व सारी रयत त्याच्या कृपाछत्राखाली आली.

'कुळकर्ण पद' हे केव्हा अस्तित्वात आले हे निश्चितपणे सांगता येत नसले तरी इसवीसनाच्या १३व्या शतकापासून ते प्रचलित असल्याचा पुरावा आढळतो. इसवीसन १२१२ सालच्या सोलापूर जिल्ह्यातील मार्डी गावच्या शिलालेखात धोयीपय्या नायक या व्यक्तीचा कुळकर्णी असा उल्लेख आढळतो. संतश्रेष्ठ ज्ञानेश्वर यांच्या आईचे वडील सिधोपंत हे आळंदीचे (पुणे जिल्हा) कुळकर्णी होते हे सर्वश्रुत आहे. तसेच शिवकालात सिद्ध झालेल्या रघुनाथ हणमंते यांच्या राजव्यवहार कोशात 'कुळकर्णी' हा शब्द ग्रामलेखी याचा पर्यायी शब्द म्हणून दिला आहे. १७व्या शतकातील 'विश्वगुणादर्शचंपू' या संस्कृत काव्यात 'ग्रामलेखी'चा उल्लेख असून गावचा जमाखर्च ठेवणे हे त्याचे मुख्य काम होते असे म्हटले आहे. हा 'ग्रामलेखी' म्हणजे 'कुळकर्णी'च होय.

कुळकर्णीचा उल्लेख अनेकवेळा 'गांव कुलकर्णी' आणि त्याला मिळणाऱ्या वतनाचा उल्लेख 'लेखनवृत्ती' असा केला जात असे. 'ग्रामलेखी' या नात्याने त्याला गावातील प्रत्येक जमीनधारकाकडे असलेल्या जमिनीचे क्षेत्र, त्याची 'अव्वल' (प्रथम दर्जा) 'दूम' (दुसरा) आणि सीम (तिसरा) अशी प्रतवार विभागणी, प्रत्येक गावाकडून अपेक्षित वसुलीचा अंदाज, गतसालची काही तूट आहे का याचा तपशील त्याला गावच्या दफ्तरात नोंदवावा लागत असे. गावचे दफ्तर व्यवस्थित ठेवणे हे त्याचे मुख्य काम होते. याखेरीज गावातील गुरांची संख्या, लोकसंख्या, उद्योगधंदे पंचायतीच्या कामाचा तपशील, गावकऱ्यांचे जमिनीसंबंधीचे सर्व कागदपत्र इत्यादी कामे त्याला करावी लागत. 'पाटील कुलकर्णी' ज्या ठिकाणी आपले काम करीत त्याला 'चावडी' अथवा 'सरकार वाडा' असे म्हणत.

उपलब्ध कागदपत्रावरून असे दिसते की प्रत्येक गावाला एक पाटील निश्चितपणे असे, पण प्रत्येक ठिकाणी 'स्वतंत्र' एक कुलकर्णी असेलच असे नाही. याचे प्रमुख कारण म्हणजे कारकुनी काम करणारी आवश्यक तेवढी माणसे त्या काळात मिळत

नसावीत किंवा प्रत्येक गावात एका व्यक्तीला पुरेसे 'कुलकर्णी' काम नसल्याने एकच कुलकर्णी दोन तीन गावांचे काम करीत असावा. उदाहरणार्थ विनायक भट ठकार हा प्रामुख्याने पुणे परगण्यातील 'पर्वती'चा कुलकर्णी होता, पण त्याच्याकडे याखेरीज सुमारे ११ गावाचे 'कुळकर्ण' आणि ज्योतिषी वतन होते. या जादा कामासाठी त्याने आपले 'मुतालिक' अथवा प्रतिनिधी काही ठिकाणी नेमले होते.

(शि.च.सा. खंड १ क्र. २८ सन १६२७ पृ. ५१)

कुलकर्ण्याकडून प्रसंगी शेतकऱ्यांची फसवणूक होत असल्याची उदाहरणेही आढळतात. संगमनेरच्या एका अप्रामाणिक कुलकर्ण्याने एका शेतकऱ्याकडून वाजवीपेक्षा जास्त सारा वसूल करून वरची रक्कम स्वत:कडे ठेवली. रयतेने ठाणेदाराकडे केलेल्या तक्रारीत म्हटले आहे, ''कृष्णाजी नरसिंह कुलकर्ण सिरजोरीने करितो प्रजावरी लाइनी काहाडून फाजील नख्त घेऊन जातो येणे करून प्रजा रंजीस होताती, कुले गयाल (घायाळ) होताती ना (नफर= माणूस) मजकूर काही मिरासीदार नव्हे गैरमिरासी होऊन कुलकर्ण करितो व मसाहती (लागवडीची) सेती बेरीज आहे ते एक आणि गावात येऊन बेरीज आणिक (अधिक) करतो प्रजेस तेच वख्ती (वेळी) रोखा (पावती) लिहून देत नाही, कारकुना सी सांगितले तरी सरंजामी करीत नाहीत रयतेची फाजील (जादा) तहसील (वसूल) कृष्णाजीने नेली आहे ते देविली पाहिजे व कृष्णाजीने रयेत खुशनद () नाही.'' (शि. च. सा. खंड ३ ले ४७०) या पत्रावरून कुलकर्ण्याच्या विशेषत: त्याने नेमलेल्या मुतालिकाच्या (गैरमिरासी) गैरव्यवहाराची कल्पना येते. त्याचबरोबर रयतेची जागरूकताही दिसून येते.

दुसऱ्या एका पत्रावरून असे दिसून येते की ठाणेदाराने या तक्रारीची तात्काळ नोंद घेऊन कृष्णाजी नरसिंह याला कामावरून दूर केल्याचे दिसते. त्या गावचा मूळ कुलकर्णी पंताजी रखमानंद हा होता आणि कृष्णाजी नरसिंह हा त्याचा यार्दी अथवा मुतालिक म्हणून काम पहात होता. मिरासदार कुलकर्ण्याच्या बाजूने सारी रयत उभी राहिली आणि चौकशी अंती ठाणेदाराने कृष्णाजीला शासन केले. (शि.च.सा. खंड ले ४७१ सन १६१८)

चेऊलचा कुलकर्णी आपली कामे योग्यरीत्या करीत नाही असे लक्षात आल्यावर शिवाजीराजाने त्याची चांगलीच कानउघाडणी केली होती. (शि.प. सा. सं खं.३ ले. २६१०)

वस्तुत: गावचा सर्वेसर्वा अधिकारी म्हणजे पाटील. कुलकर्णी हा दुय्यम दर्जाचा अधिकारी. पाटलाच्या हुकमांची अंमलबजावणी करणे हे त्याचे कर्तव्य होते. असे

असले तरी गावच्या आर्थिक व्यवहाराचे दफ्तर कुलकर्ण्याकडे असल्याने पाटलाला अनेक वेळा कुलकर्ण्याच्या सल्ल्याने निर्णय घ्यावे लागत. एखादा चलाख कुलकर्णी पाटलाला मागे सारून, गावचा सारा कारभार स्वत:च्या हाती घेत असे. राहते (संगमनेर तालुका) या गावच्या पाटलाने स्पष्ट कबुली दिली आहे की 'आपण नावचे पटील, गावात कारभार कुलकर्ण्याचा मोकादमास मागे घालून सिरजोरीने अंमल करितो.'' (शि.च. स. ३ : ४७१).

'कुलकर्णी' हे मुळात वंश पारंपरिक नव्हते. पण कालांतराने ते पारंपरिक झाले असावे. कदाचित् कुलकर्णकाम करण्यासाठी आवश्यकती अर्हता असलेली माणसे उपलब्ध नसल्याने अशा व्यक्तींना आकर्षित करण्यासाठी म्हणून ही वंशपरंपरा वतनाची निर्मिती झाली असावी. त्यामुळे गावातील ब्राह्मण कुटुंबाची आपल्या घराण्यातील हिशेबाच्या कामात तरबेज असलेल्या एका व्यक्तीला गावच्या कुलकर्णपणाचे काम करण्यास देणे ही नैतिक जबाबदारी मानली जात असे. वतनाचा असा हा व्यावहारिक फायदा लक्षात घेऊनच कुलकर्णी वतन हे वंशपरंपरागत केले असावे.

आपले गाव कामगार कोण असावेत याचा निर्णय सामान्यत: ग्रामीण समाज घेत असे. त्याची नेमणूक ही गावकऱ्यांच्या संमतीनंतरच निश्चित केली जाई. एखाद्या कुलकर्णी वतनदाराचे घराणे निर्वंश झाले असेल तर त्याच्या जागी ग्रामपंचायत एका मुतालिकाची हंगामी स्वरूपाची नेमणूक करीत असे आणि नंतर लायक इसमाची निवड करून वतनदार कुलकर्णीची नेमणूक केली जात असे. एखादा होतकरू इसम कुलकर्णपणाचे कामा आपणहून पुढे येत असेल तर गावकरी त्याला ते विकतही देत असत. काही वेळा असे ही घडत असे की एखाद्या गावाचे रिक्त कुलकर्णी पद किफायतशीर असेल तर एखादी व्यक्ती गावकऱ्यांना आपणहून योग्य तो मोबदला ज्याला 'शेरणी' म्हणत, देऊन ते पद स्वीकारीत असे. परंतु १७व्या शतकात योग्य व्यक्तीचा तुटवडा असल्याने कुलकर्णपदासाठी शेरणी अथवा किंमत मोजणाऱ्या व्यक्ती क्वचितच आढळत असत.

वंशपरंपरा चालत आलेले कुलकर्णी वतन हे सामान्यत: त्या घराण्यातील कोणाही व्यक्तीला ते विकता येत नसे. तसे करण्याची पाळी एखाद्या व्यक्तीवर आलीच तर त्यासाठी त्याला ग्रामस्थांची संमती घ्यावी लागे. असा सर्वसामान्य दंडक असला तरी कागदोपत्री अशी काही उदाहरणे आढळतात की एखादा कुलकर्णी आपली आर्थिक गरज भागविण्यासाठी आपले संपूर्ण वतन अथवा त्यापासून मिळणारे 'हक्क' विकतो अथवा ते गहाण टाकून भारी व्याजदराने कर्ज काढतो. उदाहरणार्थ खंडेराव तिमाजी या सुपे

परगण्यातील एका गाव कुलकर्ण्याने आपले वतन केवळ २५ होनास (होन हे सोन्याचे नाणे - त्याची किंमत ३ १/२ ते ३ ३/४ रुपये) आपल्या कुटुंबीयांवर आलेली उपासमारी टाळण्यासाठी विकले आणि तो परागंदा झाला, कालांतराने त्याची परिस्थिती जेव्हा पूर्वपदावर आली तेव्हा तो आपल्या गावी परत आला आणि ज्याला ती जमीन विकली होती त्याच्याकडे तो तिची परत मागणी करू लागला. तेव्हा सरकारने त्याच्या मागणीचा सहानुभूतीपूर्वक विचार करून आर्थिक व्यवहार सामोपचाराने मिटवून देशसत्तेच्या ठरावानुसार तिमाजीला त्याचे कुलकर्णी आणि ज्योतिषी वतन १६५५ साली परत केले. यावरून शिवकाळात वंशपरंपरागत वतनाला संरक्षण कसे दिले जात होते याची कल्पना येते. (शि. च. सा. खंड ले १४० ता. ७-१२-१६५५).

एका कुलकर्ण्याने सावकाराकडून १५० होन, दरवर्षी २५ होन याप्रमाणे ६ वर्षात परत करण्याच्या बोलीने कर्जाऊ घेतले आणि या कर्जाच्या व्याजापोटी आपले कुलकर्णी आणि ज्योतिषी वतन हकलाजिमासह कायमचे त्याला देऊन टाकले. या व्यवहारामागची त्याची भूमिका अशी की आपण दरमहा कमीतकमी ४ टक्के व्याजाने हे कर्ज काढले असले तरी व्याजापोटी त्याला फार मोठी रक्कम मोजावी लागली असती आणि म्हणून त्याने आपल्या वतनाचा निम्मा भाग स्वखुषीने सोडून दिला. (शि.च.सा. खंड १३२ ता. १३ मे १६७१)

शिवकालीन वतन हा बहुमोलाचा हक्क मानला जात असल्यामुळे वतनासाठी समाजात नेहमीच भांडणे होत. वतनासंबंधीचे दीर्घकाळ चालणारे न्यायालयातील खटले, गावातील सततचे तंटे, हिंसाचार, खून, दरोडे, फसवणूक इत्यादी घटनांचे अनेक दाखले आपल्याला १७व्या शतकातील असंख्य ऐतिहासिक कागदपत्रे आणि राजवाड्यांनी प्रसिद्ध केलेल्या 'मराठ्यांच्या इतिहासाची साधने' या खंडात आढळतात.

कुलकर्णी वतन याला काही अपवाद नव्हते. मलिक अंबरच्या पूर्वीच्या काळापासूनचे १६व्या १७व्या शतकातील नागोठाणे, चौल, संगमनेर इत्यादी गावातील कुलकर्णी वतनाच्या कागदपत्रावरून, कुलकर्णी कुटुंबातील वतनाच्या भांडणासंबंधीचे अनेक तपशील आपल्याला आढळतात. त्यावरून वतन हा किती तापदायक प्रकार होता याची कल्पना येते. (शि.च.सा. खंड ३ पृ. २४-३, पृ. ७५-८२)

वतनाचे तंटे सामान्यत: गावच्या गोतसभेत रूढी अथवा धर्मसभांच्या निर्णयांच्या आधारे मिटविले जात. उदाहरणार्थ मांडके नावाच्या एका गृहस्थाने आपले कुलकर्ण आणि ज्योतिषी वतन पानसे याला विकले होते. कालांतराने मांडके कुटुंबातील एका व्यक्तीने पानसे कुटुंबाकडे हे वतन परत करण्याची मागणी केली. परंतु धर्मशास्त्राचा

आधार घेऊन असा निर्णय देण्यात आला की, एखाद्या व्यक्तीचा त्या जमिनीशी साठ वर्षाहून अधिक वर्षे काही संबंध नसेल तर त्याला त्यावर अधिकार सांगण्याचा हक्क नाही. पानसे यांच्याकडे ती वतनी जमीन १०१ वर्षाहून अधिक काळपर्यंत होती. वतनांच्या हक्कासंबंधीचे खरेखोटेपणाचे तंटे काही वेळा रूढीप्रमाणे 'दिव्य' करण्याच्या अटीवरही सोडविले जात. पण अशा दिव्यातून जाण्यास पानसे तयार नव्हता. या सर्व गोष्टींचा विचार करून मांडके हा एका खोट्या बाबीसाठी विनाकारण भांडत आहे असा ठराव करून ग्रामस्थांनी त्याची तक्रार रद्दबादल ठरविली. (पेशवाईतील न्यायदान पृ. २०-२३)

मुसलमानी अंमलापासून चालत आलेल्या वतनाचे जुने दस्तऐवज - ब्राह्मण-गावच्या एका कुलकर्ण्याने उपाध्ये नावाच्या आपल्या एका मित्राकडे सुरक्षित राहावेत म्हणून ठेवले होते. परंतु बाळाजीपंत नावाच्या एका अन्य गृहस्थाने ते उपाध्यांच्या घरातून चोरले आणि आपणच ब्राह्मणगावचा खरा कुलकर्णी आहे असे जाहीर केले. पण कागदपत्रांची कसून छाननी केल्यानंतर बाळाजीपंतांचा दावा सबळ पुराव्याच्या अभावी फेटाळण्यात आला.

तेलकुंड गावच्या कुलकर्ण वतनासंबंधी दोन भावात तंटा निर्माण झाला आणि जो कुलकर्णीपणाचे काम पाहात होता त्याच्यावर हल्ला करण्यात आला. त्याने या संदर्भात प्रतिपक्षाविरुद्ध तक्रार नोंदविली. यावर ग्रामपंचायतीने हल्लेखोर भावाला 'दिव्य' करण्यास सांगितले. परंतु तसे करण्यास तो कबूल झाला नाही; म्हणून त्याचा दावा अवलिंबे काढून टाकण्यात आला. दाव्याचा निकाल शक्यतो लांबणीवर टाकण्याची प्रथा त्या काळात सर्रास रूढ झाली होती. त्यामुळे विशेषत: वतनासंबंधीचे दावे पिढ्यान्‌पिढ्या निकालात लागत नसत. (पेशवेकालीन न्यायव्यवस्था २२-२५)

'वतन' हा शब्द अरबी आहे. मध्ययुगात सरकाराकडून सनदेने एखाद्या व्यक्तीला काही विशिष्ट कारणासाठी वंशपरंपरागत जमिनीचे मालकीहक्क दिले जात त्यास 'वतन' म्हणत. मध्ययुगात असा एक अलिखित नियम अथवा संकेत होता की वतनदाराने आपले वतन विकू नये आणि कोणी ते विकत घेऊ नये. परंतु प्रत्यक्षात हा संकेत नेहमी पाळला जात होता असे दिसत नाही. शिवाजीराजाने वतनदाराविषयी जे कडक धोरण स्वीकारले होते ते प्रामुख्याने परगण्याचे वतनदार म्हणजे देशमुख-देशपांडे या मोठ्या वतनदारांना लागू होते. कारण ते स्वत:ला आपल्या मुलखाचे राजे समजत आणि स्वतंत्रपणे कारभार करीत. गावच्या वतनदारांच्या बाबतीत मात्र काहीसे सवलतीचे धोरण स्वीकारले जात होते. शिवाजी राजाने गावच्या वतनदारांना पूर्ण संरक्षण दिले होते. कारण राज्याच्या विकासासाठी लागणारे आवश्यक ते अर्थार्जन संपादनासाठी गावकामगारांची सेवाचाकरी

महत्त्वाची होती. सरकार मुसलमानांचे असो अथवा मराठ्यांचे असो, गावच्या दैनंदिन व्यवहारात फारसा सरकारी हस्तक्षेप केला जात नसे. १९व्या शतकात ब्रिटिशांनी जेव्हा मराठ्यांचे राज्य जिंकून घेतले तेव्हा त्यांनी सुद्धा मराठी अमलात जी ग्रामप्रशासनाची व्यवस्था रूढ होती ती तशीच चालू ठेवली होती. वंशपरंपरागत कुलकर्णी वतन हे स्वातंत्र्य काळातच खालसा करण्यात आले.

कुलकर्ण्यांच्या उत्पन्नाची साधने :

वतनी जमीन कुलकर्ण्याला त्याच्या चाकरीसाठी म्हणून सारामुक्त स्वरूपात वंशपरंपरेने सरकारातून मिळत. पण त्याचबरोबर गावच्या वतनदार आणि इतर सेवकांच्या योगक्षेमाची व्यवस्था प्रामुख्याने गावकरी आपल्या शेतीच्या उत्पन्नाचा काही भाग देऊन करीत असत. वतनदाराला जी सनद दिली जात असे त्यात गावकऱ्यांकडून त्याला कोणते हक्क वसूल करता येतील याचा तपशील दिलेला असे. या हक्कांवरून काहीवेळा ग्रामस्थांमध्ये नाराजी निर्माण होत असे. या हक्कांची वसुली दोन प्रकारे केली जात असे, पैशाच्या रूपाने जी वसुली केली त्याला 'नक्त' म्हणत आणि वस्तूच्या अथवा धान्याच्या रूपाने केली जात असे त्याला 'गला' म्हणत. सनदेत याचा उल्लेख 'हकलाजिमा' असा केला जातो. 'नक्त'वसुलीमध्ये मुशाहिरा, कागदबाब अथवा 'सादिलवार' या बाबी येत आणि त्यातून मिळणाऱ्या पैशातून तो चावडीचा खर्च भागवीत असे. 'गला' म्हणजे शेतकऱ्याकडून लागवडीखाली प्रत्येक चावर (१२० बिघे) जमिनीतील पिकाचा काही भाग अथवा १ खंडी (२० मण) धान्याचा काही भाग येत असे. याखेरीज 'पाडेवारी' अथवा 'राबता महार' याची मोफत सेवा शेतातील उभ्या पिकाच्या दोन उत्तम सरींचे (ओळी) पीक, लोणी विक्र्याकडून तूप, वेठबेगार अथवा मोफत सेवा चाकरी, 'घुगरी' म्हणजे सुगीच्या वेळी घ्यावयाचा धान्याचा काही हिस्सा, 'वानवळा' म्हणजे व्यापाऱ्याकडून 'वानगी' (नमुना) दाखल घ्यावयाचे धान्य अथवा फळे, इत्यादी हक्क कुलकर्णीला दिलेले होते. हे हक्क सर्वत्र सारखेच नसत. गावागावातून त्यांचे प्रमाण भिन्न भिन्न असे, आणि हे परंपरेने अथवा रूढीने ठरविलेले असे. पण यापासून वतनदारांना मग ते गावचे असोत अथवा परगण्याचे असोत, बऱ्यापैकी कमाई होत असावी.

ब्रिटिश काळातील कुळकर्णवतन :

मराठ्यांच्या अमलाखाली अथवा वर्चस्वाखाली असलेल्या भारत या उपखंडातील बहुतेक सर्व मुलुख ब्रिटिशांनी १९व्या शतकाच्या प्रारंभी जिंकून घेऊन काही छोटी छोटी संस्थाने वगळता, आपले वर्चस्व प्रस्थापित केले होते. माऊंट स्टुअर्ट एलफिन्स्टन (१७७९-१८५९) या ब्रिटिश कंपनीच्या प्रशासकाने रेसिडेंट या नात्याने केवळ मराठ्यांची सत्ता नष्ट करण्यात पुढाकारच घेतला असे नाही तर पेशव्यांकडून जिंकलेला

मुलुख पद्धतशीरपणे मुंबई ईलाख्याचा एक अविभाज्य घटक बनविला. रेसिडेंट, दख्खनचा कमिशनर आणि नंतर मुंबई ईलाख्याचा गव्हर्नर या नात्याने ब्रिटिशांची राजवट या प्रारंभीच्या काळात दृढपणे रूजविण्याच्या कामी एलफिन्स्टनने फार मोठी कामगिरी बजावली होती.

आपल्या सरकारबद्दल लोकमत अनुकूल बनविणे हे या नव्या विदेशी राजवटीच्या धोरणाचे प्रारंभीच्या काळात मुख्य सूत्र होते. हे नवे धोरण कसे असावे यासंबंधी त्यावेळी निरनिराळे विचार चर्चेसाठी पुढे येऊ लागले. ख्रिश्चन धर्म प्रसाराचे काम करणारे पाद्री (मिशनरी) लोकांना असे वाटत होते की भारत देश सुधारावयाचा असेल तर प्रथम हिंदु धर्मीयांना मोठ्या प्रमाणावर ख्रिश्चन धर्माची दीक्षा दिली पाहिजे. साम्राज्यवादी तत्त्वप्रणालीच्या पुरस्कर्त्यांना ब्रिटिशांच्या प्रस्थापित राज्यपद्धतीची बीजे या देशात रुजविली म्हणजेच तो सुसंस्कृत बनेल असे वाटत होते. उदारमतवादी अथवा उपयुक्ततावादी (Utilitarians) मतप्रणालीच्या विचारवंतांच्या मते, विवेकी अथवा बुद्धिवादी विचारसरणीवर आधारित अनेक सुधारणांचे युग भारतात सुरू झाल्यास भारताच्या सामाजिक आणि राजकीय व्यवस्थेत झपाट्याने आमूलाग्र बदल घडून येतील. सनातनी मताच्या पुढाऱ्यांना असे वाटत होते की सुधारणा अशा घाईगर्दीने सुरू करू नयेत. त्या क्रमश: आपोआप घडून याव्यात (Bearce G. D. British Attitudes towards India, 1961 P 131). तत्कालीन ब्रिटिश मुत्सद्यांना मात्र, सिद्धांत आणि कायदेकानू यांचा आधार घेऊन तत्कालीन भारतीय प्रस्थापित व्यवस्थेत हस्तक्षेप न करता उत्तम प्रशासनावर भर द्यावा असे वाटत होते.

एलफिन्स्टन आणि थॉमस मन्रो या कंपनी सरकारच्या अधिकाऱ्यांनी भारतीय प्रशासन व्यवस्था बऱ्याच जवळून पाहिली होती. भारतीय ब्रिटिशांकडे झालेल्या सत्तांतराच्या प्रक्रियेत त्यांनी सक्रिय भाग घेतला होता. तसेच साम्राज्यवादी असूनही जिंकित लोकांच्या बाबतीत ते उदारमतवादी होते. विशेषत: एलफिन्स्टनला प्रस्थापित व्यवस्थेत काही तात्कालीन बदल करावेत असे वाटत नव्हते. 'नवप्रवर्तन नको' हा त्याच्या धोरणाचा मूलमंत्र होता. ब्रिटिशांनी बंगालमध्ये आपली राजवट स्थिर करण्यासाठी जे प्रयोग केले त्याप्रमाणे मराठी मुलखात नवे कायदे अंमलात आणावेत असे त्याला वाटत नव्हते. मराठ्यांच्या प्रशासन व्यवस्थेबद्दल त्याचे मत चांगले होते. मराठी सत्तेने प्रचलित व्यवस्थेमुळे लोकांचे बरेच हितसंवर्धन साधले आहे आणि म्हणून सद्यस्थितीत, आहे त्या प्रशासन व्यवस्थेत विशेष बदल न करता ती तशीच राबविली जावी असे त्याचे धोरण होते. त्याचा समकालीन आणि कर्नाटक प्रदेशाचा प्रशासक थॉमस मन्रो हा देखील त्याच्या मताशी सहमत होता.

विद्यमान व्यवस्था आवश्यकतेप्रमाणे काही मामुली सुधारणा करून निदान प्रारंभीच्या काळात तरी चालू ठेवावी असे आणखी काही कारणामुळे या मुत्सद्यांना वाटत होते. ब्रिटिशांची राजवट भारतात दीर्घकाळ टिकेल याबद्दल त्याच्या मनात शंका होती हे एलफिन्स्टनने स्ट्रॅची आणि मॅकिनटॉश या त्याच्या मित्रांशी झालेल्या पत्रव्यवहारावरून स्पष्ट होते. स्ट्रॅचीच्या पत्रात तो म्हणतो की, ज्या भव्यपणे आणि द्रुतगतीने आपण भारतात हे सत्तांतर घडवून आणले त्यामुळे कोणालाही साहजिकच असे वाटेल की इतर बदल त्याच पद्धतीने घडून येतील. परंतु अद्याप मजबूत पायावर आपले साम्राज्य उभे केले नाही; त्यामुळे एखाद्या पत्त्याच्या बंगल्याप्रमाणे ते केव्हा कोसळून पडेल ते सांगता येणार नाही (ता. ७/११/१८२४) मॅकिनटॉशला तो लिहितो, ''मला अशी भीती वाटते की आपले भारतीय साम्राज्य दीर्घकाल टिकणार नाही, हा माझा पूर्वग्रह नसून तो एक तर्कशुद्ध विचार आहे. ते केव्हा विलयाला जाईल हे सांगणे कठीण असले, तरी आपल्याला येथून केव्हातरी निघून जावे लागणार हे अटळ आहे.'' (१८१९)

ब्रिटिशांची सत्ता प्रस्थापित होण्यापूर्वी मराठी राज्याच्या राजकारणावर आणि प्रशासनावर चित्पावन ब्राह्मणांचे वर्चस्व होते आणि ग्रामीण भागाचा कारभार प्रामुख्याने देशस्थ ब्राह्मणांच्या हाती होता. कुळकर्ण हे पद सामान्यत: ग्रामीण भागातील देशस्थ ब्राह्मण वर्गाकडे होते. चित्पावनांच्या प्रशासनातही त्यात काही बदल झाला नव्हता. अनेक वेळा कुलकर्णी हा गावचा ज्योतिषी अथवा पुरोहित असे. त्यामुळे कुलकर्णी आणि ज्योतिषी या दोन्ही नात्याने त्याचा गावच्या सामाजिक आणि धार्मिक जीवनावर बराच प्रभाव असे. त्यापुढे इतर कोणत्याही गावकामगारापेक्षा ग्रामीण जनतेला कुलकर्णी हा ब्राह्मण अधिकारी अधिक महत्त्वाचा वाटे.

मराठी सत्तेत गावच्या कारभारावर लक्ष ठेवण्याची जबाबदारी परगण्याचे वतनदार अधिकारी देशमुख, देशपांडे यांच्याकडे होती; परंतु ब्रिटिश अमदानीत परगणा वतनदारांचे महत्त्व कमी होऊन गाववतनदारांचे महत्त्व वाढले. कारण गावचा महसूल वसूल करण्याची जबाबदारी ही प्रामुख्याने पाटील आणि कुलकर्णी यांची असे आणि या ग्रामाधिकाऱ्यांचे रयतेशी किती घनिष्ट संबंध होते, हे ब्रिटिश अंमलदारांच्या ध्यानात आले होते. परगण्याच्या वतनदारांचा रयतेच्या अथवा गावच्या सुखदु:खाशी फारसा संबंध नसे. त्यांचा संबंध फक्त महसूल वसूल करणाऱ्या पाटील कुलकर्ण्यांपुरताच मर्यादित होता. गावची वतनदारी नष्ट करावी का असा विचार जेव्हा पुढे आला तेव्हा ब्रिटिश सरकारनेही या कल्पनेचा फारसा गंभीरपणे विचार केला नाही. शिवाजीमहाराजांनी आपल्या स्वराज्यांतून वतनदारी नष्ट करण्याचा विचार केला नव्हता; कारण तसे केल्याने अनेक प्रशासकीय समस्या

निर्माण होतील याची त्यांना कल्पना होती.

कंपनी सरकारचे प्रारंभीचे सारे प्रशासक मग ते एलफिन्स्टनसारखे सनातनी साम्राज्यवादी असोत अथवा प्रिंगेल या इंदापूरच्या मोजणी अधिकाऱ्यासारखे 'उपयुक्ततावादी' असोत त्यांचे हे सारे पाटील आणि कुलकर्णी हे गावकामगार प्रभावी प्रशासनासाठी अनिवार्य आहेत; या बाबतीत सहमत होते. त्यांनी या लोकांचे वतन चालू ठेवावे या मताला पुष्टी तर दिलीच, पण ग्रामीण समाजाच्या विकासासाठी त्यांचे अधिकार अधिक बळकट करण्याची गरज आहे अशी शिफारस केली.

अर्थात मराठी राज्यात वतनदारांना जे जादा अधिकार होते ते त्याच पद्धतीने चालू राहावेत असे ब्रिटिशांना वाटत नव्हते. मुंबई सरकारच्या मते पाटील-कुलकर्णी यांच्या कामाचे महत्त्व कमी न लेखता, त्यांच्या कामावर अथवा कार्यपद्धतीवर काही निर्बंध घालावेत असे होते. ब्रिटिश प्रशासकांचा प्रामुख्याने तीन बाबींवर अधिक भर होता. एक, कार्यक्षम प्रशासन, दोन, सरकारी अधिकाऱ्यांच्या कामाचे स्वरूप आणि त्यांची जबाबदारी या संबंधीच्या निश्चितता आणि तीन, कार्यपद्धतीची निर्दोष नियमावली तयार करणे. अर्थात प्रशासनासंबंधीच्या या कल्पना त्यांना तात्काळ प्रत्यक्षात उतरविता आल्या नाहीत. उदाहरणार्थ १८२७च्या एका सरकारी नियमाप्रमाणे जिल्हाधिकाऱ्याला गैरवर्तन करणाऱ्या वंशपरंपरागत वतनदाराला कामावरून कमी करण्याचा अधिकार असला, तरी मराठी प्रशासन व्यवस्थेत वतनाची वाटणी भाऊबंदात होत असल्याने एखाद्याने गैरवर्तन केले म्हणजे त्या घराण्याचे वतन काढून घेता येत नसे. प्रथेप्रमाणे भाऊबंद आपल्यापैकी एकाला कुलकर्ण काम करण्याचा अधिकार देत. त्याला सरकारने जर काही कारणाने कामावरून दूर केले असेल, तर त्याच्या जागी दुसरा उमेदवार निवडण्याचा अधिकार त्या भाऊबंदांचा असे आणि तो दुसरा उमेदवार देखील योग्य नसण्याची शक्यता नाकारता येत नव्हती. त्यामुळे कलेक्टराकडे वतनदाराला पदच्युत करण्याचा अधिकार असला तरी वतनदाराच्या अप्रामाणिक आणि भ्रष्टाचारी कृत्यांवर नियंत्रण ठेवणे कठीण जात असे.

१८२७च्या नियमातील त्रुटी दूर करण्याच्या दृष्टीने मुंबई सरकारने १८४३ साली एक नवा नियम तयार केला. त्यानुसार कलेक्टरला उमेदवार अप्रामाणिक आणि भ्रष्टाचारी असेल, तर त्या घराण्याचे संपूर्ण वतन खालसा करण्याचा अधिकार देण्यात आला. अर्थात सरकारच्या या धोरणाला सर्व वतनदाराकडून विरोध होणे स्वाभाविकच होते. सरकारचा हा निर्णय स्वेच्छचारी अथवा एकांगी, पूर्वीच्या प्रथेशी विसंगत आणि अत्यंत जुलमी आहे अशी तक्रार करून वतनदारांनी आपला निषेध नोंदविला. मात्र सरकाराने

त्याची विशेष दखल घेतली नाही. वतनदारांनी आपले कर्तव्य व्यवस्थितपणे पार पाडावे म्हणून त्यासाठी हमी घेण्यासारखी एकच गोष्ट होती आणि ती म्हणजे त्यांचे वंशपरंपरागत वतन, अशी सरकारची समजूत होती. त्यानुसार पाटील अथवा कुलकर्णी पदासाठी उमेदवार निवडतांना त्याने गैरवतर्नन केल्यास त्याचे वतन जप्त करण्यात येईल याची जाणीव त्याला करून देणे आवश्यक आहे, असे सरकारचे मत असल्याने १८४३चा दुरुस्त कायदा करण्यात आला होता.

या नव्या सुधारित कायद्याने वतनदाराला दुर्वर्तनापासून दूर करण्याच्या आणि मोहापासून दूर ठेवण्याच्या उद्देशाने त्याच्या वेतनात वाढ करण्यात आली होती. असे असले तरी हा कायदा विशेष लोकप्रिय झाला नाही आणि ब्रिटिश प्रशासनाने ही मोठ्या खुषीने त्याला पाठिंबा दिला नाही. भाऊबंदाच्या हक्कांबद्दल या कायद्याने योग्यती दक्षता न घेतल्याने भाऊबंदकीचे वाद सुरू झाले, गावकीचे काम आपणास मिळावे म्हणून भ्रष्टाचाराला उधाण आले आणि त्यामुळे प्रशासकीय सुधारणेचा मूळ हेतू या कायद्याने प्रत्यक्षात आणता आला नाही.

पूर्वीच्या कायद्यांना दीर्घकाल कार्यवाहीत ठेवल्यानंतर त्या कायद्यातील व्यावहारिक अथवा कार्यवाहीच्या पद्धतीत असलेल्या त्रुटी लक्षात घेऊन १८७४ साली एक नवे विधेयक पुढे आणले. गावच्या कामकाजातील राजकारणाला शह देण्यासाठी म्हणून हंगामी वतनदाराची निवड करण्यासाठी एका मर्यादित निवड समितीची शिफारस करण्यात आली. या नवीन योजनेनुसार हंगामी पाटील अथवा कुलकर्णी निवडण्याच्या समितीत केवळ प्रातिनिधिक वतनदार अथवा भाऊबंदांचे प्रमुख असावेत असे सुचविण्यात आले होते. विधेयकातील ही तरतूद वतनदारांना मान्य नव्हती. रावसाहेब विश्वनाथ नारायण मंडलिक हे मुंबई कायदेमंडळाचे सदस्य होते. हिंदू कायद्याशी सरकारने सुचविलेली तरतूद ही विसंगत आहे असे आपले मत व्यक्त करून त्यांनी आपला विरोध नोंदविला. हिंदू कायद्याने अग्रजाधिकार अथवा ज्येष्ठ वारसा पद्धतीला मान्यता दिलेली नाही. त्याला अनुसरून त्यांनी असा युक्तिवाद केला की या नव्या तरतुदीमुळे हंगामी उमेदवारांची गुणवत्ता तर वाढणार नाहीच उलट ती कमी होईल. कारण या तरतुदीमुळे केवळ तकसीमदार वाटेकरी अथवा भाऊबंद यांचे प्रमुख यांच्या पुरतीच ही निवड मर्यादित राहील आणि त्यामुळे गावचा कारभार सांभाळण्यास केवळ हीच मंडळी योग्य आहेत असे ठामपणे म्हणता येणार नाही. अर्थात हे विधेयक मांडताना सरकारने आपल्या भूमिकेच्या स्पष्टीकरणार्थ असे निवेदन केले की, गावच्या कामकाजांत शक्य तितके कमी बदल करावयाचे, काही क्रांतिकारक बदल करावयाचे नाहीत असे सरकारची १८७४ कायद्यामागची भूमिका आहे (रवींद्रकुमार पृ. १४०-१४७).

१८७४च्या या नव्या कायद्याने ब्रिटिश सरकारच्या सनातनी धोरणाचा म्हणजे गावच्या कामकाजात कमीत कमी बदल करण्याच्या धोरणाचा पुन्हा एकदा आविष्कार झालेला दिसतो. धोरणाचा पुन्हा एकदा आविष्कार झालेला दिसतो. अर्थात या कायद्याने ग्रामीण जीवनात काही नाट्यपूर्ण बदल घडवून आणले नाहीतच, पण गावातील सामाजिक तंटे-बखेडे यांचे प्रमाणही कमी झाले नाही. ब्राह्मण-ब्राह्मणेतर वादाला या कायद्यामुळे बरीच चालना मिळाली. ब्रिटिश सरकारची 'दैवी देणगी' म्हणून शिफारस करणाऱ्या लोकांचा भ्रमनिरास होऊ लागला. वंशपरंपरागत वतनदारीला सरकार विनाकारणच अधिक संरक्षण देत आहे, विशेषत: कुलकर्णी वतनाचे महत्त्व वाढीस लागले आहे अशी जनतेची भावना होऊ लागली. ब्राह्मणेतर चळवळीचा रोख प्रामुख्याने कुलकर्णी वतनाविरुद्ध असल्याने 'कुलकर्णी वतन' ताबडतोब नष्ट करावे अशी जोरदार मागणी होऊ लागली.

ब्रिटिश सरकारला सुरुवातीपासूनच असे लक्षात आले होते की महसूल प्रशासन पद्धतीत काही सुधारणा करण्याच्या त्यांच्या प्रयत्नात कुलकर्ण्यांचे आवश्यक ते सहकार्य मिळत नाही. १८२० साली ब्रिटिशांनी रॉबर्ट प्रिंगेल या अधिकाऱ्याची नेमणूक करून दुष्काळग्रस्त इंदापूर तालुक्याच्या जमिनीची मोजणी करून सारा निश्चित करण्याची एक योजना सुरू केली, पण ती अयशस्वी झाली याचे मुख्य कारण गावकामगारांचे सहकार्य प्रिंगेलला मिळाले नाही. जमिनीच्या उत्पादनक्षमतेच्या आधारे शेतसाऱ्याचे नवे दर ठरविण्याच्या योजनेला इंदापूरच्या रयतेने जोरदार विरोध केला. प्रस्तुत संदर्भात चौकशी अंतरी असे आढळून आले की स्थानिक अधिकाऱ्यांनी जमिनीची जी प्रतवार-अव्वल, दूम, सीम – तयार केली होती ती अत्यंत अविश्वसनीय होती आणि मोजणी खात्यातील स्थानिक अधिकाऱ्यांची ही चूक अनवधानाने झाली नव्हती तर ती गावच्या पाटील-कुलकर्णी यांनी दिलेल्या अधिकृत माहितीच्या आधारे जमिनीची प्रतवार नोंदविली होती. गावच्या पाटील-कुलकर्ण्याकडे गावातील सर्वात अव्वल दर्जाची जमीन होती, पण त्यावर सारा कमी बसावा म्हणून तिची गणना 'दूम', 'सीम' अशा कमी प्रतीच्या वर्गात दाखविली होती. उदाहरणार्थ, इंदापूरच्या कुलकर्ण्याकडे असलेली काळी सुपीक अव्वल दर्जाच्या जमिनीच्या सारा प्रिंगेलच्या अधिकाऱ्यांनी अत्यंत कमी दाखविला होता. त्या जमिनीची मोजणी आणि सारा आकारणी या दोन्ही बाबतीत मोजणीदारांनी अक्षम्य चुका केल्या होत्या. त्यामुळे कुलकर्ण्याच्या जमिनीवर आकारलेला सारा त्याच्या जमिनीची उत्पादकता आणि व्याप्ती यांचा काहीच ताळमेळ लागत नव्हता.

एलफिन्स्टनने मराठी मुलुखाची माहिति संपादन करण्याच्या हेतूने एक प्रश्नावली तयार केली होती आणि ती मुंबई इलाख्यातील सर्व जिल्हाधिकाऱ्यांकडे पाठवून जमीन

महसुलासंबंधी काही माहिती गोळा करण्यास सांगितले होते, पण गावच्या दफ्तराचा मालक कुलकर्णी याच्याकडून खरी माहिती मिळविणे कठीण आहे, अशी तक्रार काही सरकारी अधिकाऱ्यांनी वरिष्ठांकडे केली. साताऱ्याचा रेसिडेंट ग्रँट डफ याने कळविले की दोन निरनिराळ्या भागातील कुलकर्णी यांचे विचारलेल्या प्रश्नाबाबत एकमत होत नाही. नगरचा कलेक्टर पॉटिंजर याने कळविले की मागील दहा वर्षाच्या कालातील सारा वसुलीसंबंधी माहिती मिळविण्याच्या बाबतीत आपण हतबल झालो आहोत. असे होणे स्वाभाविकच होते. कारण कोणताही सुबुद्ध आणि चतुर गावकामगार परक्या सत्तेला आपल्या गावच्या महसुलाविषयी बिनचूक माहिती पुरविणार नाही हे समजण्यासारखे होते.

गावकामगाराकडून विशेषत: कुलकर्ण्याकडून असा प्रतिकूल प्रतिसाद मिळत होता, तरी त्यामुळे गावची प्रशासन व्यवस्था कोलमडून पडणार नाही याची दक्षता मुंबई सरकारने घेतली होती. कारण तसे झाले असते तर सारावसुलीच सुरळीतपणे झाली नसती. गावागावांच्या कामकाजात एकसूत्रता आणि सक्षमता आणण्यासाठी मुंबई सरकारने अँडरसन नावाच्य अधिकाऱ्याकडून एक नियमावली तयार करून घेतली होती त्यास 'अँडरसनचे मॅन्युअल' असे म्हणत. या नियमावलीने कुलकर्ण्याच्या मनमानी कारभाराची योग्यती दखल घेतली होती आणि वतनदार कुलकर्ण्याशी करार करून काही ठिकाणी सरकारने त्याच्या जागी 'तलाठी'ची नेमणूक केली. अशा रीतीने एकाच वेळी काही गावांवर सरकार नियुक्त तलाठी आणि काही गावांवर वतनदार कुलकर्णी कायम ठेवून मुंबई सरकारने वतनदार आणि त्यांचे विरोधक यांच्यात समन्वय साधण्याचा प्रयत्न केला, पण प्रत्यक्षात या योजनेने कोणाचेही समाधान तर झाले नाहीच, उलट कुलकर्णी वतनाविरुद्धच्या विरोधाने गंभीर स्वरूप धारण केले.

प्रचलित प्रशासन व्यवस्थेत विशेष लक्षणीय बदल न करता गावकामगारांचे कामकाज नियमबद्ध करण्याचे सरकारी प्रयत्न, विशेषत: कुलकर्णी वतनाबाबतचे सरकारी धोरण ब्राह्मणेतर चळवळीच्या धुरीणांना पसंत पडले नाही. ''सोनार, शिंपी, कुलकर्णी आप्पा यांची संगत नको रे बाप्पा'' अशा घोषणा करीत पुढाऱ्यांनी सामान्य जनतेचे शोषण करणाऱ्या ग्रामसेवकांना विशेषत: कुलकर्णी आप्पाला विरोध करण्यास प्रारंभ केला. ब्राह्मणेतर चळवळीने सरकारावर पद्धतीशीरपणे दबाव आणून कुलकर्णी वतन नष्ट करावी आणि गावातील ब्राह्मण कुलकर्ण्याची मक्तेदारी संपुष्टात आणावी अशी जोरदार मागणी केली.

१८७४चा कायदा पाटील-कुलकर्णी या दोन्ही वतनदार ग्रामाधिकाऱ्यांना लागू

होता; परंतु लोकांची मागणी पाटील वतनाबद्दल नव्हती. पाटील हा सामान्यत: ब्राह्मणेतर असे आणि कुलकर्णी हा चलाख माणूस असल्याने तो पाटलाच्या अज्ञानाचा फायदा घेऊन त्याला गावच्या प्रशासनाबाबत अंधारात ठेवत असे. त्यामुळे ब्राह्मणेतर चळवळीच्या प्रारंभीच्या काळात फक्त ब्राह्मण कुलकर्णी हेच लक्ष राहिले होते.

'सत्यशोधक समाज' या चळवळीचे प्रवर्तक आणि ब्राह्मणेतर चळवळीचे प्रमुख महात्मा जोतिराव फुले (१८२७-१८९०) यांनी कुलकर्णी वतन खालसा करावे या विषयाला आपल्या लिखाणातून वाचा फोडली. आपल्या १८७३ साली लिहिलेल्या 'गुलामगिरी' या लहानशा पुस्तकात संवादरूपाने निवेदन करण्याच्या एका लेखन प्रकारचा वापर करून हा विषय विस्ताराने मांडला. जोतिराव आणि धोंडिबा यांच्यातील संवादाच्या माध्यमातून वतनदार कुलकर्णींच्या अन्यायाचे आपल्या लेखणीच्या द्वारे वर्णन केले आहे.

कुलकर्णपद कसे निर्माण झाले या विषयी महात्मा फुल्यांनी म्हटले आहे की बळीराजाचा पुत्र बाणासूर मरताच ब्रह्मदेव आपल्या परिवार भटास बरोबर घेऊन बाणासुराच्या राज्यात शिरला. तेथील लोकांस आपल्या सत्तेच्या जोरावर क्षूद्र (अपभ्रंश शूद्र) बनविले. कित्येकास आपले दास केले. ''बाकी राहिलेल्या शूद्रांची गावोगाव एकेक भटकामगार पाठवून 'कुलवारी' करून त्यांच्यापासून शेतातील काम करून घेऊन, त्यांचे पोटापुरते अन्न देण्याची वहिवाट घातली यावरून त्या कामगाराचे नाव 'कुळेकरणी' पडले (ज्याचा अपभ्रंश कुलकर्णी होय.) त्याचप्रमाणे त्या शूद्र कुळांची नावे 'कुळवाडी' अशी पडली (ज्याचा अपभ्रंश 'कुळवी' अथवा कुणबी होय). पुढे एकंदर सर्व भट उत्तरोत्तर मदांध होत जाऊन शूद्रांना नीच मानू लागले'' (धनंजय कीर-स. ग. मालशे, पृ.११५).

'गुलामगिरी' या पुस्तकाच्या १२व्या भागात धोंडिबा प्रश्न विचारतो, ''पूर्वी आपण म्हणाला की बाकी एकंदर सर्व खात्यात भट पडले नाहीत असे एकसुद्धा सरकारी अथवा घरगुती खाते सापडत नाही. तर या सर्वांमध्ये मुख्य भटजी कोण?'' जोतिराव ''वतनदार भट कुलकर्णी होत. त्यांच्या कपटाविषयी बहुतेक दयाळू युरोपियन कलेक्टरास अज्ञानी शूद्रांची दया त्यांनी सरकारासर रिपोर्टामागे रिपोर्ट करून एकंदर सर्व कायद्यामध्ये कुलकर्ण्यास बंदोबंदी खिळून, त्यास नानाप्रकारचे कोलदांडे घालून, त्यांच्या तोंडास मजबूत मुस्की घातली आहेत. तथापि या कलमकसायाने त्यांच्या मतलबी धर्माच्या संबंधाने अज्ञानी शूद्रावर वजन असल्यामुळे, हे सैतानासारखे आपल्या धर्माच्या आडून उघड चावडीतील भर कचेरीत बसून त्या बळीच्या मतांची निंदा करून, अज्ञानी शूद्रांची

मने भ्रष्ट करीत नाहीत काय? या आपल्या सरकारच्या एवढ्या दिगंबर विद्या खात्याच्या गोऱ्या तोंडावर या काळ्या तोंडाच्या भटपंतोजींनी हा केवढा काळोखाचा डाग लावला? अरे ही 'कडु कारली' आमच्या सरकारने इतकी तुपात तळून साखरेत घोळून मळली. तथापि त्यांनी आपला जातिस्वभाव न सोडला. ती अखेरीस कडूची कडूच राहिली.

यानंतर कुलकर्णी अज्ञानी शूद्रांची वतने कशी फसवून घेतात, अज्ञानी शूद्रांची शूद्रांचे कोणत्या प्रकारचे तंटे उपस्थित करतात, खेड्यांतील शूद्र लोक युरोपियन कलेक्टराकडे आपली गाऱ्हाणी का सांगत नाहीत इत्यादी प्रश्नांची चर्चा केली आहे. (फडके य. दि. (सं) 'महात्मा फुले समग्र वाङ्मय', मुंबई, १९९१ पृ. १७०-७२).

कुलकर्णी अज्ञानी शूद्रास गाठून त्यांचे आपण सावकार बनून त्यांच्याकडून गहाणखते लिहून घेऊन कपटाने त्यांची वतने खिशात घालतात. शेते, बांध आणि हक्क वगैरे संबंधी तंटे उपस्थित करून त्यांच्यामध्ये भांडणे लावून देतात. एवढा अन्याय होत असला तरी हे लोक कलेक्टरास आपली गाऱ्हाणी का सांगत नाहीत याचे कारण सर्व खात्यात भटकामगार भरले असल्याने, युरोपियन अधिकाऱ्यांचे मत कल्लषित करून त्यांना दाद मिळणार नाही अशी व्यवस्था केलेली असते.

महात्मा फुले पुढे म्हणतात, "चावडीत बसून सरकारी कायद्यातील भलते एखादे कलम घेऊन त्यावर नानातऱ्हेचे कारकुनी कुतर्क घेऊन शूद्रांनी सरकारचा द्वेष करावा म्हणून त्यास चोरून धडे देत नसतील का? व त्यापैकी एक काना अथवा मात्रा शूद्र आपल्या डोळस सरकारच्या कानावर घालण्यास थरथरा कापत नसतील काय? कारण एकंदर सर्व वरच्या कचेऱ्यातील भटकामगार त्यांचे जातवाले पडले." (कीर-मालशे 'समग्र फुले', १३२)

प्रस्तुत संदर्भात महात्मा फुल्यांनी एक उपाय सुचविला आहे. ते लिहितात, 'सरकारने शुद्धीवर येऊन प्रथम हरएक खेड्यानी निदान एक तरी इंग्लिश अथवा स्कॉच गृहस्थास त्याच्या निर्वाहापुरती गतकुळी शेते इनाम देऊन, त्यावर उपदेशकाचे काम सोपवून त्यांनी फक्त त्या त्या गावच्या एकंदर सर्व कच्च्या हकीकतीविषयी निदान वर्षातून एकतरी रिपोर्ट सरकारास करीत जावा. दुसरे असे की सरकारने पाटीलकीसहित कुलकर्ण्याचे कामाची परीक्षा घेऊन ते काम एकाच जातीकडे सोपवू नये... म्हणजे सर्व लोकांस गोडी सहजा सहज लागेल (कीर-मालशे, पृ. १३२).

थोडक्यात, महात्मा फुले यांनी आपल्या गुलामगिरी या 'लहानशा' पुस्तकाद्वारे कुलकर्णी हा रयतेच्या दृष्टीने सर्वेसर्वा आहे आणि पाटील हा केवळ नामधारी ग्रामाधिप असून प्रशासनात त्याला नगण्य स्थान आहे. शिवाय ज्योतिषी या नात्याने सुद्धा कुलकर्णी गरीब गावकऱ्यांचे धार्मिक स्तरावर देखील शोषण करतो. तसेच वरिष्ठ सरकारी अधिकारी

हे बहुतेक त्याच्याच जातकुळीतले असल्याने त्यांच्यावर देखील तो दबाव आणू शकतो. तेव्हा सरकारला जर ग्रामविकास साधावयाचा असेल तर सर्वप्रथम कुलकर्णी वतन नष्ट केले पाहिजे असे सांगितले.

ब्राह्मणेतर चळवळीच्या पुढाऱ्यांच्या कुलकर्णी वतन खालसा करावे या मताच्या तत्कालीन परकीय सरकारावर फारसा प्रभाव पडला नाही आणि ब्रिटिश अमदानीत कुलकर्णी वतन हे सुरक्षित राहिले.

कुलकर्णी वतनाविरोधीचे आंदोलन काही काळ थंडावले असले तरी ते संपूर्णपणे शमले होते असे म्हणता येणार नाही. कृष्णाजी पांडुरंग भालेकर (१८५०-१९१०) यांनी आपल्या 'दीनबंधू' या ब्राह्मणेतर चळवळीच्या प्रमुख नियतकालिकाच्या माध्यमातून या धोरणाच्या प्रचाराला प्रारंभ केला. 'कुलकर्णी आणि तगाई' या कवितेतून त्यांनी सरकारने मंजूर केलेले कर्ज म्हणजे तगाई शेतकऱ्याला मिळवून देण्यासाठी भूलथापा मारून कुलकर्णी रयतेला कसे लुबाडतो याचे वर्णन प्रथम केले आहे आणि नंतर रयतेच्या लक्षात कुलकर्ण्याची लबाडी आल्यावर तो कलेक्टराकडे दाद मागतो आणि कुलकर्ण्याने रयतेच्या कर्जातून 'कमिशन' म्हणून उचललेली रक्कम कलेक्टराच्या हुकुमाद्वारे परत मिळवितो, असा या कवितेचा आशय आहे ('शेतकऱ्याचे मधुर गायन' ३री आवृत्ती, अहमदनगर १९२५, क्रमांक १ पान ९-१०).

कुलकर्णी वतनाविरुद्धचे आंदोलन अधिक तीव्र करण्याच्या कामी भालेकरांचे चिरंजीव मुकुंदराव पाटील यांनी अपल्या 'दीनमित्र' या मुखपत्राद्वारे मार्च १९१२ ते मे १९१३ या काळात, या विषयावर लेख लिहून महत्त्वपूर्ण कामगिरी केली. ही लेखमाला १९१३ साली पुस्तकरूपाने प्रसिद्ध झाली.

सत्यशोधक दीनमित्रकार मुकुंदराव पाटील (१८८६-१९५३) हे कृष्णाजी पांडुरंग भालेकरांचे पुत्र पण गणपतराव पाटील या त्यांच्या एका श्रीमंत नातेवाईक शेतकऱ्याने त्यांना दत्तक घेतल्याने ते पाटील बनले. सत्यशोधक समाजाचे ते एक ज्येष्ठ पुढारी होते. त्यांना रावसाहेब हा किताब बहाल करण्यात आला होता.

'कुलकर्णी लीलामृत' या आपल्या काव्यात मुकुंदराव पाटील यांनी कुलकर्णीच्या समाज विरोधी कारवायांवर जोरदार टीकास्त्र सोडले आहे. या काव्यात एकूण दहा अध्याय असून 'कुलकर्णी' या ग्रामाधिकाऱ्याने गरीब रयतेचा कसा छळ मांडला आहे याचे महात्मा फुले यांच्या गुलामगिरीतील सूत्र घेऊन 'वतनदार कुलकर्णी' लोकांची कृष्णकारस्थाने जगापुढे मांडणारा 'कुलकर्णी लीलामृत ग्रंथ' असा प्रारंभी उल्लेख करून तो कोल्हापूर संस्थानच्या रावबहादूर रघुनाथ व्यंकाजी सबनीस यांना अर्पण केला आहे.

कोल्हापूर संस्थानातील एक ज्येष्ठ अधिकारी श्री भास्करराव जाधव (१८६७-

१९३०) यांनी विवेचक प्रस्तावना लिहून या ग्रंथाचे स्वरूप स्पष्ट केले आहे. त्यांच्या मते ग्रामविकासाच्या कामी कुलकर्णी लोकांची फार अडचण येत असते, तेव्हा खेडेगावात आणि सरकारी दरबारी असलेले ब्राह्मण वर्गाचे वर्चस्व कमी झाले पाहिजे असा उपाय त्यांनी सुचविला आहे.

'कुलकर्णी लीलामृता'चे दहा अध्याय आहेत. पहिल्या नमनाच्या अध्यायात संशोधक प्रचंड दुर्बिणीच्या साहाय्याने अवकाशातील दूरदूरच्या ग्रहांचा शोध घेतात, पण 'कुलकर्णी ग्रह भूमिवरी। त्याचा शोध न घे कोणी' याबद्दल नवल व्यक्त केले आहे. कुलकर्णी या कथानायकाचे वर्णन 'ग्रामपती, ग्रामनाटक सूत्रधार, कलहप्रिय परमचतुर' करून त्याच्या 'लीला' पुढील ९ अध्यायात सुरस भाषेत सांगितल्या आहेत. कवीच्या मते 'भारतातील इतर प्रांतांपेक्षा दक्षिणेत आणि विशेषतः महाराष्ट्रात ब्राह्मणांचे वर्चस्व व्यापक स्वरूपाचे आहे. अन्य प्रांतात ब्राह्मण लोकांचे वर्चस्व धार्मिक बाबींपुरते मर्यादित असते, पण दक्षिणेत आणि महाराष्ट्रात मात्र धार्मिक, राजकीय, औद्योगिक सर्व बाबतीत प्रमुखपणा ब्राह्मणांकडे असल्याने इतर वर्णाचे फारच नुकसान झाले आहे.... तेव्हा कुलकर्णीचे वंशपरंपरेचे हक्क दूर करून पगारी तलाठ्याकडून गावचे काम करून घ्यावे आणि इंग्रजी राज्यातील मोठमोठ्या कामगारांच्या कचेऱ्या कुलकर्ण्यांच्या जातभाईंनी भरलेल्या आहेत, त्यामुळे कुलकर्ण्यांच्या पुष्कळशा लबाड्या बाहेर येत नाहीत... यासाठी ब्राह्मणेतरांचा भरणा कारकून मंडळीत विशेष झाल्याशिवाय कुलकर्ण्यांचे वजन कमी होणार नाही, असा युक्तिवाद या ग्रंथाचे प्रस्तावना लेखक भास्करराव जाधव यांनी केले आहे.

लोकमान्य टिळकांच्या 'केसरी' या मुखपत्राचे संपादक न. चिं. केळकर यांनी दि. ३०/९ आणि ७/१०/१९१३ या रोजी दोन अग्रलेखातून मुकुंदराव पाटलांच्या 'कुलकर्णी लीलामृत' या ग्रंथातील अनेक विधानांवर आक्षेप घेतले आहेत. ते म्हणतात, 'सदर ग्रंथात महाराष्ट्रातील वतनदार गावकामगार कुलकर्ण्यांच्या नालस्तीचे, त्यांच्या अंगच्या खऱ्या व काल्पनिक अवगुणांचे व त्यांच्या हातून होणाऱ्या किंवा न होणाऱ्याही दुष्कृत्यांचे दहा अध्यायात ओवी वृत्तात रसाळ वर्णन केले आहे.... ग्रंथ प्रसिद्धीचे हे काम 'ईश्वर कृपेने परमदयाळू व प्रजावत्सल श्री शाहूमहाराज (करवीरकर) यांच्या औदार्याने सफल झाले।' इतके सांगितले म्हणजे या ग्रंथाचा हेतू व परिणाम याविषयी निराळे काहीच सांगावयाला नको. कारण हे अमृतरूपी विष काहीतरी सैतानी विध्वंसपर कृत्य करण्यास अवतरले आहे, अशी कोणाचीही तेव्हाच खात्री होईल. 'सत्यशोधक समाजा'च्या 'डिस्टिलरीत' (दारूघरात) बनलेली ही गोड मसालेदार दारू.' अशा कडक शब्दात या ग्रंथाचा परामर्ष घेतला आहे. यावरून ब्राह्मण-ब्राह्मणेत्तर चळवळीचे एक

शस्त्र म्हणूनच या ग्रंथाकडे त्या काळात पाहिले जात होते असे मानावयास हरकत नाही.

अर्थात, या ग्रंथावर इतकी विदारक टीका करूनही वाङ्मयाच्या दृष्टीने 'एक सरस विनोदी काव्य' अशी शिफारस करून केळकर म्हणतात, "त्यातील कल्पनांचा ओघ, प्रसादयुक्त वाणी व शुद्ध भाषा यांचे खरोखरच कौतुक करावेसे वाटते. अशा तऱ्हेचा सुबक वाङ्मय सुवर्णाचा अलंकार निर्माण केल्याबद्दल मुकुंदराव पाटील यांचे आम्ही अभिनंदनच करतो."

या ग्रंथाच्या परीक्षणात केळकर म्हणतात की, 'कुलकर्णी लीलामृतात कुलकर्णी वर्गाच्या धूर्तपणाच्या वर्तनाइतकेच पाटलाच्या मूर्खपणाचे वर्णन आहे.' गावचा सर्वाधिकारी पाटील याची प्रतिमा कुलकर्ण्यांच्या तालावर नाचणारा प्राणी अशी रंगवून एक प्रकारे पाटलावर अन्यायच केला आहे. उदाहरणार्थ, तिसऱ्या अध्यायात भीमाजी नावाचा गोदातीरावरील एका गावचा पाटील, "हा घरी सधन। परि विद्येने अति हीन।... खाणे पिणे चैन करणे। कशाचीही चिंता नाही। गप्पा ठोकीत स्वस्थ बसला। नित्यक्रम हा त्याचा ॥१०॥" असे वर्णन आहे.

थोडक्यात, आपल्या परीक्षणात लोकांच्या निंदेबरोबरच पाटील लोकांची निंदा कशी घडून आली आहे हे केळकरांनी दाखवून दिले आहे. आपल्या दुसऱ्या अग्रलेखात भास्करराव जाधवांच्या प्रस्तावनेचा आधार घेऊन केळकरांनी असा सवाल केला आहे की, ग्रामसंस्था या आता कालबाह्य झाल्या आहेत असे जर भास्कररावांना वाटते तर या ग्रामसंस्थेचे आधारस्तंभ पाटील आणि कुलकर्णी या दोघाही वतनदार अधिकाऱ्यांची वतने खालसा करावीत असे ते का म्हणत नाहीत? (केळकर लेखसंग्रह Vol II३५५-३६८)

करवीर संस्थान आणि कुलकर्णी वतन : कोल्हापूर संस्थानचे छत्रपती राजर्षि श्री शाहू महाराज यांना मुकुंदराव पाटलांचा 'कुलकर्णी लीलामृत' हा ग्रंथ त्यातील विषय आणि लेखनशैली यामुळे अतिशय आवडला. कोल्हापुरात याच सुमारास सत्यशोधक समाजाची एक शाखा स्थापन झाली होती आणि मुकुंदराव पाटील हे या समाजाचे हे एक पुढारी होते. समाजसुधारणा, दलितोद्धार, शिक्षण प्रसार इत्यादी विषयात विशेष लक्ष पुरविणाऱ्या छत्रपती शाहू महाराजांनी मुकुंदरावांच्या विचारसरणीचा गंभीरपणे विचार केला. गावकामगार कुलकर्णी हा आपल्या वंशपरंपरेने आलेल्या अधिकाराचा आणि स्थानाचा गैरवापर केवळ रयतेचे शोषण करण्याकरिताच नव्हे तर त्यांना संस्थान आणि ब्रिटिश सरकार यांच्याविरुद्ध वर्तन करण्यास प्रवृत्त करतो आहे. संस्थाने आणि ब्रिटिश सरकार यांच्यावर सतत टीका करणारी 'केसरी', 'लोकसंग्रह', 'राजकारण' इत्यादी वृत्तपत्रांचे चावडीत बसून जाहीर वाचन करून त्यांची मने कलुषित करीत आहे.

हे दफ्तरदार लबाडीच्या मार्गाने पैसे घेतात, विशेषत: जमिनी संबंधीच्या कागदपत्रात जमीन मालकास अहितकारक आहेत असे फेरफार करतात. हे फेरफार जर दुरुस्त करून घ्यावयाचे असतील तर संबंधित व्यक्तीस कुलकर्णीला 'फी' म्हणजेच 'लाच' द्यावी लागते. हे सारे प्रकार लक्षात घेऊन शाहू महाराजांनी २३ फेब्रुवारी १९१८ रोजी एक आदेश काढून कुलकर्णी वतन खालसा करण्याचे जाहीर केले आणि २५ जून १९१८ च्या जाहीरनाम्याने त्याच्या जागी बहुजन समाजातील पगारीतलाठीची नेमणूक करण्याचे जाहीर केले. २९ जुलै १९१८ पासून या आदेशाच्या अंमलबजावणीस प्रारंभ झाला.

छत्रपती शाहू महाराजांच्या कारकिर्दीतील 'वेदोक्त' प्रकरणाप्रमाणेच हे 'कुलकर्ण वतन खालसा' प्रकरणही बरेच गाजले. करवीर मठाचे शंकराचार्य डॉ. कुर्तकोटी यांच्याकडे मठाच्या खर्चासाठी काही गावचे कुलकर्णवतन नेमून देण्यात आले होते. डॉ. कुर्तकोटी यांनी जाहीर सभांतून या आदेशाला विरोध केला आणि करवीर संस्थान व मुकुंदराव पाटील यांच्या विरुद्ध कायदेशीर इलाज करण्याची धमकी दिली. पण ही बाब त्यांनी फार ताणून न धरता आपले कुलकर्णवतन १९१८च्या डिसेंबरात सरकारला परत केले आणि करवीर मठ सोडून ते एका दूरच्या ठिकाणी राहण्यास निघून गेले. (रा. शाहूमहाराज - य. दि. फडके पहा पृ. १९३-१९६, २२०-२२१).

बदललेल्या कालमानाप्रमाणे वतनदार कामगार कुलकर्णी हा कालातीत झाल्यामुळे त्याचा हुद्दा बंद करून पूर्ण वेळ पगारी तलाठी नेमण्याचे धोरण शाहू महाराजांनी जाहीर केले आणि हे तलाठीपद सर्व जातींना खुले केले. याबाबतीत सरकारी धोरण असे होते की, 'खेडोपाडी तलाठी नेमत असता त्यांनी ज्या जातीची लोकवस्ती जास्त त्या जातीचे होता होईल तो तलाठी नेमावेत अशी सूचना दिली पण महार, मांग, चांभार वगैरे अस्पृश्य जातीच्या लोकांवर होईल तितका शिफारस द्यावा, प्रत्येक पेठ्यास ५ व प्रत्येक महालास निदान तीन तरी अस्पृश्य तलाठी असावेत असे ठरले. (भा. दे. खणे - शाहू छत्रपती कुलकर्णी प्रकरण व पगारी तलाठी इतिहास आणि संस्कृती वर्ष १२, जुलै १९७५ पृ. ४८-५७ पहा.)

शाहू महाराजांच्या या धोरणाचे काहींनी स्वागत केले तर कुलकर्णी मंडळींनी आपली असोसिएशन बनवून त्यास विरोध केला . कुलकर्णी लोकांच्याकडे ज्या इनामी जमिनी होत्या त्या ठराविक मुदतीत अर्ज केल्यास 'रयतावा' करून दिल्या, त्यामुळे कुलकर्णी पोटभाऊबंदास फायदा झाला. त्यांना अनेक सवलती मिळाल्या. तरी परंतु या नव्या धोरणामुळे त्यांची गावावर जी सत्ता होती ती नष्ट झाल्याने कुलकर्णी मंडळींनी शाहूमहाराजांवर टीका करण्यास प्रारंभ केला . 'केसरी' वृत्तपत्राने कुलकर्णी लोकांची बाजू उचलून धरल्याने, संस्थानातील कुलकर्णी मंडळींनी आपल्या 'असोसिएशन' तर्फे

शाहू महाराजांना विरोध करण्याचा प्रयत्न केला असे मानले जात होते.

तलाठी जागेसाठी ब्राह्मण लोकास घेतले जात नाही, अशी ओरड होत होती. छत्रपतींनी प्रस्तुत संदर्भात आपले धोरण जाहीर केले की, 'तलाठ्यांच्या नेमणुका होत आहेत त्यात ब्राह्मण लोकास घेतले जात नाही अशी तक्रार आली आहे. सरकारी नोकरीस अमुक जातीचे लोक लायक नाहीत किंवा घेण्याचे नाहीत असे ठरविणे योग्य नाही. सर्वास ती मोकळी पाहिजे. समजून तजवीज राहावी.''

या तक्रारीस उत्तर म्हणून भास्करराव जाधवांनी असे निवेदन केले की, तलाठीच्या नेमणुका करण्याच्या पत्रकास १७ ब्राह्मणांनी प्रतिसाद दिला व त्या सर्वांच्या नेमणुका करण्यात आल्या आणि ठराविक मुदतीनंतर जे ब्राह्मण उमेदवार आले त्यांच्याही नेमणुका करण्यात आल्या. ब्राह्मण लोकवस्तीच्या प्रमाणात त्यांना फक्त सहाच जागा मिळणे योग्य असले तरी त्यांना प्रत्यक्षात जास्तच जागा मिळाल्या. (खणे पृ. ५७)

कुलकर्णी लीलामृताच्या १९२०च्या तृतीय आवृत्तीच्या प्रस्तावनेत भास्करराव जाधव म्हणतात की, ''हा ग्रंथ प्रसिद्ध झाल्यानंतर सातारा, अहमदनगर, नाशिक, पुणे वगैरे जिल्ह्यातून त्यांच्या नोकरीचे राजीनामे आल्याने आता पगारी तलाठी त्यांचे काम करीत आहेत.''

''कोल्हापूर इलाख्यात तर कुलकर्णी काम सर्वस्वी पगारी तलाठ्याकडे झाले असून यात ब्राह्मणेतरांचा भरणा पुष्कळच आहे.'' (७ ऑ. १९२०)

स्वातंत्र्यानंतर :

१९४७ साली भारत स्वतंत्र झाला आणि स्वायत्त राज्ये या उपखंडात अस्तित्वात आली. मुंबई प्रांतात स्वातंत्र्यपूर्व काळात गुजरात, महाराष्ट्र आणि कर्नाटक या आजच्या स्वतंत्र राज्याचे काही भाग होते. तेथे अनेक प्रशासकीय सुधारणा प्रसृत करण्यात आल्या. मुंबई सरकारने १९५१च्या कायद्यान्वये सर्व परगणा वतने म्हणजे देशमुख, देशपांडे आणि ग्रामीण वतनापैकी प्रथम कुलकर्णी वतन खालसा केले. पाटील वतन १९६३ साली खालसा झाले.

खेड्यातील कुलकर्णी घराणी ही प्रामुख्याने देशस्थ ब्राह्मणांची होती. ब्रिटिश अमलात कुलकर्णीपणाचे काम करण्यास किमान व्हर्नॅक्युलर फायनल म्हणजे मराठी ७वी पर्यंत शिक्षणाची अट होती. त्यामुळे ही परीक्षा ठराविक मंडळी देत व बाकीची शेतीच्या कामाकडे लक्ष देत. त्यामुळे बहुतांश ब्राह्मणमंडळी शिक्षणाच्या बाबतीत मागासलेली होती. तुटपुंज्या वतनी जमिनीवर निर्वाह होत नसल्याने ते नोकरीच्या निमित्ताने नजिकच्या शहरांकडे धाव घेऊ लागले, मुलांना शिक्षण मिळू लागले. वतन खालसा झाल्यामुळे एकप्रकारे कुलकर्णी घराण्यांचा फायदाच झाला. अशारीतीने

इतिहासकालापासून गावाचा अविभाज्य घटक असलेला आणि आता नव्या कायद्यामुळे गावाला त्याची गरज नसल्याने तो 'एक अनिवार्य सामाजिक संकट' म्हणून उरला नाही.

संदर्भग्रंथ आणि त्यांचे संक्षेप :

१)	त्रिं. ना. अत्रे	गावगाडा ३ आ १९५९ (अत्रे)
२)	रोनाल्ड इंडेन	'इमॅजिनिंग इंडिया' ऑक्सफर्ड १९९०. रोनाल्ड
३)	राजवाडे वि. का.	मराठ्यांच्या इतिहासाची साधने खंड २०, धुळे, १९१५ (राजवाडे)
४)	कुलकर्णी अ. रा.	मिडिवल महाराष्ट्र; दिल्ली, १९९६ (कुलकर्णी)
५)	जोशी शं. ना.	मराठाकालीन समाज दर्शन पुणे, १९६० (जोशी)
६)	पानसे मु. गो.	यादवकालीन महाराष्ट्र, मुंबई १९६३ (पानसे)
७)	आपटे द. वि. दिवेकर स. मा. (सं)	शिवचरित्र प्रदीप पुणे १९२३, (शि. प्र.)
८)	मराठे अ. द.	राजकोश, ठाणे १९८६ (मराठे)
९)	सरदेसाई गो. स.	(सं) पेशवे दप्तरातून निवडलेले कागद खंड ३१ (पेद)
१०)	शिवचरित्रसाहित्य	भारत इतिहास संशोधक मंडळ पुणे (शिचसा)
११)	शिवकालीन पत्रसार संग्रह : भारत इतिहास संशोधक मंडळ (शिचसा)	
१२)	कुलकर्णी म. रा.	पेशवाईतील न्यायदान पुणे (पे. न्या.)
१३)	बिअर्स जी. डी.	ब्रिटिश ॲटिट्यूड टोवर्डस इंडिया ऑक्सफर्ड, १९६१ (विअर्स)
१४)	बॉल हॅचेट के.	सोशल पॉलिसी अँड सोशल चेंज इन वेस्टर्न इंडिया १८१७-१८३०, लंडन, १९५७. (बॉलहॅचेर)
१५)	फडके य. दि.	शाहू छत्रपती आणि लोकमान्य टिळक, पुणे १९८५ (फडके)

१७) धनंजय कीर, स गं मालशे (सं) महात्मा फुले समग्र वाङ्मय मुंबई, ति. आ. १९८८ (कीर-मालशे)

१८) केळकर न. चिं. केळकर समग्र वाङ्मय, पुणे भाग २

१९) ऑमव्हेट गेल कल्चरल रिव्होल्ट इन ए कलोनियल कंट्री : द नॉन ब्रॅहमिन मुव्हमेंट इन् वेस्टर्न इंडिया. मुंबई, १९७३

२०) पाटील मु. ग. सत्यशोधक दीनमित्रकार मुकुंदराव पाटील समग्र वाङ्मय, मुंबई १९९० (कुलकर्णी लीलामृत)

२१) भालेकर कृ. पा. शेतकऱ्याचे मधुर गायन ति. आ. अहमदनगर, १९२५

२२) पिंगळे व. रा. जमीन खरेदी-गहाण-पूर्वदक्षता पुणे १९९३.

❑❑❑

प्रकरण - ८

लिस्बन येथील काही मराठी पत्रे

मराठ्यांच्या इतिहासाच्या अभ्यासासाठी पोर्तुगीज साधने किती महत्त्वाची आहेत हे कै. पांडुरंगराव पिसुर्लेकर यांनी आपल्या 'पोर्तुगेज-मराठेसंबंध' या प्रसिद्ध ग्रंथान्वये मराठी अभ्यासकांस यापूर्वीच पटवून दिले आहे. इंडो-पोर्तुगीज हिस्ट्री सेमिनारच्या निमित्ताने मला लिस्बनला १९८० आणि १९८५ साली जाता आले, आणि तेथील सुप्रसिद्ध शिक्षणसंस्था 'गुलबेनकिन् फाऊंडेशन' चे प्रशासक डॉ. ब्लँको यांनी दोन्ही वेळा देऊ केलेल्या शिष्यवृत्तीमुळे, आणि दुसऱ्या खेपेस दिलेल्या प्रवासखर्चामुळे मला लिस्बन येथील मराठी कागदांचा शोध घेता आला. तेथील सुप्रसिद्ध अज्युदा ग्रंथालयाच्या (Biblioteca da Ajuda) संचालिका श्रीमती मेल्बा मारिया ऑलिव्हिया फेरेरिइरा लोप्स द कॉस्ता यांच्या सहाय्यामुळे मला दोन्ही वेळा अविलंबे मराठी-फार्सी कागदांच्या झेरॉक्स प्रती करून मिळाल्या. श्रीमती मेल्बा या मूळच्या गोव्याच्या, पण आता पोर्तुगालमध्ये स्थायिक झाल्या आहेत. डॉ. ब्लँको आणि श्रीमती मेल्बा यांच्या औदार्यामुळे आणि सहकार्यामुळे मला लिस्बन येथील मराठी कागद प्रसिद्ध करण्याची संधी मिळाली याचा येथे आवर्जून उल्लेख करावा लागेल.

१९८० साली मला जे २०-२२ मराठी कागद अज्युदा ग्रंथालयात मिळाले होते त्या संबंधीचा विस्तृत लेख राजवाडे मंडळाच्या 'संशोधका'च्या १९८२ च्या सुवर्ण महोत्सवी अंकात दिला आहे. १९८५ साली बाळाजी बाजीरावाच्या कारकिर्दीतील ९ पत्रे लिस्बनच्या राष्ट्रीय ग्रंथालयात (Bibliotheca National De Lisboa) मिळाली. याच ठिकाणी एक देवनागरीतील आणि एक मोडी लिपीतील हस्तलिखितही पाहावयास मिळाले.

अज्युदा ग्रंथालयातील पत्रे ही प्रामुख्याने १७००-१७०१ सालची, म्हणजे राजाराम छत्रपतीच्या मृत्यूनंतरची आणि मराठ्यांच्या स्वातंत्र्यसमरासंबंधीची आहेत. कै. पांडुरंगराव यांनी या पत्रांचा कोठेही निर्देश केला नाही. आपल्या 'पोर्तुगेज-मराठे संबंध' या पुस्तकाच्या प्रस्तावनेत त्यांनी लिस्बन येथील सतराव्या व अठराव्या शतकांतील मराठी कागदांच्या मायक्रो फिल्म्स आपल्या संग्रही आहेत व त्या आपण प्रसिद्ध करणार आहोत असे म्हटले आहे. पण तसे काही घडले नाही. राष्ट्रीय ग्रंथालय आणि अज्युदा ग्रंथालय याचा मी पुरेपूर शोध घेतला आणि जे काही मराठी कागदपत्र होते ते सर्व आणले आहेत. तिसरे

'आर्किव्हु हिस्टारिको उल्त्रामारीनु' (Archivo Historico Ultramarino) या पुराभिलेखसंग्रहास मी दोन्ही खेपेस भेट दिली. पोर्तुगिजांच्या सागरापलीकडील कामगिरीसंबंधीचे कागदपत्र या संग्रहालयात आहेत. १९३१ साली या दप्तरखान्याची स्थापना झाली असून १६व्या शतकापासून ते १८३३ पर्यंतचे कागदपत्र तेथे आहेत. येथील ४१० पेटाऱ्यांतून भारतासंबंधीचे कागद (१५०९-१८३३ स.) आहेत, त्यांत तामीळ, कन्नड, कोकणीबरोबरच काही मराठी कागद सापडण्याची शक्यता आहे. हे कागद व्यवस्थितपणे लावून न ठेवल्याने त्यांचा शोध घेणे कठीण आहे. या कचेरीचे डायरेक्टर डॉ. सँटोश (Santos) यांच्या मते मराठी कागद मिळण्याची शक्यता कमी अणि मिळालेच तर ते मला पाठविणार आहेत. थोडक्यात, माझ्या लिस्बनच्या दोन्ही भेटीत जेवढे म्हणून ऐतिहासिक कागद मिळाले तेवढे प्रस्तुत लेखात सादर करीत आहे. पिसुर्लेकरांच्या मायक्रोफिल्म्सचा शोध लागला, अथवा डॉ. सँटोश यांच्याकडून काही प्रतिसाद मिळाला तर तेही कागद पुढे केव्हातरी प्रसिद्ध करता येतील.

प्रथम १७०१-२ सालच्या कागदपत्रांचा विचार करू. दख्खनच्या इतिहासाच्या दृष्टीने हा कालखंड अत्यंत महत्त्वाचा आहे. बादशहा औरंगजेब स्वसैन्यासह जातीनिशी दक्षिणेत संभाजीच्या काळापासून तळ ठोकून होता. दक्षिणेतील राजसत्ता नष्ट करून त्या मुघल साम्राज्यात विलीन करणे हे एकमेव ध्येय उराशी बाळगून तो लढत होता. पोर्तुगिजांची सत्ता या काळात जरी नाममात्र असली, तरी भारतीय सत्तांतील परस्परांतील संघर्षामुळे त्यांना अकारण महत्त्व प्राप्त झाले होते. मुघल, मराठे, कोकणातील देसाई त्यांचा अनुनय करीत असल्याचे प्रस्तुत संग्रहातील पत्रांवरून दिसते. पोर्तुगिजांनी प्रत्यक्ष मदत केली नाही तर चालेल, पण त्यांनी मुघल-मराठा संघर्षात तटस्थ राहावे असे या दोन्ही सत्तांना वाटत होते. कुडाळच्या सावंतांना मराठ्यांचे वर्चस्व नको होते. त्यांनी मुघलांचा पक्ष घेतला होता आणि त्यांना पोर्तुगिजांची सहानुभूती आणि प्रसंगी आश्रय हवा होता. मुघल, मराठे, देसाई, सावंत आणि पोर्तुगीज या साऱ्यांना कोकण आपल्या हाती राहावा असे वाटत होते.

गोव्याच्या विजरईला उद्देशून लिहिलेल्या या संग्रहातील पत्रांवरून दख्खनची राजकीय परिस्थिती आणि या विभागातील सत्तांचे परस्परांशी असलेले राजकीय, आर्थिक हितसंबंध समजावून घेण्यास मदत होईल. या पत्रांतून आलेले विषय सामान्यत: पुढीलप्रमाणे आहेत –

(१) कुडाळ ते अंकोलापर्यंतच्या देसायासंबंधीची पोर्तुगिजांना देण्यात आलेली माहिती.

(२) पोर्तुगिजांनी पूर्वीच्या तहांची पायमल्ली करू नये आणि औरंगजेबाच्या दक्षिणेतील वास्तव्याचा अवास्तव फायदा घेऊ नये अशी मराठ्यांची विनंतीपत्रे.

(३) जकात, परवाने यासंबंधी परस्परांमधील करार आणि सीमेवरील तंटे.
(४) भ्रष्ट पोर्तुगीज अधिकाऱ्यांना शासन आणि शत्रूला आश्रय न देण्यासंबंधी.
(५) मराठे, सावंत आणि मुघल यांचे पोर्तुगिजांशी मैत्री करार.
(६) सावंत, पोर्तुगिजांच्या प्रदेशांतून मुघलांना, आंबे आणि मदिरा पाठवितात.
(७) काही सनदी तंटे सोडविण्याविषयी मुघल आणि मराठे यांच्याकडून पोर्तुगिजांना विनंतीपत्रे.
(८) गोव्याची नाकेबंदी-कर्नाटकाहून येणाऱ्या तांदळावर बंदी – मस्कतच्या अरबांचा पश्चिम किनाऱ्यावरील व्यापार.
(९) सैन्यासाठी मुघल गोव्यामार्फत अन्नधान्य खरेदी करतात.
(१०) गोव्याच्या विरजईला मुघलांच्या लष्करी हालचालींची माहिती देणारी बातमीपत्रे.

१९८५च्या लिस्बनच्या दुसऱ्या भेटीत राष्ट्रीय ग्रंथागारात फक्त ९ मराठी कागद मिळाले. ते सर्व बाळाजी बाजीराव यांच्या कारकिर्दीतील असून त्यावर 'श्री राजा शाहु नरपति हर्षनिधान । बाळाजी बाजीराव पंतप्रधान ॥' असा शिक्का आहे व शेवटी 'लेखनसीमा' हा शिक्का आहे. या पत्रांत विशेष महत्त्वाचे असे काही नाही; फक्त पोर्तुगिजांशी मैत्रीचे संबंध ठेवण्याचा प्रयत्न मराठ्यांकडून कसा केला जात असे या संबंधीची माहिती आली आहे. ही सारी पत्रे येथे उद्धृत केली आहेत.

या ऐतिहासिक कागदपत्रांखेरीज लिस्बनच्या राष्ट्रीय ग्रंथालयातील दोन हस्तलिखितांचा येथे अल्पसा परिचय करून देणे उचित ठरावे. तेथील एका देवनागरी हस्तलिखितात (नं. Cod. 7980) अनेक फुटकळ ग्रंथ किंवा प्रकरणे उतरविलेली आहेत. हे हस्तलिखित हरीभट नावाच्या कोणी ब्राह्मणाने गोमांतकातील विष्णुदास नावाच्या गृहस्थाच्या वाचनासाठी संवत् १६८०-८१ म्हणजे सन १७५८-५९च्या सुमारास तयार केले आहे. यात एकूण १४० पृष्ठे (Folio) असून ९ प्रकरणे आली आहेत. पहिले प्रकरण संगीतासंबंधी असून पहिल्या पानावर तीन रकान्यांत निरनिराळे राग दिले आहेत. 'समस्त रागनां नामा' या मथळ्याखाली तीन रकाने असे आहेत – प्रभावली की जि ॥ बयोरे की जे ॥ त्री जे प्र. की जि । उदाहरणार्थ तिसऱ्या रकान्यात : श्रीराग, मल्हार, कल्याण, केदार, कनडु, कालेरू, भैरव, मेघराग, विराडी, देवसारी इत्यादी. पहिल्यात १०, दुसऱ्यात १२ आणि तिसऱ्यात १३ अशी ३५ रागांची नावे आहेत.

दुसरे प्रकरण हे गीतगोविंदाचे (अष्टपदी) गुजरातीत (५० पृष्ठे) केलेले भाषांतर आहे. उदाहरणार्थ :

जलितल वंग लता परीशीलन
कोमल मलय समीरे

मधुकर निकर करंबित कोकिल
कुजीत कुंज कुटोरे ॥

हे गीतगोविंदातील पद येथे आहे. शेवटी 'संसारना तापनू फेडनार छे ॥ पद । अष्टपदी । २४ ॥ संपूर्ण श्री' असा उल्लेख आहे.

तिसरे प्रकरण म्हणजे रत्नकला चरित्र. पृष्ठे १३.

चौथे प्रकरण प्रश्नोत्तरांचे असून त्याची फक्त दोन पृष्ठे (६८-७०) आहेत. राजा प्रश्न विचारतो आणि पोपट उत्तर देतो.

सुंदर स्त्रीमुळे घडलेल्या अनर्थासंबंधीचे उत्तर पाहा –

स्त्रियार्प्येच हतो वाली । रामेण रावणो हत: ।
परग्रहे न गंतव्यं परदारा परीत्यजेत ॥४॥

पाचवे प्रकरण, 'जन्मवेळी', सहावे प्रकरण हे प्रश्नोत्तरांचेच आहे; सातव्या प्रकरणाचे नाव 'ब्रह्मणोक्तंदेवीकवचं' असे आहे. आठव्या प्रकरणात 'ध्रुवचरित्र' आणि नवव्या प्रकरणात 'बिल्हण पंचाशिका' आहे. ऐतिहासिकदृष्ट्या हे हस्तलिखित महत्त्वाचे नसले तरी सामाजिक जीवनाच्या अभ्यासकास हे उपयुक्त ठरेल म्हणून याचा येथे ओझरता परिचय करून दिला आहे. देवनागरीत जरी लिहिले असले तरी हे अत्यंत दुर्बोध असे हस्तलिखित आहे.

राष्ट्रीय ग्रंथालयातील दुसरे हस्तलिखित म्हणजे प्रसिद्ध फार्सी ग्रंथ 'तुतीनामा' याचे मोडी लिपीतील हिंदी भाषांतर (Cod. 7921) सुरुवातीस 'ये केताब तुतीनामेकी फारशीयेसे हिंदी में लिखी आहे. हे पुस्तक तुतीनामाचे आहे' असे नमूद केले आहे. २२१ पानांच्या या हस्तलिखितात एकूण २३ 'हेकायत' आहेत, पण हे भाषांतर केव्हा आणि कोणी केले याचा उल्लेख कोठे आढळत नाही. पहिल्या हस्तलिखिताप्रमाणे हे देखील दुर्बोध आहे.

लिस्बनच्या राष्ट्रीय ग्रंथालयात मुद्रित कॅटलॉगांचा संच असून पोर्तुगालमध्ये इतरत्र मिळणाऱ्या हस्तलिखितांच्या त्यात नोंदी आहे. लिस्बननंतरचा दुसरा मोठा हस्तलिखितांचा संग्रह कोइंब्रा येथे आहे. तेथील ३१६० हस्तलिखितांचे एकूण २० कॅटलॉग आहेत, पण त्यांतून मराठी ऐतिहासिक कागदपत्रांचा उल्लेख आढळत नाही.

गोव्याचे एक स्वातंत्र्य सैनिक श्री. लक्ष्मीकांत व्यंकटेश प्रभू भेंब्रे यांनी 'पुर्तगाली राजवटीपूर्वीचे गोव्यातील धार्मिक वाङ्मय' (गोमंतक मराठी भाषा परिषद, पणजी, १९७९) लिस्बनमध्ये अज्ञातवासात असताना तेथे आढळलेल्या रोमनलिपीतील मराठी धार्मिक वाङ्मयाचा सोदाहरण परिचय आपल्या ग्रंथात करून दिला आहे. वर उल्लेखिलेल्या 'विष्णुदासस्य पठनार्थ लिषित' या हस्तलिखिताचा उल्लेख त्यांच्या

ग्रंथाच्या प्रस्तावनेत आला आहे (पृ. ४).

प्रस्तुत प्रकरणात प्रसिद्ध होत असलेली अस्सल कागदपत्रे संशोधकास उपयुक्त ठरतील अशी आशा आहे.

भाग १

(अज्युदा ग्रंथालय लिस्बन (Biblioteca da Ajuda, Lisboa) येथील क्रमांक Vol. No. 51/V/49-1-182P 152 (81) - 215 - या संग्रहातील २२ मराठी कागद या भागात आहेत. प्रत्येक पत्रावर तारीख नाही. केवळ दोन पत्रांची तारीख मिळते ती पत्राच्या शेवटी दिली आहे. पत्रांतील आशयावरून ही सर्व पत्रे १७०० ते १७०१ अथवा १७०२ या कालखंडातील असावीत. पत्रे कालानुक्रमे लावली नसून अज्युदा ग्रंथालयात ज्या क्रमाने होती तोच क्रम येथे पाळला आहे. या दोन्ही भागातील पत्रांत फार्सी शब्द बरेच आहेत. दोन्ही भागांच्या शेवटी शब्दकोश दिला आहे.)

अजम अकरम विजरई जजीरे गोवा दाम सादत हू

छं रफाअत दस्तगाह हिशमत व शौकत मा आलिजा महबत व मवदत दिशरकोने अतुवार – अजी परशरामपंडित प्रधान सलाम महवल मारुज आकी सलामती ईज्याइब नजर खैर जाणोन महबत शाआर सलामती खुद जात सी उतसिफात कलमी मरकूम फर्मावणे दिगरं बुलंद नामोश मौस्त फेरोजी माहाराज – साहेबापासून महबत शाआराकडून महबत व येकलासचा राबिता चालत आला आहे व तरफैन येकजहतीचे सबबेने हमाबाब तफावत पडत नाही यावरून महाराज राजश्री – छत्रपतिसाहेब बहुत काही राजी आहेती इनशालाताला सलामत राखो दरी अयाम ईज्यानेबांस अखबारात मालूम जाहाले की – तरफेहून अरमार येऊन बंद किनारा लुटून जाळून बांद धरिले कितेक रयेत मारिले यैसा फसाद केली व हाली बंदर राजापूरचे नस्ताचे बर मुकाबली यासी राहोन अजार देतात यावरून अजेब वाटले दुरंदेसी न करितां कोता अंदेश करून विलायेतीस अजार दिल्हा फसादी केली हालीही करीतात हे मोहिबास वाजब जाले असेल नसेल मालूम नाही अमा – माहाराजाचा येकबाल जियादा होणे की याहून बेहतर जोरावर फसाद करणार दुतमर्द होते त्यास बवाजिवि गोशमाल देऊनू हालखूद ठेवीले हालीही वजारत माआब उमराव व शहजादे बलकी शाहानशा दिलीचा पादशा औरंगशा खासा चालोन येऊनू जंग जलद करितो त्याचा गुमान न धरिता सजा पोहचविता पेशमानी पावला खटा जाला हे आलम मशूर जाहीराना जालाच आहे ऐसे असता अवलपासून आजीलग येखलासीचा राबिता चालीला असे त्यास तफावत पाडावी यांत काये फाईदा कितेक पालेगार देसमुख मवास व राजे लोक वजारतमाब माहाराज छत्रपतिसाहेबाचे मलाजमतेस रुजूआत धरून मजरा करून घेतात असे असता दाटून कुसूर वाढवावा हे सजावार नाही अरमार घेऊन येऊनू

फसाद करितात ते समजतील जे दिलीच्या पादशाचे दराज जोर राजकारण येऊनू लागले असता फुरसत कोठे पडो पाहाते तरी यावरी नव जावे बेवफाई करितील त्यास सजा अहडावया येक पलीट लागणार नाही. माहाराजसाहेबाचा अम्र हुकूम जालियावरी मग लायेलाज होणर मुबादला मुलूक जाळून मारून तलफ करून वैरान होऊनू जाईल तेव्हा वख्त मुस्कील पडेल रदबदलही कोण्हाची चालणार नाही आजीवरी तरफैन चालीले कुसूर न जाला या पेशजी बों म वोडराज विजरई होते त्याणी येखलासीचा राबिता रुजूआत राखोन राजी राखिले. हालीही मोहीब आकीलदाने आहेत जे गोष्टीने माबैन चालोन नामोशदराज होय ते करणे आशाहीमध्ये इतरफेचे कज्जेदार (कर्जदार) कोण्ही सरदारापासून फरक पडली असे मालूम जाले असेली तरी बरी पसंदे करून ईज्यानेबास खत किताबत मरसूल करावी ते गोष्टीचा सरंजाम व बवाजिबी ताकीद फर्मावया मुस्कल काय अमा आपलेच जागा लहान माणसे गरजगोपणे लाफजानी करून समजावितील त्यावरून परभारेच फसादी करावी हे वाजीब नाही याउपरी मोहीबी अरमारास ताकीद फर्माऊनू माणसे धरिली कैद केली त्यास व वस्तभाव सोडून देवऊनू हालखूद आहेत ते करणे दराज लिहीणे येहतीयाजनिस्त अयाम बकाम मुस्तदाम बाद हे किताबत.

२

हू

इलाही

सियोर आजम विजुरई

दाम शफमत हू

र्छ अमारत पन्हा: – अजिदिल यखलास विठ सेणची सालसकर सुभेदार सलाम बादज सलाम येथील नेकी बनजर – जाणोन कारने की लेहावया कलमे इशारत फर्माविली पाहिजे महूवल मारुज मकसुंद आंकी आम्ही अमारत पन्हा: – सरदेसाई याचे भेटीस गेलो होतो माघे फौजा (?) येऊन मुलकास अजार दिला याबदल सुजाअत दस्तगाह: नाग दलवी भोसले जमावनसी पाठविले त्यावरी पंधरा रोजी आम्ही आलो येथील तजवीज पाहत लस्करामध्ये अमारत पन्हा : – बाबासाहेब अमाविकरिता आम्ही वाडीस गेलो सर्व वर्तमान दखल करून अमारतब पन्हास घेऊन लस्करात आलो अमारत पन्हा – सरदेसाई यांही कितांबत लिहिली ती बजिनस पाठविली आहे हरयेक बाबे आपला भरोसा मानून पाठविले आहेत मोहिबास कलेल तैसी मदत केली पाहिजे दराज लिहीणे नलगे प्यार मोहबत असो दिली पाहिजे हे किताबती.

३

हू

सिनोर अजम अकरम विजुरई
जंजिरे गोवा दाम येकबाल हू

छ्ई अजी खादिम पुडिलीक सुबेदार नामजाद प्रा दिचोली सलाम बादज सलाम खैर अंज्याम येथील नेकीब नजर जाणोनू आमोहिबी आपली खैरखुसी लिहावे या कलमे इशारता फर्माविले पाहिजे मोहवल मकसद अंकी मोहिबीं किताबत पाठविली तेथे लिहिले जे तरी पिलगाऊ व नावे येथे रजपूत ठेविले आहेत ते हरयेक जिनसास जकात मागतात गवत लाकूडास कटकट करितात त्यास हुकूम करून मना करावे हे बाबे मोहिबी लिहिले त्यावरून तेथील कितेक फाईदा होणार होता त्यास मना करून तरी मजकुरी रजपूत होते त्यास हुकूम केला ते कोणाचे वाटेस जाणार नाहीत मोहिबास मालूम जाले पाहिजे दिगर मागां मोहीबास कागद लिहिला होता जे रुपये गाटक्या बांधून लखोटे करून कडवाड प्रांते व कर्नाटक प्रांते कितेक खरेदी बदल दरबंदगी – सरदेसाई साहेबी पाठवाविया हुकूम केला आहे येथून मिलले मिलले जमा करून रवाना करणार त्यास पासास हुकूम पाठविला पाहिजे म्हणऊनू लिहिले होते त्यास येक वेल जाऊ देणे. म्हणऊनू जबाब लिहिला तर पैके मुलकामधून काही येकच वेल येत नाहीत जमा जाले जाले येणार ते पाठवावे लागणार त्याबाबे मागुती आमोहिबास किताबत पाठविली त्यावर जाब लिहून पाठविला जे पासावरी गटक्या सोडूनू खरेखुरे करून जाऊ देणे म्हणऊनू तर आम्ही काही पैके मोहिबाचे मुलकात उदेमास पाठवीत नाही अथवा देणे आहे त्यास देत नाही जे गाटकया फोडूनू खरे लटिके पाहावे पैके करनाटक व कडवाडाकडे जाणार यास फोंडे विलायेतीचे मार्गाने पाठवावे तर त्या आमामध्ये बरे नाही ते वाटेने जाता न ये याबदल मोहिबाच्या मुलकामधून वाटेने जाणार त्या खरे लटिके गाटक्या फोडून पाहावे म्हणऊनू लिहिले यावरून येक वजा दिसोनू आले आमोहिबांच्या मुलकामधून वित हे मुलकातून जात आहे व येत आहे. त्यास हे तरफेन काही अंतर नाही आणि ऐसी गोस्टी लिहिली तर याउपर मोहिबाच्या मुलकामधून आमच्या गाटक्या पैकेचे घेऊनू खरेदीस करनाटक कडवाड प्रांते जावेयास निरोप दिला पाहिजे जीयादा लिहिणे नलगे. मोहीब बडे आहेत. हे किताबती.
लेखन सीमा

श्रीमा
न्विठल पुं
डलीक स्य भा
नि मुद्रा यश
श्विनि

हे किताबती

४

हू

अमारत व अयालतपन्हा
अजम अकरम सियोर विजुरई
जंजिरे गोवा दामदौलत हू

र्छ अजिदिल येकलास विठल पुंडलीक सुभेदार प्रांत डिचोली सलाम बादज सलाम येथील नेकी बनजर जाणोनू कारने की लेहावया कलम इशारत फर्माविले पाहिजे महुवल मुराद अंकी छ८ जिलकादी मिर बुजरुख याणे कपितपास दिवाडी यासी सुळूक करून त्याचे बलांव अगोदर येक दिवस नेऊन ते रात्रीस आणिक होडिया थोरले जुवेचे टोक त्या मार्गाने फिर्गाण तडीने लोक होडीवर व्हालावावरी कपिताच्या घालोन तोटां नजीक फिर्गाण तडीने येऊन रात्रीच्या राहिल्या आणि सकाल गोवे प्रांतीचे माणूस अलतडीस आले होते ते फिरोन जाता नदीमधून बलाव येऊन जे सावकार गोवीस जात होत त्या त्यासी दस्त करून होडी घेऊन गेले ते खबर ई मोहिबासी दखल जाहाले उपरी त्याचे माघे लोक होडेवरी चडऊन पाठ घेतली दोनच्यार होडिया खाली नेत होते ते सोडविल्या ते पलोन फोडे तडीस उतरोन गेले. यैसे यासी मोहिबाचे हरकीन जुवेचे टोकावरी आहे त्याणीही वरगुजार केले व कपीत दिवडी याणे आपले बलाव देऊन फीर्गाण तडीने आणून यैसी गोस्ट केली तरी त्या कपिताने यैसी गोष्ट करणे हे बाजिब न्हवे त्याची सजा आम्ही द्यावी तरी मोहिबाचा व सरदेसाई साहेबाची दोस्तगी चालती तेथे आमचे तर्फेने आंतर पडो नये या करितां मोहिबासी लिहिले आहे बारकीने खबर घेऊन नतिजा द्यावया मोहिबाकडे आहेत व नदीमधून मोहिबाची हद तोडून मीर बुजरुखाने यैसी गोस्ट करून गोवेकरी लोक धरून नेले आहेत. त्याविसी मोहिबासी दराज काये लिहावे. मोहीब बडे आमील आहेत. प्यार मोहबत असो देणे हे किताबत लेखन सीमा

श्रीमा
न्विठल पुं
डलीक स्य भा
ति मुद्रा यश
श्विनि

५

विजुर आजम अकरम अंतोन ळुईस
गोसाल काम्र येकोतीन विजुरे जंजिरे
गोवा दाम शफाकात हू

र्छ रफाअत व मा आलीनपनाह: उवबत व शौकत दस्तगा: मोहिबा व मखलीसां उमेदगा: – अजी मोहिबदिल येखलास चेनबसवलिंगया सेनाधीपती मामले सौदा सलाम बादज सलाम येथील खुसी जाऊन आमोहिबांपना आपुले खुसी व शादमानी कलमी इरकाम केले पाहिजे दरिविला चाबेफल व चेडगाऊस देसाई चंद्रवाडी याणी दिवाणीचे मोबलग पैके देणेच न देता उठोन गेले. यासी कुकळीकपीत याणी त्यासी आसिरा देऊन ठेऊन घेऊन ह्या बाबे उपराळा त्यासी केले त्यानी जमाऊनेसी येऊन बाळ्ळीचे मुलूक मारून – ? कितीयेक साहुकाराचे मालमत्ता बिसात घेऊन फरगणात नेले व ती (मा) जी सेणबी नाडकर्णी वगैरे सात आठ जणांसी धरून नेऊन तासील लाविले असे आजीतागायेत यैसे चोरटे यासी आसिरा देऊन सरहदेचे लोक गनिमाई करणेचे रवेश चालीले नाही सरहदेमध्ये या वजने खिलाफ सुरू जाहालेवरी येखलासीमधे येक वजा दिसते कुकालीचे कपित यानी ऐसा अमल करणेचे आंमोहीबपनासी जाहीर आहे की आपखुदीने करितो की हे मालूम होत नाही पेसजी येक दोनी मजकुरांसी मोहिबापनासी लिहिले वरी तेच वख्ती येथून सरंजाम करून पाठविलेचे ते मोहिबपनासी जाहीर असेल हाली आंमोहिबपना कपित मजकुरासी ताकीद करून हरामखोरासी कैद करवाऊन जो काय बिसात व रयतेसी नेलेचे सोडून पाठवीत सारिखे करावे सहल लोककरिता तरफैन येगानगतमधे फर्क होऊ नये हे वरी मोहिबापना जैसे येखलासी राखून चालवाल तैसेच येथूनही चालतील हरगा: कर मोहीम असेल ते लिहावे या रजा देऊ (न) प्या अर्जानी राखिले पाहिजे **हे किताबत.**

मोर्तब

६

अजम अकरम अंतोन ळुईस गोसाल मानमर कोडतीन विजुरै जंजिरे गोवा दाम येकबाल हू

र्छ अमारत व अयालतपना: शौकत व बिसमत दस्तगा: सआदत व माआलिज्या – अजी खेम सांवत भोसले सरदेसाई पाा कुडाला व माहालानहाये बादज तबलीग बआवा तवाफियात मारुज मेबारदर्क चंद रोज गुदरले अमा याहावरी खातीरदार याम कातीर फर्माऊनू नामे गिरामी असबार करून मसरून शादमान फर्माविले नाही इलबालगा: बगा: याद शाद करून बनामे गिरामी बहरवर फर्मावणे महवल मकसूद ऊंकी बरिअयाम खुजस्ते फर्जाम खुशहलीचे खबर आईकिले जे पुरातनकाली गलिया व बसिहत व सलाम आले हे आईकोन बहुत शादमानी व खुरमी व खुशदिली हासील जाहले जे इज्यानेब अजकदीमल अयाम दोस्ती व येक दिली व येगानगी आंज्यानेब तरफेचे धरीत आहो इस्तादाच्या

कलमावरी दिल ज्यां सुंबक ता आला नजीक खैरे व सलाबती मागत आहो तरी आता आंज्यानबानी आपले तरफेचे खुशखबर कलमे मरकून फर्माविले पाहिजे त्यावरून शादमानी व शादकामी हसील होऊनू बहरवर होऊन अयाम बकलम मुस्तबककबाद रा छ५ रबिलाखर सन इलीदे व मया अलफ. **सन १११२**

७

हू

दरबंदगी सियोर अजम सियोर
विजुरवई जंजिरे गोवा दाम दौलत हू

छ अजिदिल येखलास विठक पुंडिलीक सुबेदार नामजाद प्रांत डिचोली सलाम बादज सलाम येथील सुखी बनजर जाणोनू खुद खुसी ल्याहावया कलमे इशारत फर्माविली पाहिजे दिगर रामजी राऊ देसाई तपे डिचोली याचे लोक दिवाडीत असतात काली सेनवारी प्रहरा दिवसात दिवाडीच्या पासावरून उतरोनू येऊनू मौजे नारवे येथील कुणबी गरीब चौगजण हाणून जखमा केल्या त्यातील येक जण जिवे मारिला तेथून पिलगावी येऊनू पिलगावचे कुणबी येका घरामधील चोग्जण हाणून जखमा केल्या येक त्यातील मेला दोन-तीनसे अश्रृफीचे बित नागऊनू घेऊनू मागती दिवाडीस पासावरून उतरोनू गेले त्याउपरी हलदोणेहून तपे बारदेस तेथून पाच जण होडी घेऊनू येऊनू मौजे सिरगाऊ येथील कुणबी गरीब याची घरे ६ सा जालीली व येक बाईको बातली च्यार बैल जोताचे जलोनू मेले याचे पारपत्य करावया साहेब बडे आकील आब येथे या मुलकात जाळून कुणबीयास हाणून मारून साहेबाच्या मुलकात जाऊन राहातात हे साहेबास मालूम असावे जाब काय ती ल्याहावया रजा फर्माविली पाहिजे व आपाजी सेणवी रामाजी रायाचा कारभारी कुबारजुवेस माणसे ठेऊनू सर्व राजकारण हे तो करीत आहे हमेशा कुबारजुवेवरी आपण बैसोनू पालत करून सारे राजकारण तो करितो पारपत्य करावया साहेब धणी आहा रोशन होये हे किताबती

मोर्तब खुद

८

हू

अमारत व अयालतपन्हा येकबाल
व इजलाल हमराह असजूल बहर
विजरई अजम अकरम विजरई
जंजिरे गोवा दाम येकबालहू व
दौलतहू

छ अजि आन सेणवी सरपारपत्यगार मा। हाय प्रांत जाबोली मामले सौदे सलाम बादज सलाम महबत अंज्याम येथील नेकी बनजर इलाही जाणोन आं दौलतखांही खैर खुसी सलामती लिहावया दुकलमा इशारत मरकुम करणे माहुबल मारूज उकी ईज्यानेब तरफेचे मुलुकामधील तो। चंद्रवाडी येथील देसाई चांदेपल व चेडगाव सवदाने देसक येथून पळून जाऊन फिरगण मुलुकामधे सरहदेस सौलदौड व पाजरखणी व कुकली येथे जाऊन राहिले आहेत त्याचे समजाविसीबदल रंगाजी सेणवी पारपत्यगार व तिमाजी सेणवी नाडकर्णी तो। चंद्रवाडी मुदा सांगोन पाठविल प्रो। कौल देऊन पाठविले होते त्यास तिमाजी सेणवी नाडकर्णी यास धरून मारामार करीत आहेत आणि पावणासे से हे तडगे आरमाराचे करून सरहदेवर फिरतात आमचे स्वारी गेलेवर आरमे घेऊन पलोन फिरंगाण मुलुकामधे जातात रात्रीचे येऊन सरहदेवरील रयेताचे नारल तोडून नेतात येक दोन घरास आग लाऊन जालीली तैसेच तो। बालली मधील हेबारवामधे चामाराची घरा दोन तीन जालीली यैशास सरहदेचा मुलूक दिवाणापासून जुळूम जाजती जाहालेया मुद्रा सांगोन पाठवावा सरंजाम करून घ्यावी आपले जागेस पावे अगर सरंजाम होये तोवर उगे असावे ते न्हवोन यैसे बदफयाल करितात हे हवाल इनेकोखाबास जाहीर जाहाले नसेल दरम्याने कुकलीचे कपितास लाच रुसवत देऊन यैसे बदफयाल करितात साहेबाचे मुलुकास अजीतलग यैसे होऊन आले नाही सहल लोकापासून बदफयाल अमल होते सरहदीचा काईदा तुटतो येबाबे ईनेको काही खबर घेऊन तंबी पोहचावणार आरीफ आहेत ईनेकोखामधे व राजे साहेबामधे येखलासी चालते त्यास दरम्याने फरक होये यैसे केले न पाहिजे हे हवाल नेकोखाबास दखल व्हावे याबदल लिहिले असे याची खबर घेऊन तंबी पोहचावणार सजा देणार नेकोखाब आदमी कामकाजाबदल येतात त्यास कुकलीचे कपित अटक करीत आहे सालाबाद साष्टी प्रांतीचे व कुकलीचे आदमी आया तरफेस सोदे सुत बसल येत जात आहेत ईजानेबाचे मुलुकामधील ते प्रांती जातत याची खबर घेऊन नतिजा देणार नेकोरवाब बडे आहेत हे किताबत.

९

हुवल

आतोन ळुईस गोसाल कनमर कोडतीन विजुरै सिनोर जंजिरे गोवा बर मसनद मुतमकी बाशंद

छ अमारत व अयालतपना: हुकूमत व शौकत दस्तगह साआदत व मा आलि ज्या – अंजी खेम सावंत भोसले सरदेसाई प॥ कुडाळ व माहाल निहाय बाआदज तबलिग दाआवत बरराई अनवरबाजेह मेगर दानदके दरिविला नामे नामी फ्रासेजा बराबर पाठवले ते खुशवख्त अवडोन शादमानी हासील जाहाले तेथे मरकुम होते जे मोगलाचे पातशा:

कारणे आबे कावडी १० पाठविल्या आहेत व शराब २ पेटिया येका फिरंगिया कारणे ऐसे हरदू जिनस सिरबारि यास हरयेक अटक न्हवता जात ऐसे केले पाहिजे म्हणौनू तरी बमोजिब मरकूम किलक इज्यानेब तरफेने जोडेकरी बराबर देऊन पादशाही लस्करास रवाना केले आज्यांनेब तरफेचे कामासी दिलज्यांसू कोसीस करावया कोताही होणार नाही अयाम दौलत मुस्तदाम बाद रा छ१४ जिलकाद सना ११११ सुहूर सन इहिदे व मया अलफ **किताबती.**

(२१ एप्रिल, १७००)

१०

छ मकसूद उंकी मा ।। नागोजी नाईक सरदेसाई मामले फोंडा यासी पेसजी सियादत व रफाअतपना सैद गुलाम ईभ्राईम नाईब फौजदार तलकोकण याही हकाचा निवाडा करणे बदल कैदीमधे ठेविला होता त्यास निवाडा ना होता सैद लडाईमधे काम आला आईकड सियादत व रफाअतपना मिर बुजरुख फौजदार आले याकडे ईज्यानेबाने कितेक वजा रदबदल करून नाईक मशारनिलेस सोडणेचा मजकूर केला त्यास हाजीर जमान कोणी राहात नाही त्यावरी नाईक मशारनिलेने ईजानेबाकडे कितेक आपली येकिनी व सौगंद दिली त्यावरी नाईक मशारनिले मातबर आदमी जबस चुकणार नाहीत यैसे समजोन ईजानेबाने नेकीचे काम करून जामीन कसबा सरकारामधे देऊन नाईक मशारनिले सोडविला त्यांनी आपला लडका मुलकाची जमे साल गु।। प्रमाणे भरोन द्यावी आण मुलकामधे आवडाऊ होऊ देऊ नये याबदल कोटामधे ठेविला आण करार केला जे आपण आठा रोजी पैसे घेऊन येतो आण सरकाराच्या कामास तन देऊन रुजू राहातो त्यास केलोसी जाऊन राहिले ते फेर फोडस आले नाही हे हकीकत परज्यात साहेबास मालूम जाहालीच आसल हाली च्यारो देसाई याचा हकाचा निवाडा करणेबदल मिर साहेबी मा।। गोरख सेणवी यासी किताबत लिहून पाठविले आण करार केला जे जेणे प्रमाणे साहेबी निवाडा करून देतील तेणेप्रमाणे येथोन हक पोहचेल यैसे यासी हाली मालूम जाहाले जे नागोजी नाईक यांसी साहेब डिचोली तर्फेस जावेयासी रजा दिली यैसेयासी साहेब ते जागाचे खावंद ईजानेबाचा जामीनकतबा सरकारमधे आहे त्याबाबे नोंक मशारनिलेस फर्माऊन ईजानेबाचा कतबा पोहचोन बाजद तो हरकोठे गेलेया काही मुजारवा नाही आमी नेकीचे काम केले आहे इनाम सौगध देउन ईजानेबास दगा दिलेया त्याची बी पेस जाणार नाही नाईक मशारनिलेस ताकीद लाऊन आमचा मुचेलका आमास पोहचे यैसे करविले पाहिजे या बाबे ईजानेबाने साहेबानजीक यावे तर तैसेच लिहिले पाहिजे ईजानेब साहेबाचे मुलाजमेतेस येऊ फोडेचा सरदेसाई दुलबा नीईक आहे नागोजी नाईकासारिखे पाच बेटे त्याचे आहेत टिका दुलबा नाईकाचे सिरी आहे नागोजी नाईक गेलेने काही होत नाही

च्यार देसाई याचा निकाल साहेबाकडे आला असता देसाई ना रजाबंदीने जातील हे बात मुनासिब नाही साहेबाच्या सखुना खेरिज मिरसाहेब आगर देसाई नाहीत देसाई याचा हकाचा निवाडा करून ज्याचे त्यास रास्त हक पोहचोन हालखूद राहून पादशाही मुलुक अबरवा माहामूर जाहालेया दरनामोस पादशा लंग साहेबाचा आहे येथील मनसुबी साहेबाकडे पोहचोन त्याचा गौर ना जाहालेया येक वजा दिसून येते साहेब ते जगाचे खावंद आहा साहेबाच्या सखुनासिवाई कोणी नाहीत ज्यादा काय लिहिणं याचा जबाब देणेस हुकूम केला पाहिजे **हे किताबती.**

११

विजरई अजम अकरम विजरई
जंजिरे गोवा दाम दौलत हू व
येकबाल हू

छ रफाअत सुज्याअत दस्तगाए येकबाल व इजलाल असदुल बहर – अजी आन सेणवी सरपारपत्यगार माहाल हाय प्रा अष्टग्रहर सलाम माहाबत अज्याम येथील नेकी बनजर इलाही जाणोन आनेकोखाही खैर खुसी सलामती लिहावया रजा फर्मावली पाहिजे माहुबल मारुज उकी ई सुज्याअत दस्तगाहास पहिले ये प्रांतीचे वर्तमान लिहून पाठविले होत त्यावरून कुकलीचे कपीतास पोडतेर पाठविली ते कपीत अजमास वली पाठविले त्यास हुकूमप्रमाणे तरतूद करून बाडगे राहिले आहेत त्यास तंबी पोहोचविली नाही मागती छ मजकुरी गोविंद नायक सरदेसाई याचे आदमी रघुनाथ व सोनबा कोसबे बेगभाई व मर्तेपल व चादेपल व चेडगावस व बाजे देसाई चंद्रवाडी से सवासे बाडगे बराबर घेऊन येऊन हेबारवाडचे पेठ नागविली हरसेटी दुकानदार याचे फर्जद जिवे मारलिले व येक दोन घरे जालीली व कुली दुकाने सावकार नागऊन तीनच्यार हजारा होनाचे वित नागऊन नेले सुकड नायेक व पुंडलीक सेणवी व वेकटे प्रभु याखेरीज तीन जण दुकानदार यैसे साहाजण धरून सोल बोडस पाजरखणीसे नेले आहेत त्यांचे लाग पाहाता कुकलीस लागतो तंबाकू व फोवे चिरमुरे हे बारवाडीस नागविले ते कुकलीचे सरहद पावेतो व पडत गेले आहेत हे हवाल कुकलीचे कपितास लिहिलेवर त्याचे तरतूद केली नाही तर हे हवाल नेकोखाही खातोरेस आणून फिरबी लोकास तंबी पोहचावनेर मोहबी बडे आहेत सरहदेचा मामला आजीतलग हर कोणाचे मुदतीमधे यैसे जाहाले नाही व हद तुटली नाही खबर घेऊन तंबी पोहोचवणार आसुज्याआत दस्तगा बडे आहेत हे हवाल कुली लिहिले ते झूट यैसे कोणी बदनिशा करितील तर येक आदमी कुकलीस पाठवून खबर घेऊन नजरेने पाहिलेवर मालूम होईल दराज लिहणे आहे दियाज (?) नाही हे **किताबत.**

१२ हू

अमारत व अयालत पना : सिंयोर अलम
अकरम विजुरई जंजिरे गोवा दाईम दौलत हू

र्छ आजीदिल येकलास विठल पुंडलीक सुभेदार प्रा डिचोली सलाम बादज सलाम येथील नेकी बनजर – जाणऊन आपली कार नेकी लिहावेया कलमे इशारत फम्राविलो पाहिजे मोहवल मकसूद आंकी मस्कताकडील आरबांचा समाचार काय तो मनास आणून लिहनू पाठवणे म्हणोन तरी मालीक तारवाचा याणे समाचार सांगितले जे आरबाचे आरमार मुस्तैद होऊन बसनूरचा बार धरून तांदूळ गोवेस येऊ देऊ नये यैसे मस्कतच्या खावदाने ताकीद करून आरमार रवाना केले होते ते येता वाटेस तारु येक सौदागरी बारेचा गैरहंगाम होऊन येत होते त्या धरून नेऊन वाटेहून फिरोन गेले तेवरी त्या आरमारच्या कपितावर रागावर होऊन कुली आरमारचे लस्केरी व कपितास आदबखानी ठेविले ते त्याणी रदबदल करून मागुती हाली आरमार मुस्तैद करून हे प्रांती येणार आहेती व करनाटकी तारवा मस्कतास गेली होती ती अटक करून ठेविली आहेत जे फिरंगी यांस तांदुल देऊ नयेत यैसी तजवीज करून ठेविली आहेत म्हणोन समाचार सांगत होता मालूम जाहाले पाहिजे हर येक कार्ये प्रयोजन तो लिहून पाठवाल त्यास हाजीर आहो हे प्रांती आहू ते आपले यैसे जाणोन हुकूम केला पाहिजे खेरीज बडे लोकाप्रती लिहावे लागत नाही प्यार आर्जानी आसो दिला पाहिजे **हे किताबती. लेखन सीमा**

श्री मा
न्विठल पुं
डलीकस्य भा
ति मुद्रा यश
श्विनि
१ ३

हू
अमारत पन्हा सियोर विजुरई जंजिरे
गोवा दाम मोहबत हू

र्छ आजिदिल येकलास तान सावंत भोसले सलाम बाजत सलाम महवल मकसूद अंकी येथील नेकी जाणऊन व मोहिबी कारने की ल्याहावया रजा फर्माविले पाहिजे दिगर चंद रोज गुदरले मोहिबी आठवण करून किताबत नामा पाठलि नाही याउपर हरघडी आपणाकडील खुसी खबर लिहून दिला आराम केला पाहिजे दिगर मोहिबाची मुलाखत इदीमधे जाहाली ते समई बहुत प्यार आमा ठाई धरून श्नेह केला ते विसर अहिर्णेसी पडत

नाही तैसेच ह्याही परीस श्नेह विशेष धरून किताबत पाठवून सेवा निरोप लिहिली पाहिजे आम्ही आपले आहो दराज लिहिणे नलगे प्यार मोहबत आर्जानी असो दिली पाहिजे. **हे किताबत. रा छ७ जिल्हेज श्री/राजाते**

श्रीशिव
राजेन्द्र प्रताप
वंत तस्य सेव
क तान सा
वत

१४

विरजई अजम अकरम अतोन कुवीस
गोसाल कामर कोडतीन विजरई जंजिरे
गोवा दाम दौलत हू

र्छ अयालत व अमारत पना वौकता इसमत दस्तगाहां – आनी खेम सावंत भोसले सरदेसाई प्रा कुडाळ व माहालानीहाये सलाम बादज सलाम येथील खुशी जाणऊन मोहीबी आपुली खुषी खबर लेहावेया कलमे इशारत फर्माविली पाहिजे मकसूद उंकी मसरुल पुंडलीक सेणवी या बराबरी किताबती पाठविली खुषवख्ती पाहोन बहुत खुशाहाली वाटली त्यामधे मजमून लिहिला जे भतृगाम विलायेत जालीली या करिता आपणासी वाईट वाटले तरी पैली अलग मेटा ठेवून मजबूती करावी ती तुमचे सुभेदाराने केली नाही म्हणऊन लिहिले तरी हाली चिरंजीव बाबासी जमावानसी पाठविले आहे ती तरी ईज्यानेबानी आपले तरफेने जी कुमक करावी ती केली पाहिजे सर्व विसी अमारत पनाचा भरवसा धरिला आहे तरी सर्वाविसी साहेता केली पाहिजे प्यार असो दिली पाहिजे. **हे किताबती**

फार्सी मोहर

१५

हू
अमारत व अयालत पना सियोर
अजम अकरम विजुरई जंजिरे गोवा
दाम दौलत हू

र्छ अजिदिल येकलास विठल पुंडलीक सुबेदार प्रांत डिचोली सलाम बादज सलाम

येथील नेकी बनजर – जाणऊन आपली कार नेकी ल्याहावया कलमे इशारत फर्माविली पाहिजे मोहवल मकसूद अंकी येथे जमाव लोक आहेत त्यासी अडिसेरी बदल तांदूल पाहिजेत याकरिता गोवेस माणूस पाठविले आहेत ऐसीयासी साहेबी मेहरबानी करून तांदूल २० खंडी आणायासी रजा देविली पाहिजे येथे लोक आहेत ते साहेबाचेच चाकर आहेत त्यास पाऊसकाली खावयास पाहिजेत मेहरबानी करून निरोप देविला पाहिजे येथील सारिखे कार्ये काम असेल ते फर्मावित आसले पाहिजे हरघडी कार नेकी लिहून प्यार मोहबत अर्जानी राखिली पाहिजे **हे किताबत.**

१६

दर बंदगी सिनोर विजेरे साहेब सलामत

र्छ अजी खिजमतगार पुंडलीक सेणवी ज्यानेब खेम सावंत भोसले सरदेसाई प्रा कुडाळ व माहालानिहाये सलाम बाजत सलाम येथील खुसी जाणऊन साहेबी खुसी खबर लिहावया रजा फर्मावणे महवल मुराद मुकी लस्कर तर्फेचे वर्तमान तर पनाले गडास वेढा देऊन पादशहाी मोहिमेने सिकजा केला आहे थोडेच रोजी किला घेतील यैसे खबर लस्कराहून आली आहे त्यावरून येथून सरदेसाई याणी आपले वकील भास्करराऊ याकडेस माणूस पाठऊन हमेशा खबर समाचार आणवीत आहेत ज्यादा खबर येताच खिजमतगार साहेबाचे मुलाखतीस येऊ दिगर खिजमतगाराचे घरी मुलाची मेजवानी आहे याबद्दल कर्नाटका होऊन तांदूळ खंडी १० येकून मूड १०० सेंभर व काही किरकोली जिनस मेजवानी बदल आणविला होता तो आरमाराबराबर गोवेसी आला तो येथे आणावयाबदल माणूस पाठविला आहे तर साहेबी मेहरबानी करून आवगातचे कपितास वोडद देऊसीस फर्माऊन तांदूळ येथे पावे सारिखे करावया साहेब मेहेरबान आहेत.

१७

आजम अकरम आतोन ळुईश गोसाल
कामर कोडतीन विजरई जंजिरे गोवा
दाम दौलत हू

र्छ अमारत व अयालतपना हुकुमत व पैकवत दस्तगाहा सादत मालीज्या – आजी खेम सावत भोसले सरदेसाई प्रा कुडाळ व महालनिहाये सलाम बाजद सलाम येथील खुसी जाणऊन मोहीबी आपुली खुसी खबर लेहावेया कलमे इशारत केली पाहिजे मकसूद उकी डिचोली प्रांती आमचे लोक आहेती त्यासी द्यावेयासी तांदूल पाहिजेती याबद्दल सोहीर नाईक आमचे पैके देऊन तांदूलाचे खरेदी बदल पाठविली आहे हा तांदूल पंचवीस खंडी खरेदी करील त्यासी आल तडीस आणावेयासी आमारतपन्हाने निरोप देविला पाहिजे प्यार मोहबत असो दिली पाहिजे ज्यादा लिहीणे नलगे छ१२ सवाल सुहूर सन

इहिदे मया आलफ.

फार्सी शिक्का **(१२ मार्च, १७०१)**

१८

मोहबत व मुवदत अनुवार येखलास असार पाद्र पेसगाह अलमगीर दाम मोहबतहू दरिविला तुम्ही हुजरून कितेक मतलब मुदे माफिक सरबराई होऊनू आले म्हणऊनू मालूम जाहाले ते वरून खुशेवख्त जाहाली जे तुमा तरफेचे मुळुकस पादशाही मुळुक येक सरादी आहे. दुतर्फा येखलासी येगानगी चाललेने खूब आहे हरवख्त तुमा तरफेची कारने की लिहित आसणे तुम्ही हजुरून आले आहा कितेक या मुळुकाचे मकदमे शामत पन्हा विजरई नजीक आले आहेती तरी तुम्ही हरवख्त पाा मुळुकाची रदबदल करीत असावे आमी लिहिणे ते तुमा मारफत लिहिणे वाजिब आहे पेस्तर दुतर्फा येखलासी जियादा होऊनू खुलासा करवणे जाणीजे तुमा तरफेची येखलासी बहुत वजा तुजारत माहा हिरे प्रबू सावकार याही जाहीर केली तेवरून माळूम जाहाले ऐसियासी नागोजी नाा सरदेसाइ फोडायाचा मोकदमा गोवेसी पाठविली आहे या मोकदमेसी तुम्ही तन देऊनू पादशाही मुळूकाची फिसात दूर होये ते करावया तुमासी वाजीब आहे येबाबे दराज लिहणे नलगे. जाणिजे छ १६ रजेबू सन **जुळूसवाला**

१९

जाबिता आंकोल्यापासोन राजापूर पावेतब किले व गड आहेती त्याचा तपशील

ताा आकोला	ता।। सिवेस्वर किला
	१
येक गड येक किला कोट	ता ।। कदरे किला किला सुपा
१ १	कोट
ता ।। कडवाड किला १	१
मामले फोडे कोट	ता।। मणेरी गड पारगड
ता।। आतरुज १	१
ता।। बादे गड मनोहर	
तास तट व साकली	१
गड भिमगड कोट किलेलान	ता।। परगणे कुडाल घाट
१ १	मस्तकी गड रांगणा १
ता।। खारेपाटण कोट किले	ता।। मालवण सेंदूदुर्ग

१	कोट दरियाच्या किनारयासी जंजिरा १

जुमले किले व कोटा १३

जाबिता सुभा ता।।		सुभा मामल्या खाली
तल कोकण		ता॥ आंतरुज ता॥ आस्टग्राव
सुभा आकोल्या	कडवाड ता॥	ता॥ हेबाडबारसे ता॥
खेडारबली		
खाली परगणे	ता॥ सिवेस्वर	म्हालारू चंद्रवाड
आकोला		काकोड
ता॥ भीमगड सुभा		परगणे कुडाला खाली
ता॥ भतग्राम	ता॥ पेडिणे	तमाम विलायेती कुडाल
ता॥ मणेरी	बादेबंदर	सुभा राजापूराखाली
	तो साकली	सालवी संगमेस्वर
पेडिणे विलायेतीची गावाची	खारेपाटण देवरुख	
नावे		गाव नावे

कसबा पेडणे	कोरगाव	पारसे	कासारवडे	तुविये	कौलगाव
१	१	१	१	१	१
धारगली	मादेर	मोरज	खाजण	उणदे	
१	१		१		
चोपडे	कोलगाव	तुबिये	याखेरीज	तैनाजी	देसगती व बैनामे
मुजरी	कासारवरडे	हलवर्न			
१	१	१			
राऊलवर्डे	चदेलर	वारखंड	तैनाति	होन मावजेमधे	मादेरमधे
१	१	१	२०००		
			सालीना कितेबागा इता बागा		
मोप	तारसे	उगे	४	१०	४
१	१	१			
तांबवे	परसकोडे	आंबेर	पारसेमधे बागा वजरेमध्ये इतर		
पालये	केरीर	हरंबल	इता	माडाची	सुपारी म्हादला
१	१	१	३	३	००

खाजनउणदे	वाडपारसे	वाडआलकणे	हरकेणे	जकायेती	
१	१	१	तााा पेडणे	पसारा	वाई डोंगर होन
			१	१	१०

वाडमालपे	विरनोडे
१	१

या येकुण तिसा गावामधले च्यार
गाव मोकासा केसऊ देसाई तााा
पेडणे यासी आहे.

देसाई तााा तलकोकण

देसाई मामले फोडापासोन	देसाई पेडणे			
कुडाल व आंकोले पावेतो	येसोबा	जसवंतरा	बिदूनाा	अदासाली
		१	१	१
देसाई फोडा	केसे प्रभू	गोपाळ	पड्यार	बााजी राऊ
	१			१
दुलबा नाालखनायेक	येसवदा – १			
		विठोजी – १		
१ १		भास्कर प्रभू		कृष्ण प्रभू
		१		

आकोलेचे देसाई	बदर बादे आबाजी	
राम घोड १	सावंत देसाई	
देसाई कडवाड	परगणे कुडाल खेम	
देसाई व सेणवी	सावंत देसाई व त्याचे	
प्रमाणे १	तालकातीचे नफर	
सिवेस्वरचे देसाई		
१ वतनदार		
देसाई भतग्राम	खासा खेम	राम दलवी
राऊ गणबाराऊ	सावंत १	१
वकार १	तान सावंत	नाडकर्णी
रामाजी राऊ	१	गुण सेणवी
१		१
सोने प्रभू		

१

२१

पुरनूर

विजुरई अजम विजुरई राजे जंजिरे

गोवा दाम शराकत हू

र्छ रफाअत व आवालीवाल्हा सुज्याअत व तहवर दस्तगाहा दोस्तान इस्तिजाबारी जुबादे व उमदे राजे हाय आजिदिल येखलास मिर्जा महमद बकर फौजदार माहालानिहाय पाा मिर्जाने वर्जडा वगैरे सलाम दुवा आंकी येथील नेकी बनजर खैर जाणउन तुम्ही आपले नेकी सलामती लिहावे या मरकुम करणे दिगर बहुत दिन होऊ आले अमा आपले हवाल मालूम जाहाले नाही ईसवास्त दु कलमे तसदी दिले आहे येकीन आहे की आपले खैरीयेत व सलामती से इतला देवणे दिली आपले.

सियारे अजम सियोर विजुरई दाम दौलत हू

२२

सियोर विजरई

येथील अहवाल साहेबाचे नेक नजर करून बैखेर सला येत असे हनासाहेब सलामत मागा कमिनाची बटकुरा राजले येक व केदूम येक त्याची मुले वर्फि म्हणोन न्हेऊन कामकोमीमधे ठेऊन मुलास किरिस्ताव केली ती मुले मेली एक उरले ते घेऊन आमास सोडण्ये म्हणितलेया सोडीत नाही जाहाला शेवट त्यास भऊत जीवास पीडा जाली देखोन आलद्यामधे आपला मकदूम होता त्याचे हवाली केली तेथोन मागती येऊन पाद्रीस सांगितले जे हे मूल उरले आहे हे मूल घेऊन सोडणे म्हणितले या मागते काजकोनीमध्ये आमास ठेऊन मारतात तर ज्यास सांगावे त्यास सांगोन आमास सोडून देणे म्हणोन त्या राजलो येक व केदूम येक यैसे दोगानी सांगोन पाठविले आहे म्हणोन पाद्री किरस्तवास लिहीले या जबाब देत नाही व घरी नाही म्हणोन ते दरवाजकर सांगत आहेत तर विस्कटी काजकोमीमधे होत आहेत तर साहेबास पुरतकाला होऊन देवान गोरगरीबाची मनसुभी रास्ती मनास आणून कोणाचे बल न चाले असे करावे यास इदीस सलामत आणिले आहे तर देवाकड पाऊन सदरहू दोगाई बटकुरास उजूर आणोन उजूर पुसोन ती जेणे प्रमाणे सांगतील ते आईकोन सरफराज करावेया साहेब धणी आहेत कमीनाचे हस्तादाचे खिजमतीस कोताई जरा केली नाही व सिरविसई साहेबास भऊतदा दाखविली आहे उमेदवार आहू जे मागती इस्तादाचे कोम वाडल तर बिन पागा वेगळे खिजमतगार कोठेई आसला तरे खिजमतगार म्हणोन घेतो हे आर्ज.

भाग २

[राष्ट्रीय ग्रंथालय, लिस्बन (Bibliotheca Nacional De Lisboa) येथील Inventario Dos Manuscriptos Seccao XIII Colleccao Pombalina, Lisboa, 189, Cod 684 F1 191-212- एकूण ९ मराठी कागद (यांचे पोर्तुगीज भाषांतरही आहे) या भागात आहेत. ही सारी पत्रे बाळाजी बाजीरावच्या काळातील आणि १७६०-६१ मधील आहेत. बिनतारखेचे पत्र शेवटी दिले आहे.]

१

२८ मे, १७६०

अजम दोम जवेल अमल दाभ्य आलबु केर कोंद येग वजेरे जंजिरे गोवा दाम मोहबत हू

श्री

राजा शाहू
नरपती हर्ष नि
धान बाळाजी वा
जीराव प्रआन
(बदामी उलटा शिक्का)

आजम दोम जवेल अमल दाभ्य अलबुकेर कोंद येंग विजेरे जंजिरे गोवा दाम मोहबत हू

बिसालत व अयालत मर्तबत हशमत व शौकत मंजिलत मकज दोस्ता-बादजे शौक मशहूद जमीर मुनीर गर्दानी दमे आये दमे दरीवीला हबसी याची मकाने जंजिरा व कांसा ईजानेब याजकडे फते व्हावे सबबे मसलहत जाली शाचे मदती बाार किले येणे मालूम अजी सबबे आरफत पन्हास सांगितले त्या बमोजीब अराफत पन्हा ही कबूल केले त्यास जलद आरमार येऊन दाखल व्हावे ते बात बनोन न आली चंद रोजाने रवाना जाले सबबे अंगरेजानी दरक माफ करून मसलत नव दीगर केली व अरफत पन्हाची ही माहनत जाली याचा बदला पेस्तर तरतूद करून इनसीदाम करावे हे आरफत पन्हास लवाजीम तेणे करून आरफत पन्हाचा व इजानेबाचा नकशा राहिले सबब हे काम जरुर मद नजर असे, बाकी तमाम हकिकत ईजत असार विष्णु नाईक जबानी बयान करतील रा छ १२ सवाल **जियादा काय लिहीणे. हे किताबती.**

२

३ जून, १७६०

॥ श्री ॥

राजमान्य राजश्री बालाजी गोपाल दी ॥ राजश्री नारायेणराव वेकटेस गाो. सेवक बालाजी बाजीराव प्रधान,

नमस्कार सु॥ इहिदे सितैन मया अलफै गोवेकराकडील पाद्री लष्करातून गोव्यास जात होता त्यास तुम्ही चांदीवडे येथे लुटले घोडा ये व व बैल येक व हजार रुपयाची बाडबीसाद येणे प्राो घेतले ते मागितल्यास देत नाही घोडा मात्र देता म्हणोन हुजूर विदीत जाले यैशीयास हे बेकैदी कार्याची नसे हाली हे आज्ञापत्र सादर केले असे व सरकारची जासूद जोडी पाठविली असे तरी जासूदाचे गुजारतीने पाद्री मजकुर याचा घोडा बैल व बाडबिसाद जे घेतली असेल ते कुल जरा बाजरा माघारे देणे उजूर केला आणि हुजूर बोभाट आला म्हणजे कार्यास येणार नाही.

जाणीजे छ१७ शालौवल आज्ञा प्रमाण.

लेखन सीमा

३

२८ जुलै, १७६०

सिमोर बोमेप बाल्ये बाजीन मलबाम मोहबतहू मोहियान पनाब मखलीशान दस्तगाह अजतर्फ नबाब हैदर अलीखा सलाम खरीयेत आजम आकी येथील कुशल (?) ता॥ छ१५ जिलकाद जाणोन तुम्ही आपली शादनामी हमेशा कलमी करीत जाणे दिगर आपण शमसेर बहादर दिलावरजंग याचे सगे भाई म्हणोन आपले तरीफ बहुत ऐकण्यात आले दिलावर जंग याचे भाई जाहलीयावरी आमचेही भाई जाहलेत दरीवीला वजिर साहेब व दीवानजी साो स सख्त लिहीले असे आपणही वजीर साो व दिवाणजी साो स सांगून पाच देतारबे (?) पाठवीनेस कारणे बाकी मजकूर शमसेर बहादर दिलावरजंग याणी लिहीलेवरून मालूम होईल आपली खैरीयेत मालूम करून बाजे बमते आशनाई तरकी होई यैसे करणे ज्यादा काये लिहीणे.

४

२१ ऑक्टोबर, १७६०

राजश्री मोरोजी सिदे नामजाद

जंजिरे रेवदंडा गाो.

अखंडित लक्ष्मी आलंकृत राजमान्य श्राो बालाजी बाजीराव प्रधान आसिर्वाद सु ॥ इहिदे सीतैन मया व अलफ सुज्या अशार तैनेत कुरनेल फिरंगी याणी हुजूर विदीत केले

की रेवदंडीयास फिरंगी याचे देऊल ईगरेज आहे त्यासमीप आवाडवाडा आहे झाडे पाने आहेत ती देवलाकडे चालतात हाली अमलदार उपसर्ग करीतात तरी ताकीद करावी म्हणून त्याजवरून हे पत्र सादर केले असे तरी सालाबाद नेमणुक असेल सुदामत चालत आले असेल त्या प्राो चालवणे जाणीजे छ११ रबिलौवल बहुत काय लिही (णे.)

लेखन सीमा

श्री
राजा शाहू नर
वति हर्षनिधान
बाळाजी बाजी
राव प्रधान

५

२५ ऑक्टोबर, १७६०

अजम मनवेल साल दाभ्य दे अलबुकेर
की कोयें ग विजूर गोवा दाम मार

श्री
राजा शाहू नर
पती हर्षनिधा
न बाळाजी
बाजीराव
प्रधान

अजम मनवेल साल दाभ्य दे अलबुकेर की कोद येंग विजुरे बंदर गोवा दाम महबत हू

र्छ बिलासत व अयालत व मर्तबत हशमत व शौकत मंजिलत मकज दोस्ता बाजद शौक मराहू द जमीर सुनीर गर्दानी देमे आयेदके दरीविला निविस्ता मरसुल केला तो नेक सादत पोहचून मजमुन मालूम जाहला ज्याके फिलीप कद्रजेते तैनेत कुरनेल व विष्णु नाईक आले याणी दोस्तीचे सांगून व जंजिरे याची मोहिम कबुल केली याचा मजकूर इजहार केला त्याजवरून मुफसल मालूम जाहाले व मुद्याचा मजकूर इजहार केला तो इजानेबी कबूल करून तहनामा करार करून दिल्हा त्याची कुल कैफियेत तैनेत कुरनेल

याणी कलमी केले असे त्याजवरून मालूम होईल तर आरमार व जंगी सरंजाम फिरंगी लोक देखील अज करीब जंजिरीयास पाठवून करार बमोजिब दोनी मकाने जेर करून सरकारचे लोक चढत ते करावे रा छ१५ रालौवल **जियादा काये लिहीणे हे किताबत.**

६

२५ ऑक्टोबर, १७६०

रफाअतपन्हा बेलच्योर दुनेवास करवालस
कडतार गोवा दाम महबत हू
श्री
राजा शाहू नर
पती हर्षनिधान
बाळाजी बाजीराव
प्रधान

बेलच्योर जुनेवास करवाल्यस कडतार गोवा दाम महबत हू -

र्छ रफाअत अवाली पन्हा शाहामत मअली दस्तगाह - बादज शौक मकशुफ आंकी निविस्ता मरसुल केला तो नेक सादत पोहचून मजमून मालूम जाहाला ज्याके फिलीप कद्र जे ते तैनेत कुरनेल व विष्णु नाईक आले याणी दोस्तीचे सांगून जंजिरे याची मोहीम कबूल केली याचा मजकूर इजहार केला त्याजवरून मुफसल मालूम जाहाले व मुद्याचा मजकूर इजहार केला तो इजानेबी कबुल करून तहनामा करार करून दिल्हा त्याची कुल कैफियत तैनेत कुरनेल याणी कलमी केली असे त्याजवरून मालूम होईल तरी आरमार व जंगी सरंजाम फिरंगी लोक देखील अज करीब जंजिरे यास पाठवून करार बमोजीब दोनी मकाने जेर करून सरकारचे लोक चढत ते करणे सा छ१५ रबिलोवल **जियादा काये लिहिणे.**

७

२८ ऑक्टोबर, १७६०

॥ श्री ॥

राजश्री मोराजी सिदे नामजाद जंजीरे रेवदंडा गोसावी यासी

अखंडीत लक्ष्मी आलंकृत राजमान्य श्री बालाजी बाजीराव प्रधान आसीर्वाद सु॥ ईहिदे सीतैन मया व अलफ रेवदंडा येथे फिरंगी याचे देऊल ईगेरज आहे तेथे दोन पाद्री आहेत त्यास सरकारातून पावावयाची नेमणुक आहे त्याप्राो पावत असता तुम्ही दिकत करता म्हणोन **शुज्याअतशार तैनेत** कुरनेल फिरंगी गोवा याणी विनती केली त्याजवरून

हे पत्र सादर केले असे तरी हर दु पाद्री याची नेमणुक पेशजी पासून आहे त्याप्राो पावत असता तुम्ही दिकत करीता ते न करणे सालाबाद पावते त्याप्राो पावीत जाणे फिरोन बोभाट येऊ न देणे जाणीजे. **छ१८ रा लौवल बहुत काये लिहीणे.**
(बाळाजीचा शिक्का)

लेखन सीमा

८

१ नोव्हेंबर, १७६०

॥ श्रीव्यंकटेश ॥

अखंडित लक्ष्मी आलंकृत राज्यमान्य राजश्री बालाजी गोपाल सुभेदार ताा किले हाय गोसावीयासी,

सेवक नारायेणराव व्यंकटेश नमस्कार सन सन इहिदे सीतैन मया व अलफै फिरंगी याची ईग्रज व पादरी कसबे खानापुरी आहेत त्यास तुम्हाकडून उपसर्ग हरयेक वीसी होतो म्हणून हुजूर विदीत जाहाले तरी हे गोष्ट कार्याची नाही बहुत दिवस येथे इग्रज व पादरी आहेत त्यास नवीन उपद्रव करावया (स) कारण काय इग्रज आत आपल्या जातीमध्ये आपला महजब सांगतील त्यास सांगोन देत जाणे अत:पर त्यास उपसर्ग येकजरा न देणे सालाबाद प्रा पादरी वर्तणुक करीत राहतील त्याचा बोभाटा पुन्हा सरकारात न ये ते करणे तैसेच मार्गाहून फिरंगी गोमातकास जात होता त्याची वस्तभाव (व) घोडे तुम्ही हिरून घेतले येविसी पेशजी तुम्हास लिहिले होते की राजश्री गोविदराव निराजी याच्या विद्यमाने त्याचे घेतले असेल ते माघारा देणे त्यास अद्यापी ही दिल्हे नाही म्हणोन कलले याचा बोभाट श्रीमतापर्यंत जाला हे उत्तम नव्हे याउपरी तैनात दूर होईल फिरंगी गोमातकाचा वकील याकडून फिरंगी तुम्हाकडे येतील त्याचे स्वाधीन घोडे व बैल गैर वस्तभाव जरा बाजरा देखील सुतलीचा तोडा स्वाधीन करणे.
याउपरी बोभाट येऊ न देणे जाणीजे छ२२ रबिलौवल.

लेखन सीमा

९

अजम वेल चीयोर वासदे करवाल
सडक तार जंजिरे गोवा उसलम कहूताला

र्छ मोहीब मुखलीसान येतीजाद दोस्तान आऊकत व मरमत अफगाने-अजबज्योन बखर अंदेश गोविदराव निराजी सुभेदार मामले फोंडा सलाम बादज सलाम मोहबल मकसूद आकी खैर खैरयेत जात मलकी सिफात बाब मदम करू नस्त लेबा जाकी मकसूद **ईनस्त** कीर्द मारत व अयालत मरतीबरत पेशवेचे व आमोहीबाचे येगानगी आजी च्यार

साल चालत आले आणि उस बमोजिब ईज्यानेबाचे ही बरदास्ते त्याचे व जदेमेले (?) दरमीयाने काही तसखीस जाहाले नाही पेशही होणार नाही हे इज्यानेबाचे खातीर निशाच आहे लेकीन बिलफैल तपे चेद्रवडी पैकी तीन गावू कानडेचे मुजती पासोन आं मोही (बा) कडेस आहेत त्यापैकी पारोडेगाव येथे मोहिबाचे किला अलंगा बांधोन होते हाली इजानेबाचे सरहद नदी किनारा नजिक प्राा जाबोली येथे नवी इमारत सुरू केली आहे म्हणून खबर आली आहे पेसजी काही नवता हाली इमारत काय वास्ते मुस्तैद होत आहे हे इजानेबास मालूम व्हावे याकरता मरसूल केले आहे पेसजी मौजे मडकई अंतरुज येथील खाजन कानडेचे मुजतीत कीर्द मामुरी होते दरमीयान दोन च्यार साल दडंग पडले होते ते दाखला पाहोन मौजे माारचे रयेत व गावकर यानी मिलोन तो बांद दुरुस्त करून सेत करावे म्हणून करीत असता आपणाकडील लोकांनी आमचे माणुसासी मारीले तो मार मोहिबास लिहीले मोहीवी त्याचे जाब लिहीली त्यावरून आपले येगानगतीचे दरसाल आम्हास जरूर जाणून ती गोष्टी तहकूब केली मोहिबी हरयेक बात नेकी करून दोस्ती तरकी व्हावेसे करणार बडे मुरबी आसे हरवख्त याद करून खत किताबतनामे मरसुल करून दोस्ती बमुल मकदुर दराज करणे आयाराची बया नुमायेद **ज्यादा काये लिहीणे हे किताबत.**

शब्दकोष

(अ)

अकरम - दयाळू
अजम - सर्वश्रेष्ठ
अजिदिल - मनापासून
अर्जानी - मिळालेला
अमा - पण, परंतु
अमारत - माहानुभवित्व, श्रेष्ठता
अमारतपन्हा - अमीर
अम्र - हुकूम
अयाम - अय्याम=काल
अयालत - महत्त्व

(आ)

आंकी - ते की
आंकील आब - श्रेष्ठ

आकीलदान - शहाणा
आजीतलग - आजपावेतो
आदबखाना - तुरुंग
आरीफ - सुज्ञ

(इ)

इ - हा
इकबाल - दैव, अभ्युदय
ईज्याइब - पत्रलेखक
इनशाला - इनशाअलाहुतआला - सर्वश्रेष्ठ प्रभू इच्छील तर
इलाही - ईश्वरी कृपेने
इस्तिजाबारी - जाहीर

(उ)

उमदा - विश्वसनीय

(क)

कर -तंटा
कारनेकी - नेकीचा करार

(ख)

खैर - कुशल

(ग)

गरज गोपणे - मतलबीपणे
गोशमाल - शिक्षा

(ज)

जंजिरा - बेट
जलद - युद्ध
जुमान - दखल
जुवा - चहुबाजूस
जियादा - ज्यादा

(त)

तबलीग - प्रसार, प्रचार
तलफ - उद्ध्वस्त
तवाफ - प्रदक्षिणा

तबालियत - जिम्मेदारी
तहवर - तहव्वुर=बहादुरी, वीरता
तासील - तहसील=तसदी करणे, हाल करणे

(द)

दरबंदगी - दोन प्रदेशातील अंतर, परकोट, घाट
दराज - लांब, दीर्घ
दरी - यात
दरी अयाम - या वेळी
दरीविला - या वेळी
दस्तगाह - हस्तगत
दांदून - लबाडी करून, दमदाटी
दाम सा दत हू - त्याचे नशीब चिरायू होवो
दिगर - अन्य
दियाजत - ईमानदारी
दूतमर्द - बंडखोर
दुरंदेसी - पुढील विचार

(न)

नस्त - खाडीचे तोंड
नामोश - कीर्ती
नामोश दराज - मोठा कीर्तीवान

(प)

परज - तुरुंग
पेशमानी - पस्तावलेला, दुःखी
फिरोजी - कामयाबी, विजयी
फिसाद - बंड

(ब)

बनजर - नजरेने
बालकी (के) - इतकेच काय
बवाजिब - योग्य ती
बाआदज - नंतर, पुन्हा
बाआवा - आवईप्रमाणे

बाडगा - लबाड
बार - परवानगी
बाशद - कदाचित्
बिसात - माल, सामान
बुलंद - उंच

(भ)

भीस्त - विश्वासू, बहिस्त

(म)

मकसूद - हेतू, मतलब
मजमून - मजकूर
मजरा - मान्यता
मरकुम - कलमाने लिहून पाठवणे
मरसुल - रवाना
मलाजमेस - भेटण्यास
मबदत - मित्रता
मवास - बंडखोर
महबत - प्रेम
महसुफ - उपरिनिर्दिष्ट (थोरांसाठी वापरतात) ('मजकूर' हा शब्द याच अर्थी सामान्यासाठी)
मा अलिजा - ऐश्वर्यवान
माबैन - दोन्हीकडून
मारुज - अर्ज, प्रविष्ट
मावजे - ऐवजी
माहामूर - भरपूर, विपुल
सुचेलका - जामीन
मुजाखा - अडचण
मुतमकीन - स्थिर
मुसद - इच्छा
मुस्तद - मुस्तैद-सिद्ध, तयार, भक्कम
मोहीब - स्नेही
मोहीम - महत्त्वपूर्ण काम

(य)

येकजहती - नि:सिमी दोस्ती

येकवजा - गैरविचार

येखलास - मैत्री

येगानगत - ऐकत

(र)

रफाअत - श्रेष्ठ, कल्याणकारी

(ल)

लंग - पूज्य

लाग - पत्ता, माग

लाफा - लाफजानी= बडबड करणारा

(व)

विजरई - पोर्तुगीज राज्यपाल; प्रमुख प्रशासक

वोडद - वर्दी, परवाना

(श)

शराकत - दोस्त

शाआरा - पोषाख

शादमान - खुशाली

शौकत - वैभवशाली

(स)

सखून - शब्द

सजावट - योग्य

सरफराज - सन्मान

सहल - जुजबी, साध्या

सिकजा - पेच, संकट

सियादत - प्रतिष्ठावान

सुजाअत - धैर्यवान

(ह)

हमबाब - सर्वबाबी

हमराह - बरोबर, परिवारात

हरगाह - बिलकुल, कधीही

हरफीन - हरफ, हर्फ
= अक्षर, शब्द
= लेखक
हालखूद - जागच्याजागी
हिशमत - शौर्य

❑❑❑

प्रकरण - १०

साध्वी अहिल्यादेवी होळकर

मराठ्यांच्या इतिहासाच्या उत्तरखंडात ज्या व्यक्ती नावारूपास आल्या त्यात साध्वी अहिल्यादेवी होळकरांचा आवर्जून उल्लेख करावा लागेल. धर्मपरायणता, प्रशासकीय कौशल्य आणि दातृत्व इत्यादी गुणांबद्दल अहिल्यादेवी लौकिक १८व्या शतकात भरतखंडात सर्वत्र पसरला होता, आणि आजही अनेकदा लोक तिच्या कार्याचे सतत स्मरण करीत असतात. अहिल्याबाईचे कौटुंबिक जीवन कसे होते ? संकटकाळी तिने प्रशासनाचे नेतृत्व कसे कुशलतेने केले, आणि धार्मिक जीवनावर आपल्या दातृत्वाचा ठसा कसा उमटविला हे जाणून घेणे उद्बोधक ठरेल.

औरंगाबाद जिल्ह्यातील चौंडी या छोट्या गावी माणकोजी शिंदे या गावपाटलाच्या घराण्यात सन १७२५च्या सुमारास अहिल्येचा जन्म झाला. माणकोजी धार्मिक वृत्तीचे आणि सात्त्विक मनोवृत्तीचे गृहस्थ होते. आपल्या पित्याच्या आणि पाच भावंडांच्या सहवासात अहिल्येचे शिक्षण घरीच होऊ लागले. घरी होणाऱ्या दैनंदिन धर्मग्रंथांच्या वाचनाचे श्रवण केल्याने अगदी बालवयापासून तिच्या मनावर उत्तम धार्मिक संस्कार घडत होते.

त्या वेळेच्या प्रथेनुसार वयाच्या सुमारे आठव्या वर्षी अहिल्येचे लग्न मल्हारराव होळकर या मराठी सरदाराचा मुलगा खंडोजी तथा खंडेराव याच्याशी झाले. आपल्या सासू-सासऱ्याची मर्जी तिने अल्पकाळात संपादन केली आणि मल्हाररावांची ती लाडकी सून बनली. आपली सून मोठी भाग्याची आहे अशी त्यांची समजूत होती. थोरल्या बाजीराव पेशव्याने मराठ्यांची सत्ता उत्तरेस प्रस्थापित करण्याच्या दृष्टीने जे आक्रमक धोरण आखले होते त्यासाठी शिंदे आणि होळकर हे खास नवे मराठी सरदार त्याने निवडले होते. माळव्याचा स्वामी सवाई जयसिंग याचा मंदसोरच्या लढाईत (१७३३) पराभव करून त्याच्यावर तहाच्या अटी लादण्यात शिंद्यांच्या बरोबरीने होळकरही होते. त्या नंतर या दोन्ही मराठी सरदारांचा उत्तरेस दिवसेंदिवस उत्कर्षच होत गेला. १७३४ मध्ये पेशव्यांनी होळकरांना माळव्यात काही परगणे वंशपरंपरागत देऊन त्यांचा गौरव केला आणि त्याच सुमारास होळकरांच्या घराण्यात अहिल्या सून म्हणून आली.

होळकरांच्या जहागिरीचा पुढे विस्तार झाला आणि हा सारा आपल्या सुनेचा पायगुण आहे असे मल्हाररावांना वाटणे स्वाभाविक होते.

अहिल्या मोठ्या तालेवार सरदाराची सून बनली खरी, पण तिचे वैवाहिक जीवन काही फारसे सुखावह झाले नाही. तिचा पती खंडेराव हा दुर्गुणी निघाला. तो व्यसनाधीन झाला होता. आपला एकुलता एक मुलगा असा निपजावा याचे मल्हारबाबांना अतिशय दु:ख वाटत असे. अहिल्येने मात्र आपले नशिबी जे आले त्याचा मोठ्या धैर्याने आणि निर्धाराने स्वीकार केला, आणि आपल्या सात्त्विक वर्तनाने, आपल्या नवऱ्याच्या वर्तणुकीत क्रमश: परिवर्तन घडवून आणले. 'पती हा आपला परमेश्वर' असे मानणाऱ्या परंपरेत ती वाढली असल्याने स्वाभाविकच, आपल्या पतीचा अनादर न करता, ती त्याची सेवाशुश्रूषा करू लागली. काळजी घेऊ लागली; देवाधर्माच्या गोष्टी ती त्याला सांगू लागली; आणि त्याला त्याच्या कर्तव्याची जाणीवही करून देऊ लागली. खंडोजीच्या मनावर तिच्या पवित्र आचरणाचा कळत न कळत प्रभाव पडू लागला आणि आपल्या वर्तनाने अहिल्या कष्टी होणार नाही याची काळजी तो घेऊ लागला. दोघांच्या मनोमीलनाचा परिणाम इष्ट तोच झाला; त्यांना पुत्ररत्न प्राप्त झाले (१७४५). त्याचे नाव मालेराव असे ठेवण्यात आले. पुढे तीन वर्षांनी त्यांना एक कन्यारत्न झाले आणि तिचे नाव मुक्ताबाई असे ठेवण्यात आले.

पण हा सुखाचा काळ फार दिवस टिकला नाही. राजस्थानातील एक सरदार सूरजमल जाट हा मुघली सत्ता धाब्यावर बसून मनमानी कारभार करू लागला होता. मुघली सत्तेच्या संरक्षणाची जबाबदारी मराठ्यांनी पत्करली होती. या उन्मत्त जाटाला नमविण्यासाठी मल्हाररावाने कुंभेरी या त्याच्या राजधानीच्या किल्ल्यास वेढा घातला. ''कुंभेरीची माती यमुनेत नेऊन टाकीन'' असा 'पण' मल्हाररावाने केला. पण घडले भलतेच. या लष्करी कारवाईत मल्हाररावांचा मुलगा खंडेराव सपत्निक हजर होता. कुंभेरीच्या बुरुजावरून वेगाने येणारा एक तोफेचा गोळा थेट त्याच्या शरीरावर येऊन आदळला आणि क्षणार्धात खंडेराव धरणीवर कोसळला आणि त्याची इहलोकीची यात्रा संपली (१७५४). आपल्या एकुलत्या पुत्राच्या शवाला कवटाळून मल्हारबा धाय मोकलून रडत होता. अहिल्याबाईच्या कानी ही दु:खद वार्ता पडताच ती बेशुद्धच झाली. शुद्धीवर आल्यानंतर आपल्या पतीचा छिन्नविछिन्न मृतदेह, आणि आपल्या सासऱ्याची केविलवाणी स्थिती आणि त्याचा अविरत चाललेला शोकविलाप पाहून ती अधिकच अस्वस्थ झाली.

खंडेरावाच्या मृतदेहावर अग्निसंस्कार करण्याची एकीकडे तयारी चालू असतानाच हिंदूपरंपरेला अनुसरून सती जाण्याची तयारी अहिल्याबाई करू लागली. हे वृत्त ऐकून मल्हारबा हतबुद्ध झाला. अहिल्येची परोपरीने विनवणी करून सती जाण्याच्या तिच्या निर्धारापासून तो तिला परावृत्त करण्याचा प्रयत्न करू लागला. ''आता माझा मुलगा तूच आहेस; तू गेल्यावर मला आधार कोणाचा?'' असा त्याचा आक्रोश चालला होता.

अहिल्येपुढे मोठा पेचप्रसंग उभा राहिला. एकीकडे तिची धर्मनिष्ठा तिला आपल्या पतीच्या चितेकडे ओढीत होती आणि दुसरीकडे मल्हारबाचा आक्रोश तिला तिच्या कर्तव्याची, घराण्याच्या आणि प्रजेच्या हिताची जाणीव करून देत होता. होळकरांच्या कैफियतेत म्हटले आहे, ''खंडेराव महाराज कुंभेरीस कामास आले, ते समयी सहगमनाचा निर्धार; परंतु सुभेदारांनी (मल्हारबांनी) बहुतच ग्लानी केली ... तेव्हा बाईसाहेबास संकोच प्राप्त होऊन (त्यांनी सती जाण्याची) मनेच्छा रहित केली.''

खंडेरावाच्या आणखीही काही स्त्रिया होत्या. अहिल्याबाईचे चरित्रकार श्री. पुरुषोत्तम (देवी अहिल्याबाई, मुंबई १९६७) म्हणतो, ''खंडेरावाच्या इतर बायका सती गेल्या, त्या प्रसंगी एकंदर चौदा जीव गेले. त्यात एक कुत्रीही गेली ! इतर सटरफटर बायका व काही मुसलमानिणीही सती जाव्या आणि अशा स्थितीत अहिल्याबाईने सती जाऊ नये, हे आणखी कठीण होते.'' (पृ. ६०)

मध्ययुगात सती जाण्याची परंपरा फक्त ब्राह्मण आणि क्षत्रिय या दोन वर्गातच प्रचलित होती. या प्रसंगी अहिल्याबाईने आपले मन कठोर केले आणि आपल्या वृद्ध सासऱ्यासाठी आणि होळकरशाहीच्या प्रजेसाठी आपला निर्धार बाजूला केला.

असेच एकदा शिवकालात घडले होते. शहाजी राजे यांच्या मृत्यूनंतर जिजाबाईंनी सती जाण्याची घोषणा केली होती, तेव्हा शिवाजीमहाराजांनी अश्रुपूर्ण नयनांनी आपल्या मातेचे हृदयपरिवर्तन करून सती जाण्यापासून त्यांना परावृत्त केले होते आणि केवळ यामुळेच शिवाजीमहाराज औरंगजेबाच्या आग्र्याच्या गुहेत अडकले असताना मराठी स्वराज्याचे त्या रक्षण करू शकल्या. अहिल्याबाईंच्या जीवनातही तसेच घडले.

आपण सती गेल्याने आपल्याला कदाचित वैयक्तिक मोक्षप्राप्ती मिळेल, पण आपण जिवंत राहिलो तर अनेकांचे कल्याण आपणास साधता येईल असा अहिल्येने विचार केला. सती न गेल्याने लोक आपली निंदा करतील याचीही तिला जाणीव होती. पण

लोकनिंदेपेक्षा कुटुंबहित आणि जनहित यांना अग्रक्रम देऊन तिने आपला निर्णय बदलला. होळकरांची सून त्यामुळे होळकरशाहीची माता बनली. लोकांनी तिला देवी मानले.

खंडेरावाच्या स्मृतिप्रीत्यर्थ अहिल्याबाईने कुंभेरीजवळ एक छत्री बांधली. नानासाहेब पेशव्याने खंडेरावाच्या उत्तरक्रियेसाठी दहा हजार रुपये तर सूजरमल जाटाने मल्हारबांच्या सांत्वनार्थ छत्रीच्या खर्चाकरिता पंधरा हजार रुपयांच्या वार्षिक महसुलाची काही गावे तोडून दिली.

अहिल्याबाईचे जीवन तसे खडतरच होते. सत्त्वपरीक्षा पाहणाऱ्या घटना तिच्या आयुष्यात एकामागून एक सतत येत राहिल्या. पतिनिधनाचे दुःख सरते न सरते तोच मराठेशाहीवर पानिपतचे संकट आले आणि मराठ्यांच्या युद्धातील पराभवामुळे उत्तरेकडील त्यांच्या सत्तेला जबरदस्त धक्का बसला. होळकरांच्यावर नाना प्रकारचे आरोप करण्यात आले. आपली डागळलेली प्रतिमा उजळविण्याकरिता राघोबादादा, मल्हारराव होळकर आणि महादजी शिंदे उत्तरेच्या मोहिमेवर निघाले होते. पण वाटेतच मल्हाररावांची प्रकृती ढासळली. शरीरावरच्या असंख्य जखमा, वृद्धापकाळ आणि मानसिक व्यथा यामुळे त्यांची स्थिती अत्यंत केविलवाणी झाली होती. पुढे जाणे जेव्हा अशक्य झाले तेव्हा ते स्वगृही येण्यास माघारी आले, पण आपल्या राजधानीपर्यंत-इंदूरपर्यंत ते पोहोचू शकले नाही, आपल्या पुत्राचा खून करणाऱ्या सूरजमल जाटाला आपण शासन करू शकलो नाही आणि उत्तरेत मराठ्यांच्या सत्तेची पुनर्स्थापना करू शकलो नाही हे शल्य त्यांच्या मनी सतत सलत होते. आपला नातू आणि होळकरशाहीचा वारसदार मालेराव याच्या हातून हे साध्य होईल याचा त्यांना भरवसा नव्हता. तरीसुद्धा मालेरावाला शिंद्यांच्या स्वाधीन करून ''पेशव्यांची चाकरी माझ्यानंतर तू कर'' असा सल्ला देऊन मल्हारबाने प्राणत्याग केला (२६ मे १७६६) आणि दख्खनचा उत्तरेतील एक मोठा आधार संपला.

मल्हाररावांच्या अंत्यसमयी अहिल्याबाई त्यांच्याजवळ नव्हती. मालेराव हा देखील आपल्या पित्याप्रमाणे वाया गेलेला होता आणि आता तर वडीलधाऱ्याचा आधारही तुटलेला. अशा अवस्थेत आपण होळकरशाहीची जबाबदारी कशी सांभाळावयाची याची तिला चिंता वाटू लागली.

मालेराव हा दुर्व्यसनी आणि कुचकामी मुलगा होता. त्याला सुधारण्याचे अहिल्याबाईंनी केलेले सर्व प्रयत्न निष्फळ ठरले होते. राज्यकारभाराची धुरा सांभाळण्याची त्याची कुवत नव्हती. आपल्या पुत्राला - मालबाला उद्देशून लिहिलेल्या एका पत्रात

अहिल्याबाई म्हणते, ''सरदारकीचा विचार करून राज्य चालविले पाहिजे. विवेक बाळगून कामकाजात लक्ष घातले पाहिजे आणि कै. मल्हाररावांनी राज्य केले त्याप्रमाणे आपलीही कीर्ती पसरेल अशाच प्रकारे तुला वागले पाहिजे.''

अहिल्याबाईंची एकुलती एक कन्या मुक्ताबाई आईप्रमाणेच धार्मिक वृत्तीची होती. आपल्या कन्येचा विवाह तिने स्वयंवर पद्धतीने करण्याचे ठरविले. एक दिवस तिने दरबारात असा एक 'पण' जाहीर केला की, ''होळकरशाहीतून चोर-दरोडेखोर यांचे उच्चाटन करणाऱ्याशी माझ्या एकुलत्या एक प्राणप्रिय मुक्ताबाईंचा विवाह लावून देईन.'' असे जाहीर करताना बाईने समकालीन विवाहविषयक रूढ कल्पनांना बाजूला सारून केवळ गुणांचा विचार करून जातपात, सामाजिक दर्जा यांचा विचार न करता गुणवंताला आपली कन्या अर्पण करण्याचा धाडसी निर्णय घेतला. काळाच्या पुढे जाणारी अशी ही बाई होती.

यशवंतराव फणसे या तरुणाने हे आव्हान स्वीकारले. दरबारातून सैन्य आणि आवश्यक ते आर्थिक साहाय्य मिळाल्यास आपण हे काम स्वीकारू असे जाहीर केले. अहिल्याबाईने ते मान्य केले. आपल्या स्वीकृत कार्यात यशवंतराव यशस्वी झाला आणि मुक्ताबाईने स्वेच्छेने वरमाला त्याच्या गळी घातली.

विवाह यशस्वी झाला, मुक्ताबाईला पुत्ररत्न प्राप्त झाले. अहिल्येचा आवडता नातू नत्थू हा तिच्या मार्गदर्शनाखाली वाढू लागला. होळकरशाहीच्या तख्तावर त्याला बसविण्याचे मनसुबे ती मनात रचू लागली. पण सुख हे अहिल्येला सतत हुलकावणी दाखवून जात असे. एका लहानशा आजारात नत्थू प्राणाला मुकला (१७८७). होळकर-फणसे कुटुंबावर दुःखाचे डोंगर कोसळले. नत्थूचा विवाह झाला होता. त्याच्या दोन स्त्रियांनी सहगमन केले.

कालचक्र येथेच थांबले नाही. तीनचार वर्षांचा काळ लोटला असेल नसेल तोच पुत्रशोकाने खचलेले यशवंतराव फणसे अचानक निवर्तले (१७९१).

मुक्ताबाई निराधार झाली. परंपरेला अनुसरून तिने 'सती' जाण्याचा निश्चय जाहीर केला. 'सती' होण्याचा अहिल्येच्या जीवनातला हा चौथा प्रसंग 'सती' हा तिचा वैयक्तिक प्रश्न होता तेव्हा सासऱ्याची विनवणी आणि होळकरशाहीचे हित यांना प्राधान्य देऊन आपल्या भावनांवर तिने नियंत्रण घातले आणि ती मागे राहिली. नंतरचा प्रसंग म्हणजे तिच्या सुनांचा-मालेरावांच्या दोन स्त्रियांचा. त्या अल्पवयीन सुनांना तिने सती जाण्यापासून

परावृत्त केले नाही. कारण ते शास्त्रधर्माला धरूनच आहे असे तिचे मत असावे. तिसरा प्रसंग म्हणजे नातू नत्थूच्या निधनानंतरचा. त्या अल्पवयीन मुलींना अहिल्याबाईने अथवा मुक्ताबाईने रोखले नाही. वास्तविक शास्त्राप्रमाणे सती जाणारी स्त्री ही ऋतुमती असावी असे होते. या दोन सुनांपैकी एक तर केवळ दहा वर्षांची होती. परंतु परंपरेचा पगडा समाजमनावर इतका जबरदस्त होता की स्त्रीच्या कोवळ्या वयाचा कधी विचार केला जात नसे. उलट लहानथोर विधवांची अशी समजूत करून दिली जात होती की असे केल्याने स्वर्गलाभ घडतो.

अहिल्याबाईंच्या वयाच्या ६५व्या वर्षी चौथा सतीचा प्रसंग तिच्यावर ओढवला. स्वत:च्या कन्येवर जेव्हा असा प्रसंग आला तेव्हा तिचे अंत:करण गलबलले. आपल्याप्रमाणेच प्रजाहित डोळ्यासमोर ठेवून सती जाण्याचा आपला निर्धार मागे घ्यावा अशी परोपरीने मुक्ताबाईची समजूत काढण्याचा प्रयत्न केला. पण तिची बांधिलकी अटळ होती. अहिल्याबाई या प्रसंगाला धैर्याने सामोरी गेली. सतीच्या विधीसाठी ती जातीने हजर राहिली. ‘‘समागमे बाईही पाया उतारो चरण चाली स्मशानास गेली. अवघा विधी करून, सहा घटका रात्रीस माघारे आली.’’ तिच्या धैर्याला तोड नाही.

मालेराव आणि मुक्ताबाई ही आपली दोन अपत्ये, आपल्या संसारासह, डोळ्यादेखत टप्प्याटप्प्याने नाहीशी झाल्याने अहिल्याबाईंच्या जीवनात आता काही उरले नव्हते. ती अगदी खचून गेली होती. अशा अवस्थेत प्रशासनाचे काम ती केवळ कर्तव्यबुद्धीने करीत राहिली. पण हे सारे फार काळ निभावणारे नव्हते. एका साध्या आजाराने तिची इहलोकीची यात्रा संपविली (१७ ऑगस्ट १७९५). तिचे आयुर्मान त्या काळाच्या दृष्टीने दीर्घच म्हणावे लागेल. सत्तर वर्षांच्या या कालात कर्तृत्वाचा सुमारे ५० वर्षांचा दीर्घकाल बाईंच्या वाट्याला आला होता आणि या कालावधीत कुटुंबप्रेमी, उत्कृष्ट माता, कुशल प्रशासक, दानशूर राजकर्ती, अतुल पराक्रमी महिला इत्यादी विविध नात्यांनी तिने जे अलौकिक कार्य केले त्यामुळेच लोकांनी तिला आपली मातृदेवता- श्री देवी अहिल्या असे मानले. सती न जाता ही साध्वी सत अहिल्यादेवी असे लोक तिला मानू लागले.

राजकारण

मल्हाररावाने अहिल्येच्या गुणांची चांगली पारख केली होती. आपल्या मागे

होळकरशाहीच्या राज्यकारभारावर तिचे लक्ष राहावे म्हणून त्याने तिला राजकारणाचे धडे देण्यास प्रारंभ केला होता. आपल्या पुत्रापेक्षा त्याचा सुनेवरच अधिक विश्वास होता. ती केवळ धर्मपरायण नाही, तर वेळप्रसंगी आपल्या बुद्धीचा योग्य वापर करून, आपल्या कर्तृत्वाने ती संस्थानची तारणहार ठरेल असे त्याला वाटत होते. मालेराव हा तिचा पुत्र हा राज्याचा वारस होता. तेव्हा त्याला बालवयात माताच योग्यरीत्या राजकारणाचे धडे देऊ शकेल असा त्यांना विश्वास होता. त्यामुळे हे राज्य टिकून राहावयाचे असेल तर आपल्या पश्चात प्रशासनाची सर्व सूत्रे अहिल्याबाईंच्या हाती राहिली पाहिजेत अशी त्याची खटपट होती, आणि म्हणूनच त्याने तिला आपल्या राजकीय घडामोडीत सामील करून घेतले होते. सासऱ्याच्या मार्गदर्शनामुळे आणि सततच्या सहवासामुळे, राजकारणपटू, उत्तम सेनानी, कुशल प्रशासक म्हणून अहिल्याबाईचे व्यक्तिमत्त्व विकसित होत गेले. मल्हारबाबांच्या गैरहजेरीत ती राज्याचा बंदोबस्त योग्य ठेवीत असे. दूरवर स्वारीवर गेलेल्या आपल्या सासऱ्याकडून येणाऱ्या सर्व सूचनांचे ती पूर्णपणे पालन करीत असे. प्रसंगी आपल्या पतीसमवेत, सासऱ्याबरोबर रणांगणावर जातीने हजर राहून, लढाईतील डावपेचांचे प्रत्यक्ष ज्ञान करून घेत असे. समजूतदारपणा, सेवाभावी वृत्ती, प्रजाहित दक्षता, प्रशासन कुशलता या गुणांमुळे अहिल्याबाईने अल्पकाळात आपल्या अधिकाऱ्यांची, सैनिकांची आणि प्रामुख्याने प्रजेची मने जिंकली.

राज्यात शांतता आणि सुरक्षितता राखण्यासाठी तिने विशेष प्रयत्न केले. राजस्थानातील रामपुरा संस्थानातील चंद्रावत राजपूत यांनी होळकरशाहीविरुद्ध पुकारलेल्या बंडाचा अहिल्याबाईने स्वत:च्या नेतृत्वाखाली बीमोड केला. आणि सासऱ्यांनी राजस्थानात मराठ्यांचा जो वचक बसविला होता तो पुढे चालविला.

रामपूरच्या चंद्रावतांनी तीनदा बंडाही माजविली, पण तिन्ही वेळा अहिल्याबाईने आल्या प्रसंगाला धैर्याने तोंड देऊन चंद्रावतांना चांगलीच अद्दल घडविली. या कठीण प्रसंगी अहिल्याबाईने जे प्रसंगावधान दाखविले त्यामुळे तिच्या रणकौशल्याचे सर्वत्र कौतुकच झाले.

चंद्रावताचा पक्का बंदोबस्त केल्याची वार्ता जेव्हा नाना फडणीसास कळली तेव्हा त्याच्या तोंडून प्रशंसेचे सहजोद्गार आले, ''आजवर आम्ही अहिल्याबाईंच्या पूजाअर्चेच्या

गोष्टी ऐकत आलो आहोत. पण आज त्यांच्या शौर्याची आणि पराक्रमाची प्रचितीही आम्हास मिळाली. पुण्याचे पुण्यद्वार महेश्वरात आहे हे आज आम्हाला कळले.''

पेशव्यांच्या सनदेनुसार २३ ऑगस्ट १७६६ रोजी मालेराव होळकरशाहीचा अधिकृत सुभेदार बनला. मात्र सारी सत्ता अहिल्याबाईंकडे सोपविण्याची खबरदारी घेण्यात आली होती. पशुशाला आणि मद्यपान यात सदैव गर्क असलेला मालेराव प्रजेला खूप छळत असे. त्याच्याविषयी असे म्हणतात, ब्राह्मणांच्या दक्षिणापात्रांत तो साप, विंचू, इंगळ्या असे दंश करणारे प्राणी दक्षिणेबरोबर घालीत असे आणि दक्षिणा घेण्यासाठी ब्राह्मणाने पात्रात हाल घातला की त्याला दंश होई आणि असह्य वेदनाने तो ओरडू लागला म्हणजे मालेरावाला परमानंद होत असे. असा हा त्या दानशूर साध्वीचा पुत्र होता. कदाचित आईच्या धर्मपरायणतेची चेष्टा करण्याच्या उद्देशानेही तो असा वागत असावा. कालांतराने तो जेव्हा खूप आजारी पडला तेव्हा अहिल्याबाईने हरप्रयत्न करून त्याला वाचविण्याचा प्रयत्न केला, पण तिला यश आले नाही.

लहान वयात पतिनिधनाचा आघात, त्यानंतर सासऱ्याच्या निधनाने सुटलेला आधार आणि आता पोटचा पोर अकाली मरण पावला. मालेरावाने पुरे वर्षे देखील सुभेदारी उपभोगली नाही, मालेराव निपुत्रिक मरण पावला. त्याच्या दोन स्त्रियांनी सहगमन केले.

मालेरावला सुभेदारी मिळाल्यावर सर्व सत्ता त्याच्याकडे सोपवून तीर्थयात्रेला जाण्याचा आपला विचार अहिल्याबाईला बाजूला करावा लागला. मागे आपला सती जाण्याचा विचार देखील तिला सोडावा लागला होता. तसेच आता देखील 'प्रजाहित' नजरेसमोर ठेवून तिने मोठ्या धैर्याने प्रसंगाला सामोरे जाण्याचे ठरविले.

एवढ्यात आणखी एका निराळ्या पेचप्रसंगाला अहिल्याबाईला तोंड द्यावे लागले. मालेराव निपुत्रिक मरण पावल्याने काही स्वार्थी लोकांनी दत्तकाचा प्रश्न उपस्थित केला . यात होळकरांचे कारभारी गंगाधर यशवंत चंद्रचूड यांचा प्रमुख हात होता. राघोबादादांचे कान त्याने फुंकले. राघोबांच्या मदतीने अहिल्याबाईला राजकारणातून दूर करण्याचा कपटी हेतू चंद्रचूडाच्या मनात होता. राघोबांचे माधवराव पेशवा या आपल्या पुतण्यांशी फारसे पटत नव्हते. तेव्हा त्याच्यापासून दूर जाण्याची संधी त्याला हवी होती. चंद्रचूडाचा गुप्त निरोप आला, ''होळकरशाही बेवारशी आहे. ताबडतोब या ! हस्तगत करण्यास नामी संधी आहे.''

या निरोपासरशी, सैन्याची जमवाजमव करून राघोबाने उत्तरेकडे कूच केले. कदाचित माधवराव पेशव्यांना या तातडीने केलेल्या सैन्याच्या हालचालीचे खरे कारणही राघोबाने सांगितले नसावे.

या गुप्त कटाचा सुगावा अहिल्याबाईला लागताच प्रशासन आणि राजनीती या क्षेत्रांतील आपले सारे कौशल्य पणाला लावून तिने या कटाचा नि:पात करण्याचा निश्चय केला. दत्तकाची मागणी फेटाळून एका जाहीरनाम्याद्वारे होळकरशाहीची सारी सत्ता तिने आपल्या हाती घेतली. वास्तविक तिला राज्याचा अथवा सत्तेचा लोभ नव्हता. तिच्यापुढे फक्त होळकरशाहीचे रक्षण आणि प्रजेचे हित एवढेच धोरण होते. केवळ कर्तव्यबुद्धीने प्रेरित होऊन सत्ताग्रहणाचे पाऊल तिने उचलले आहे याची पूर्ण जाणीव प्रजेला असल्याने, सर्वांनी एकदिलाने तिच्या जाहीरनाम्याचे स्वागत केले. कारस्थानी लोकांना तिने ठणकावून बजावले, 'मी एक अबला आहे, असहाय स्त्री आहे, या भ्रमात कोणी राहू नये. मी भाला घेऊन समोर उभी ठाकले तर तुमचे सगळे मनसुभे जागच्या जागी जिरतील... मी पेशव्यांची चाकरी करण्यास नेहमीच तयार आहे, परंतु माझ्या राज्याकडे कोणी डोळा वर करून पाहिले, तर त्याला कधीही यश येणार नाही.''

साऱ्या मराठे सरदाराकडे तिने मदतीची मागणी केली. नागपूरचे भोसले, बडोद्याचे गायकवाड, तळेगावचे दाभाडे इत्यादी सरदारांनी अहिल्याबाईंच्या पाठीशी उभे राहण्याचे आश्वासन दिले. माधवराव पेशव्यांच्या कानावर जेव्हा या कटाच्या वार्ता गेल्या तेव्हा त्यांनीही अहिल्याबाईला अभयदान दिले. महादजी शिंद्यांने सहकार्याचा हात पुढे केला. तुकोजीराव होळकराने सैन्याची जमवाजमव करून नेतृत्व करण्याचे मान्य केले. स्वत: अहिल्याबाईने देखील स्त्रियांची एक पलटण उभी केली.

तुकोजीने राघोबादादाला निरोप पाठविला, ''क्षिप्रा नदी ओलांडून तुम्ही आलात की आमची तलवार तुमच्या तलवारीला भिडेल.'' याच सुमारास अहिल्याबाईने धाडलेले निर्वाणीचे पत्रही राघोबांच्या हाती पडले, तिने लिहिले होते, ''माझे राज्य हिरावून घेण्यासाठी आपण सैन्य घेऊन आला आहात, पण मी कोणत्या प्रकारची अबला आहे ते आपल्याला रणांगणावरच कळेल... माझ्या आधिपत्याखाली तयार केलेली स्त्रियांची फौज तुमच्याशी समर करील. मी हरले तर मला कोणीही हसणार नाही. पण आपण हरलात तर आपल्याला कोठेही तोंड काढायला जागा राहणार नाही, शिवाय एका अबलेवर आक्रमण केल्यामुळे

आपल्याला जो कलंक लागेल तो कधीही पुसला जाणार नाही. या सर्व गोष्टींचा नीट विचार करून लढाईची वेळच न आणाल तर बरे, कारण त्यांत आपलेच हित आहे.''

अहिल्याबाईने अशा रीतीने राघोबाला पेचात टाकले; प्रसंग ओळखून त्याने अहिल्याबाईंना जबाब पाठविला की आपला गैरसमज झाला आहे, आम्ही केवळ शोकसांत्वनासाठी येथवर आलो आहोत. बाईने तात्काळ निरोप धाडला, ''असे असेल तर आपल्या फौजेला निरोप द्या आणि एकटे पालखीत बसून या. आमचे सर्व काही आपलेच आहे. घर आपलेच आहे. पूर्वी येत होता तसे या.'' या निरोपाने राघोबा ओशाळला. त्याचा डाव आता पूर्णपणे उलटला होता. दत्तक प्रकरणाचे नावही न काढता होळकरशाहीचा पाहुणचार झोडून तो पुण्यास परतला. बिचारा चंद्रचूड! सारा अपमान गिळून तीर्थयात्रेचे निमित्त करून तो पुण्यास आला. अहिल्याबाईने अशी बाजी मारली.

अहिल्याबाईला आता काहीशी मन:शांती हवी होती. इंदूर या राजधानीच्या ठिकाणी राहून ती मिळेल असे वाटत नव्हते. आपल्या राजकीय व्यवहाराचे केंद्र तिने इंदूरपासून दूर असलेले, नर्मदेच्या काठावर वसलेले महेश्वर बनविले. महिष्मती या नावाने प्राचीन कालापासून हे ठिकाण प्रसिद्ध होते. नर्मदेचे विस्तृत आणि खोल पात्र आणि आजूबाजूचा प्रेक्षणीय निसर्ग आणि सारा परिसर बाईला खूप आवडला. सुमारे तीस वर्षे होळकरशाहीचा राज्यकारभार अहिल्याबाईने येथून केला. महेश्वर दरबारातून पाठविलेली राजकीय, सामाजिक, धार्मिक व्यवहारासंबंधीची त्यांची पत्रे प्रसिद्ध आहेत. या ठिकाणी त्यांनी घाट बांधले, मंदिराचा आणि धर्मस्थळांचा जीर्णोद्धार केला , संस्कृत विद्येच्या प्रसारासाठी योजना केल्या आणि अशा रीतीने महेश्वर हे समृद्ध शहर बनले.

अहिल्याबाई वडिलधाऱ्या माणसांचा पूर्ण आदर करीत असे. पण त्यांच्या मनात काही कुकर्म आहे असे लक्षात आले तर अशा दुष्ट माणसांना तत्क्षणी शासन करण्यास त्या कचरत नसत. वास्तविक महादजी शिंदे हे मल्हारराव होळकरांचे हितचिंतक आणि मराठ्यांच्या उत्तरेकडील राजकारणातील एक सहकारी, पण त्यांच्या मनात एकदा काही विकल्प निर्माण झाला आणि अहिल्याबाईंना एकप्रकारे धमकी देण्याचा प्रयत्न त्यांच्याकडून झाला. तुकोजी होळकराला हाताशी धरून इंदूरवर कब्जा मिळविण्याचा त्यांचा विचार होता. बाईने हा दुष्ट हेतू ओळखून त्यांना खलिता धाडला की इंदूर हस्तगत

करण्याचा प्रयत्न कराल तर हत्तीच्या पायसाखळीशी बांधून तुमचे स्वागत करीन. महादजी त्यानंतर बाईच्या वाटेला कधीच गेला नाही.

राघोबादादांचे कारस्थान पार उधळून लावल्यामुळे पेशव्यावर देखील अहिल्याबाईंची मोठी जरब बसली होती. माधवराव आणि त्यांच्या नंतरच्या पेशव्यांनी तिला मोठा सन्मानाने वागविले आणि तिच्या अंतकालापर्यंत तिला साथ दिली.

अहिल्याबाई प्रशासनाच्या कार्यात कसलीही तडजोड करीत नसे. तुकोजी होळकर हा तिचा अत्यंत विश्वासू सेवक; पण त्याने एका विधवेचे द्रव्य अपहरण केले आणि बाईच्या संमतीशिवाय पेशव्यांच्या दरबारी एका इसमाची नेमणूक केली याबद्दल अहिल्याबाईने त्याची कठोर शब्दांत कानउघाडणी केली. तुकोजीने क्षमायाचना केल्यावर त्याच्यावर पूर्ववत विश्वास ठेवला. मात्र मल्हारराव या त्याच्या उर्मट पुत्राला, नीट समज देऊनही त्याने प्रजेला छळण्याचे थांबविले नाही, आपले वर्तन सुधारले नाही, तेव्हा तिने मुसक्या बांधून त्याला तुरुंगात डांबून ठेवले.

नोकरवर्गावर तिने बरेच नियंत्रण ठेवले होते. तिच्या शब्दाबाहेर जाण्याची कोणाची ताकद नव्हती. चोरदरोडेखोरापासून राज्याची मुक्तता करून तिने आपल्या संस्थानात सुरक्षितता आणि शांतता निर्माण केली. भिल्लापासून पूर्वी प्रजेला बराच उपद्रव होत असे. भिल्लांच्या प्रश्नांचा तिने नीट अभ्यास केला. ते लूटमार का करतात याचा पूर्ण तपास करून त्यांना उपजीविकेसाठी शेतीवाडी दिली, कामधंदा उपलब्ध करून दिला. त्यांच्या टोळ्यांच्या सहकार्याने तिने भिल्लांची एक पलटण तयार केली आणि यात्रेकरूंच्या संरक्षणाची जाबाबदारी त्यांच्यावर टाकली. यामुळे भिल्लांनी अहिल्याबाईंची सेवा इमानेइतबारे केली.

अहिल्याबाईने आपल्या राज्यात न्यायव्यवस्था चोख ठेवली होती. सरकारी अधिकारी आणि नोकरवर्ग यांचा रयतेला उपद्रव होऊ दिला नाही. तुकोजीराव या आपल्या सेनानीला राज्याच्या संरक्षणासाठी उत्तम सैन्यासाठी आवश्यक ती सर्व मदत केली. पेशव्यांशी ती शेवटपर्यंत एकनिष्ठ राहिली. तुकोजीस तिने स्पष्ट आज्ञा दिली होती की, ''आधी काम पेशव्यांचे, नंतर माझे.'' या वृत्तीमुळे पुणे आणि महेश्वर दरबार यात सौहार्दाचे आणि विश्वासाचे वातावरण निर्माण झाले.

धर्मकारण :

भारताच्या सांस्कृतिक इतिहासात अहिल्यादेवीने मानाचे स्थान संपादन केले आहे. तिने ठिकठिकाणी बांधलेले घाट, नवी मंदिरे, जुन्या मंदिरांचा जीर्णोद्धार, यात्रेकरूंच्या निवासासाठी धर्मशाळा, अन्नछत्रे, तीर्थक्षेत्रांचा प्रवास सुखकर व्हावा म्हणून उत्तम रस्ते, पूल यांची बांधणी केली. थोर पुरुषांच्या छत्र्या बांधल्या. संस्कृत विद्येच्या प्रसारासाठी अनुदाने दिली, पाठशाळा बांधल्या.

धार्मिक आणि सांस्कृतिक कार्यासाठी जे परिश्रम केले आणि धन वेचले त्याची मोजदाद करणे कठीण आहे. राजा म्हणजे आपल्या राज्याचा उपभोगशून्य स्वामी या वृत्तीने तिने आपेल जीवन कंठले. ती एक महान तपस्विनी होती. अहिल्याबाईने केलेल्या धार्मिक, सांस्कृतिक कार्याचा उल्लेख करावयाचा झाल्यास, गया, बनारस, अयोध्या, पंढरपूर, जगन्नाथपुरी इत्यादी क्षेत्रांतील प्राचीन मंदिरांचा जीर्णोद्धार, अयोध्या, मथुरा, हरिद्वार, काशी, कांची, अवंतिका आणि द्वारका या प्राचीन सप्तपुरासाठी आणि बदरीनारायण, द्वारका, रामेश्वर आणि जगन्नाथपुरी या चातुर्धामांसाठी केलेल्या दानधर्मावरील खर्च यांचा प्रामुख्याने उल्लेख करावा लागेल. सप्तपुरा आणि चातुर्धाम ही या आर्यावर्तातील महत्त्वाची तीर्थक्षेत्रे आणि पूजास्थाने आहेत. भारताच्या सर्व भागांतून येणाऱ्या भाविकांच्या सुखसोयींसाठी, अन्न आणि निवाऱ्यासाठी अहिल्याबाईंनी दिलेल्या देणग्या तिच्या दातृत्वाची साक्ष देणाऱ्या आहेत. या निरनिराळ्या क्षेत्रांत येणाऱ्या भाविकांना त्यांच्या धर्मकार्यासाठी मदत करण्यासाठी, निरनिराळ्या भागांतून येणाऱ्या शास्त्रीपंडितांच्या योगक्षेमासाठी तिने हातभार लावला होता.

काशीचे विश्वेश्वर आणि गयेचे विष्णुपद या दोन मंदिरांच्या जीर्णोद्धारासाठी अहिल्याबाईंनी मुक्तहस्ते मदत केली . काशीचा मनकर्णिका घाट अहिल्याबाईंच्या दातृत्वाची निशाणी मानता येईल. मुसलमानी राजवटीत हानी पोहोचलेल्या सोरटी सोमनाथ मंदिरातील मूर्तींची प्रतिष्ठापना करण्यास बाईंनी मोठ्या प्रमाणावर हातभार लावला होता. अशा रीतीने हिंदुधर्माच्या रक्षणासाठी आणि धार्मिक कार्याच्या वाढीसाठी अहिल्याबाईंनी केलेली कामगिरी अजोड होती असेच म्हणावे लागेल.

मूल्यमापन :

अहिल्यादेवीने आपल्या कुटुंबासाठी, संस्थानासाठी आणि धर्मासाठी केलेल्या कार्याचा उल्लेख अनेकांनी गौरवपूर्ण शब्दांत केला आहे. आपल्या कार्याचा तिला

अभिमान होता, पण कोणी तिची वारेमाप स्तुती केली तर ते तिला खपत नसे. अशाच एका कवीला तिने सुनावले होते, 'माझ्याऐवजी त्या सर्वशक्तिमान परमेश्वराचे गुणगान आपण केल्यास तुमचे श्रम कारणी लागतील' आणि त्याला बाहेरची वाट दाखविली होती.

विद्वान, पंडित, साहित्यिक यांचा आदर करण्यास अहिल्याबाई सदैव तत्पर असत. बारामतीचे पंडित कवी मोरोपंत अहिल्यादेवीच्या प्रत्यक्ष दर्शनाने इतके प्रभावित झाले की त्या देवीचे गुणगान त्यांनी सत्वर आर्याबद्ध केले.

श्री विष्णुपदा स्तविली त्वद्भक्ता हे तुलाहि मानावे ।
विश्व जिला वानितसे का न मयूरेही तीस वानावे ॥

मोरोपंतांप्रमाणे, 'अहिल्याकामधेनु' या ग्रंथाचे कवी खुशालीराम, 'फटका' या काव्यप्रकारासाठी मराठी साहित्यात प्रसिद्ध असलेले शाहीर अनंतफंदी आणि इतर अनेक विद्वानांचा अहिल्याबाईने यथोचित सत्कार केला होता. तिच्या काळात महेश्वर ही धर्मपरायण आणि विद्वान लोकांची महानगरी बनली होती.

शाहीर अनंतफंदीसंबंधी अशी एक आख्यायिका प्रचलित आहे की या ब्राह्मणकवीने अहिल्याबाईंच्या आज्ञेनुसार आपला शाहिरी डफ भरसभेत फोडला आणि तमासगीराचा व्यवसाय सोडून तो अध्यात्माकडे वळला, भक्तिरसाने ओथंबलेली भजने रचू लागला आणि कीर्तनरंगी दंग झाला.

पण संगमनेरच्या त्याच्या गावकऱ्यांनी त्याला गळ घातली की किमान एकदा तरी त्याने डफावर थाप मारून पूर्वीच्या त्याच्या शाहिरी काव्याची मजा लुटण्याची त्यांना संधी द्यावी. 'हो ना, हो ना' करीत अनंतफंदीने त्यांची विनंती मान्य केली. त्यांच्या शाहिरीसंगीताचा आनंद लुटण्यासाठी प्रचंड गर्दी लोटली. योगायोगाने अहिल्याबाई त्याच मार्गाने पुण्यास चालली होती. 'गर्दी कशाची?' म्हणून त्या क्षणभर तेथे थांबल्या तर त्यांना समोर अनंतफंदी दिसला. दोघांची दृष्टादृष्ट झाली आणि मैफलीत एक चमत्कार घडला. लावणीऐवजी अनंतफंदीच्या भक्तीच्या अभंगाचे सूर निघाले. असा होता अहिल्यादेवीचा नैतिक प्रभाव !

पेशवाईतील थोर मुत्सद्दी नाना फडणीसाला वाटत होते की 'पुरुषार्थ, दूरदर्शीपणा व

महानता यामध्ये अहिल्याबाई अद्वितीय आहेत. या गोष्टींत त्यांची बरोबरी कोणीही करू शकत नाही.'

अहिल्याबाईंनी एक समकालीन स्कॉटलंडनिवासी आंग्ल लेखिका 'जोना बेली' हिने अहिल्याबाईंचे चरित्र लिहिले असून त्यात एक प्रदीर्घ कविता घातली आहे. ती म्हणते,

तीस वरुषे प्रशांत त्यांनी गाजविली ।
वैभव, धन, ऐश्वर्य संपदा सदैव वाढविली ।।
सुष्टदुष्ट, अन् सान-थोर त्या सर्व पुरुजनांनी ।
मुक्त रवाने सती अहिल्या सदैव वानियली ।।

मध्यप्रांताचा इतिहासकार आणि मुंबई इलाख्याचा गव्हर्नर सर जॉन माल्कम हा अहिल्याबाईंचा प्राय: समकालीन इंग्रज अधिकारी अहिल्यादेवीच्या व्यक्तिमत्त्वाचे तटस्थपणे मूल्यमापन करताना म्हणतो, ''अहिल्याबाईंचे चरित्र निर्मळ आणि राज्यकारभार अत्यंत वाखाणण्याजोगा होता. परमेश्वरावर निष्ठा ठेवून कर्तव्यपरायण राहिल्याने माणसाला व्यवहारात किती फायदा होतो हे बाईंच्या जीवनावरून स्पष्ट लक्षात येते.''

❑❑❑

आधारभूत ग्रंथ :

१) पुरुषोत्तम : देवी श्री अहिल्याबाई होळकर, मुंबई, १९९३

२) शर्मा हिरालाल (भाषांतरकार : मो. ग. तपस्वी) : अहिल्याबाई होळकर, नॅशनल बुक ट्रस्ट, दिल्ली, १९६७.

प्रकरण - ११

माऊंट स्टुअर्ट एलफिन्स्टन (१७७९-१८५९)

मराठ्यांच्या इतिहासातील शेवटची विशेष उल्लेखनीय व्यक्ती म्हणजे माऊंट स्टुअर्ट एलफिन्स्टन ही होय. मराठी राज्याच्या इतिश्रीस जसा तो कारणीभूत होता, तसाच आधुनिक महाराष्ट्राच्या जडणघडणीस ज्यांनी मोलाचा हातभार लावला, त्यात त्याचाही आवर्जून उल्लेख करावा लागेल. १७९५ हे मराठ्यांच्या इतिहासातील एक महत्त्वपूर्ण साल मानावे लागेल. कारण सवाई माधवरावाचा मृत्यू या सालच्या ऑक्टोबरात झाला आणि बाजीरावाकडे मराठी राज्याची सूत्रे देण्याच्या दृष्टीने हालचाली सुरू झाल्या आणि याच वर्षी एलफिन्स्टन वयाच्या १६व्या वर्षी भारताकडे यावयास निघाला. २६ फेब्रुवारी १७९६ रोजी तो मद्रासच्या किनाऱ्यावर दाखल झाला आणि तेथून पुढे कलकत्त्यास रवाना झाला. नंतरच्या काळात घटना अशा घडत गेल्या की, जणू नियतीनेच मराठी राज्य संपुष्टात आणण्यासाठी त्याची नियुक्ती केली होती.

प्रारंभीचे जीवन :

एलफिन्स्टन भारतात एकूण ३१ वर्षे राहिला आणि त्यापैकी निम्म्याहून अधिक काळ त्याने महाराष्ट्रात आणि विशेषत: पुण्या-मुंबईच्या परिसरात काढला. अनेकदा त्याने इंग्लंडला परत जाण्याचे बेत केले, पण नशिबाने त्याला साथ दिली नाही. पण अपेक्षेपेक्षा हिंदुस्थान त्याला अधिक आल्हाददायक वाटला. (I find India much more pleasant than I expected) पहिली चार वर्षे त्याने बनारस येथे काढली. पण या चार वर्षातील त्याच्या जीवनाचा काही वृत्तान्त आढळत नाही. डेव्हिस या बनारसच्या मॅजिस्ट्रेटकडे तो काम करीत होता. अयोध्येच्या नबावाला पदच्युत केल्याने बनारसला जी युरोपियन लोकांची कत्तल झाली, त्यातून एलफिन्स्टन शिकस्तीने वाचला. १८०१ साली त्याची पुण्याच्या रेसिडेन्सीमध्ये सर बॅरी क्लोजचा सहाय्यक म्हणून नेमणूक झाली. पुण्यातील नेमणूक ही त्याच्या महाराष्ट्रातील कार्याची सुरुवात आणि मधला काही काळ सोडला, तर १८२७ ला मायदेशी परत जोईपर्यंत तो बराच काळ महाराष्ट्रातच होता.

१९ मार्च १८०१ रोजी तो कलकत्त्याहून निघाला. घोडा, उंट, हत्ती इत्यादी वाहतुकीची साधने वापरून आणि ठिकठिकाणी मुक्काम करीत, १८०२ च्या फेब्रुवारीच्या पहिल्या आठवड्यात तो पुण्यात येऊन दाखल झाला. वाटेत त्याने गोळा केलेली पुस्तके

देखील पुण्याला सुखरूप येऊन पोहोचल्याचे ऐकून त्याला आनंद झाला. पेशवा माधवराव, महादजी शिंदे या प्रमुख मराठी व्यक्ती या सुमारास निधन पावल्या होत्या आणि मराठी सत्तेच्या ऱ्हासास प्रारंभ झाला होता. मराठी सामंत मंडळ (Confederacy) विघटित झाले होते आणि प्रत्येक सभासद स्वतंत्र होऊ पाहात होता.

पुण्यात पहिला प्रवेश :

एलफिन्स्टन पेशव्याला ११ फेब्रुवारी १८०२ रोजी शनवारवाड्यात पहिल्यांदा भेटला. प्रथमदर्शनी पेशवा त्याला सुंदर आणि रुबाबदार वाटला. पेशवा त्याच्याशी काही बोलला नाही. दुसऱ्या दिवशी संगम बेटावर कंपनीच्या ऑफिसला पेशव्याने भेट दिली, पण अद्याप एलफिन्स्टनला त्याच्या फार जवळ जाता आले नव्हते. पेशव्याचे मन तैनाती फौजेसाठी वळविण्याची कामगिरी रेसिडेंट क्लोजने एलफिन्स्टनवर सोपविली होती. पण पेशवा सहजासहजी या गोष्टीला मान्यता देणार नाही, हे त्याने पहिल्याच भेटीत ओळखले होते. १८०२ च्या ऑक्टोबर मध्ये हडपसरच्या युद्धात होळकरांनी पेशव्याला पळवून लावले व तो वसईला जाऊन इंग्रजांच्या आश्रयाला राहिला, तेव्हाच त्याच्यावर ३१ डिसेंबरच्या वसईच्या तहान्वये तैनाती फौज लादण्यात आली. वसईचा तह ही मराठ्यांच्या इतिहासाला कलाटणी देणारी फार महत्त्वाची घटना ठरली. या तहान्वये बाजीरावाने एकप्रकारे आपले राज्य इंग्रजांकडे गहाणच टाकले होते असे मानावयास हरकत नाही. पेशव्याला पुण्यास नेऊन गादीवर बसविण्याची कामगिरी रेसिडेंट क्लोजबरोबर एलफिन्स्टनवरही सोपविली होती. १३ मे १८०३ रोजी हे काम पार पाडण्यात आले.

या कामगिरीनंतर एलफिन्स्टनला आर्थर वेलस्लीचा खाजगी सचिव म्हणून काही काळ काम पाहावे लागले. वेलस्लीने शिंद्यांकडून १८०३ साली अहमदनगरचा किल्ला घेतला. त्या लढाईत एलफिन्स्टन हजर होता. असई, अडगाव, आशिरगड, गाविलगड येथे मराठ्यांशी झालेल्या लढायांच्या प्रसंगी तो वेलस्लीला साथ देत होता. एलफिन्स्टनला जी बढती मिळत गेली, त्याचे मुख्य कारण त्याने वेलस्लीची मर्जी संपादन केली होती. वेलस्ली म्हणजे त्याचा आदर्श होता. वेलस्लीला वाटे की, एक योद्धा म्हणून एलफिन्स्टन निश्चितच यशस्वी झाला असता. आपल्या गव्हर्नर जनरल भावाकडे त्याने एलफिन्स्टनची जोरदार शिफारस केली आणि त्याची नागपूरचा प्रभारी रेसिडेंट म्हणून नेमणूक झाली. राजनैतिक क्षेत्रातली ही त्याची पहिली जबाबदारीची नेमणूक.

नागपूरकर भोसल्यांना तैनाती फौजेच्या कक्षेत आणणे ही रेसिडेंट या नात्याने त्याची प्रमुख जाबबदारी होती. ती त्याने यशस्वी रीतीने हाताळली. नागपूरहून मे १८०८ मध्ये त्याची बदली ग्वाल्हेरला शिंद्यांच्या दरबारात झाली. पण शिंद्यांच्या दरबारात रुळण्यापूर्वीच म्हणजे अवघ्या २ महिन्यांत लॉर्ड मिंटो या गव्हर्नर जनरलने काबूलला

पाठवावयाच्या शिष्टमंडळाचे नेतृत्व त्याच्यावर सोपविले. अफगाणिस्थानमध्ये ब्रिटिशांचा प्रभाव वाढविणे, फ्रेंचांना विरोध करणे इत्यादी महत्त्वपूर्ण कामे त्याच्याकडे होती. काबूलहून तो १८११ ला पुण्याचा रेसिडेंट या जागेवर रुजू होण्यासाठी आला.

एलफिन्स्टनचे धोरण १८११-१८१८ :

वसईच्या तहाने मराठी सत्तेस ग्रहण लागले असले, तरी ती अद्याप नष्ट झाली नव्हती आणि मराठे नाहीसे झाल्याखेरीज आपल्या ताब्यात हिंदुस्थान येणार नाही, याची ब्रिटिशांना खात्री होती. पुण्यातील ही अत्यंत नाजूक आणि स्फोटक कामगिरी हाताळण्याची जबाबदारी एलफिन्स्टनवर येऊन पडली होती. रेसिडेंसीची स्थापना पुण्यात १७८६ साली थॉमस मॉस्टिनच्या प्रयत्नाने झाली. चार्लस मॅलेट हा पहिला रेसिडेंट, त्यानंतर १७९८ साली विल्यम पामर आला. १८०१ साली बॅरी क्लोज पुण्याचा रेसिडेंट बनला. तो एलफिन्स्टनची १८११ साली रेसिडेंट म्हणून नेमणूक होईपर्यंत राहिला. पेशव्याची सत्ता खच्ची करून मराठी मुलूख गिळंकृत करणे, ही मोठी कामगिरी एलफिन्स्टनवर सोपविली होती. एलफिन्स्टनच्या राजनीतीच्या कल्पना, राजकारणापेक्षा नैतिक तत्त्वांवर अधिक भर देणाऱ्या होत्या. पण ब्रिटिश मुत्सद्दी हे मात्र नेहमी राजकीय सोयीला प्राधान्य देत आले. या संदर्भात एलफिन्स्टनचे काही अंशी आगळेपण दिसून येते.

बाजीराव पेशव्याने वसईच्या तहानंतर आपली बाजू सावरण्याचा प्रयत्न केला. त्याच्या आर्थिक परिस्थितीत सुधारणा होऊ लागली; पण त्याचबरोबर सदाशिव माणकेश्वरसारख्या मुरब्बी मुत्सद्द्याला बाजूला सारून त्रिंबकजी डेंगळ्यांसारख्या सामान्य माणसाच्या हाती राजकारणाची सूत्रे देऊन बाजीरावाने आपला विनाशकाळ जवळ ओढवला. एलफिन्स्टनचे त्रिंबकजीविषयी मन प्रतिकूल झाले होते. पण बाजीरावाच्या राजकारणात त्याला जे महत्त्व प्राप्त झाले होते त्यामुळे त्याच्याकडे दुर्लक्ष करूनही चालणार नव्हते.

दुसरा महत्त्वाचा प्रश्न जहागिरदारांचा होता. पटवर्धन, रास्ते, आप्पा देसाई हे दक्षिण मराठा प्रदेशातील जहागिरदार, हे स्वतःच्या प्रदेशात स्वतंत्र बनू लागले होते. पेशव्याला आर्थिक सहाय्य आणि जमावानिशी संकटकाळी मदत करणे, हे त्यांचे कर्तव्य होते; पण वसईच्या तहानंतर पेशव्याला आर्थिक सहाय्य देण्याचे बंद करून, आपले बळ वाढविण्याचे प्रयत्न त्यांनी सुरू केले आणि पेशव्याचा मुलूख बळकावू लागले. बाजीरावाने इंग्रजांकडे मदतीची धाव घेतली, पण इंग्रजांचे होळकरांशी युद्ध सुरू झाल्याने, त्यांना बाजीरावाला फारशी मदत करता आली नाही. जहागिरदार आणि पेशव्या यांच्यातील सलोख्याचे संबंध प्रस्थापित करण्याचे सारे प्रयत्न फसले होते.

जहागीरदार आणि पंढरपूरचा तह :

एलफिन्स्टनला जहागीरदार-पेशवे संबंध, हा प्रश्न अत्यंत भेडसावणारा होता. बाजीरावाने सदाशिव माणकेश्वरला एलफिन्स्टनकडे आपल्या तक्रारींचा विशेषत: आप्पा पटवर्धनासंबंधीच्या तक्रारींचा खलिता घेऊन धाडले आणि तैनाती फौज आपल्या दिमतीस देण्याची विनंती केली. एलफिन्स्टनला पेशव्याचे म्हणणे पटले होते. पण गव्हर्नर जनरलने जहागीरदारांच्या विरुद्ध लष्करी कारवाई करण्याच्या धोरणास स्पष्ट विरोध केला. पेशव्याच्या डोक्यावर जहागीरदारांची सतत टांगती राहाणारी तलवार इंग्रजांना दूर करावयाची नव्हती. इंग्रजांची मदत मिळत नाही असे पाहून पेशव्याने स्वत:च्या बळावर जहागीरदारांचा प्रश्न सोडविण्याचा निर्णय घेतला आणि त्यात सुरुवातीस काही यश मिळाले. पेशव्याला जर आपण विरोध केला नाही तर थोड्याच अवधीत सर्व जहागीरदार तो आपल्या वर्चस्वाखाली आणील व त्याला सतत तणावाखाली ठेवण्याचे ब्रिटिशांचे धोरण निरर्थक ठरेल.

जहागीरदारांच्या प्रकरणाचा सखोल अभ्यास करून एलफिन्स्टनने गव्हर्नर जनरलला एक खलिता पाठविला. जहागीरदार हे सरंजामी सरदार असून, पेशव्याला त्यांच्या जहागिरी केव्हाही जप्त करता येतील याची कल्पना एलफिन्स्टनला होती. जहागीरदारांना न्याय द्यावा आणि त्याचबरोबर आपल्याला जे सोयीचे धोरण असेल त्याचा पुरस्कार करावा ही एलफिन्स्टनची या प्रकरणाकडे पाहण्याची मूलतत्त्वे होती. परंपरेप्रमाणे पेशव्याला मदत करणे हे जहागीरदारांचे कर्तव्य आहे आणि त्यात त्यांनी कुचराई केल्यास त्यांना शासन करण्याच्या कामी आपण पेशव्यास मदत केली पाहिजे आणि असे करीत असताना जहागीरदार-पेशवे यांचे घनिष्ठसंबंध प्रस्थापित होणार नाहीत, याचीही खबरदारी घेतली पाहिजे असे एलफिन्स्टनचे मत होते.

शेवटी एलफिन्स्टनचे प्रयत्न सफल झाले आणि १९ जुलै १८१२ रोजी पंढरपूर येथे पेशवे आणि जहागीरदार यांच्यामध्ये त्याच्या साक्षीने तह झाला. उभयपक्षांनी झाले-गेले विसरून जावे, पेशव्याने जहागीरदारांकडून ठरल्यापेक्षा अधिक पैशाची अथवा अन्य मदतीची मागणी करू नये, सनदेत नमूद केल्याप्रमाणे जहागीरदारांनी सैन्याची मदत करावी, ब्रिटिशांच्या संमतीविना पेशव्याने जहागिरी खालसा करू नयेत व त्यांना सन्मानाने वागवावे, पेशव्याचा बळकाविलेला मुलूख जहागीरदारांनी परत करावा, जहागीरदार आणि त्यांचे नातलग यांना ब्रिटिशांनी संरक्षण द्यावे, उभयपक्षांत मतभेद झाला ब्रिटिशांचा निर्णय दोघांवर बंधनकारक राहील आणि वाटले तर ब्रिटिशांना जहागीरदारांशी स्वतंत्रपणे तह-करार करण्याचा अधिकार राहील, अशी कलमे या पंढरपूरच्या तहात होती. एलफिन्स्टनची ही पहिलीच पण अत्यंत महत्त्वाची राजनैतिक कामगिरी होय. उभयपक्षांना समाधानकारक

असा मसुदा तयार करून, ब्रिटिशांचेही वर्चस्व राहील अशी योजना या तहात करून एलफिन्स्टनने चांगलीच मुत्सद्देगिरी दाखविली होती. अर्थात बाजीराव सकृत्-दर्शनी या समझोत्यावर खूष नव्हता आणि त्यामुळे १८१२ पासूनच त्या दोघांमधील संघर्षाला प्रारंभ झाला.

कोल्हापूरकरांचा बंदोबस्त :

कोल्हापूरचे छत्रपती आणि निपाणीचा जहागीरदार आप्पासाहेब देसाई व सावंतवाडीकर यांच्यामध्ये १८११ पासून संघर्षाला पुन्हा एकदा प्रारंभ झाला. पेशव्याच्या प्रदेशावरही कोल्हापूरकरांकडून हल्ले होऊ लागले. एलफिन्स्टनने कोल्हापूरकरांना ताकीद दिली, परंतु तिकडे त्याने दुर्लक्ष केले. पण आता कोल्हापूरकरच आप्पा देसाई आणि सावंतवाडीकर यांच्या तावडीत सापडल्याने एलफिन्स्टनला बरी संधी मिळाली. ब्रिटिशांचा डोळा कैक दिवसांपासून कोल्हापूरकरांकडील मालवण बंदर आणि सिंधुदुर्ग यांवर होता. पश्चिम किनाऱ्यावर आपले वर्चस्व प्रस्थापित करण्यास इंग्रजांना मालवण बंदर हवे होते. कोल्हापूरकरांनी जेव्हा ब्रिटिशांकडे मदत मागितली तेव्हा साहजिकच मोबदला म्हणून एलफिन्स्टनने मालवण मागितले. १७६० साली इंग्रजांनी चांचेगिरीचा बंदोबस्त करण्याचे निमित्त सांगून मालवण व सिंधुदुर्ग यावर ताबा मिळविला होता; पण जिजाबाई राणीने ७ लाख रुपये देऊन १७६६ साली हा भाग इंग्रजांकडून परत घेतला. मालवण ब्रिटिशांना देऊ नये म्हणून बाजीरावाने कोल्हापूरकरांवर दडपण आणले. तसेच कंपनीसरकारलाही त्याने बजावले की कोल्हापूरचे छत्रपती हे सार्वभौम असल्याने त्यांच्याशी स्वतंत्रपणे तह करण्याचा ब्रिटिशांना अधिकार नाही. कोल्हापुरावर हल्ला करू अशी तंबी देऊन १८१२ साली एलफिन्स्टनने छत्रपतीशी तह केला. या तहान्वये चिकोडी-मनोळी ही गावे पेशव्यांना मिळाली. मालवण आणि पद्मगड, राजकोट आणि सर्जेकोट आणि नजीकचा भूप्रदेश ब्रिटिशांना मिळाला. याच्या मोबदल्यात कंपनीने कोल्हापूरकरांना संरक्षणाचे अभिवचन दिले आणि त्याचबरोबर कंपनीच्या परवानगीशिवाय कोणत्याही युद्धप्रसंगात भाग घ्यावयाचा नाही; कोल्हापूरकरांचे इतरांशी होणारे सर्व तंटेबखेडे कंपनी सरकारच्या मध्यस्थीने सोडवावयाचे अशा अटी घातल्या. एलफिन्स्टनचा हा दुसरा राजनैतिक विजय होता. सातारा आणि कोल्हापूर या छत्रपतींच्या दोन्ही मसनदी आता एलफिन्स्टनच्या नियंत्रणाखाली आल्या. अशा रीतीने आपल्या मुत्सद्देगिरीच्या बळावर, अगदी नकळत एलफिन्स्टन मराठी सत्ता पोखरीत चालला होता.

गायकवाड प्रकरण :

वसईच्या तहानुसार गायकवाड आणि पेशवे यांच्यातील आर्थिक तडजोडी कंपनीने कराव्यात असे ठरले होते. १८०५ साली गायकवाडांनी देखील कंपनीचा लवाद मान्य

केला होता. बाजीरावाने एलफिन्स्टनला गायकवाडांचे प्रकरण धसास लावावे असे सुचविले व १८१४ साली त्रिंबकजी डेंगळ्याची या कामावर नेमणूक केली. १७९८ सालापासून गायकवाडांनी पेशव्यांच्याकडे काहीच रक्कम भरणा केली नव्हती. पेशव्यांच्या मते गायकवाडाकडून ४ कोटी रुपये येणे होते. गायकवाडांना हा आकडा अवास्तव वाटत होता. या प्रकरणी चर्चा करण्यासाठी म्हणून गायकवाडांनी गंगाधर शास्त्रींची नेमणूक केली. तो १८१४ साली पुण्यास आला. शास्त्रीने तयार केलेला मसुदा बाजीरावाने संमत केला. गायकवाडांनी सात लाखांचा मुलूख तोडून द्यावयाचा व हे प्रकरण मिटवावयाचे ठरले. ब्रिटिश सरकारला देखील ही तडजोड मान्य होती. मात्र गायकवाडांना ही कल्पना मंजूर नव्हती, कारण या सर्व योजनेत बाजीरावाच्या सार्वभौम सत्तेचा पुरस्कार करण्यात आला होता. पेशव्याला गायकवाडांच्या अंतर्गत कारभारात हस्तक्षेप करण्याचा अधिकार नाही, असे गायकवाडांचे म्हणणे होते. ब्रिटिशांना देखील पेशवे १८०३ च्या तहाचे उल्लंघन करताहेत असे वाटत होते. पण ते तसे नाही हे पेशव्याने दाखवून देण्याचा प्रयत्न केला. एलफिन्स्टनने पेशव्याचा गायकवाडावरील सार्वभौमत्वाचा हक्क फेटाळून लावण्याचा प्रयत्न केला. गायकवाड हे स्वतंत्र आहेत आणि ब्रिटिशांचे देखील त्यांच्यावर सार्वभौमत्व नाही असे त्याचे म्हणणे होते.

पेशव्याने गंगाधर शास्त्रीला आपल्याकडे वळवून घेतले होते. शास्त्रीबोवांना प्रधानकीचे अमिष दाखविण्यात आले आणि त्यांच्या मुलाचे पेशव्याच्या मेहुणीशी लग्न देखील नियोजित केले. दोघांमधील वाढत जाणारी ही सलगी एलफिन्स्टनच्या चिंतेचा विषय होऊन बसली. शास्त्रीबोवा हे ब्रिटिशांच्या हातातले एक महत्त्वाचे प्यादे होते. नाशिक येथे योजलेले लग्न शास्त्रीबोवांनी पुढे का ढकलले याचे निश्चित कारण सांगणे कठीण आहे. शास्त्री आणि एलफिन्स्टन यांच्यामध्ये बरेच खटके उडाले आणि पेशवे-गायकवाड प्रकरणात आपण लक्ष घालणार नाही, असे गंगाधरपंताने एलफिन्स्टनला निक्षून सांगितले. पुढे गंगाधर शास्त्री पेशव्यांच्या बरोबर पंढरपुरास गेला आणि तेथे २० जुलै १८१५ रोजी त्याचा अमानुष खून झाला. या खुनास जबाबदार कोण होता या बाबतीत मतभेद असले तरी एलफिन्स्टनने त्रिंबकजी डेंगळ्यावर वहीम धरला आणि त्याला पकडले.

युद्ध अटळ होते :

पण त्रिंबकजीस अटक केल्याने बाजीरावाचा अहंकार दुखवला गेला आणि ब्रिटिशांशी लढण्याखेरीज आता गत्यंतर नाही, अशी त्याची भावना झाली. दोन्ही बाजूंनी युद्धाची तयारी सुरू झाली. पेशव्यांशी युद्ध आता अटळ आहे आणि पेशवा हा जनतेचा शत्रू आहे आणि त्याच्याकडून मुलूख आणि सत्ता हिरावून घेतली पाहिजे, अशी ब्रिटिशांची

१८१७ साली खात्री पटली. त्रिंबकजी डेंगळे तुरुंगातून पळाला होता. एलफिन्स्टनने बाजीरावाकडे त्याची मागणी केली आणि ती पूर्ण होईपर्यंत रायगड, पुरंदर, सिंहगड आणि त्रिंबक हे किल्ले ताब्यात द्यावेत अशी मागणी केली. बाजीरावाने ही धमकी फारशी मनावर घेतली नाही, पण एलफिन्स्टनच्या फौजा सकाळी १०च्या सुमारास जेव्हा शहराच्या दिशेने येऊ लागल्या, तेव्हा बाजीराव घाबरला आणि बाजीरावाने इंग्रजांशी १३ जून १८१७ रोजी एक तह केला. त्यास 'पुणे करार' म्हणतात. या करारातील मुख्य कलमे म्हणजे त्रिंबकजी डेंगळे हा गंगाधर शास्त्र्यांचा खुनी आहे हे मान्य करून त्यास इंग्रजांच्या हवाली सत्वर करणे, कोल्हापूर, सावंतवाडी, बडोदे यांच्यावरील हक्क सोडून देणे, दख्खनमधील काही प्रदेश, धारवाड आणि कर्नाटकचा इतर भाग, उत्तर कोंकण इत्यादी भाग कंपनी सरकारकडे कायम स्वरूपात लष्करी खर्चासाठी देणे, या खेरीज अहमदनगर, बुंदेलखंडावरील हक्क, माळव्यातील प्रदेश आणि नर्मदेपलीकडील इतर काही हक्क अथवा प्रदेश सोडणे अशा तऱ्हेची जाचक कलमे या करारात होती. पेशव्यांची संपूर्ण शरणागती होती आणि एलफिन्स्टनच्या मुगुटातील तो आणखी एक तुरा होता.

बाजीरावाने करार केला असला, तरी युद्ध अटळ होते. दख्खन देशाचा सेनापती म्हणून कंपनी सरकारने सर थॉमस हिस्लॉपची नेमणूक केली होती. एलफिन्स्टनची गुप्तहेर यंत्रणा फार वाखाणण्यासारखी होती. त्याने हिस्लॉपला बाजीराव आणि त्याचे सहकारी यांच्याविषयी संपूर्ण माहिती कळविली. गव्हर्नर जनरल पेंढाऱ्याशी चालू असलेल्या युद्धात गुंतला होता. त्याचा फायदा घेऊन बाजीराव आपल्या हालचाली आखीत होता. पुणे करार त्याने धुडकावूनच लावला, त्रिंबकजी डेंगळ्याला कंपनीच्या हवाली केले नाही. एलफिन्स्टनला परिस्थितीची पूर्ण कल्पना आली होती. पेंढाऱ्यांनी कंपनीचा मुलूख उद्ध्वस्त केला, सैन्यात दुफळी माजली, बंडाळी आणि गनिमी युद्धाला प्रारंभ झाला. आणि कंपनीची शक्ती क्षीण झाली म्हणजे बाजीराव युद्धाचे रणशिंग फुकेल असे एलफिन्स्टनने भाकीत केले होते. मराठ्यांवर आपण अविलंबे हल्ला करावा असे त्याचे मत होते. पण गव्हर्नर जनरल लॉर्ड हेस्टिंग्जला मात्र मराठ्यांचा प्रश्न पेंढाऱ्यापेक्षा महत्त्वाचा वाटत नव्हता; परंतु हेस्टिंग्जला धोका पत्करावयाचा नव्हता म्हणून एलफिन्स्टनच्या हाताखाली ब्रिगेडियर जनरल स्मिथ आणि प्रिटझलर यांच्या तुकड्या हवाली केल्या आणि मराठ्यांच्या प्रश्नाची उकल एकप्रकारे त्याच्यावरच सोपविली.

पुणे कराराप्रमाणे बाजीरावाने कंपनी सरकारला संकटकाळी मदत करणे आवश्यक होते. एलफिन्स्टनने त्याची भेट घेऊन पेंढाऱ्यांशी लढण्यासाठी आपण सैन्य केव्हा पाठवाल अशी विचारणा केली, तर दसरा झाल्यावर असे बाजीरावाने उत्तर दिले. बाजीराव आणि एलफिन्स्टन यांची ही अखेरचीच भेट ठरली.

बाजीरावाने आपले वचन पाळले नाही. पुण्यात इंग्रजांविरुद्ध कारस्थान रचले जाऊ लागले. पण एलफिन्स्टनने आपले गुप्तहेर सर्वत्र पेरून ठेवल्याने बाजीराव रेसिडेन्सीवर हल्ला करणार, याबद्दल त्याच्या मनात तिळमात्र शंका नव्हती. घोरपडी, दापोडी येथील आपल्या सैन्याला त्याने सज्ज राहण्यास सांगितले.

इंग्रजांवर हल्ला चढविण्याचे मार्ग मराठे आपल्या परीने काढीत होते आणि मराठ्यांवर मात कशी करावयाची याचे मनसुबे इंग्रज रचीत होते. संघर्ष अटळ आहे याची जाणीव उभय पक्षांना असली तरी चालढकलीचे राजकारण चालूच होते. एकीकडे तहाची बोलणी करीत असता पेशवे युद्धाची पण तयारी करीत होते. एलफिन्स्टनला बाहेरून मदत मिळण्यापूर्वीच त्याच्यावर अचानक हल्ला करावयाचा मनसुबा मराठ्यांनी रचला होता. २८ ऑक्टोबर १८१७ च्या मध्यरात्री ही बातमी एलफिन्स्टनला कळली आणि क्षणभर त्याच्या मनात विचारांचे काहूर उठले. बचावाचे की चढाईचे धोरण स्वीकारावयाचे असा संघर्ष त्याच्या मनात निर्माण झाला. बाजीराव विश्वासघातकी आहे याबद्दल त्याच्या मनात अणुमात्रही शंका नव्हती. त्याचबरोबर त्याला असेही वाटत होते की इतर मराठे सरदार त्याला साथ देणार नाहीत. तेव्हा सबुरीचे धोरण स्वीकारावयाचे त्याने ठरविले आणि रात्रीच सैन्याला जागे करून लढाईला तोंड फोडावयाचे त्याने टाळले. एवढ्यात हेरांनी बातमी आणली की गारपीरवर जरी सैन्याची जमवाजमव झाली असली तरी संगमावर हल्ला करावयाचा की नाही याचा पेशवा अद्याप विचार करतो आहे. ग्रँट डफने २८ ऑक्टोबरच्या रात्री एलफिन्स्टनच्या मनात उठलेली ही खळबळ आपल्या इतिहासात अत्यंत प्रभावीपणे टिपली आहे. या साऱ्या प्रसंगाचे वर्णन म्हणजे ग्रँटच्या इतिहासातील एक 'सौंदर्य स्थळ' असे म्हटले जाते.

चाल करून येतील असे वाटत होते ते मराठे पुढे आलेच नाहीत. २८ ऑक्टोबरची मध्यरात्र त्यांना अनुकूल होती. पण बाजीरावाचा चंचल स्वभाव आड आला. एलफिन्स्टनचे नशीब बलवत्तर. सावध होण्यास त्याला अवधी मिळाला. बाजीरावातर्फे मोरो दीक्षिताने सुरू केलेली दिलजमाईची सारी बोलणी फिसकटली. ५ नोव्हेंबर १८१७ रोजी, विठोजी नाईक हा पेशव्यांचा विश्वासू हुजऱ्या संगम बंगल्यावर एक खलिता घेऊन आला. त्यात इंग्रजांनी आपल्या फौजा ताबडतोब हलवाव्यात, सैन्याची संख्या कमी करावी आणि पेशवा सांगेल त्या ठिकाणी कॅन्टोनमेंट हलवावा असे सुचविले होते. एलफिन्स्टनने उत्तरादाखल निरोप पाठविला की पेशव्याने आपले सैन्य ब्रिटिशांच्या मदतीसाठी ताबडतोब धाडावे. विठोजी नाईकाची ही शिष्टाई निष्फळ ठरली आणि त्याच दिवशी दुपारी २ वाजता बापू गोखल्याच्या आज्ञेनुसार मराठी फौजेच्या हालचाली

खडकीच्या दिशेने सुरू झाल्या. मुळा-मुठा नद्यांच्या आश्रयाने उभय पक्षांच्या फौजा दबा धरून बसल्या होत्या. मुठा नदीच्या वायव्येस भांबुर्ड्यापासून चतु:श्रृंगीपर्यंतच्या भागात मराठ्यांच्या फौजा पसरल्या होत्या. इंग्रज मुळा नदीच्या उत्तरेस खडकी खेड्यात आपली छावणी टाकून होते. मुळा नदीच्या वायव्येस दापोडीस कर्नल फोर्डची फौज होती. फोर्ड हा वास्तविक बाजीरावाचा नोकर. तो कवायती पलटणी तयार करण्यासाठी नेमला होता. तो इंग्रजांना मिळू नये म्हणून मराठ्यांनी शिकस्त केली पण ते जमले नाही.

दुपारी तीन वाजता मराठी फौजा संगम बंगल्याच्या दिशेने धावू लागल्या. जरीपटक्याची काठी मोडून अपशकुन झाला होता. तरी मराठ्यांनी युद्धाचा मनसुबा बदलला नाही. मराठी फौजा इतक्या त्वरेने येतील असे एलफिन्स्टनला वाटले नाही. संगमाचे रक्षण करावे, तेथील कागदपत्र हलवावेत, हे विचार टाळून अंगावर असलेल्या कपड्यानिशी एलफिन्स्टन बंगल्याबाहेर पडला आणि खडकीच्या छावणीत गेला. बाजीराव पर्वतीवर जाऊन युद्धाची मौज पाहण्यासाठी सहकुटुंब एक खिडकी धरून बसला.

दुपारी तीन नंतर केव्हातरी संगम बंगल्याने पेट घेतला. एलफिन्स्टनची पुस्तके, नियतकालिके, पत्रे, हस्तलिखिते भस्मसात झाली; पण तो मात्र खडकी पुलापर्यंत सुखरूप आला. खडकीच्या युद्धाचे नेतृत्व कर्नल बर्रकडे होते. एलफिन्स्टनने त्याच्याशी विद्यमान परिस्थितीची संपूर्ण चर्चा केली होती आणि युद्धाला तोंड फुटले की कर्नल बर्रने मराठ्यांवर हल्ला करावा अशी आज्ञा दिली होती. प्रथमपासूनच आपण चढाईचे धोरण स्वीकारले म्हणजे आपला आत्मविश्वास वाढतो, सहकाऱ्यांना काम करण्यास उत्साह वाटतो आणि शत्रूच्या हालचालींना अप्रत्यक्षपणे आळा बसतो, असे एलफिन्स्टनचे धोरण होते. बर्रला ग्रँटच्या सूचनेवरून त्याने मराठ्यांच्यावर चढाई करण्याची लेखी आज्ञा दिली होती. इंग्रज-मराठे यांच्या शेवटच्या युद्धाचा वृत्तांत देणाऱ्या कर्नल व्हॅलेन्टिन ब्लकरने मात्र खडकीच्या लढाईतील एलफिन्स्टनच्या कार्याला गौणपद दिले असून सर थॉमस हिस्लॉपला यशाचा धनी बनविले होते. १८२१ साली प्रसिद्ध झालेला हा ग्रंथ जेव्हा एलफिन्स्टनच्या वाचनात आला तेव्हा त्याचे मन व्यथित झाले, कारण ब्लॅकरने वस्तुस्थिती यथार्थपणे मांडली नव्हती.

गणेश खिंडीतून बापू गोखल्याने ब्रिटिशांच्या खडकी तळावर हल्ला चढविला. मुंबईहून जनरल स्मिथ आला, आणि १४ नोव्हेंबरला येरवडा येथे इंग्रज-मराठे यांच्यात लढाई झाली आणि १६ नोव्हेंबरला घोरपडी इंग्रजांनी काबीज केली . खडकीची ही पहिली चकमक इंग्रजांना फलदायी ठरली आणि बाजीरावाने पुण्याहून पलायन केले. या खडकीच्या युद्धात सुमारे ५०० मराठे धारातीर्थी पडले. १७ नोव्हेंबर १८१७ रोजी आपला हस्तक बाळाजीपंत नातू याला पुढे करून एलफिन्स्टनने शनिवारवाड्यावर इंग्रजांचे निशाण

फडकाविले. खडकीच्या लढाईने उभयपक्षांतील संघर्षाला पूर्णविराम दिला नव्हता. पळून गेलेल्या पेशव्याला ताब्यात घेतल्याखेरीज ही लढाई संपणार नव्हती. एलफिन्स्टन अस्वस्थ झाला होता. त्याने कंपनी सरकारला विनंती केली की, मराठ्यांना सर्व बाजूंनी वेढल्याखेरीज त्यांचा पराभव करता येणार नाही. नागपूरकर भोसले, होळकर यांच्या आणि पेशव्यांच्या कोकणातील प्रदेशावर योग्यवेळी हल्ले चढविले पाहिजेत आणि थॉमस मन्रोची मद्रास सरकारातून मुक्तता करून, पेशव्यांचा दक्षिणेतील मुलूख जिंकण्याची कामगिरी त्याच्यावर सोपविली पाहिजे. गव्हर्नर जनरलने एलफिन्स्टनच्या या सूचना ताबडतोब स्वीकारल्या. एलफिन्स्टन स्वत: सैन्याच्या हालचालीकडे जातीने लक्ष पुरवीत असे.

१ जानेवारी १८१८ रोजी कोरेगाव येथे इंग्रजांवर हल्ला करून मराठ्यांनी त्यांना परतवून लावले. पेशव्याला पकडणे ही साधी बाब नाही, याची एलफिन्स्टनला पूर्ण खात्री झाली. १७ जानेवारी १८१८ रोजी गव्हर्नर जनरलला पाठविलेल्या खलित्यात तो लिहितो की पेशव्याला पकडणे या एकाच बाबीवर आपण आपले लक्ष केंद्रित करून भागणार नाही; सातारा काबीज करणे हे अत्यंत महत्त्वाचे आहे. मराठ्यांची मने जिंकण्यास हे आवश्यक आहे. सातारा ही छत्रपतींचे निवासस्थान आणि मराठ्यांच्या साम्राज्याची राजधानी. ते ठिकाण आपण काबीज केले , तर पेशव्याला चांगलाच शह बसेल. राजधानीचे रक्षण करण्यास हा पळपुटा पेशवा असमर्थ आहे, याची मराठी लोकांना खात्री पटेल.

या धोरणावरून एलफिन्स्टनची मुत्सद्देगिरी आणि दूरदृष्टीपणा सहज ध्यानात येतो. फेब्रुवारी १८१८ मध्ये स्मिथ आणि प्रिट्झलर यांच्या फौजा साताऱ्यात दाखल झाल्या आणि १० फेब्रुवारीस साताऱ्याचा किल्ला इंग्रजांच्या हाती आला. ११ फेब्रुवारीला एलफिन्स्टने जाहीरनामा काढून बाजीरावाने केलेल्या दृष्कृत्यांचे सविस्तर वृत्त देऊन, या युद्धात आपणास का पडावे लागले, याची कारणे सांगितली आणि विश्वासघातकी बाजीरावाच्या हिंसाचाराला आळा घालणे व मराठी साम्राज्याच्या मसनदीवर छत्रपतींची पुनर्स्थापना करणे ही आपली उद्दिष्टे आहेत असे जाहीर केले.

११ फेब्रुवारीचा जाहीरनामा हा एलफिन्स्टनच्या मुत्सद्देगिरीचा आणि चातुर्याचा आणखी एक उत्कृष्ट नमुना समजला पाहिजे. बाजीरावास सोडून जे आपल्याला येऊन मिळतील त्यांची वतने पूर्ववत चालू केली जातील असे आश्वासन दिल्याने बाजीरावाचा पक्ष दिवसेंदिवस दुबळा होऊ लागला. एलफिन्स्टनची ही चाल म्हणजे बाजीरावाच्या मर्मावर घाव ठरला. वाई, पुणे येथे ब्रह्मवृन्दांच्या सभा घेऊन त्याने ब्राह्मणांची मने आपल्याकडे आकर्षून घेतली.

ब्राह्मणांना जसे जिंकणे आवश्यक होते त्याहून अधिक मराठ्यांना आपल्या बाजूस वळवून घेणे महत्त्वाचे होते. इंग्रज-मराठे संघर्षात सातारकरांनी इंग्रजांशी हातमिळवणी करू नये असे पराकाष्ठेचे प्रयत्न बाजीरावने केले. माहुली येथे छत्रपतींकडून आणाशपथा घेतल्या. एलफिन्स्टननेही छत्रपतीला आपणास सामील होण्याचा सल्ला दिला. ९ नोव्हेंबर १८१७ रोजी प्रतापसिंहाला सहकुटुंब वासोट्याच्या दुर्गम किल्ल्यावर नजरकैदेत ठेवले. पुढे बाजीरावाने त्यांना आपल्याबरोबर लष्करात आणले. तेव्हा प्रतापसिंहाचा कब्जा मिळविणे हे एलफिन्स्टनच्या दुष्टीने अत्यंत निकडीचे काम होते. ११ फेब्रुवारी १८१८ च्या जाहीरनाम्यात त्याने म्हटले होते, ''बाजीराव पेशव्याच्या कैदेत असलेल्या सातारच्या महाराजांना आम्ही मुक्त करणार आहो व त्यांना व त्यांच्या कुटुंबीयांना सुखाने व वैभवाने राहता येईल, एवढ्या मोठ्या विस्ताराचे स्वतंत्र राज्य करून देणार आहो. याच उद्देशाने आम्ही सातारचा किल्ला घेतला असून, त्यावर महाराजांचा झेंडा उभारला आहे.''

गोपाळ आष्टीच्या लढाईत (२०-२-१८१८) बाजीरावाचा शेवटचा सेनापती बापू गोखले धारातीर्थी पडला आणि इंग्रजांचा मार्ग सुकर झाला. पण प्रतापसिंह इंग्रजांच्या हाती सापडले, ते दैवयोगानेच म्हटले पाहिजे. कारण बापू गोखले रणांगणी पडल्यावर मराठे बिथरले व ते सैरावैरा धावू लागले आणि इंग्रज त्यांचा पाठलाग करू लागले. सातारचे महाराज आपल्या मातुश्री माईसाहेबांसह एका झाडाखाली बसले होते. शत्रू म्हणून गोरे सैनिक त्यांच्यावर तुटून पडणार इतक्यात प्रतापसिंह समशेर उपसून तयार झाले. हे गोरे लोक आता आपल्या मुलाचा संहार करतील अशा भीतीने माईसाहेब दुःखावेगाने ओरडल्या 'हे सातारचे महाराज' आहेत, पण सैनिक ऐकेनात. तेवढ्यात कर्नल प्रिंगल टेलर नावाचा जनरल स्मिथचा सेनाधिकारी तेथे धावत आला आणि छत्रपतींवर वार करणाऱ्या घोडेस्वाराला मोठ्या शिताफीने बाजूला सारून त्याने महाराजांचे रक्षण केले आणि त्यांना आपल्या छावणीत नेले. स्मिथला आनंद झाला, पण राजाचा सांभाळ करणे ही मोठी जोखमीची कामगिरी होती म्हणून तो एलफिन्स्टनला २०-२-१८१८ ला लिहितो, 'तू या राजाचा ताबा सत्वर घे. राजाची मंडळी म्हणजे मला एक कटकट झाली आहे. त्यांना सोडून मी कोठे जाऊ नये, असा त्यांचा लकडा माझ्या मागे आहे आणि ही सारी मंडळी माझ्याबरोबर असल्यामुळे मी काही महत्त्वाचे काम करू शकत नाही. शिवाय तुला भेटण्याची त्यांची तीव्र इच्छा आहे, तेव्हा तू लवकर येऊन माझी सुटका कर.'

४ मार्च १८१८ रोजी एलफिन्स्टन स्मिथच्या छावणीत गेला. छत्रपती आणि त्यांचा परिवार यांना तो प्रथमच भेटत होता. तो म्हणतो, 'राजा हा सुमारे २० वर्षांचा (प्रत्यक्षात २५ वर्षांचा) फारसा रूपवान नाही, मोकळ्या मनाचा, आनंदी आणि तरतरीत वाटला.

त्याचे भाऊ त्याच्यासारखेच, पण थोडेसे देखणे वाटले. माईसाहेब या बुद्धिमान आणि कुशाग्र वाटल्या. या उतारवयात देखील त्या सुंदर दिसत होत्या आणि त्यांचे डोळे सुरेख होते.'

प्रतापसिंहास भेटीस येण्यापूर्वी च एका पत्राद्वारे एलफिन्स्टनने आश्वासन दिले होते की, 'सातारियास जाऊन तख्तावर बसून राज्य करावे. बाजीराव याची कदापि आपणास इजा लागणार नाही. तो राज्यात येऊ पावणार नाही. बाजीराव याचा तह या उपरी होणार नाही. आपण काळजी तिळमात्र करू नये.' एलफिन्स्टनवर प्रतापसिंहाने पूर्ण विश्वास टाकला होता. कारण गव्हर्नर जनरल (लाट साहेब) यांना विचारून आपल्या राज्याच्या हद्दी ठरवू असे म्हटल्यावर प्रतापसिंह म्हणाला, 'आमचे लाट वगैरे सर्व तुम्हीच. तुम्ही पाहिजे तसे करावे.' एलफिन्स्टनला राजाकडून मिळालेले हे एक मुखत्यारपत्रच होते.

सातारा राज्य निर्माण करण्याचे ठरल्यावर त्याच्या सीमा आणि स्वरूप ठरविणे हे जिकिरीचे काम होते. वास्तविक इंग्रजांनी जो जो मराठी मुलूख पेशव्यांकडून जिंकून घेतला होता तो सारा छत्रपतींचाच होता. तेव्हा बाजीरावाची हकालपट्टी करावयाची आणि छत्रपतीला गादीवर बसवावयाचे म्हणजे सारा मराठी मुलूख प्रतापसिहांच्या हवाली करणे क्रमप्राप्त होते. पण हा सारा मुलूख कंपनी सोडण्यास कशी तयार होणार? राजाला सुखासमाधानाने जगता येईल तेवढाच भाग कंपनी राजास देण्यास तयार होती. कंपनीला छत्रपतीच्या साम्राज्याची प्रतिष्ठापना करावयाची नव्हती, तर मराठ्यांना खूष ठेवण्याकरिता एका छोट्याशा मराठी मुलखाचा धनी म्हणून राजा निर्माण करावयाचा होता. कोल्हापूरची गादी छत्रपतींची म्हणून ओळखली जाणार होती आणि साताऱ्याचा मूळ गादीचा धनी राजा बनला, छत्रपती नव्हे. जहागिरदार आणि छत्रपती यांच्यामधील एक अधिकाराची जागा निर्माण करून त्यावर राजा म्हणून प्रतापसिंहाची नेमणूक करावयाची होती. थोडक्यात छत्रपतीचा 'राजा' आणि सिंहासनाची 'गादी' असे नूतनीकरण एलफिन्स्टनने घडविले होते. तसेच या नवीन राजाचे सार्वभौमत्व मर्यादित असून ते ब्रिटिशांच्या पंखाखालीच राहील याची त्याने कल्पना राजाला दिली होती. याच्या मागची नीती अशी होती की मराठ्यांची सहानुभूती संपादन करून ही नवीन राजवट येथे रुजू करावयाची आणि पेशव्यांच्या उरल्या-सुरल्या सत्तेला शह द्यावयाचा. या राजनीतीची कार्यवाही करण्याची कामगिरी कंपनीने एलफिन्स्टनवर टाकली आणि त्याने साताऱ्याचे राज्य निर्माण केले. गव्हर्नर जनरलने दोन पर्याय सुचविले होते. पहिला पर्याय, राजाला जहागीर देऊन स्वस्थ बसविणे, दुसरा पर्याय राजाला मर्यादित सार्वभौमत्व देणे. येथे एलफिन्स्टनची खरी मुत्सद्देगिरी दिसून येते. जनमानसात त्याला असा आभास निर्माण करावयाचा होता की, कपंनीसरकारचे भांडण शिवशाहीशी नसून तिच्या पुंड अधिकाऱ्यांशी म्हणजेच पेशव्यांशी

आहे. छत्रपतींकडून 'मराठी सत्ता' पेशव्यांनी बळकावली आणि 'ब्राह्मणी मसनद' प्रस्थापित केली. ती मसनद नष्ट करून लोकांना या जुलमी राजवटीतून मुक्त करून 'लोकांचा राजा' जो छत्रपती त्याला मर्यादित स्वरूपाचे का होईला पण राज्य द्यावयाचे कंपनीचे धोरण त्याने जाहीर केले. जेव्हा सातारा राज्य प्रत्यक्षात आले तेव्हा त्याच्या चतु:सीमा पश्चिमेस घाट, उत्तरेस नीरा नदी, पूर्वेस निजामाची सरहद्द आणि दक्षिणेस कृष्णा आणि वारणा या नद्या अशी होती आणि १८२१ साली या राज्याचे उत्पन्न १५ लक्षांहून थोडेसे कमीच होते.

बाजीरावाशी शेवटचा लढा दिला तो माल्कमने. आष्टीच्या लढाईनंतर बाजीराव वऱ्हाडातून चांद्याकडे निसटला. बाजीरावाला शिंदे, होळकर, निजाम, इत्यादी हिंदुस्थानी सत्तांचा पाठिंबा मिळाला, तर आपले कसे होईल याची चिंता एलफिन्स्टनला लागली होती. १६ एप्रिल १८१८ रोजी एलफिन्स्टनने आपले मनोगत कर्नल बॅरी क्लोज या आपल्या पूर्वीच्या रेसिडेंटला लिहिलेल्या एका पत्रात व्यक्त केले आहे. तो म्हणतो, 'येथच्या लोकांनी आमचा अंमल आनंदाने पत्करला नसेल तर नसो परंतु तो त्यांनी अगदी मुकाट्याने मान्य केला आहे. आमच्याविषयी त्यांच्या मनात काडीइतका वाकडेपणा नाही; असे होण्याचे कारण काही अंशी आमच्याशी विरोध करून निष्फळ होणार अशी त्यांची खात्री असावी हे एक व काही अंशी आता राज्य चांगले होईल असे वाटू लगाले असावे आणि शांतता केव्हा होईल ही उत्कंठा लागली असावी हे एक, असे मला वाटते.'

'परंतु आम्ही भराभर सारे राज्य आटपीत चाललो आहो हे बरे नाही; यात काही तरी भयावह आहे. एखादा देश अगदी सारा जिंकून घेण्याचा आम्ही पूर्वी कधी प्रयत्न केला नाही. म्हैसूरसुद्धा आम्ही सारे घेतले नाही. तेथे एक राजा उभा करून ठेवला; येथे (साताऱ्यास) तसेच करीत आहो आणि नागपुरासही तसेच करणारसे दिसते. आम्हाला जय आला, तर सारे ठीकच आहे, परंतु जर घसरलो तर शिंदा लढाईला उठेल, होळकर बंड करील, शीख आणि गुरखे त्यांना जाऊन मिळतील; हैद्राबादेस दंगा होईल. असा वणवा पेटला, तर तो आमच्या मुलखात शिरेल, कोठेतरी एखाद्या नाजूक ठिकाणी झोंबेल आणि आमचे राज्य काड्यांच्या डोलाऱ्यासारखे धाड करून कोसळेल. असे होणे अगदी अशक्य नाही आणि जर का असे घडून आले तर मला वाटते, इतके दिवस तरी लोटले कसे ! हे मागेच कसे ? झाले नाही ह्याच आश्चर्यात आम्ही पडू. तेथपर्यंत मी अशी आशा करतो की तो दिवस फार दूर असो आणि तो दूर रहावा म्हणून मी यथाशक्ति प्रयत्न करीन; तो हाच की ह्या देशाची राज्यव्यवस्था लावावयाची आहे ती फार बेताने लावीन.'

आष्टीच्या लढाईनंतर बाजीराव उत्तरेकडे निसटला. नंतर तो गोदावरी नदीच्या परिसरातही आला होता. हिस्लॉप त्याच्या पाठीवर होताच. दौलतराव शिंद्याने आपणास मिळावे असा शेवटपर्यंत बाजीरावाने प्रयत्न केला, पण त्यात त्याला यश आले नाही. त्याचे व बरोबर असलेल्या लोकांचे अत्यंत हाल होऊ लागले. धूळकोट येथे मुक्काम असता बाजीरावास इंग्रजांनी चहुबाजूंनी घेरले आणि ३ जून १८१८ रोजी तो माल्कमच्या स्वाधीन झाला आणि बिठूर (ब्रह्मावर्त) या कानपूर नजिकच्या ठिकाणी कायमचा राहावयास गेला व तेथेच वयाच्या ७६व्या वर्षी २८ जानेवारी १८५१ रोजी मरण पावला.

बाजीरावाच्या शरणागतीनंतर मराठी मुलूखाची व्यवस्था लावण्याची जबाबदारी एलफिन्स्टनवर येऊन पडली. बॅरी क्लोजला त्याने पूर्वीच कळविले होते की, 'ह्या देशाची राज्यव्यवस्था लावावयाची आहे ती फार बेताने लावीन.' एलफिन्स्टन हा मूलतः उदारमतवादी होता. एक उत्कृष्ट प्रशासक म्हणून त्याने जी कीर्ती संपादन केली, त्याचे मर्म त्याच्या उदारमतवादी विचारसरणीत आणि सहानुभूतीच्या धोरणात आढळते. एकापरीने वृत्तीने तो सनातनी होता. महाराष्ट्रातील स्थानिक संस्था, समाजरचना यात क्रांतीकारक बदल केला पाहिजे असे त्याला वाटत नव्हते. ही समाजाची चौकट, या संस्था अद्याप टिकून आहेत तेव्हा त्या त्याज्य कशा मानता येतील, असे त्याचे म्हणणे होते. नवीन राजवटीत त्यांचे निर्मूलन करण्यापेक्षा त्या अधिक कार्यक्षम बनविल्या तर परिणामी ते लोकांच्या हिताचे ठरेल, अशी त्याची समजूत होती. ब्रिटिश मुत्सद्देगिरीचा हा पारंपरिक सनातनीपणा त्याने भारताच्या राज्यकारभारासाठी स्वीकारला होता, असे म्हणावे लागेल. तो म्हणत असे की परकीय सत्ता ही लोकांना निःसंशयपणे जाचक वाटते, तेव्हा विजेत्यांनी हे जातकतेचे प्रमाण किती अंशी कमी करता येईल याचा विचार करावयास हवा. ब्रिटिशांचे राज्य महाराष्ट्रात विनासायास आणि द्रुतगतीने प्रस्थापित झाले, याचे सारे श्रेय त्याला आणि त्याचे साथीदार चॅपलिन, पॉटिंजर रॉबर्टसन, ब्रिग्ज आणि ग्रँट डफ यांना दिले पाहिजे.

डेक्कन कमिशनर :

पेशव्यांकडून जो मुलूख जिंकून घेतला, तो लगेच मुंबई इलाख्यात सामील करण्यात आला नाही. त्यावर कमिशनर म्हणून एलफिन्स्टनची नेमणूक करण्यात आली. कमिशनरकडे सुमारे ५०,००० चौरस मैलांचा आणि सुमारे ४०,००,००० लोकसंख्या असलेला मुलुख आला. खानदेश, पुणे, नगर, सातारा, नाशिक इत्यादी प्रदेश प्रामुख्याने कमिशनरकडे असून पुणे, नाशिक, अहमदनगर आणि पंढरपूर हीच काय ती मोठी शहरे होती. पुण्याची लोकसंख्या १,१०,००० इतकी होती. आपल्या प्रदेशातील बंडखोरी

निपटून काढण्याचा त्याने यशस्वी प्रयत्न केला.

मराठे हे लढाऊ वृत्तीचे होते. लष्करी नोकरी हा त्यांचा एक प्रमुख व्यवसाय होता. मराठी राज्य गेल्यावर त्यांना लष्करी सेवेतून मुक्त व्हावे लागले आणि आपापल्या गावी जाऊन शेती व्यवसाय पत्करावा लागला. काही शस्त्रधारी सैनिक पुंडावा करीत. एलफिन्स्टनने या सर्वांना एकदम नि:शस्त्र केले नाही. त्यांना शस्त्र धारण करण्याचे परवाने देऊन गावच्या रक्षणासाठी त्यांचा उपयोग करून घेतला. लोकांमधील वीरवृत्ती घालवू नये, कारण या सशस्त्र लोकांचा पोलिसी कामे करण्यास तसेच दंगेधोपे अथवा लढाईच्या प्रसंगी चांगला उपयोग करून घेता येईल अशी एलफिन्स्टनची भावना होती.

महसूल व्यवस्था :

जुन्या महसूल पद्धतीत फारसा बदल करू नये असे एलफिन्स्टनचे मत होते. नाना फडणीसाच्यावेळी प्रशासनपद्धती त्याला उल्लेखनीय वाटत होती. त्यामुळे बाजीरावाच्या काळात चाललेली अंदाधुंदी दूर करून जुन्या ग्रामसंस्था नीट चालू कराव्यात असे आदेश त्याने आपल्या जिल्हाधिकाऱ्यांना दिले. लागवडीखाली जेवढी जमीन असेल तेवढीच सारा आकारणीसाठी विचारात घ्यावी, सारा हलका असावा. नवे कर लादू नयेत आणि जुन्या व्यवस्थेतील अन्यायकारक कर रद्द करावेत अशा सूचना त्याने अधिकाऱ्यांना दिल्या होत्या, पण सर्व प्रकारची दक्षता घेऊनही इंग्रजी सारा वसुलीची पद्धती लोकांना त्रासदायक वाटत होती.

शेतसाऱ्याखेरीज इतर उत्पन्नाच्या पूर्वीच्या बाबी म्हणजे जकात, नजराणे, अबकारी कर वगैरे. जकातीचे मक्ते हुंडेकऱ्यांना दिले जात. त्यात नवीन राजवटीत बदल केला नाही. लोकांनी केलेल्या गुन्ह्याबद्दल कोतवाली पट्टी नावाचा एक कर नाना फडणिसाच्या काळात वसूल केला जात असे. तो बाजीरावाने बंद केला होता. इंग्रजांनीही तो बंदच ठेवला. दत्तकप्रसंगी नजराणा घेण्याची जुनी पद्धती चालू ठेवली. पेशवाईत दारूच्या दुकानांवर निर्बंध असल्याने अबकारी उत्पन्न कमी होते. एलफिन्स्टनला ही मराठ्यांची पद्धती आवडली होती. तो म्हणतो, 'दारूबाजी हे विशेषत: हलक्या लोकांचे व्यसन असून साऱ्या महाराष्ट्रात तरी माहीत नसल्यासारखेच आहे. यामुळे हा देश इंग्रजी अंमल बरेच दिवस चालत असलेल्या जुन्या प्रांतापेक्षा अधिक नीतिमान आहे, ही गोष्ट निर्विवाद आहे. याचे कारण मादक दारू विकण्याची बंदी होय. या बाबीपासून उत्पन्नही फार थोडे आहे. याकरिता आपण ही पूर्ण बंद केली तर बहुधा अधिक चांगले होईल.'' अर्थात कंपनी सरकार आपल्या धोरणाला पाठिंबा देईल असे त्याला वाटत नव्हते. टांकसाळीचा मक्ता देण्याची मराठी राज्यातील पद्धती मात्र त्याला पसंत नव्हती.

न्यायदान पद्धती :

लोकांना न्याय मिळाला पाहिजे याबाबतीत कंपनी सरकार विशेष दक्ष होते. मराठी काळात न्यायदान पद्धतीत-विशेषत: फौजदारी न्याय पद्धतीत बराच ढिलेपणा होता. तरी पण मराठ्यांची पंचायत पद्धती एलफिन्स्टनला विशेष पसंत होती. या न्याय पद्धतीत आवश्यक त्या सुधारणा करून पंचायती अधिक कार्यक्षम आणि उपयुक्त करण्याचा त्याने प्रयत्न केला. पाटलाचा गावाचा हक्क कमी न करता त्याच्यावर मामलेदाराचा अंकुश असावा असे त्याचे म्हणणे होते. मामलेदाराच्या अधिकारावरसुद्धा मर्यादा होत्या आणि महत्त्वाचे अधिकार कलेक्टराकडे होते. साक्षीपुरावे यांच्या आधारे गुन्ह्यांची चौकशी केली जाई. शिक्षा देताना हिंदुधर्मशास्त्रातील माहिती देण्यासाठी शास्त्रीची नेमणूक केली होती.

खानदेशात न्यायदान पद्धतीत ज्यूरीसारखी पद्धत सुरू केली. ग्रँट डफने सातारा येथे खटला ऐकण्यास शिष्टमंडळींना बोलावून त्यांचे मत घेण्याची प्रथा सुरू केली होती. मोठ्या खटल्यात कमिशनरच्या मान्यतेनंतरच शिक्षा दिली जात असे. इंग्रज सरकार जुलमी आहे असे वाटू नये म्हणून शिक्षा देताना पूर्वीच्या सरकाराप्रमाणे प्रसंगी आरोपींच्या जातीचाही विचार करावा असे एलफिन्स्टनने बजावले होते. लोकांची नैतिक पातळी वाढविण्यासाठी नैतिक कथांची पुस्तके प्रसिद्ध करून ती त्यांच्यापर्यंत नेऊन पोहोचवावीत, त्यामुळे त्यांच्यामधील दुर्गुणांचे प्रमाण कमी होईल. कायद्यापेक्षा धर्माचा पगडा जनमानसावर अधिक असल्याने त्यांच्या श्रद्धेला तडा जाणार नाही याची दक्षता घ्यावी. मराठी माणसे व्यसनी कमी आहेत आणि ते आपली सामाजिक प्रतिष्ठा जपण्याचा आटोकाट प्रयत्न करीत असतात. जातीने आपल्याला वाळीत टाकू नये, म्हणून ते दक्ष असतात, तेव्हा सरकारने मराठ्यांच्या ज्या चालीरीती आहेत, त्यांची जोपासना करावी म्हणजे आपोआपच गुन्हेगारीला आळा बसेल आणि न्यायदानाच्या कामात त्यांची खूपच मदत होईल.

दिवाणी दाव्यात मराठी राज्यात पंचायत पद्धतीला विशेष महत्त्व दिले जात होते. पंचायतीने केलेल्या निर्णयाची अंमलबजावणी करण्याची जबाबदारी सरकारवर असे. पंचायतीच्या कार्यपद्धतीत काही किरकोळ दोष असले तरी गावातील लहानसहान खटले अविलंबे सोडवून न्याय देण्याच्या कामी त्यांचा चांगला उपयोग होई, म्हणून एलफिन्स्टनने ही पंचायती पद्धती उचलून धरली. दिवाणी कामात सर्वमान्य असा कायदा नसल्याने इंग्रजी पद्धतीची 'अदालते अथवा न्यायालये' सुरू करणे इष्ट नव्हते. पाटील, मामलेदार आणि कलेक्टर यांच्या साहाय्याने पंचायती नेमणे, त्यांच्या कामकाजावर नियंत्रण ठेवणे इत्यादी कामे उरकली जात. शहरातून दिवाणी दाव्यांचा निकाल लावण्यासाठी मुनसफ

नावाचा अधिकारी असे. त्याला पंचायती नेमण्याचा आणि कलेक्टराने सोपविलेले खटले पक्षकारांच्या अनुमतीने निकालात काढण्याचा अधिकार होता. पक्षकारातर्फे वकील नेमण्याचे काम १८२६ नंतर सुरू झाले.

जहागीरदारांचा प्रश्न :

१८१२ साली एलफिन्स्टनने पेशवे आणि मराठे जहागीरदार यांचे संबंध याविषयी एक समझोता घडवून आणला होता. पेशव्यांची सत्ता नष्ट झाल्यावर जहागिरदारांचे महत्त्व कमी झाले, तरीपण प्रारंभीच्या काळात एलफिन्स्टनने त्यांच्या हक्कावर विशेष अतिक्रमण केले नाही. मोठ्या जहागीरदारांची वतने वंशपरंपरा चालू ठेवली. खालच्या प्रतीचे जहागीरदार होते ते कमिशनरच्या वर्चस्वाखाली आणले. मोठ्या जहागिरींची संख्या अल्प असल्याने त्यांचा प्रश्न सोडविणे फारसे कठीण नव्हते. अंतर्गत कारभारात त्यांना स्वातंत्र्य होते, पण इतरांशी संबंध त्यांना केवळ ब्रिटिशांच्या संमतीने ठेवता येत असे. लहानसहान जहागीरदारांच्याकडे वंशपरंपरेच्या सनदा नसल्याने त्यांची जहागीर किती काळपर्यंत चालू ठेवावी हा मोठा जटिल प्रश्न होता. त्यांच्या जहागिरी काढून घेऊन, त्यांच्यावर उपासमारीची पाळी येईल असे एलफिन्स्टनला काही करावयाचे नव्हते. तेव्हा त्यांना संरक्षण देण्याच्या दृष्टीने त्याने त्याचे निरनिराळे गट केले. पहिल्या गटात मुघल अथवा छत्रपतींनी दिलेल्या जुन्या जहागिरी आणि दुसऱ्या गटात पेशव्यांनी दिलेल्या ज्यांचा काळ ७०-७५ वर्षांपेक्षा अधिक नव्हता. दुसऱ्या गटातील जहागिरी एक दोन पिढ्या तरी चालू ठेवाव्या असा निर्णय त्याने घेतला.

मोठ्या जहागीरदारांना 'अदालती' सत्तेपासून मुक्त करून त्यांच्यावरील खटल्यांचे अपील गव्हर्नर-इन्-कौन्सिल यांच्यापुढे व खालच्या प्रतीच्या जहागीरदारांना सदर-दिवाणी अदालतीच्या कक्षेत आणले.

जहागीरदारांप्रमाणे ब्राह्मणांना पेशव्यांनी दिलेल्या वर्षासनांचा आणि इनामांचा प्रश्न होता. पेशवे आणि त्यांचे सरदार यांच्या पदरी ५० हजाराहून अधिक ब्राह्मण कामावर होते. इंग्रजी अंमलात साहजिकच त्यांचा सारा आधार तुटला व त्यांच्यावर आर्थिक संकट कोसळले, पण या ब्राह्मणवर्गाला संतुष्ट ठेवण्याच्या उद्देशाने एलफिन्स्टनने जुनी व्यवस्था थोडेफार बदल करून चालू ठेवली. पेशव्यांची प्रसिद्ध श्रावणमासातील दक्षणापद्धतीही काही काळ चालू ठेवली आणि पुढे तिचा विनियोग संस्कृत पाठशाळेसाठी करण्याचे ठरविले.

जमीन महसूल पद्धती :

कंपनी सरकारचे राज्य प्रस्थापित झाल्यावर एलफिन्स्टनपुढे अत्यंत महत्त्वाचा प्रश्न होता तो जमीन महसूल पद्धतीची पुनर्रचना करण्याचा. बाजीरावाच्या काळात मक्तापद्धती

फारच बळावली होती. त्यामुळे प्रजा त्रस्त झाली होती. गावच्या महसुलाचा मक्ता घेणारे रयतेला छळत व जादा पैसा वसूल करीत. या मक्तापद्धतीमुळे सरकार बदनाम झाले होते. त्यामुळे सरकारची आर्थिक स्थिती सुधारेल आणि रयतेचेही हित साधले जाईल अशी महसूल पद्धती ठरविणे हे एलफिन्स्टनचे प्रमुख धोरण होते. कॉर्नवॉलिसने बंगालात प्रसृत केलेली कायमधाऱ्याची पद्धत त्याला मान्य नव्हती. कारण त्यात रयत ही सर्वस्वी जमीनदाराच्या लहरीवर अवलंबून असते; जमीन साऱ्यात वाढ जमीनदार आपल्या मर्जीप्रमाणे करू शकतो. मद्रासमध्ये मन्रोने अवलंबिलेली रयतवारी पद्धतीही त्याला तितकीशी पसंत नव्हती. मराठी मुलखातील जमीनदार वर्ग नष्ट करावा असे त्याला वाटत नव्हते. पण त्याचबरोबर त्यांच्या हक्कांचे संरक्षण करीत असताना रयतेवर अन्याय होणार नाही याकडेही लक्ष पुरविले पाहिजे असे तो म्हणतो. कॉर्नवॉलिस आणि मन्रो यांच्या पद्धतीतील सुवर्णमध्य साधण्याचा त्याचा प्रयत्न होता. मराठेशाहीत रूढ असलेली मौजेवार पद्धत ही जमीनदार आणि रयत या दोघांनाही मान्य होण्यासारखी आहे असे वाटल्याने त्याने त्या पद्धतीचा पुरस्कार केला. मलिकंबरी पद्धतीत प्रत्येक गावचा सारा ठरविला जाई, त्यास 'तनखा' म्हणत आणि त्याप्रमाणे वसुलीचे काम गावकामगार पाटलाकडे सोपविले जाई. दर कुळाचा सारा, दरवर्षी पिकाचा अंदाज घेऊन पाटील, कुलकर्णी, चौगुला ही गावकरी मंडळी ठरवीत व त्या प्रमाणे वसूल करून सरकारात भरणा करीत.

एलफिन्स्टनने रयतवारी पद्धतीचा पुरस्कार केला नाही याचे आणखी एक कारण म्हणजे त्याला ग्रामपंचायत संस्था विस्कळित होऊ द्यावयाची नव्हती. पाटलाकडे वसुलीचा अधिकार राहावा, पण प्रत्येक कुळाचा हिस्सा ठरवून त्याने तो सरकारला कळवावा असे त्याच्यावर बंधन घातले. थोडक्यात, मलिकंबरी पद्धतीत सुधारणा करून गावचा सारा वसूल करण्याची जबाबदारी पाटील व पंचायत यांच्यावर टाकावी असे त्याचे स्पष्ट मत होते. पण त्याचे मत वरिष्ठांना ग्राह्य झाले नाही आणि त्याच्या निवृत्तीनंतर त्यांनी रयतवारी पद्धती मुंबई प्रांतात सुरू केली.

एलफिन्स्टनने १८२४ साली नव्याने जमिनीची पाहणी करण्याचे ठरविले. १८२५ साली पुण्याचा असिस्टंट कलेक्टर प्रिंगेल याच्याकडे पुणे जिल्ह्याच्या धाराबंदीचे काम सोपविले परंतु या पद्धतीमुळे रयतेचे अधिक हाल होऊ लागल्याने ती तहकूब करण्यात आली.

मुंबई प्रांताचा गव्हर्नर (१८१९-२७) :

पेशव्यांकडून जिंकून घेतलेल्या प्रदेशाची नीट व्यवस्था लावल्यानंतर कंपनीने त्याच्याकडे मुंबई प्रांताच्या गव्हर्नरपदाची सूत्रे सोपविली. गव्हर्नर या नात्याने त्याने खूप

लोकोपयोगी कामे केली आणि महाराष्ट्राच्या सर्वांगीण विकासाच्या कार्याची मुहूर्तमेढ रोवली.

शिक्षण :

एलफिन्स्टन स्वत: काही फारसा शिकलेला नव्हता. वयाच्या १६व्या वर्षीच तो मायदेश सोडून इकडे आला होता. शालेय शिक्षण खंडित झाले तरी त्याचा वाचनाचा व्यासंग दांडगा होता. ग्रीक, लॅटिन, फार्सी भाषेतील अक्षर वाङ्मय त्याने परिश्रमपूर्वक वाचून काढले. स्वारीवर असताना देखील तो खेचरावर पुस्तके लादून घेऊन जात असे. ज्ञानाविषयीच्या या आसक्तीमुळे त्याचे शिक्षणविषयक धोरण घडत होते. मराठेशाहीत वाटल्या जाणाऱ्या श्रावण मासातील दक्षिणेच्या प्रथेचा त्याने सदुपयोग करून घेतला. या दक्षिणेचा एक सार्वजनिक निधी बनवून त्याने पुढे संस्कृत पाठशाळा १८२१ साली पुण्याच्या विश्रामबागवाड्यात सुरू केली. कंपनी सरकार या प्रयोगास काही फारसे अनुकूल नव्हते. एलफिन्स्टनची भूमिका अशी होती की, हिंदूंच्या विद्याध्यनात प्राचीन काळच्या पौराणिक गोष्टी जरी असल्या तरी लोकांना आवडणाऱ्या आणि खऱ्या उपयोगी, ज्यात अर्थ आहे अशा गोष्टी पुष्कळ आहेत; याकरिता तशा विद्येकडे खर्च करावयाचा नाही, असे म्हणून तो सारा एकदम बंद करणे अगदी वाजवी नाही.

संस्कृत पाठशाळेसंबंधी काढलेला जाहीरनामा पुढीलप्रमाणे होता. जाहीरनामा सरकार दौलतमदार कंपनी बाहादर सुरू सन इसने अशेरीन मयातैन व अलफ (२९-९-१८२१) तमाम ब्राह्मण लोकास जाहीर व्हावयाकरिता लिहिणेत येत आहे जे कुंपणी सरकारची मर्जी आहे की या मुलकात ब्राह्मण लोक बहुत आहेत. विद्या पढून पंडित व्हावे म्हणून, ऐशास शहर पुणे येथे विश्रामबागेचा वाडा पाठशालेस नेमून विद्या पढवणेस शास्त्री वैदिक वगैरेस नेमिले आहे.

२. पढणार लोक जितके येतील, तितक्यांस विद्याभ्यास, जे पाहिजे ते पढवावे. विद्या वाढावयाकरिता अनुत्पन्न पाहून पढणार शंभर विद्यार्थ्यांस सरकारातून दरमहा रुपये ५ प्रमाणे खर्चास पोटाकरिता मिळेल.

३. विद्या पढणेस लोक जे येणार ते अश्विन सुध २ चे दिवसी सर्वत्रांनी दफ्तरचे वाड्यामध्ये दाहा घटिका दिवसास प्रात:काली हजर व्हावे. ज्यास जे विद्या अपेक्षा आहे ते पढवणेस नेमणेत येईल. सुध ५ दिवसांपासून पढविणेस प्रारंभ होईल.

४. पढवणार व पढणारसुधा वर्तणूक करणेस विद्याभ्यास अधिकात्तेर जसे जसे करितील तसे त्यास दक्षणा अधिक मिळेल. न्याय, ज्योतिष, वैद्यकशास्त्रास जाजती दक्षणा मिळेल; म्हणोन ऐसे वर्तणूक करणेविषयी कित्येक कलमांची यादी निराली लिहिली आहे, त्याप्रमाणे वर्तणूक करणेत यावे.''

या पाळशाळेचे 'मुक्तसर' (मुख्याध्यापक) म्हणून राघवाचार्य या शास्त्रींची नेमणूक मासिक १०० रुपयांवर झाली होती आणि वेद, धर्मशास्त्र, व्याकरण, वैद्यक, अलंकार इत्यादी विषयांसाठी शिक्षक, सहाय्यक यांच्या नेमणुका अनुक्रमे मासिक ६० व ४१ रुपयांवर झाल्या होत्या. कंपनीच्या कोर्ट ऑफ डायरेक्टर्सना एलफिन्स्टनचा हा उपक्रम मुळीच पसंत नव्हता. ज्या पद्धतीचे आणि ज्या हेतूने या पाठशाळेत शिक्षण दिले जात होते, त्या दोन्ही गोष्टी त्यांना पसंत नव्हत्या. तसेच केवळ ब्राह्मणवर्गापुरतेच हे शिक्षण मर्यादित ठेवल्याने, आमजनतेला स्वस्त शिक्षणाच्या योजनांपासून वंचित करण्यात आले होते. आपल्याला विरोध करणाऱ्यांत जेम्स मिलचा हात असावा, असा एलफिन्स्टनला दाट संशय होता आणि त्याचा मित्र स्ट्रॅची याने एक प्रकारे त्याला दुजोराच दिला होता. पुण्याच्या कमिशनर चॅपलिन म्हणतो की, पुण्याच्या पाठशाळेवर सरकारचा काहीही खर्च होत नसताना त्याला सरकारकडून का विरोध व्हावा हे समजत नाही.

मुंबई प्रांतात शिक्षणाचा प्रसार करण्याच्या कामी मिशनऱ्यांनी बराच पुढाकार घेतला होता. पण लोकांना शहाणे करून सोडवण्यापेक्षा ख्रिस्ती करून सोडण्यावर त्यांचा भर अधिक होता आणि एलफिन्स्टनला तर धर्म आणि शिक्षण यांची फारकत करावयाची होती. शिक्षण प्रथम कोणाला द्यावे याबाबतीत एलफिन्स्टन आणि मिशनरी यांच्या विचारांत मूलभूत स्वरूपाचे फरक होते. तो म्हणतो, ''मिशनरी लोकांना अगदी हलक्या लोकांत उत्तम प्रकारचे शिष्य मिळतात असे म्हणतात; परंतु तशा प्रकारच्या लोकांना विशेष उत्तेजन न देण्याविषयी आम्ही जपले पाहिजे... आमच्या विद्येचे बीजारोपण प्रथम अशा (तिरस्कृत) लोकांत झाले तर पुढे त्याचा विस्तार कधीही होणार नाही, ही भीती आहे. आम्ही त्यांना शिकवून तो एक नवाच वर्ग उत्पन्न केल्यासारखे होईल, उपयुक्त ज्ञानात ते इतरांहून श्रेष्ठ होतील; परंतु ज्या इतर जातींतील लोक तसेच शिकून तयार झाले तर आम्हाला त्यांच्यापेक्षा नेहमी चांगले वाटतील व त्यांनाच जवळ करावे असे वाटेल, ते सर्व लोक त्यांचा (हीन जातीयांचा) द्वेष करतील व त्यांना तुच्छ मानतील.''

मर्यादित शिक्षण पद्धतीचा आपण का अवलंब केला याचे एलफिन्स्टनने दिलेले स्पष्टीकरण फारसे पटण्यासारखे नाही. तिरस्कृत अथवा हीन जाती म्हणजे कोणत्या आणि त्यांना शिक्षणापासून का वंचित करावयाचे? एलफिन्स्टन हा सनातनी वृत्तीचा होता आणि कंपनीचा राज्यशकट चालविण्यासाठी म्हणून प्रारंभीच्या काळात तरी वरच्या वर्गातील लोकांना प्रथम शिक्षण द्यावे असे धोरण त्याने आखले असावे. पण रयतेचे कल्याण साधण्यासाठी शिक्षणाचा उपयोग झाला पाहिजे असेही त्याचे धोरण होते. १८२३ सालच्या त्याच्या एका पत्रात त्याने म्हटले आहे की, शिक्षणाचा उद्देश केवळ कारकुनांचा पुरवठा करणे एवढाच मर्यादित नसून, ज्ञानाचा प्रसार समाजातील सर्व स्तरांत करणे हा असला

पाहिजे. रयतेला शिक्षणाची आवश्यकता अधिक आहे कारण रयतवारी पद्धतीत त्याला जो जमिनीसंबंधी पट्टा अथवा कबुलायत मिळेल तो त्याला स्वत:ला वाचता आला पाहिजे. आपण सरकारचे देणे किती लागतो हे तो स्वत: समजावून घेईल आणि सावकारी पाशापासून स्वत:ची सुटका करून घेऊ शकेल.

एलफिन्स्टन योजना :

शिक्षणावर एलफिन्स्टनने खूप विचार केला होता हे त्याच्या या विषयावरील खलिते आणि पत्रव्यवहार यावरून दिसून येते. १८१३ साली कंपनी सरकारने दरसाल १ लाख रुपये शिक्षणासाठी खर्च करावेत असे ठरविले. शिक्षणाची जबाबदारी मिशनऱ्यांकडे सोपवू नये, सरकारनेच आपल्या प्रजेस शिकविण्याच्या योजना हाती घेतल्या पाहिजेत, पण हे काम अत्यंत जपून केले पाहिजे असे एलफिन्स्टनचे मत होते. शिक्षणविषयक योजनेत एलफिन्स्टनने पुढील उपाय सुचविले होते.

(१) स्थानिक शाळांतून ज्या पद्धतीने शिकविले जाते त्यात सुधारणा करावी आणि शाळांची संख्या वाढवावी.

(२) शाळांना उपयुक्त अशी पुस्तके पुरवावीत.

(३) खालच्या वर्गातील शिक्षणासाठी उत्तेजन देणे व उपलब्ध साधनांचा उपयोग त्यांना करून घेण्यास संधी देणे.

(४) पाश्चात्त्यशास्त्रे शिकविण्याकरिता नवीन शाळा उघडणे आणि त्यांच्याद्वारे उच्चशिक्षणाच्या क्षेत्रात सुधारणा करणे.

(५) नैतिक आणि भौतिक शास्त्रावरील ग्रंथ स्थानिक भाषेतून तयार करून ते प्रसिद्ध करणे.

(६) इंग्रजी ही एक भाषा म्हणून तसेच युरोपातील नवीन शोधांचे ज्ञान करून घेण्याची ज्यांना इच्छा असेल त्यांच्यासाठी खास पाठशाळा उघडणे.

(७) भारतीयांना ज्ञानाच्या विविध शाखांचा अभ्यास करण्यासाठी उत्तेजन देणे.

या देशातील बहुसंख्य निरक्षर असल्याने त्यांना किमान लिहिता-वाचता येण्यापुरते तरी शिक्षण दिले पाहिजे, या बाबतीत एलफिन्स्टन म्हणतो, ''त्याच्याकडे जर आपण पाहिले नाही तर ते ब्राह्मणेतर जातीत वाढणार नाहीच आणि ब्राह्मणात आहे ते कमी कमी होत जाऊन लयास जाईल.''

मुंबईत १८२० साली त्याच्या पुरस्काराने एक 'सोसायटी फॉर द प्रमोशन ऑफ एज्युकेशन ऑफ द पूअर' नावाची संस्था काढून देशी भाषांतून लोकशिक्षणाच्या कार्यास प्रारंभ केला. ही संस्था १६ वर्षे चालली.

१८२२ साली 'बॉम्बे नेटिव्ह स्कूल बुक अँड स्कूल सोसायटी' ही संस्था,

शालोपयोगी पुस्तके तयार करण्यासाठी निर्माण करण्यात आली. नाना शंकरशेट हे या संस्थेत सहभागी होते. १८२४ साली या संस्थेने जागा खरेदी केली तेथेच आता एलफिन्स्टन कॉलेज आहे. कॅप्टन जेरव्हिस हा या संस्थेचा सेक्रेटरी होता आणि त्याने शिक्षण प्रसाराच्या कार्यास खूप सहाय्य केले. इंजिनिअर इन्स्टिट्यूशन १८२३ साली स्थापन झाली त्यात जेरव्हिसनचा प्रमुख भाग होता.

एलफिन्स्टनच्या शिक्षणविषयक धोरणाचे मूळ सूत्र असे होते की लोकांच्या धार्मिक भावना न दुखविता, त्यांच्या जीवनात योग्य ती प्रगती घडवून आणणे. त्याने अनेक शैक्षणिक संस्था स्थापन केल्या. पण देशी भाषांना उत्तेजन द्यावयाचे की इंग्रजी भाषेला या प्रश्नावरून त्याचे आपल्या सहकाऱ्यांशी मतभेद होत.देशी भाषांतून शिक्षण द्यावे, असे एलफिन्स्टनचे स्पष्ट मत होते. गुजराती आणि मराठी भाषेत पुस्तके छापण्याचे काम त्याने टेलर आणि वुडहाऊस या आपल्या सहकाऱ्यांकडे सोपविले होते. १८२७ साली त्याने जेव्हा मुंबई सोडली, तेव्हा त्याच्या बऱ्याचशा शिक्षणविषयक योजना अपुऱ्याच राहिल्या. नवीन संस्थांना जसे त्याने उत्तेजन दिले तसेच नवीन ग्रंथनिर्मितीलाही त्याने प्रोत्साहन दिले. विद्वानांचा गौरव केला. लिटररी सोसायटी ऑफ बॉम्बे (पुढे तिचे रॉयल एशियॅटिक सोसायटीत रूपांतर झाले) या संस्थेचा तो निवृत्तीच्या काळापर्यंत अध्यक्ष होता. भारतीय विद्याक्षेत्रात संशोधन करणे, शोधनिबंध वाचणे इत्यादी बौद्धिक कामे या सोसायटीतर्फे होत. तो स्वत: चिकित्सक बुद्धीचा होता. आपले काम सांभाळून काबूलचा इतिहास, भारताचा इतिहास, पूर्वेकडील देशांत ब्रिटिश सत्तेचा उदय इत्यादी ग्रंथ त्याने लिहिले. ग्रँट डफच्या मराठ्यांच्या इतिहासाच्या रचनेत त्याने मौलिक सहाय्य केले .

इंग्रजांची भीती :

भारतीय लोक ज्ञानी झाले तर आपल्याला हा देश सोडून जावा लागेल अशी भीती काही इंग्रजांच्या मनात असल्याने एलफिन्स्टनच्या शिक्षण प्रसाराच्या योजनांना सतत विरोध होत असे. एके ठिकाणी तो म्हणतो, 'काय केले असता आम्ही अधिक निर्भय होऊ ते मला कळत नाही. आम्ही त्यांना दडपून टाकण्याचा प्रयत्न केला, तर ते धडपडून आमच्याशी झगडतील आणि आमचे राज्य बुडेल. असा प्रसंग आला तर तो वरच्यापेक्षा हानिकारक आणि लज्जास्पद होईल. आमच्यापुढे त्यांची धडपड चालली नाही आणि आम्ही त्यांना अगदी हतवीर्य करून सोडले, तरी आमचे राज्य त्यांना अगदी अप्रिय झाल्याने, एखादे परचक्र येऊन किंवा आमच्या वंशजांचे बंड होऊन बुडेल, त्यापेक्षा ज्यांच्या हिताकरिता ते आमच्या हातात आले आहे, त्यांच्या स्वाधीन आमचा अधिकार आम्ही करावा, यात आमची प्रतिष्ठा आणि हित आहे.'' प्रस्तुत संदर्भात ब्रिग्जशी त्याचा जो एक संवाद झाला होता तो चिंतनीय आहे.

एकदा ब्रिग्जने त्याच्या तंबूत मराठी पुस्तकांचा मोठा ढीग पाहून विचारले, ''ही पुस्तके कशाकरिता?'' त्यावार एलफिन्स्टन उत्तरला, ''एतद्देशीयांना शिकविण्यासाठी, पण त्याचप्रमाणे आपल्याला युरोपला परत जाण्याचा महामार्ग दाखविण्यासाठी.'' मुंबईच्या गव्हर्नरचे हे विचार ऐकून ब्रिग्ज स्तिमित झाला. एलफिन्स्टन एवढेच म्हणाला, ''सर्व परिस्थितीत आम्ही त्यांच्यासाठी करावयाच्या कर्तव्याने बांधले आहोत.''

एलफिन्स्टनची कायदेसंहिता :

सर्व हिंदू समाजाला लागू पडेल अशी एकच कायदे संहिता अस्तित्वात नव्हती. जी काही न्यायसूत्रे वापरली जात ती बरीचशी निश्चित स्वरूपाची नव्हती आणि सामान्य जनतेला त्यांचे ज्ञानही नव्हते. चालीरीतीवर आधारित अलिखित रूढीच कायद्यासारख्या प्रभावी होत्या. न्यायसूत्रावर मत व्यक्त करणारे शास्त्री एकाच गुन्ह्यासाठी निरनिराळ्या कोर्टात निरनिराळ्या शिक्षा सुचवीत. चोरीच्या एका खटल्यात अहमदनगरच्या शास्त्रीबोवांनी चोराला सुळावर चढवावे असे सुचविले तर तशाच तऱ्हेच्या दुसऱ्या खटल्यात चोराला सहा पणम् दंड करावा असे सुचविले. शास्त्र्यांचे न्यायदानाच्या मूलतत्त्वाचे अज्ञान दिवसेंदिवस उघडकीस येऊ लागले. या पद्धतीत सुधारणा करणे अगत्याचे होते.

सामाजिक कायदे करून समाजाला बदलण्याचा प्रयोग करणे त्या प्रारंभीच्या काळात अगदी अवघड काम होते. प्रस्थापित कायद्यात मूलगामी बदल करणे अशक्य होते. तेव्हा इतस्तत: विखुरलेले कायदे एकत्र आणून त्यांना सुव्यवस्थित स्वरूप देण्याचा एलफिन्स्टनचा मानस होता. अशी संहिता केवळ हिंदूंनाच नव्हे तर मुंबई इलाख्याच्या सर्व प्रजाजनाना लागू पडेल, अशी त्याची भावना होती.

कंपनी सरकारने एलफिन्स्टनला ब्रिटिश न्याय पद्धतीचे अनुकरण करण्यास सांगितले. पण त्याला ही सूचना मान्य नव्हती. 'चांगले कायदे, चांगली अदालते येवढ्यावरच काम भागणार नाही. आम्ही लोकांना आपल्या बरोबर घेऊन गेले पाहिजे, आमच्या भावनांशी ते समरस तेव्हाच होतील जेव्हा आम्ही त्यांच्या भावनांशी समरस होऊ.''

१८२० साली त्याने बॅबिंग्टनच्या अध्यक्षतेखाली एक समिती नेमली. एरस्किन, नॉरीस हे त्याचे सभासद आणि स्टील हा सेक्रेटरी होता. या समितीच्या शिफारशी शास्त्री मंडळी, जाती प्रमुख आणि कायदा आणि रूढी यांचे ज्ञान असणारे विद्वान यांना दाखवून त्यांची मते घ्यावयाची आणि त्याचबरोबर न्यायालयांची दप्तरे तपासून निवाड्यांचा अभ्यास करणे अशी एलफिन्स्टनची योजना होती. अशा रीतीने एलफिन्स्टनच्या मार्गदर्शनाखाली आणि प्रदीर्घ चर्चेनंतर मुंबई सरकारने कायदे (Regulations), रूढी, चालीरीती एकत्रित करून २७ कायद्यांची एक संहिता तयार केली आणि १ जानेवारी

१८२७ रोजी ती अंमलात आणली. एलफिन्स्टनची ही सर्वश्रेष्ठ कामगिरी मानली जाते. हे २७ चे कायदे म्हणजेच 'एलफिन्स्टनची संहिता' होय. अर्थात हिंदूंच्या लिखित, अलिखित म्हणजे धर्मशास्त्र आणि चालीरीती एकत्र आणून त्यांची सर्वंकष संहिता तयार करण्याचा त्याचा उद्देश मात्र सफल झाला नाही.

समारोप :

एलफिन्स्टन हा आपल्या कर्तृत्वाने सामान्य नोकरीपासून अत्यंत उच्चपदापर्यंत चढलेला ब्रिटिश आमदानीच्या काळातील एक महान नेता होता. तो योद्धा नव्हता, पण तिसऱ्या इंग्रज-मराठे युद्धात आपले युद्ध नेतृत्वही त्याने दाखविले होते. युद्धसमाप्तीनंतर शांतता आणि सुव्यवस्था प्रस्थापित करून ब्रिटिशांच्याबद्दल जनमानसात आदर आणि विश्वास संपादन करणे हा खरा महत्त्वाचा प्रश्न होता. पेशव्यांचे काय करावयाचे, छत्रपतींचे स्थान कसे निश्चित करावयाचे, जहागीरदार, जमीनदार, हक्कदार, सैनिक, वर्षासनधारक या सर्वांचे प्रश्न सहानुभूतीपर सोडविणे आवश्यक होते. एलफिन्स्टनने या साऱ्या समस्या मोठ्या कौशल्याने हाताळल्या आणि एक राजनैतिक पुढारी म्हणून आपले श्रेष्ठत्व सिद्ध केले . पेशव्याला पेन्शनीत काढून मराठी मुलखापासून त्याला दूरवर बिठूर या कानपूरजवळच्या खेड्यात धाडले. साताऱ्याच्या प्रतापसिंहाला मर्यादित स्वरूपाची सत्ता देऊन मराठ्यांची मने जिंकली आणि मेजाशी बसून छत्रपतीचा हा वंशज राज्यकारभाराचे, न्यायदानाचे काम करीत असलेला पाहून समाधान व्यक्त केले. संस्कृत पाठशाळेमुळे ब्राह्मणवर्ग संतुष्ट झाला. हक्कदार, इनामदार, वतनदार, वर्षासनवाले यांचे सर्व काही यथास्थित पूर्वीप्रमाणे चालविले आणि ब्रिटिश सत्ता महाराष्ट्रात रुजविण्यासाठी ज्या लोकाश्रयाची आवश्यकता होती, ती मिळविली.

एलफिन्स्टन हा उदारमतवादी होता, पण त्याचबरोबर सनातनी वृत्तीचाही होता. विद्यमान परिस्थितीत महाराष्ट्रात कसलेही मोठ्या स्वरूपाचे बदल करू नयेत असे त्याचे मत होते. 'नवे काही नाही.' (No innovations) हे त्याचे बोधवाक्य होते. वेलस्लीच्या काळात आलेला हा तरुण स्कॉटिश साम्राज्यवादी होता; पण अनुभवाने त्याला पटले होते की हे आपले साम्राज्य फार काळ टिकणार नाही. जेम्स मॅकिनटॉश या आपल्या मित्राला लिहिलेल्या १८१९च्या एका पत्रात तो म्हणतो की, ''ब्रिटिश सरकार हे कालांतराने नष्ट होणार हे विधान कोणत्याही गैरसमजावर आधारलेले नसून निव्वळ तर्कावर आधारलेले आहे.''

एलफिन्स्टन हा अत्यंत भावनाप्रधान होता. वयाच्या १६व्या वर्षी शिक्षण अर्धवट सोडून आलेल्या या तरुणाला आई, भाऊ, बहीण यांच्या आठवणी वारंवार येणे

स्वाभाविक होते. कौटुंबिक जीवनाची त्याला आवड होती, पण परिस्थितीमुळे त्याला एकाकी जीवन कंठावे लागत होते. भारतात ३२ वर्षे राहिल्याने त्याला लग्न करण्याची संधी मिळाली नाही. वयाच्या ४८व्या वर्षी तो जेव्हा परत गेला, तेव्हा त्याला वाटू लागले की, आपले लग्न करण्याचे आता काही वय राहिले नाही. ब्रिटिश समाज आपल्याला एवढ्या वर्षांच्या अवधीनंतर कसा सामावून घेऊ शकेल याचीही त्याला चिंता वाटत होती. आपण आता भारतीय बनलो आहोत, चालीरीती बदलल्या आहेत, त्यामुळे ब्रिटिश समाज आपल्याला परका वाटेल. आपली आर्थिक परिस्थिती काय राहील याचीही तो चिंता करीत असे.

पुण्यावर तो बेहद्द खूश होता. पुण्याची हवा त्याला फार आवडे. टेकड्यांनी वेढलेल्या या शहराला फेरफटके मारावयास त्याला फार आवडे. सकाळची लांबची घोडदौड करणे हा त्याचा नित्याचा क्रम होता. प्रवासाचीही त्याला खूप आवड होती. निवृत्तीनंतर मायदेशी परत जाण्यापूर्वी त्याने आपल्या प्रवासाच्या मार्गावरील बरीच ऐतिहासिक स्थळे पाहून घेतली.

निवृत्तीनंतर १८२९ आणि १८३४ साली दोनदा त्याला गव्हर्नर जनरल हे भारतातील अत्युच्च पद देण्यात आले होते. पण त्याचा त्याने स्वीकार केला नाही. मराठ्यांचा इतिहासकार ग्रँट डफ याने आपला ग्रंथ त्याला अर्पण केला आहे आणि या ग्रंथाचा शेवटही एलफिन्स्टनवर स्तुतिसमुमने उधळून तो म्हणतो, ''एलफिन्स्टनचे नाव हे अगदी सार्थपणे ब्रिटिश सरकारच्या कर्तृत्वाशी निगडित झाले आहे. महाराष्ट्राच्या जनतेवार त्याने जे उपकार केले आहेत, त्याची आठवण, नंतरच्या काळात कितीही राजकीय उलथपालथी झाल्या तरीही महाराष्ट्राच्या जनतेला राहील'' त्याचे चिरंतन स्मारक आज एलफिन्स्टन कॉलेजच्या रूपाने मुंबईत झाले आहे. हे स्मारक लोकांनी पैसा जमवून केले आहे, यावरून त्याच्या लोकप्रियतेची कल्पना येते.

१२ मार्च १८९५ च्या केसरीच्या अग्रलेखात एलफिन्स्टनच्या कार्याचा आढावा त्यावेळच्या गव्हर्नर लॉर्ड सँडहर्स्ट याच्या एका भाषणाच्या आधारे घेतला आहे. 'मी मुंबई इलाख्याचा कारभार चालविताना माऊंट स्टुअर्ट एलफिन्स्टन यांनी घालून दिलेला बाळबोध कित्ता चालवीन.' एलफिन्स्टनच्या कार्याची आठवण सँडहर्स्टला आणि प्रामुख्याने मराठी जनतेला करून देण्याच्या उद्देशाने लिहिलेल्या या अग्रलेखात म्हटले आहे, ''माऊंट स्टुअर्ट एलफिन्स्टन यांच्या अंगी असे अलौकिक चातुर्य होते हे त्यांनी एक वर्षात जिकडे-तिकडे जी स्थिरस्थावर केली त्यावरून व्यक्त होते. त्यांनी गोडीगुलाबीने प्रजेची मने राजी केली, त्याजपुढे आलेल्या मोठमोठ्या प्रश्नांचा उदार अंतःकरणाने निकाल करून लोकांस खूष ठेविले. अत्यंत सुधारलेल्या प्रजेचे संगोपन कसे करावे हे

पूर्णपणे जाणून मुंबई इलाख्याचे राज्य चालविले इत्यादी गोष्टी जोपर्यंत लोक आठवतील तोपर्यंत एलफिन्स्टनसाहेबांचे नाव मागे राहील.''

या अग्रलेखाच्या शेवटी म्हटले आहे, ''युरोपियन अधिकाऱ्यांसही आमची अशी विनंती आहे की, त्यांनी एलफिन्स्टनसाहेबांच्या कारकिर्दीचे पूर्णपणे मनन करावे म्हणजे आपण योजिलेल्या राज्यपद्धतीने राणी-सरकारच्या राज्यास पुढे-मागे केवढा अपाय होणार आहे हे त्यांना सहन आढळून येईल.''

❑❑❑

प्रकरण - १२

दत्तात्रय विष्णू आपटे : एक देशभक्त इतिहासकार

१८८५ साली स्थापन झालेल्या राष्ट्रीय काँग्रेसच्या जनजागृतीच्या कार्यात ज्या अनेकांनी हातभार लावला त्यात राष्ट्राभिमान जोपासण्याच्या कामी इतिहासकारांनी मोलाची कामगिरी केली होती. द. वि. आपटे (१३ मार्च १८८१-२७ ऑक्टोबर १९४३) हे राष्ट्रीय इतिहासकारांच्या मालिकेतील एक मराठी इतिहासकार. देशभक्ती हा त्यांचा स्थायीभाव होता आणि त्यातूनच भारतीय विद्या, संस्कृती, इतिहास यांचा त्यांना जाज्वल्य अभिमान होता. म्हणूनच त्यांनी आपले सारे आयुष्य गणित, ज्योतिर्विद्या आणि इतिहास-मराठ्यांचा इतिहास याच्या विकासासाठी वेचले. बंगालच्या फाळणीनंतर यवतमाळच्या राष्ट्रीय शाळेतील शिक्षकांची नोकरी, पोर्तुगिजांविरुद्ध जनजागृती निर्माण करण्यासाठी गोव्यात आल्मैद कॉलेज (शाळा)ची स्थापना, पुण्याच्या आनंदाश्रमातील संस्कृत हस्तलिखितांचे व्यवस्थापक आणि प्रकाशक, 'हरिकिशोर', राष्ट्रमत, 'चित्रमयजगत्' इत्यादी नियतकालिकांशी आलेला संपादकीय संबंध आणि त्यामुळे भोगाव्या लागलेल्या हालअपेष्टा आणि आयुष्याच्या उत्तरार्धात भारत इतिहास संशोधक मंडळ पुणे येथे केलेले चिरस्थायी स्वरूपाचे इतिहास संशोधनाचे कार्य आणि ते करीत असतानाच संपलेली इहलोकीची यात्रा (१९४३) असे त्यांच्या जीवनपटाचे थोडक्यात स्वरूप सांगता येईल.

दत्तोपंत आपटे यांचे संशोधन कार्य प्रामुख्याने शिवचरित्र, गणित-ज्योतर्विद्या आणि कुलवृत्तांत या क्षेत्रांत होते आणि ही तिन्ही क्षेत्रे परस्परांशी संबंधित, एकमेकांना पूरक अशीच होती असे म्हणता येईल. आपटे ज्या कालखंडात काम करीत होते त्यावर राजवाड्यांचा खास प्रभाव होता. त्यामुळे 'आधी साधने, मग इतिहास', 'आधी स्वभाषा, मग परभाषा' या राजवाड्यांच्या विचारसरणीचा स्वाभाविकच त्यांच्यावर अधिक पगडा होता आणि त्यांचाच मार्ग त्यांनी शेवटपर्यंत चोखाळला. राजवाड्यांनी आपल्या प्रस्तावनातून वारंवार विषद केलेली समाजेतिहासाची कल्पना त्यांनी उचलून धरली. पण असे करीत असताना त्यांनी इतिहाससंशोधनावर आपल्या व्यक्तिमत्त्वाचा ठसाही उमटविला आहे. काही बाबतीत ते राजवाड्यांपासून भिन्नही होते. राजवाड्यांपेक्षा त्यांनी

साधन चिकित्सेवर अधिक भर दिला आणि ज्या प्रस्तावना लिहिल्या त्या प्रामुख्याने ज्या ग्रंथाला ती लिहिली त्यातील विषयाला धरूनच, पण त्याचबरोबर इतर अनुषंगिक विषयावरच लिहिली. उदाहरणार्थ 'शिवाभारत', 'परांजपे घराण्याचा इतिहास', शिवचरित्र साहित्य खंड १' यांचा प्रस्तुत संदर्भात राजवाड्यांच्या मराठ्यांच्या इतिहासाच्या साधनाच्या काही प्रस्तावनांचा उल्लेख करता येईल. थोडक्यात, इतिहासलेखन शास्त्राच्या तात्त्विक आणि व्यावहारिक बाजूंचा त्यांनी आपल्या सर्व लेखनातून सतत पुरस्कार केला.

आपटे यांनी आपल्या संशोधनासाठी प्रामुख्याने मराठी साधनांचा वापर केला असला तरी त्यांना परकी भाषांतील मराठ्यांच्या इतिहासाच्या साधनांचे महत्त्व कळले नव्हते असे म्हणता येणार नाही. मंडळातील फार्सी अभ्यासाची योजना त्यांनीच आखली होती आणि त्यामुळे ग. ह. खरे यांना या भाषेत पारंगतता संपादता आली. शिवकालीन पत्रसारसंग्रहात इंडिया ऑफिस लायब्ररी, लंडन, हेग, पिसुर्लेकर यांनी लिस्बनहून आणलेले पोर्तुगीज कागद, फारशी कागद यांचे सारांश आपटे यांनी आवर्जून संग्रहित केले आहेत. फ्रेंच, डच या परकी भाषा, आसामी, कन्नड या देशी भाषा यांचा उपयोग शिवाजी निबंधावलीत करून शिवकालाचा सांगोपांग अभ्यास करण्याकरिता अनेक शास्त्रात आणि भाषात पारंगत अशा विद्वानांच्या सहकार्याची कशी नितांत गरज आहे, हे त्यांनी संशोधकांच्या निदर्शनास आणून दिले होते.

असे परभाषांचे महत्त्व पटले असले तरी मराठी साधनांना त्यांनी प्राधान्य दिले याची दोन कारणे संभवतात. पहिले, ज्या सामाजिक इतिहासाचा अभ्यास राजवाड्यांच्या प्रेरणेने ते करीत होते, त्या सामाजिक इतिहासाचे वास्तविक रूप रेखाटण्यासाठी प्रादेशिक भाषाच महत्त्वाची होती. मराठ्यांचे सामाजिक जीवन, जातिसंस्था, रूढी, न्यायपद्धती, धर्माचरण, राहणीमान इत्यादी व्यवहारांचे यथार्थ दर्शन लोकभाषांतूनच होणे स्वाभाविक असते. दुसरे, यदुनाथ सरकारांनी मराठी साधनांची जी अवहेलना केली होती ती त्यांना रुचणारी नव्हती. इतिहासाला विशेषत: शिवकालाच्या इतिहासाला उपयुक्त अशी अधिकृत साधने मराठीत मुळीच नाहीत असे यदुनाथांनी जे छातीठोकपणे विधान केले होते ते खोडून काढण्याचा त्यांनी निर्धाराने सतत प्रयत्न केला आहे. एवढेच नव्हे तर शिवकालाला उपयुक्त अशा मराठी साधनांचा पुरस्कारही केला आहे.

गणित आणि ज्योतिषशास्त्र या विषयांत त्यांनी केलेल्या भरीव कामगिरीचा परामर्श घेणे येथे आवश्यक नसले तरी त्यांनी इतिहास शास्त्रशुद्ध आणि वस्तुनिष्ठ करण्याच्या कामी या शास्त्रांचा उपयोग कसा करून घेतला हे जाणून घेणे आवश्यक आहे. गणित, ज्योतिष, ग्रहणे, पंचांगातील आणि कागदपत्रांतील नोंदी यांचा सूक्ष्म अभ्यास केल्याने ऐतिहासिक तिथीवर सूक्ष्मपणे मांडणे, कालगणना शक्यतेवढी निर्दोष करणे इत्यादी

बाबतीत आपटे यांचे संशोधन कार्य इतरांहून काकणभर सरसच ठरले. संशोधकासाठी त्यांनी छोटी पण उपयुक्त जंत्री तयार केली आणि शिवकालीन शकावली तयार करणाऱ्या खरे शास्त्रींना सहाय्य आणि योग्य ते मार्गदर्शन केले. तिथीवारांची सूक्ष्मता ही आपटे यांची इतिहाससंशोधनाला मिळालेली खास देणगीच होय. शिवाजी महाराजांची जन्मतिथी निश्चित करताना या साऱ्या शास्त्रांचा त्यांनी योग्य तो उपयोग करून घेतला. ग. ह. खरे यांनी यावरूनच बोध घेऊन पेशवे दफ्तरांतील असंख्य तारखा दुरुस्त केल्या आणि 'संशोधकाच्या मित्रांत' समाविष्ट केलेले सुमारे दोनशे पानांचे प्रकरण आणि सादर केलेल्या निरनिराळ्या वंशावळी म्हणजे द. वि. आपटे यांच्या कार्याची प्रेरणा घेऊनच झाली असावी असे स्थूलमानाने म्हणता येईल.

दत्तोपंत हे प्रसिद्धी पराङ्मुख होते. त्यांना श्रद्धांजली वाहताना न. चिं. केळकर, द. वा. पोतदार आदी पुणेकर विद्वानांनी ''महाराष्ट्रातील एक नावाजलेले इतिहासकार व गाजावाजा न करता कार्य करणारे कार्यकर्ते'' अशा आशयाचे उद्‌गार काढले होते (सकाळ २८.१०.१९४३) अर्थसाधना, प्रसिद्धी, सत्तासंपादन यासाठी दत्तोपंतांनी कधी धडपड केली नाही. पण त्यांच्या सहवासात राहून खूप शिकायला मिळाले, खूप शंकांचे निरसन झाले असे त्यांचे समकालीन अभिमानाने सांगतात. प्रा. रा. पु. पटवर्धन, सहाय्यक शिक्षणाधिकारी आणि इतिहास-राज्यशास्त्राचे एक नावाजलेले एलफिस्टन कॉलेजचे प्राध्यापक म्हणतात, ''त्यांच्या विद्वत्तापूर्ण प्रकाशित ग्रंथातून मी पुष्कळ घेतलेच आहे. पण त्यांच्याशी जी काही चर्चा झाली त्यातूनही मला पुष्कळच लाभ झाला. आता ज्या चर्चेत मी बहुतेक वेळ केवळ शांतपणे ऐकतच बसत असे (आणि दत्तोपंतच आपल्या ज्ञानाचा लाभ मला करून देत) तिला 'चर्चा' असे म्हणणे कितपत रास्त आहे हा प्रश्नच आहे.'' इतिहास अभिलेख आयोगाच्या आदेशावरून डेक्कन कॉलेजचे प्राचार्य एच. जी. राऊलिनसन यांच्या समवेत 'ए सोर्स बुक ऑफ मराठा हिस्ट्री' या पुस्तकाचे संपादन करताना त्यांना आलेले अनुभव पटवर्धनांनी व्यक्त केले आहेत. धनंजयराव गाडगीळ त्यांना गुरुस्थानी मानत. न. चिं. केळकर त्यांचे मंडळाच्या संशोधन कार्यातील सहकारी होते. त्र्यं. शं. शेजवलकर यांच्याशी त्यांचे मैत्रीचे संबंध होते आणि म्हणूनच त्यांचे छोटेखानी चरित्र त्यांनी लिहिले. लोकमान्य टिळकांचा देखील विश्वास त्यांनी संपादन केला असावा. कारण चिरोल खटल्यातील काही महत्त्वाच्या कागदांच्या नकला करावयाच्या होत्या तेव्हा त्यांनी दत्तोपंतानाच बोलावून घेतले होते. थोडक्यात, एक व्यासंगी, नि:स्पृह, सूक्ष्म बुद्धीचा, ज्ञानमहर्षी संशोधक असा दत्तोपंताचा लौकिक संबंधितांच्या वर्तुळात झाला होता.

आपल्या घरीच त्यांनी संशोधनाची कार्यशाळा स्थापली होती. आपणास जे समजले

आहे ते नि:स्वार्थपणे सांगणे, दुसऱ्याकडून काही शिकणे या भावनेने आणि विशेषत: 'शहाणे करूनी सोडावे सकळजन' या विचाराने प्रेरित होऊन ते इतिहासाचे वस्तुपाठ देत असत. इतिहास आणि गणित या दोन्हीवर त्यांची निष्ठा असल्याने त्यांच्या संशोधनात निर्दोषत्वाची भावना वाढीसच लागली.

गणित शास्त्राचा त्यांचा व्यासंग इतका मोठा होता की त्यांचे स्नेही त्यांना गौरवाने 'गणित भास्कर' असे संबोधित असत. भारतीयांनी स्वतंत्रपणे ज्योतिष ज्ञान मिळविले व वाढविले याचा त्यांना सार्थ अभिमान होता. प्रसिद्ध गणिती भास्कराचार्यांचा त्यांनी सखोल अभ्यास केला होता. भारतीय ज्योतिष-गणिताचा अभ्यास हा 'ज्योतिष तत्त्वदर्शना'तील त्यांचा लेख त्यांच्या या विषयावरील अभ्यासाचे द्योतकच आहे. आनंदाश्रमाचे व्यवस्थापक या नात्याने 'सिद्धांत शिरोमणी', 'लीलावती', 'बीजगणित', 'गणिताध्याय', 'गोलाध्याय' इत्यादी गणित-ज्योतिष शास्त्रावरील प्राचीन ग्रंथाचे संपादन-प्रकाशन करून त्यांनी या क्षेत्रात अद्वितीय कामगिरी केली आहे. प्राचीन ग्रंथाचे संपादन कसे करावे याचा एक आदर्शच त्यांनी या आपल्या कार्याने भावी पिढी पुढे ठेवला आहे. ज्योतिषशास्त्राबरोबरच ग्रहणांच्या अभ्यासास त्यांनी प्रारंभ केला होता. या त्यांच्या अर्ध्यावर राहिलेल्या कार्याचा पाठपुरावा करणे आवश्यक आहे. 'क्लायमॅटॉलॉजी' या नव्या शास्त्रीय अभ्यासाचा आता विकास होत चालला आहे. पर्जन्य, दुष्काळ, भूकंप, ग्रहणे इत्यादी निसर्गाच्या व्यवहारामुळे हवामानात होणारे बदल आणि त्या अनुषंगाने संस्कृतीवर होणारे परिणाम अशा प्रकारचे पर्यावरणाचे अभ्यास आता सर्वत्र होत आहेत. या दृष्टीने पाहू गेल्यास ५०/६० वर्षांपूर्वी दत्तोपंतांनी अभ्यासाची जी दिशा दाखवून दिली होती त्यावरून त्यांच्या द्रष्टेपणाची कल्पना यावी. आणि हा सारा अभ्यास करीत असताना इतिहास संशोधनाचे त्यांचे भान सुटले नव्हते. 'कालगणना' ज्याला इतिहासाचा कणा म्हणता येईल, तिथी-वार निश्चितता ज्या घटना मानवी जीवनात होणारे बदल म्हणजेच इतिहास जाणून घेण्यास आवश्यक आहेत, त्यांचा शास्त्रशुद्ध अभ्यास करण्यास त्यांनी आपल्या गणित-ज्योतिष शास्त्राचा यथोचित उपयोग केला.

दत्तोपंतांचे आणखी एक वैशिष्ट्यपूर्ण कार्य म्हणजे कुलवृत्तान्त कसे लिहावेत या संबंधी त्यांनी जे मार्गदर्शन केले आहे ते अतिशय मौलिक स्वरूपाचे आहे. 'कुलवृत्तान्त' हे समाजेतिहासाचे एक अमोघ साधन आहे. घराण्याच्या अभिमानाने प्रेरित होऊन अथवा कोर्टकचेरीच्या निमित्ताने काही व्यासंगी लोक कुलवृत्तान्त, शकावल्या, वंशावळी, करीने, कैफियती, याद्या तयार करीत असतात. या निमित्ताने जे अस्सल कागद पुढे येतात ते इतिहासकाराला अत्यंत मोलाचे असतात. 'इनाम कमिशन' या ब्रिटिशकाळातील आयोगाने लोकांचे जमिनीसंबंधीचे हक्क शाबीत करण्यासाठी जे अस्सल कागदपत्र

एकोणिसाव्या शतकात जमा केले ते किती महत्त्वाचे आहेत हे संशोधकांना नव्याने सांगण्याची गरज नाही. इनाम कमिशनचे कागद, जमाव दफ्तरातील कागद, घरात जुन्या बाडात सापडणारे कागद यांच्या अभ्यासाच्या छंदातून अनेक कुलवृत्तान्त महाराष्ट्रात प्रसिद्ध झाले आहेत - होत आहेत. याची सुरुवात १९१४ साली झाली. आपटे, बर्वे, सहस्रबुद्धे, पटवर्धन, रास्ते, गोखले, पानसे, मावळंकर-सरदेसाई इत्यादी चित्पावनांचे-कऱ्हाड्यांचे कुलवृत्तान्त १९२९ सालापर्यंत प्रसिद्ध झाले होते. परंतु 'परांजपे घराण्याचा इतिहास' तयार करण्यासाठी दत्तोपंतांना जेव्हा विनंती करण्यात आली तेव्हा त्यांनी या विषयाचा सर्वांगीण अभ्यास करून त्याला 'विवेचन' या शीर्षकाखाली जी प्रदीर्घ ४४ पानांची प्रस्तावना लिहिली आहे, ती कुलवृत्तान्तकारांना अनेक दृष्टीने मार्गदर्शक ठरणारी आहे.

'परांजपे घराण्याच्या अभ्यासावरून सुचणारे महाराष्ट्रीय समाजासंबंधी स्फुट विचार' या परांजपे कुलवृत्तान्तावरील विवेचनात त्यांनी चित्पावन समाजाचा जो चिकित्सक अभ्यास केला आहे तो अत्यंत मौलिक स्वरूपाचा आहे. चित्पावनांची आडनावे, स्थानांतर, वसाहत, प्रवासाचे महत्त्व, यात्रा, वयोगट, प्रांतवार विभागणी, धंद्यांचे वर्गीकरण व त्यावरून निघणारी अनुमाने या सर्व बाबींचा ऊहापोह केला आहे आणि सामाजिक इतिहास अभ्यासाची एक पद्धतीच येथे मांडली आहे. परांजपे कुलवृत्तान्ताला जसे दत्तोपंताकडून मार्गदर्शन झाले तोच प्रकार थत्ते, गोळे, चितळे, वेलणकर, लिमये या घराण्यांच्या कुलवृत्तान्ताच्या बातीतही घडला.

अमेरिकेच्या शिकागो विद्यापीठातील एक संशोधिका मॉरिन पॅटरसनने काही वर्षांपूर्वी इरावतीबाई कर्वे यांच्या मार्गदर्शनाखाली डेक्कन कॉलेजमध्ये कुलवृत्तान्ताचा चिकित्सक अभ्यास करून शिकागो विद्यापीठाची डॉक्टरेट पदवी मिळविली आहे. हा प्रबंध अद्याप प्रसिद्ध झालेला नाही.

येथवर दत्तोपंतांच्या इतिहास, गणित-ज्योतिषशास्त्र आणि कुलवृत्तान्त या तीन क्षेत्रांतील त्यांच्या कार्याचा आपण स्थूलमानाने विचार केला. परंतु त्यांनी शिवचरित्राविषयी जे पद्धतशीर कार्य केले त्याचा थोडासा विस्ताराने परामर्ष घेणे आवश्यक आहे.

दत्तोपंत आपटे गणित हा ऐच्छिक विषय घेऊन पुण्याच्या फर्ग्युसन कॉलेजमधून बी. ए. झाले. रँग्लर परांजपे यांचे हे विद्यार्थी होते. पुणे सोडून देशकार्याच्या निमित्ताने इ.स. १९०२ मध्ये ते बाहेर पडले. त्यानंतर यवतमाळ, मुंबई, गोमांतक, अशी भ्रमंती करीत १९१५ साली ते पुण्यास 'चित्रमयजगत' या मासिकाचे संपादक म्हणून परत आले. असहकारितेच्या चळवळीच्या काळात काही मतभेद झाल्याने त्यांचा चित्रमयजगताचा

संबंध सात वर्षांनी सुटला आणि १९२४ साली ते आनंदाश्रमाचे व्यवस्थापक म्हणून काम पाहू लागले आणि शेवटपर्यंत तेथेच राहिले.

पुण्यास येण्यापूर्वी इतिहासाचार्य राजवाडे यांच्याशी त्यांचा संबंध १९१३-१५च्या कालखंडात आला असावा. राजवाडे यांच्या मराठ्यांच्या इतिहासाची साधने खंड पहिला याचे त्यांनी चिकित्सक वाचन केले असावे आणि त्यामुळे ते इतिहास या विषयाकडे आकर्षित झाले असण्याची शक्यता आहे. राजवाडे यांनी १९१० साली स्थापन केलेल्या भारत इतिहास संशोधक मंडळाच्या १९१३, १९१५ सालच्या इतिवृत्तान्त राजवाडे-आपटे या जोडनावाने वाचलेल्या टिपणांचा उल्लेख आढळतो. दत्तोपंत आपटे स्मारक मंडळाच्या दफ्तरी असलेल्या 'राजवाडे यांची लेखनशैली' आणि 'भा. इ. सं. मंडळाची पहिली ४/६ वर्षांची हकीकत या संबंधी जे अप्रसिद्ध हस्तलिखित आहे त्यावरून राजवाडे आणि मंडळ यांच्याशी दत्तोपंताच्या असलेल्या संबंधाची कल्पना येते.

भा. इ. सं. मंडळाचे ते सवेतन सेवक नव्हते. न. चिं. केळकर यांच्या समवेत रायगड-स्मारक मंडळ आणि भा. इ. सं. मंडळ यांच्या सहकार्याने त्यांनी 'श्री शिवचरित्र कार्यालया'ची स्थापना केली आणि शिवचरित्रास उपयुक्त अशी विविध स्वरूपाची माहिती प्रसिद्ध केली. यात 'शिवकालीन पत्र-सार-संग्रह' खंड दोन, शिवाजी-निबंधावली खंड २, शिवचरित्र साहित्य खंड ३, फॉरेन बायोग्राफीज ऑफ शिवाजी, शिवचरित्र-चित्र-संग्रह आणि डॉ. बाळकृष्णांचे शिवचरित्र यांचा प्रामुख्याने विचार करता येईल. या सर्व ग्रंथातून शिवचरित्रासाठी उपयुक्त अशा देशी-विदेशी साधनांचा त्यांनी परिचय करून दिला आहे.

इतिहासासंबंधी भ्रामक कल्पना लोकामध्ये रूढ होऊ नयेत, इतिहास हा समकालीन कागदपत्रे, शिलालेख, नाणी इत्यादी अस्सल साधनांवर रचला पाहिजे, दंतकथा अथवा कालांतराने निर्माण झालेल्या साधनांवर अवलंबून असता कामा नये, इतिहासलेखन वस्तुनिष्ठ झाले पाहिजे हे अभ्यासकावर व सामान्य वाचकांच्या मनावर ठसविण्यासाठी त्यांनी निवडक साधने प्रसिद्ध करण्याचा उपक्रम सुरू केला. 'महाराष्ट्र इतिहासमंजरी अथवा निवडक ऐतिहासिक उतारे' या साधन ग्रंथाची निर्मिती त्यांनी केली (१९२३) आणि विविध साधनसाहित्याचा परिचय अभ्यासकांना करून दिला. यात संस्कृत, मराठी वाङ्मयातील निवडक उतारे देखील अंतर्भूत केले. हे वेचे वाचकापुढे मांडण्यात मूळ ऐतिहासिक ग्रंथाकडे धाव घेण्याची इच्छा त्याच्या मनात उत्पन्न व्हावी हाच हेतू आहे'' असे आपटे यांनी प्रस्तावनेत स्पष्ट केले आहे. यातील निवडक उतारे महत्त्वाचे आहेतच, पण त्याहून प्रत्येक उताऱ्यासंबंधी त्यांनी जे प्रास्ताविक दिले आहे, आवश्यक तेथे नकाशे दिले आहेत, इतिहासपुरुषांची चित्रे, हस्ताक्षरे आणि माधवराव पटवर्धनाच्या अद्याप

हस्तलिखित स्वरूपात असलेल्या फार्सी -मराठी शब्दकोशाचा उपयोग करून जो शब्दसंग्रह दिला आहे त्या सर्वांमुळे इतिहासाच्या अभ्यासाची वाढ व्हावी यासाठी त्यांनी किती मेहनत घेतली आहे यांची कल्पना यावी.

'शिवकालीन पत्रसारसंग्रह' म्हणजे आपटे यांनी शिवकालाच्या अभ्यासकांना दिलेली मोठी भेटच होय असे म्हणता येईल. ५५२ पृष्ठांच्या या दोन खंडांत एकूण २३४० पत्रांचे सारांश आले असून त्यांत शके १४८८ ते शके १६०४ ह्या (म्हणजे सन १५६६ ते १६८२ पर्यंतच्या) कालखंडांतील साधनांचा समावेश केला आहे. या दोन्ही खंडात आलेली साधने ही भा. इ. सं. मंडळाचे ग्रंथ, इंडिया ऑफिस लायब्ररी, लंडन, हेग, पोर्तुगाल या पुराभिलेखागारांतील प्रसिद्ध-अप्रसिद्ध साधने, फार्सी ऐतिहासिक ग्रंथ यातून निवडलेली आहेत. परदेशी साधने तर मंडळाने स्वखर्चाने आणलेली आहेत. या कागदपत्रांचे संपूर्ण वाचन, निवड करून त्यातील मजकुराचे सार, शक्यतो त्यातीलच महत्त्वाच्या शब्दात सांगण्याचे महा कठीण आणि वेळखाऊ काम आपट्यांनी मोठ्या जिद्दीने केले आहे. पहिल्या खंडातील एक क्रमांकाचा कागद, इ. १५६६ चा कागद म्हणजे अहमदनगरच्या बुऱ्हानशहाने 'बिरसो पंडित व कृष्णाजी केशव चइतन मानभाव तुला येक चावर इनाम दिला. मठानजिक मसाहती करून बाबा महसुलेसी दुबाला कीजे' हा मूळ दहा ओळीचा आशय अवघ्या पाच ओळीत आणि कमी शब्दात आणला आहे आणि शेवटच्या क्र. २३४०च्या १६८२च्या सारपत्रात तर फॅक्टरी रेकॉर्ड्समधील नोंदीचे मराठी भाषांतर ''ल्यूसिया डी सूझा (दारूचा मक्तेवाला) याने शिवाजीच्या युद्धात (खांदेरी उंदेरी प्रकरणी) आपले उत्पन्नावर अनिष्ट परिणाम झाला अशी तक्रार केली. त्याच्या अर्जाचा विचार झाला'' येवढ्या मोजक्या शब्दात केले आहे. सारसंग्रहाच्या या दोन्ही खंडांतून आपटे यांचे संपादनकौशल्य चांगले प्रत्ययास येते. आपटे यांची मूळ बैठक गणितीची असल्याने थोडक्यात पण अचूक सांगण्याची कला त्यांना चांगलीच साध्य झाली होती, आणि या कसबाचा समर्पक उपयोग त्यांनी या सारसंग्रहाच्या संपादनात करून घेतला होता. प्रत्येक पत्राच्या डोक्यावर उजवीकडे पत्राची तारीख, मूळ लेख कोठून घेतला त्या ग्रंथाचा संक्षेप, आवश्यक तेथे खुर्दखत, फर्मान इत्यादी पत्र-प्रकाराचा उल्लेख, दाभोळ-सुरत असे पत्राच्या प्रस्थानाचे आणि अंतिम टप्प्याचे उल्लेख, असा संशोधकाला उपयुक्त मजकूर दिला आहे. हेतू हा की संशोधकाच्या मनात जिज्ञासा निर्माण व्हावी, त्याने मूळ साधनाकडे धाव घ्यावी व आपल्या लिखाणात केवळ पत्रसारसंग्रहाचा संदर्भ देऊन समाधान मानू नये असा होता. या खंडांत शिवकालावरचे जवळ जवळ सर्व उपलब्ध (१९३० सालापर्यंतचे) ग्रंथाचे संदर्भ आढळतात, ग्रंथाला विस्तृत सूची दिली आहे आणि अशा रीतीने संशोधकाच्या दृष्टीने हे जोडग्रंथ परिपूर्ण

करण्याचा प्रयत्न केला आहे. इतिहासाचे संशोधन वाढीस लावण्याचे, इतिहासाविषयी अभिरुची निर्माण करण्यासाठी केलेली केवढी ही प्रचंड मेहनत !

'शिवाजी निबंधावली' खंड ही अशीच एक शिवचरित्राच्या इतिहासाची त्यांच्या हातून घडलेली सेवा. शिवकालाचा सांगोपांग अभ्यास करण्याकरिता अनेक शास्त्रात पारंगत अशा विद्वानांचे सहकार्य मिळविणे आवश्यक आहे याची जाणीव त्यांना कशी होती, याचे प्रत्यंतर या ग्रंथांतून ज्या मान्यवरांनी आपली उपस्थिती नोंदविली आहे त्यावरून येईल. विशेषत: सामाजिक, आर्थिक इतिहासलेखनासाठी अशा तज्ज्ञांची गरज भासते. उदाहरणार्थ पहिल्या खंडात धर्मशास्त्राचे इतिहासकार पां. वा. काणे, महाराष्ट्र संस्कृतीचे गाढे अभ्यासक शं. दा. पेंडसे, विदर्भाचे इतिहासकार य. खु. देशपांडे, केसरीचे संपादक आणि संत वाङ्मयाचे अभ्यासक ज. स. करंदीकर, वारकरीपंथाचे अध्वर्यु सोनोपंत दांडेकर, राज्यशास्त्राचे प्राध्यापक पुणतांबेकर (मराठी) तसेच अजमेरचे स. म. रावबहादूर, गौरीशंकर ओझा (हिंदी) यांचे निबंध आणि इंग्रजी विभागात संतचरित्रकार रेव्हरंड ॲबट (अमेरिका) सुरेंद्रनाथ सेन (कलकत्ता), डच साधनावर झोत टाकणारा रा. द. वाडेकरांचा लेख, तंजावरच्या सरस्वती महालातील हस्तलिखितांतून शिवदर्शन घडविणारा पंडित वैद्यनाथन शास्त्रींचा लेख यावरून या निबंधांचा दर्जा लक्षात यावा.

दुसरा खंड देखील अशाच उपयुक्त निबंधानी नटविलेला आहे. यात फार्सी, इंग्रजी, संस्कृत, मराठी, आसामी, कानडी इत्यादी भाषांतील साधनांवर आधारित निबंध असून कृ. पां. कुलकर्णी (शिवकालीन भाषेचा उलगडा) वि. वि. देशपांडे (शिवकालीन मोडी लिपी) आणि ग. ह. खरे (शिवकालीन राजपत्रांची लेखनपद्धती) हे लेख अभ्यासकांना, संशोधकांना अत्यंत मोलाचे आहेत.

शिवचरित्रासंबंधी दत्तोपंतांनी लिहिलेल्या दोन महत्त्वाच्या प्रस्तावना म्हणजे स. म. दिवेकर संपादित 'शिवभारत' (१९२७) आणि कृष्णाजी वासुदेव परांजपे संपादित 'शिवचरित्रसाहित्य खंड १ ला' (१९२६) या होत.

शिवभारताची प्रस्तावना ही सुमारे २०० पानांची असून एखाद्या ऐतिहासिक प्राचीन ग्रंथाची प्रस्तावना कशी चिकित्सक असावी याचा एक आदर्श वस्तुपाठच आहे असे म्हणावे लागेल. छत्रपती शिवाजी हा महाराष्ट्राचा मानबिंदू असल्याने आजवर या विषयावर स्वकीय, परकीय इतिहासकारांनी बरेच लेखन केले आहे आणि आजही लहान-मोठे शिवचरित्रकार आपापल्या परीने हा इतिहास रंगवीत आले आहेत. दत्तोपंताच्या प्रस्तावनेतील मुख्य सूत्र म्हणजे 'शिवचरित्रांविषयी जुन्या कल्पना सोडून काही नव्या कल्पना मान्य केल्या पाहिजेत, असे निवेदन करून त्यांनी मराठ्यांचा आद्य इतिहासकार ग्रॅंट डफ (१८२६) आणि त्यानंतर सुमारे शंभर वर्षांनी शिवचरित्राचे लेखन करणारे वंग

इतिहासकार यदुनाथ सरकार ज्यांची संभावना 'आधुनिक ग्रँट डफ' अशी केली आहे. सभासद, चिटणीस यांच्या बखरीपेक्षा ग्रँट डफचा इतिहास काही फारसा भिन्न नाही ही राजवाड्यांची भूमिका आपट्यांनी मान्य केली असून यदुनाथांनी शिवचरित्र लिहिले तेव्हा बखरी व ग्रँट डफचा इतिहास ही सदोष आहेत या राजवाड्यांच्या भूमिकेची त्यांनी दखल घेतली नाही व मराठी इतिहासलेखनास अस्सल साधने उपलब्ध नाहीत, ती केवळ फार्सी व इंग्रजीत आहेत या यदुनाथांच्या भूमिकेला आपट्यांनी जोरदार विरोध केला आहे.

शिवचरित्र साहित्य खंड १ या पत्रसंग्रहाला लिहिलेली २६ पानांची प्रदीर्घ प्रस्तावना देखील शास्त्रशुद्ध इतिहासाचा पाठपुरावा करणारी व अस्सल कागदपत्रांतून इतिहासाचे कण कसे जमा करावेत याची शिकवणच आहे. कागदपत्राचे संपादन करण्यासाठी किती परिश्रम करावे लागतात याची चर्चाच आपट्यांनी आपल्या प्रस्तावनेत सोदाहरण केली आहे.

याच सुमारास आपटे यांचा प्रसिद्ध झालेला आणखी एक संपादित ग्रंथ म्हणजे 'शिवचरित्र प्रदीप' (१९२५) हा होय. या ग्रंथातील महत्त्वाचा विषय म्हणजे शिवजन्मतिथी हा असून दत्तोपंतांनी प्रस्तुत संदर्भात लोकमान्य टिळक आणि राजवाडे यांची मते मांडून 'प्रसंग' व 'वाक्य' यांचे परीक्षण करून जन्मतिथीचा उलगडा केला आहे. शिवभारतातील आणि जेधे शकावलीतील नोंदीचा परस्परांशी बसलेला मेळ लक्षात घेऊन आणि बखरीतील विधाने यांची चिकित्सा केल्यानंतरच इ. स. १६३० हेच शिवजन्माचे खरे वर्ष आहे असे त्यांनी प्रतिपादन केले आहे. या ग्रंथातील सर्व लेखच उत्तम दर्जाचे असल्याने शिवचरित्रकाराला दिशा दाखविणारे आहेत.

आपटे यांच्या इतिहाससंशोधनाला लागलेले एक गालबोट म्हणजे मुधोळ संस्थानच्या घोरपडे घराण्याचा इतिहास (१९३४). या इतिहासातील काही फर्माने आणि कागदपत्रे बनावट आहेत असा आक्षेप काहीजण घेतात. घोरपडे यांनी जी कागदपत्रे, फोटोलेख सादर केले ते वाचूनच दत्तोपंतांनी हा ग्रंथ रचला होता. पण अलीकडे (१९८९) श्री. बा. बा. राजे घोरपडे यांनी लिहिलेल्या आणि महाराष्ट्र राज्य साहित्य आणि संस्कृती मंडळाने प्रकाशित केलेल्या 'राजे घोरपडे घराण्याचा इतिहास' या ग्रंथात दत्तोपंताच्या इतिहासाबद्दल बरेच आक्षेप घेतले आहेत.

दत्तोपंत आपट्यांचे समीक्षा लेखही अत्यंत महत्त्वाचे आहेत. टॉयन्बीच्या 'ए स्टडी ऑफ हिस्ट्री' या सुप्रसिद्ध इतिहासग्रंथ मालिकेतील पहिल्या तीन खंडासंबंधी मराठी वाचकासाठी एक परिचयात्मक लेख लिहिला आहे. न्यायमूर्ती रानडे यांच्या मराठी ग्रंथाचा त्याकाळी बराच बोलबाला झालेला होता. मराठ्यांच्या इतिहासाच्या

अभ्यासामागची तात्त्विक बैठक मान्य करूनही त्यांचे तपशीलातील दोष निर्भीडपणे दाखवून दिले आहेत. शिवकालीन पद्धतीचे अनुकरण नंतरच्या राजकर्त्यांनी केले नाही म्हणून मराठ्यांचा ऱ्हास झाला या रानड्यांच्या तत्त्वाचा त्यांनी पुरेपूर परामर्ष घेतला आहे. प्रस्तुत संदर्भात अष्टप्रधान मंडळासंबंधीचे रानडे यांचे मत त्यांनी कसे खोडून काढले आहे हे पाहण्याजोगे आहे.

अठराव्या शतकात मराठी सत्ता प्रत्यक्ष अथवा अप्रत्यक्षरीत्या सर्व भारतावर होती आणि इंग्रजांनी भारताची सत्ता मराठ्यांपासून हिसकावून घेतली हे इंग्रज इतिहासकार मानत असले तरी आजकालचे आधुनिक इतिहासकार मात्र ब्रिटिशापूर्वी भारतावर मुसलमानांचीच सत्ता होती असे मानतात. रानड्यांनी आपल्या प्रबंधात या मुद्याचे विवेचन केले आहे ते इतिहासकारांनी ध्यानात घ्यावे असे आपट्यांनी आवर्जून सांगितले आहे. ''ही गोष्ट महाराष्ट्रातील लेखकांना अर्थातच मान्य आहे, पण इंग्रज किंवा महाराष्ट्राबाहेरचे इंग्रजी लेखक अद्याप ही गोष्ट मान्य करीत नाहीत... महाराष्ट्राबाहेरच्या लोकांनी आणि इंग्रजांनी 'मराठ्यांचा इतिहास खरोखर मोठा महत्त्वाचा आहे' असा शेरा दिला म्हणजे मात्र तो महत्त्वाचा आणि तसा शेरा मिळाला नाही तोपर्यंत तो कमी योग्यतेचा, असा समज उराशी बाळगण्याचे कारण नाही. तो महत्त्वाचा आहे असे मराठ्यांना वाटत आहे, तर त्याचा अभ्यास झटून करणे हे त्यांचे कर्तव्य आहे, हे सत्य मराठी लोकांना पटवून देण्याचे कामच अद्यापि पुष्कळ व्हावयाचे आहे.'' दत्तोपंतांचे हे विचार आजही मननीय आहेत आणि सध्याची मराठ्यांच्या इतिहासाच्या अभ्यासाची, संशोधनाची जी अवहेलना होत आहे ती टाळावयाची असेल तर दत्तोपंतांनी घालून दिलेल्या मार्गाचे अवलंबन करणे अगत्याचे आहे.

रजपुतांच्या पराभवाची मीमांसा करताना इंग्रज इतिहासकार व्ही. ए. स्मिथ यांच्या विचारांतील फोलपणा आपट्यांनी दाखवून दिला आहे. 'इतिहास लेखन व संशोधन' या प्रदीर्घ निबंधात त्यांनी परत एकदा यदुनाथांनी मराठ्यांच्या इतिहासाबद्दल गैरसमज प्रस्तुत केले आणि त्यामुळेच 'रिअल शिवाजी' अथवा प्रा. फरुकी यांच्या 'औरंगजेब अँड हिज टाईम्स'सारख्या इतिहास ग्रंथांची निर्मिती झाली, असा दावा केला आहे. तेव्हा मराठी संशोधित कागद बनावट आहेत या इंग्रजी वाचकांच्या मनातील विचारांचे आपण खंडन केले पाहिजे असेच आपटे यांना सुचवावयाचे आहे.

दत्तोपंतांचे श्रीरंगपट्टणची मोहीम हे पुस्तक तपशिलाच्या दृष्टीने महत्त्वाचे आहे. रियासतीवरील परीक्षणाचे, 'सन्माननीय मित्र' या टोपण नावाने त्यांनी ज्ञानप्रकाशात लिहिलेले सहा लेखांक हे त्या ग्रंथाचे गुणदोष जाणून घेण्यास उपयुक्त ठरणारे आहेत.

मराठ्यांच्या इतिहासाच्या अभ्यासाचे आज महत्त्व काय आहे याचे विवेचन करताना

आपट्यांना मराठ्यांचे पाऊल पुढे की मागे हा विचार सतत सतावीत असणार. इतिहासाची पार्श्वभूमी लक्षात घेऊन विद्यमान राजकारणातील आपली जबाबदारी मराठी माणसाने उचलली पाहिजे, मराठी माणसाने राजकीय आकांक्षेचा धागा अखंड पकडून ठेवला पाहिजे असे ते आवर्जून सांगतात. महाराष्ट्र हा प्रगती पथावरच आहे या इतिहासातून गवसलेल्या सत्याचा त्यांना सार्थ अभिमानही दुसऱ्या महायुद्धाच्या प्रारंभी वाटत होता. अभंग भारताचा विचार मांडताना ते महाराष्ट्राच्या ऐक्याचा विकास झाला पाहिजे असे ठामपणे नमूद करतात.

दत्तोपंतांचे अप्रसिद्ध लेखनही महत्त्वाचे आहे. स्मारक मंडळाच्या संग्रही असलेले त्यांचे 'राजवाडे यांची लेखनशैली', 'बाजीरावाची शकावली', 'भारत इतिहास संशोधक मंडळाची पहिली ४/६ वर्षे' इत्यादी लेख हे त्यांचेच आहेत याची विश्वसनीयता सिद्ध झाल्यावर यथावकाश प्रसिद्ध केले जातील. राजवाडे यांच्या तऱ्हेवाईक स्वभावाचे जे चित्रण त्यांनी केले आहे ते इतरांनी त्यांचे जे चित्र रेखाटले आहे त्याच्याशी जुळणारे आहे. आपटे म्हणतात, ''ते केव्हाही कोणाबरोबर ४/६ वर्षे काम करतील असे चुकूनही त्यांची माहिती असणाऱ्यांना वाटत नसे. व याच गोष्टीचा उल्लेख लोकमान्य टिळकांनी मेहेंदळे यांच्याशी झालेल्या पहिल्या भेटीत केला होता. तेव्हा राजवाडे मंडळ स्थापू शकले हे महाराष्ट्राचे भाग्य म्हणावयाचे व त्याहूनही जास्त आनंदाची गोष्ट म्हणजे त्यात ते ४/६ वर्षे टिकले.''

महाराष्ट्राच्या राजकीय जीवनातील मराठी माणसाला सदैव प्रेरणा देणाऱ्या दोन महान विभूती म्हणजे 'लोकांचा राजा' छत्रपती शिवाजी महाराज आणि लोकमान्य बाळ गंगाधर टिळक. शिवाजी राजांचे यथार्थ दर्शन लोकांना घडावे म्हणून दत्तोपंत आपटे यांनी जे अथक आयुष्यभर प्रयत्न केले त्याचे विवेचन येथवर केले.

लोकमान्यांचा सहवास घडावा म्हणून राष्ट्रीय वृत्तीचे दत्तोपंत आपली यवतमाळ, मुंबई, गोवा येथील भ्रमंती संपवून १९१५च्या सुमारास पुण्यात आले. लोकमान्यांच्या धकाधकीच्या जीवनात त्यांच्या निकट सहवासाची अपेक्षा त्यांच्या कुटुंबीयांना देखील शक्य वाटत नसावी. तरी पहिल्या दोन वर्षांच्या काळात दत्तोपंतांनी किमान सात-आठ वेळा त्यांच्याशी संपर्क साधला आणि इतिहास आणि गणित हे दोघांचेही आवडीचे विषय असल्याने लोकमान्यांचा त्यांनी विश्वासही संपादन केला असावा. अन्यथा टिळकांनी त्यांना चिरोल खटल्यातील काही कागदांच्या नकला करण्याचे जोखमीचे काम करण्यासाठी बोलाविले नसते. एका भल्या पहाटे या दोन विद्वानांतील एका साध्या प्रश्नावर झालेल्या संवादावरून त्यांचे निकटचे संबंधही लक्षात येतात आणि त्यांच्या व्यक्तिमत्त्वावरही प्रकाश पडतो.

केसरीवाड्यातून बोलावणे आले म्हणून दत्तोपंत लगबगीने लोकमान्यांच्या अभ्यासिकेत दाखल झाले. लोकमान्य चहा पीत होते आणि त्यांनी स्वाभाविकच दत्तोपंतासाठीही चहा आणावयास सांगितले तेव्हा 'आपण चहा घेत नसतो' इतके बोलूनच दत्तोपंत थांबले नाहीत, तर टिळकांच्या परवानगीने त्यांनी एक खडा सवाल केला. ''चहा विरुद्ध एवढी चळवळ होऊन या वाड्यात चहा होतो याबद्दल पुष्कळ लोकांना वाईट वाटते.'' दत्तोपंतांच्याकडे निरखून पाहून लोकमान्य म्हणाले, ''तुम्ही म्हणता ही गोष्ट खरी आहे, पण सध्या तो विषय राहू द्या.'' आणि त्यांनी दत्तोपंतांसाठी दूध मागविले.

लोकमान्यांना त्यांच्या राजकीय मताविषयी प्रश्न विचारून खुलासा करून घेण्याची आवश्यकता नव्हती कारण त्या संबंधीचे खुलासे ते आपल्या अग्रलेखांतून आणि जाहीर भाषणातून वारंवार करीत असत. 'स्वाभिमान' आणि 'देशहित साधनेच्छा'ला या दोन भावनांनी प्रेरित होऊन लोकमान्यांनी कर्मयोगाची जी महती प्रतिपादन केली त्याचा स्वाभाविकच आपट्यांच्यावर विशेष प्रभाव होता. प्रत्येक कार्यात 'प्रयत्न' व 'विवेक' यांना लोकमान्य किती महत्त्व देत असत हे दत्तोपंतांनी जवळून पाहिले होते आणि आपल्या कार्याचा मार्गही निश्चित केला होता.

लोकमान्यांचे इतिहाससंशोधनविषयक विचार जाणून घेण्याचा दत्तोपंतांनी प्रयत्न केला. अर्थात राजकारणाच्या धकाधकीच्या जीवनात या विषयाकडे लक्ष पुरविणे त्यांना शक्य नव्हते. तरीदेखील शिवचरित्राचे एक अस्सल साधन 'जेधे शकावली' मिळवून त्यावर एक छोटेसे टिप्पण लिहिले आणि शिवजन्मतिथीवर १९०० साली एक विस्तृत अग्रलेखही लिहिला. दत्तोपंतांनी हे दोन्ही लेख 'शिवचरित्र प्रदीपा'त पुनर्मुद्रित केले आहेत.

''इतिहास संशोधन म्हणजे नुसता काथ्याकूट आहे, त्यापासून म्हणण्याजोगी फलप्राप्ती काही नसून उगाच डोके पिकवावे लागते तेव्हा हा छंद मी सोडावा'' असे मला माझे स्नेही नेहमी सांगतात आणि यास सयुक्तिक उत्तर मला सुचत नाही,' तेव्हा आपण त्यांना काय उत्तर द्यावे असे दत्तोपंतांनी एकदा लोकमान्यांना विचारले. त्यावर लोकमान्य म्हणाले,

''तुमच्या स्नेह्यांना तुम्ही काही एक उत्तर देऊ नये, नुसते त्यांचे ऐकून घ्यावे आणि तुम्हास करावयाचे आहे ते तुम्ही अधिक नेटाने करावे म्हणजे झाले. या गोष्टी वादाने पटवून देणे अशक्य असते. आमच्या येथे चाललेल्या इतिहासाच्या संशोधनापासून साक्षात फायदा काय आहे हे दाखविता येईल हा भाग निराळा, पण एकंदरीत संशोधन हा विषय असा की, त्याची ज्याला अभिरुची असेल त्याने ती पुरवून घेतल्यावाचून राहू नये. सर्वच गोष्टी फायद्याकडे नजर देऊन करावयाच्या नसतात. मनुष्यस्वभावच असा आहे की,

त्याला काही गोष्टी उदरभरणासाठी किंवा उपयोगाकडे लक्ष देऊन कराव्या लागतात आणि काही शुद्ध ज्ञान प्राप्तीसाठी करण्याचा उमाळा येतो. प्रत्येक मनुष्यात या दोनही वृत्ती कमी-जास्त प्रमाणाने असतातच; पण प्रसंगानुसार कोणाच्या पहिल्या वृत्तीची वाढ होते तर कोणाच्या दुसऱ्या वृत्तीची वाढ होते. ... संशोधनात जाणाऱ्या काळात संशोधकाला जो आनंद वाटतो त्याची कल्पना व महत्त्व ही संशोधनाची अभिरुची नसलेल्या लोकांना पटवून देता येणार नाही.''

टिळकांचे हे उद्‌गार दत्तोपंतांनी शिरोधार्य मानून संशोधनाचा मार्ग शेवटपर्यंत सोडला नाही, हे महाराष्ट्रावर व इतिहासावर फार मोठे उपकारच ठरले. टिळकांच्या या उद्‌गारांचे आजही आपण 'स्मरण' केले पाहिजे. तसे झाल्याने दत्तोपंताप्रमाणेच आपल्या हातूनही काही इतिहास सेवा घडेल. दत्तोपंत आपटे यांच्या या महान देशभक्तीची आणि तदनुषंगिक इतिहासकार्याची आठवण सतत तरुण पिढीस प्रेरणादायक ठरावी म्हणूनच दत्तोपंताच्या मित्रांनी हे स्मारक मंडळ स्थापन केले, अनेक मान्यवरांनी या ज्ञानसत्रात 'हजेरी' लावून त्याचे संवर्धन केले आणि आज हा उपक्रम 'सुवर्णमहोत्सवा'पर्यंत येऊन पोहोचला आहे ही अभिमानाची बाब आहे.

❑❑❑

www.ingramcontent.com/pod-product-compliance
Lightning Source LLC
LaVergne TN
LVHW050645051026
849532LV00002B/529